உயிரச்சம்

ரவிச்சந்திரன் அரவிந்தன்

உயிரச்சம்	:	சிறுகதைகள்
ஆசிரியர்	:	ரவிச்சந்திரன் அரவிந்தன்
	:	© ஆசிரியருக்கு
முதற்பதிப்பு	:	அக்டோபர் 2021
அட்டை ஓவியம்	:	ராஜ்குமார் ஸ்தபதி
வெளியீடு	:	வம்சி புக்ஸ் 19, டி.எம்.சாரோன், திருவண்ணாமலை - 606 601 செல்: 9445870995, 04175 - 251468
அச்சாக்கம்	:	மணி ஆப்செட், சென்னை - 600 077
விலை	:	₹ 300/ -
ISBN	:	978-93-84598-54-9

Uyiracham	:	Short Stories
Author	:	Ravichantran Aravindhan
	:	© Author
First Edition	:	October 2021
Wrapper Art	:	Rajkumar Sthapathy
Published by	:	Vamsi books 19.D.M.Saron, Tiruvannamalai - 606 601. 9445870995, 04175 - 251468
Printed by	:	Mani Offset, Chennai - 600 077
	:	₹ 300 /-
ISBN	:	978-93-84598-54-9

www.vamsibooks.com - e-mail: vamsibooks@yahoo.com

"வாழ்ந்த காலம் முழுவதையும் சுமைதாங்கிகளாகவே
வாழ்ந்துவிட்டுச் சென்ற
அப்பா மருதாசலம் -அம்மா கண்ணம்மாள்
ஆகியோரின் நினைவுகளுக்கு..."

ரவிச்சந்திரன் அரவிந்தன்

இருபது வயதில் மலையாள சிறுகதைகள், நாடகங்கள் மற்றும் 'ஆசன்ன சமரம்' என்கிற நாவலையும் தமிழில் மொழிபெயர்ப்பு செய்து இலக்கிய உலகில் நுழைந்தவர்! நாடகத்தில் ஏற்பட்ட ஈர்ப்பால் 'பாதல் சர்காரிடம்' நாடகக்கலை கற்றுக்கொண்டு நவீன நாடகங்கள் செய்து வந்ததோடு மாணவர்களுக்கு 'நாடகப் பட்டறை'களும் நடத்தி வருபவர்!

"அதிகாரம் சாதிக்காததை அன்பு சாதிக்கும்" என்பதில் அசைக்க முடியாத நம்பிக்கை கொண்டவர்!

குறும்படங்களில் நடிப்பதையும், இயக்குவதையும் இணையாகச் செய்து வருகிறார்!

'சமரம்' என்கிற மொழிபெயர்ப்பு நாவல், அதன்பிறகு 'எப்போதாகிலும் அறம்', 'வசந்த மனோஹரி' என்று இரண்டு சிறுகதைத் தொகுப்புகள் வெளிவந்துள்ளன! இது இவரது மூன்றாவது சிறுகதைத் தொகுப்பு!

மேடைப்பேச்சு, இணையத்திலும், முகநூலிலும் கதை சொல்லி என எப்போதும் மக்களோடு மக்களாக கலந்து கரைந்து போக விரும்பும் எளிய மனிதர்!

உள்ளே நுழையும் முன்பு ஒரு சில மணித்துளிகள்...

''அனுபவத்தைவிட மிகப்பெரிய ஆசானுமில்லை, காலத்தைவிட மிகச்சிறந்த மருத்துவனுமில்லை''.

ஒட்டுமொத்த மனிதகுலத்தின் கற்பனைகளுக்குள் எல்லாம் கட்டுப்படாத, இதுவரையிலும் ஒருபோதும் நிகழ்ந்திராத, யாருமே எதிர்பார்த்திராத சோதனையானதொரு இருண்ட காலம் இது. மனிதகுலத்திற்கு இதுநாள் வரையிலும் நேர்ந்த ஆகப்பெரிய அத்தனையத்தனை அழிவுகளையும் வெறும் புழுக்கைகளைப்போல அலட்சியமாக புறம்தள்ளி இடது காலால் தேய்த்து நசுக்கி ஒரு ஓரமாய் ஒதுக்கிவிட்டு, எந்த சக்தியாலும் கட்டுப்படுத்தமுடியாத ஒரு பிரம்மராட்சசனைப்போல எல்லா இடங்களிலும் தடையின்றி வேகமாய் நுழைந்து தனது கோரப்பசியால் கணக்கின்றி மனித உயிர்களை துவம்சம் செய்து நக்கித் தின்றபடி வெறிபிடித்து அலைந்து கொண்டிருக்கிறது 'கொரோனா' என்கின்ற பெருந்தொற்று. மனிதகுலம் இதுவரையில் எதிர்கொண்ட மிகப்பெரிய உயிர் பலிகள், வலிகள், வேதனைகள், சவாலான சோதனைகள், இழப்புகள், குழப்பங்கள், தோல்விகள், துன்பங்கள், துயரங்கள், கசப்பான அனுபவங்கள், மன அவசங்கள்... என அனைத்துத் தீமைகளையும் ஒன்றுமில்லாததாக்கிவிட்டு, ஒட்டுமொத்த மனிதகுலத்தையே மிரட்டுகின்ற ஒன்றாக உருக்கொண்டு பொங்கிப்பெருக்கெடுத்து பேரச்சத்தைத் தருகிறது. நாம் எல்லோருமே ஒவ்வொரு மணித்துளியையும் உயிரச்சத்துடன் கடந்துசெல்லும் ஒரு பரிதாபகரமான காலகட்டத்தில்தான் வாழ்ந்து கொண்டிருக்கிறோம்.

உலகம் முழுவதுமுள்ள அறிவியல் அறிஞர்களுக்கும், மருத்துவர்களுக்கும் விடப்பட்டிருக்கும் ஆகப்பெரிய சவால்தான் 'கொரோனா.'

சூரியன் அஸ்தமிக்காத சாம்ராஜ்யங்களும், ஐ நா சபையையே அள்ளையில் சொருகி வைத்துக்கொண்டு அலையும் அமெரிக்க அரசாங்கமும் 'கோவிட் 19' கொள்ளை நோயால் மடிந்து கொண்டிருக்கும் மக்களின் மரண எண்ணிக்கையால் மிரண்டுபோய், மண்டியிட்டு கிடக்கின்ற ஒரு காலகட்டம். சாதி, மத, இன, மொழி, வர்க்க வேறுபாடில்லாமல் எல்லா எல்லைகளையும் கடந்து வல்லரசுகளின் அதிபர்கள் முதல், வாழ வழியற்ற ஏழை எளிய மனிதர்கள் வரை எல்லாவரையும் ஒரே வரிசையில் நிறுத்தி குற்ற விசாரணை செய்து கொண்டிருக்கிறது கொரோனா எனும் இந்த 'பொல்லாப்பேரிடர்'.

ஆதி மனிதன் தன் இருப்பிடத்தைவிட்டு இடம்பெயர்ந்து 'பயணம்' செய்யத் தொடங்கின பிறகுதான் அவனது பண்பாடு, நாகரிகம், கலை, கலாச்சாரம், அறிவியல் அறிவு என எல்லாம் விகசித்தது. ஆனால், இந்தப் பேரிடர் காலத்திலோ தன் குடும்பத்திற்குள்ளேயே ஒருவருக்கொருவர் விலகியிருக்கச் சொல்லும் விசித்திரமான கட்டுப்பாடுகளும் விதிமுறைகளும் நம் ஒவ்வொருவரையும் முடக்கிப்போட்டது. தீண்டாமையை ஒழிக்க எத்தனை எத்தனையோ தலைமுறைகளாய் நடத்தின போராட்டங்கள் எல்லாம் மறந்துபோய், இப்போது இந்தப் புதிய தீண்டாமையைக் கடந்துபோவது அவ்வளவு எளிதாக இருக்கவில்லை. செவ்வாய் கிரகத்தில் குடியேற முயன்றுகொண்டிருக்கும் அறிவியல் பாய்ச்சலிலிருந்த தருணத்தில், அடுத்த வீட்டிற்கு போக ஆயிரம் முறை யோசனை செய்யும் அவலம் வந்து சேர்ந்தது. சொந்த நாட்டிலேயே லட்சக்கணக்கான மக்கள் அகதிகளாக உயிரச்சத்துடன் கால்நடைகளைப்போல குறுக்கும் நெடுக்குமாக அலைந்து

உயிர்விட்டனர். வரலாற்று ஆசிரியர்களும், அக்கறையற்ற இந்த அரசும் இந்த காலக் கொடுமைகளையெல்லாம் கண்டிப்பாக உள்ளது உள்ளபடியே பதிவு செய்வார்கள் என்கிற நம்பிக்கை எனக்குத் துளியும் இல்லை.

நினைவுதெரிந்த நாள்முதலாய் இந்தச் சமுதாயத்தில் இரண்டறக்கலந்துபோன வாழ்க்கையை ஏற்றுக்கொண்ட எனக்கு, என் கண்ணெதிரே ஒவ்வொரு நாளும் நடக்கும் கொடுமைகளையும், எம்மக்கள் படும் பாட்டினையும், அன்றாடம் வயிற்றுப்பாட்டிற்குக் கூட வழியில்லாமல் தன்மானம் கருதி அதை வாய்விட்டு வெளியே சொல்லவும் முடியாமல் உள்ளின் உள்ளில் வைத்து மருகி மடிந்துகொண்டிருக்கின்ற எளிய மக்களையும் பார்த்துக்கொண்டு கண்களை இறுக மூடிக்கொண்டு, தங்களது கோவில்களுக்கும், தேவாலயங்களுக்கும், மசூதிகளுக்கும்கூட 'ஊரடங்கிலிருந்து விலக்குப்பெற முடியாத' கற்பனைக் கடவுள்களின் கையாலாகாத கருணைக்குக் காத்திருக்க என்னால் முடியவில்லை.

உடலுழைப்பையே நம்பி ஜீவனம் செய்பவர்கள், அன்றாடம் காய்ச்சிகள், தெருவோர வியாபாரிகள், முப்பது நாளும் கடனை வாங்கிக் காலத்தை ஓட்டி ஒன்னாம்தேதி சம்பளம் வாங்கி கடனைக்கொடுத்துவிட்டு, மீண்டும் மறுநாள் முதல் சோத்துக்குக் கையேந்துபவர்கள், காலையில் தொள்ளாயிரம் ரூபாய் கடன் வாங்கி மாலை ஆயிரம் ரூபாயாக திருப்பிக்கொடுக்கும் மார்க்கெட் சிறு வியாபாரிகள், குறைந்த சம்பளத்துக்கு நாள்முழுவதும் வெய்யிலில் அலைந்து திரியும் விற்பனைப் பணியாளர்கள், டெலிவரி ஆட்கள், பஸ் நிலையங்களிலும், சாலையோரங்களிலும் பயணிகளை மட்டுமே நம்பி தட்டேந்தி வியாபாரம் செய்து பிழைப்பவர்கள், கட்டுமானப் பணியாளர்கள், பெரிய வீடுகளில் மீதமாகும் பழைய சோற்றினை நம்பி வயிறு வளர்க்கும் வீட்டு வேலை செய்யும் பெண்மணிகள், தங்கள் குடும்பத்தினரை ஆயிரம் மைல்களுக்கு

அப்பால் அனாதையாக விட்டுவிட்டு வேலை செய்யுமிடத்தில் மாட்டிக்கொண்டு, இங்கு வாழவும் முடியாமல், சொந்த ஊருக்குத் திரும்பிப் போகவும் முடியாமல் தவிக்கும் லட்சக்கணக்கான புலம்பெயர்ந்த தொழிலாளர்கள், இப்படி அடுத்தநாள் என்பதே நிச்சயமில்லாத மனிதர்களுக்கு ஆறு மாத காலத்திற்கும் மேலாக வேலையுமில்லை சம்பளமும் இல்லையென்றால்? இதையெல்லாம் விடக் கொடுமை 'மருத்துவப்பணியாளர்களுக்கு ஏற்படும் பரிதாபகரமான மன அழுத்தம்தான்'. ஒரு நாளில் பன்னிரண்டு மணி நேரத்திற்கும் மேலாக தங்கள் சக்திக்கு மீறின உழைப்பைக் கொடுத்து நோயாளிகளுடன் போராடும் வேலைப்பளுவும், கண்ணெதிரே மரணங்களைப் பார்த்துக்கொண்டே அடுத்தநாளும் திரும்பவும் அதே சூழலில் நோய்த்தொற்றின் அச்சுறுத்தலைத் தெரிந்துகொண்டே வேலை செய்யும்போது ஏற்படும் விரக்தியும், மனச்சோர்வும் நம்மால் கற்பனைகூட செய்து பார்க்க முடியாத கொடுமை.

கருத்து ரீதியாக எம்மக்களோடு தொடர்ந்து உரையாடினேன். குருவிகள் கட்டும் கூடுகளுக்கு நாணல் எடுத்துக் கொடுத்தேன். அத்தோடு அமைதியடைய முடியாமல் அவர்களின் வலிகளையும் வேதனைகளையும், துன்பங்களையும், கொடுமைகளையும், இழப்புகளையும் பாடுகளையும் பதிவு செய்தேன். நதியின் வெள்ளப்பெருக்கில் மாட்டிக்கொண்டு கரை சேரவும் முடியாமல், செத்து ஒழியவும் கூடாமல் காப்பாற்ற நாதியுமில்லாமல் மூழ்கி மிதந்து... மூழ்கி மிதந்து... செத்துப் பிழைத்து, செத்துப்பிழைக்கின்ற சக மனிதர்களோடு நானும் கண்ணீர் விட்டேன், கலங்கினேன். அவற்றையெல்லாம் பதிவுசெய்யும் முயற்சிதான் இந்தக்கதைகள்.

2020 மார்ச் மாதத் தொடக்கத்தில் இருந்த இடத்திலிருந்து எங்கும் நகர முடியாமல் வீட்டுச்சிறையில் மாட்டிக் கொண்டதால் ஏற்பட்ட மனச்சோர்வு காரணமாக ஒரு நடைபிணம்போல வாழ்ந்த நேரத்தில் புத்தகங்களுக்குள் தஞ்சம் புகுந்தேன். நிறைய வாசிக்கத்

தொடங்கினேன். சுற்றிச்சுற்றி இற்று வீழ்ந்துகொண்டிருந்த துயர் மிகுந்த எம்மக்களின் வேதனைகள் என்னை ஒவ்வொரு நொடியும் உசுப்பிக் கொண்டேயிருந்தன. அந்த அனுபவங்களையெல்லாம் பதிவு செய்யும் சிறு முயற்சியாக தொடர்ந்து எட்டு மாதங்களில் ஏழு சிறு கதைகளையும், இரண்டு குறு நாவல்களையும் எழுதி முடித்தேன். மெய்யாகச் சொன்னால் இந்தக்கதைகளை நான் எழுதவில்லை. என்னைச்சுற்றி வாழ்ந்த மக்களின் வலிகளும் வேதனைகளும், அவர்கள் பட்ட துன்பங்களும், துயரங்களும்... வாழ்வதற்கான அவர்களது தொடர்ந்த போராட்டங்களும், இந்தச் சூழலும், என்னைச்சுற்றி நடந்த நிகழ்வுகளும் என்னைக் கருவியாக வைத்து தானே எழுதிக்கொண்டன. கதை மாந்தர்கள் என் மடியில் கிடந்து கதறினார்கள், துடித்தார்கள். பல இடங்களில் குட்டியையும், சுரேஷையும், சுகன்யாவையும், முருகேசனையும், சக்தியையும் ஆற்றுப்படுத்த முடியாமல் தோற்றுப்போனபோது நானும் அவர்களோடு சேர்ந்து கண்ணீர் வடித்தேன். சுபாவுக்கும், சுமதிக்கும், கார்த்திகேயனுக்கும், பாரதிக்கும் இழைக்கப்பட்ட அநீதிகளைத் தடுத்து நிறுத்த முடியாமல் கையாலாகாத கோழையாக ஒரு மூலையில் ஒடுங்கிபோய் நின்று கண்ணீர் வடித்தேன்.

ஆருயிர் நண்பர்கள் ஸ்ரீகுமார், சந்திரசேகர் ஆகியோரின் கூர்மையான விமர்சனங்களும், அவர்கள் கொடுத்த ஊக்கமும் என்னை சோர்வடையாமல் இயக்கின. இதில் மூன்று கதைகளை வெளியிட்டு என்னை உற்சாகமூட்டிய 'வாசக சாலை' இணைய இதழ் நண்பர்களுக்கும், வெளிவந்த நேரத்தில் வாசித்து என்னை வாழ்த்தின அன்புத் தோழர்களுக்கும், எந்தப் பலனும் கருதாமல் எப்போதும் 'அப்பா'வென அழைத்து என்மீது எல்லையற்ற அன்பைச் சொரியும், நான் பெறாத எனது பாசக்காரப் பிள்ளைகளுக்கும் நன்றி. இந்த வாழ்க்கைப் பயணத்தில் ஒவ்வொரு நாளும் சக பயணிகளாக, என்னை நேசித்து அன்புகாட்டி

வாழ்க்கையின் அழகான பக்கங்களை எனக்கு அடையாளம் காட்டினவர்களுக்கும், காரணமேயின்றி என்னை வெறுத்தவர்களுக்கும், தங்களது பொருளற்ற கோபங்களால் என்னை நோகச்செய்து வலியும் வேதனையும் என்னவென்று எனக்கு சொல்லிக் கொடுத்தவர்களுக்கும், என்னை சரிவரப் புரிந்துகொள்ளாமல் குற்றப்படுத்தி என்னைக் கண்ணீர் விடச் செய்தவர்களுக்கும். எனக்கு துரோகமிழைத்து எனக்குப் பாடம் சொல்லிக் கொடுத்தவர்களுக்கும் நன்றி. இவர்களின்றி இந்த வாழ்க்கையை முழுமையாகக் கற்றுக்கொள்ளும் வாய்ப்பு எனக்கு ஒருபோதும் அமைந்திருக்காது

இந்தக்கதைகளை எழுதிமுடித்த பின்னர் புத்தகமாகக் கொண்டுவரும் அந்த வாய்ப்பு இரண்டு மாதங்களுக்கு முன்புதான் சாத்தியமாயிற்று. அன்புத்தோழர் ‘பவா’வை சந்திக்க ‘பத்தாயம்’ சென்றிருந்த நேரத்தில் எதேச்சையாக இந்தக்கதைகளைப் பற்றின பேச்சு வந்தது. பெரிய மனதோடு, ‘‘அனுப்பி வையுங்கள் தோழர் ‘வம்சி’யில் கொண்டு வரலாம்’’ என்றார். வம்சிக்குச் சென்று தோழர் ஷைலஜாவிடம் சொன்னபோது அவரும் அன்போடு வரவேற்றார். வெறும் வாய்ச்சொற்களாக இல்லாமல், செயல் வடிவில் எல்லாரிடத்தும் அன்பின் அலைகளைப் பரப்பிவரும் தோழர்கள் பவா செல்லத்துரை, தோழர் ஷைலஜா ஆகியோர் ‘வம்சி’ குடும்பத்தில் என்னையும் ஒரு அங்கமாக சேர்த்துக்கொண்டதற்கு அளவற்ற அன்பும், நெஞ்சம் நிறைந்த நன்றியும்.

நான் உரிமையோடு கேட்டபோது எத்தனையோ பணிச்சுமைகளுக்கு நடுவிலும் கொஞ்சம் கூட சுணக்கம் காட்டாமல் இந்தக்கதைகளை வாசித்து அணிந்துரையளித்து என்னைப் பெருமைப்படுத்தின அன்புத்தோழர் ச.தமிழ்ச்செல்வன் அவர்களுக்கு வணக்கமும், நன்றியும்.

முதல் மொழிபெயர்ப்பு நாவலுக்குப்பிறகு, இது நான் எழுதி வெளிவரும் எனது மூன்றாவது சிறுகதைத் தொகுப்பு. இந்தப் புத்தகம் 'வம்சி'யில் வெளிவருவது எனது எழுத்துக்கு கிடைத்த ஒரு சிறப்பு என்றே கருதுகிறேன்.

உங்கள் அன்பில் கரையக் காத்திருக்கும் எளியவன்,

ரவிச்சந்திரன் அரவிந்தன்
+91 98422 96498
ravi96498@gmail.com

அணிந்துரையாகச் சில வார்த்தைகள்...

தோஃழர் ரவிச்சந்திரன் அரவிந்தனின் இந்தத்தொகுப்பு இரண்டு குறுநாவல்களையும் ஏழு சிறுகதைகளையும் கொண்டிருக்கிறது.2020 கொரானா ஆண்டாக நம்மைக் கடந்து சென்றபோது அது தந்து சென்றுள்ள இழப்புகளும் துயரங்களும் சில வரிகளில் சொல்லிவிட முடியாதவை. மனிதரின் கருணை முகத்தையும் கள்ள முகத்தையும் ஒருசேர அடையாளம் காட்டிய காலம் அது.

ஒரு படைப்பாளியாக இந்தக் கொரோனா காலத்தைத் தன் கதைகளில் பதிவு செய்திருக்கிறார் அரவிந்தன்..பெண்கள் மீதான பாலியல் வன்முறையின் உச்சமாக நம் காலத்தில் நிகழ்ந்த பொள்ளாச்சிக் கொடுமைகள் இன்னும் நம் நினைவினின்றும் நீங்காதிருக்கும் வடுக்கள்தாம்.அதைத் தொட்டுச்செல்லும் கதையாக தூண்டிற் புழுவினைப்போல்..என்கிற குறுநாவல் விளங்குகிறது.

சமகாலத்தை, அதன் அசலான முகத்துடன் தன் கதைகளில் வரைந்திருப்பதற்காக அரவிந்தனைப் பாராட்ட வேண்டும்.

கோவையிலிருந்து சென்னைக்கு வேலைக்குப்போன கிரி நண்பர்களுடன் மேன்சனில் தங்கி இருக்கிறான்.முதல் 21 நாள் ஊரடங்கில் மெல்ல மெல்ல எண்ணெயில்லாத ஒரு விளக்கின் ஒளி மங்குவதைப்போல எளிய மனிதர்களின் அன்றாட வாழ்க்கை முடங்குகிறது.நண்பர்கள் எல்லோரும் ஊர் திரும்பிவிட, தனியாகச் சென்னையின் ஊரடங்கில் சிக்கும் கிரியின் வாழ்வைக் கதையாகச் சொல்வதன் மூலம் அந்த நாட்களின் உயிரச்சத்தைக் கண் முன் நிறுத்தி

வாழ்வின் அடிப்படைக்கேள்விகளை எழுப்புகிறார் இந்த உயிரச்சம் கதையின் மூலம்.

''செல்ல மழையும் ..சின்ன இடியும்..'' கதையில் ஒரு மூத்த குடிமகனுக்கும் 25 வயதுள்ள ஓர் இளம் தாய்க்கும் இடையில் மெல்ல முகிழ்க்கும் பெயரிடப்படாத ஓர் நேரடியான எளிமையான ஆரோக்கியமான அன்பையும் நட்பையும் ஒரு கவிதைபோலச் சொல்லி முடிக்கிறார். ஈரம் உலர்ந்த இக்காலத்தில் இத்தகைய உறவுகள் போற்றப்பட வேண்டும்.அதைக் கச்சிதமான கதையாகத் தந்திருக்கிறார் அரவிந்தன்.

''தீப்பிணி தீண்டல் கொடிது'' என்னும் நெடுங்கதை நம் கண் முன்னால் நடந்த கதைபோலப் பதைக்க வைக்கிறது.தன்னலமற்ற மருத்துவர்களும் முன்களப்பணியாளர்களும் இந்தப் பெருந்தொற்றுக்காலத்தில் ஆற்றிய அரும்பணிகளையும் தியாகங்களையும் வாசக மனம் உணரும் விதமாக ஓர் உயிரோட்டமுள்ள ஜீவிய சரித்திரமாகப் படைத்திருக்கிறார் .தற்கொலை செய்துகொள்ளும் மருத்துவ மாணவர் கண்ணனும் தொற்றுக்குப் பலியாகிப் புதைக்கவும் இடம் மறுக்கப்பட்டு மாண்டுபோன பாரதியும் நாம் கடந்து வந்த கொடிய சமூக உளவியலையும் கொடுங்காலத்தையும் ஆவணப்படுத்தி வைத்த சாட்சியங்கள். அரசு எந்திரம், காவல்துறை, மக்கள் என ஒவ்வொன்றும் அதனதன் அசலான முகத்துடன் படைக்கப்பட்டிருப்பது சிறப்பு.

''அஞ்சு ரெண்டாயிரம் ரூவா..'' சற்றும் மிகையற்ற மொழியிலும் நடையிலும் சொல்லப்பட்ட கதை. முடிவு எதிர்பார்த்த முடிவுதான் என்றாலும் கதை சொல்லப்பட்ட விதம் வெகு இயல்பாக அமைந்திருப்பது கதையின் பலம்.'ஆளற்ற அரங்களினால் காணாமல் போனவர்கள்..'' கதை பெருந்தொற்றுக்காலத்தில் பசிக்கும்

மானத்துக்கும் இடையே நடக்கும் துவந்த யுத்தத்தின் ஒரு காட்சியை முருகேசு என்கிற பெரியவரின் வாழ்க்கையை முன் வைத்துப் பேசுகிறது.

ஒரு நாவலைப்போல விரிவாகச் சொல்லப்படும் கதை "தூண்டிற் புழுவினைப்போல... அன்பும் பாசமும் வறுமையும் மகிழ்வும் பொங்க இயல்பாகச் சென்று கொண்டிருந்த ஓர் எளிய குடும்ப வாழ்க்கையின் மீது தந்தையின் மரணம் என்கிற பேரிடி இறங்கி அக்குடும்பத்தை நிலைகுலையச் செய்வதை சித்திரமாகத் தீட்டியிருக்கிறார்.ஒரு துயரகாவியம்தான் இக்குறுநாவல்.தமிழ்ச் சினிமாவில் வருவதுபோலச் சில இடங்கள் மயக்கம் ஏற்படுத்தினாலும் பொள்ளாச்சி பாலியல் குற்றங்கள் வெளி வந்தபிறகு எது சினிமா எது அசல் என்கிற குழப்பம் நமக்கு வந்து விட்டதல்லவா?என்றாலும் எந்த நம்பிக்கையையும் விட்டு வைக்காமல் மொத்தக் கதையும் விரக்தியை விதைக்கிறது என்பதைச் சொல்லியாக வேண்டும்.

"நிழல் தேடும் பாதங்கள்.." மிக அழகான காதல் கதையாகத் துவங்கி, வைத்தியச் செலவு ஒன்றைச் சமாளிக்க முடியாமல் ஒரு கீழ் நடுத்தரவர்க்கக் குடும்பம் சிதைவதைச் சொல்லிச் செல்கிறது. உறவுகள் தூண்களாக நின்று தாங்கிப் பிடிக்காவிட்டால் எப்போதோ இற்று வீழ்ந்திருக்கக்கூடிய ஒரு வாழ்க்கை வீழாமல் தாக்குப்பிடிப்பதும் பின் மீண்டும் வீழ்வதுமாகக் கடந்து போகும் ஒரு நிச்சயமற்ற வாழ்வின் வலிகளைச் சொல்லும் கதை.

கொரோனா வீழ்த்திய இன்னொரு நடுத்தர வர்க்கக்குடும்பத்தின் கதை 'பொல்லாப் பேரிடர்" குழந்தைகள் கூடிக் கட்டிய சின்னஞ்சிறு மணல் வீடுகளை அடித்துச் செல்லும் ராட்சத அலைகளைபோல சுழன்றடித்த பெருந்தொற்றுக்காலப் பொருளாதார வீழ்ச்சி காவு கொண்ட எண்ணற்ற எளிய வாழ்க்கைப்பக்கங்களில் இதுவும் ஒன்றாக விரிகிறது.

கணவர் இறந்த பிறகு வெளியூர்களில் வாழும் பிள்ளைகளோடும் செல்லாமல் முதியோர் காப்பகத்துக்கும் செல்லாமல் தனித்து வாழும் மூத்த குடிமகள் ஒருத்தியைக் களாவாட வந்த திருடன் கொன்று போடுவதும், கூட ஒத்தாசைக்கு வந்த தற்காலிகத் திருடனான குருசாமி தனக்கு வேலையும் கொடுத்துப் பசியாற்றிய புண்ணியவதியை அல்லவா கொன்றுபோட்டோம் எனக் குற்ற உணர்வில் குமுறுவதுமான கதை ''வேரென நீயிருந்தாய்..''

அரவிந்தன் ஏற்கனவே ஒரு நாடக ஆளுமையாக இருப்பதால் கதைகளில் நாடகீயத் திருப்பங்கள் வந்து விடுகின்றன என்று பார்க்கிறேன். இந்த ஒன்பது கதைகளுக்கும் ஊடாகச் செல்லும் ஒரு சரடு அவநம்பிக்கை என்று சொல்லத் தோன்றுகிறது. பெருந்தொற்றுக்காலம் உருவாக்கிய உளவியல் இது என்றும் புரிந்துகொள்கிறேன். சலசலக்கும் நீரோடை போலக் கடந்து செல்லும் இக்கதைகள் சமகால வாழ்வின் சில துயரார்ந்த பக்கங்களைப் பேசியிருக்கின்றன என்கிற வகையில் முக்கியத்துவம் பெறுகின்றன.

வாழ்த்துக்கள்.

அன்புடன்,

ச.தமிழ்ச்செல்வன்

26-04-2021

1. உயிரச்சம் — 17
2. அஞ்சு ரெண்டாயிரம் ரூவா... — 40
3. நிழல்தேடும் பாதங்கள்... — 53
4. பொல்லாப் பேரிடர்.... — 85
5. ஆளற்ற அரங்கங்களினால் காணாமல் போனவர்கள்.... — 101
6. வேறென நீயிருந்தாய்... — 113
7. செல்ல மழையும்... சின்ன இடியும்! — 139
8. தூண்டிற் புழுவினைப்போல்... — 149
9. தீப்பிணி தீண்டல் கொடிது! — 248

உயிரச்சம்

மேய்ச்சலுக்கு அவுத்துவிட்டிருந்த பசு மாட்டையும் கன்னுக்குட்டியையும் புடிச்சிட்டு வர்றேன்னு போறாரு குருந்தாசலம். வாசல்ல நாய்கிட்ட விளையாடிகிட்டிருந்த மகன் கிரியை 'அப்பாகூடப்போயி கன்னுக்குட்டியப் புடிச்சிட்டு வாடா'ன்னு அனுப்பிவிடறா அம்மா. தூரத்தில ஆறுமணி ரயில் வர்ற சத்தம் கேட்குது. ரயில் ரோட்டுக்குப் பக்கத்துல கயித்தை அவுத்துகிட்டு வந்த கன்னுக்குட்டி குதிச்சுகிட்டிருந்துச்சு. ஓடிவந்த கிரி முதலில் அதைப் பாய்ந்து பிடித்துக்கொண்டான். அப்பா எங்கேயென்று பார்த்தான். மொளைக்குச்சியப் புடிங்கிட்டு ரயில் ரோட்டில் மேய வந்த பசுமாட்டோட கயிறும், மொளக்குச்சியும் தண்டவாளத்துல சிக்கிக்கிச்சு. குருந்தாசலம் அந்தக்கயித்தை விடுவிக்கப் போராடிகிட்டிருக்காரு, ரயில் கிட்ட வருவதற்குள் எப்படியும் கயிற்றை விடுவித்துவிட வேண்டும் என்கிற ஆவேசமும், அவசரமும், தவிப்பும். ஆனால் அவர் எதிர்பார்த்ததைவிட வேகமாக ரயில் வந்துகொண்டிருக்கிறது. தண்டவாளத்தில் ஒரு மாடும் ஒரு ஆளும் நிற்பதைப் பார்த்த எஞ்சின் ட்ரைவர் எப்படியும் விலகிப்

போய்விடுவார்கள் என்கிற நம்பிக்கையில் தொடர்ந்து நீண்ட சைரன் கொடுத்துக் கொண்டே வருகிறார். சைரன் சப்தம் கேட்டு மிரண்டுபோன பசுமாடு துள்ளி ஓடியபோது அதன் கயிறு காலில் மாட்டிக் கொண்டதில் நீண்ட கயிற்றின் நடுப்பகுதியைப் பிடித்துக் கொண்டிருந்தவர் மாட்டோடு சேர்ந்து தண்டவாளத்தில் விழுகிறார். கன்னுக்குட்டியக் கையில் பிடிச்சுகிட்டு பக்கத்தில் நின்று கொண்டிருந்த கிரி 'ஐய்யோ அப்பா... ஐய்யோ அப்பா' என்று அலறிக்கொண்டே ஓடி வருவதற்குள் சக்கரத்தில் நசுங்கித் தெரித்த அவரது சதையும் ரத்தமும் கிரியின் முகத்திலும் சட்டையிலுமெல்லாம் விசிறி அடித்து அப்பிக்கொள்கிறது.

தெளிவற்ற ஒலியில் ஏதேதோ அலறிக்கொண்டே படுக்கையில் உருண்டு கொண்டிருந்தான் கிரி. இரண்டு பக்கமும் படுத்து அசந்து தூங்கிக் கொண்டிருந்த விக்கியும், பீட்டரும் சப்தம் கேட்டு பயந்துபோன அவர்களும் அலறியடித்துக்கொண்டு எழுந்து 'லைட்'டைப் போட்டார்கள். வியர்த்து விறுவிறுத்துப்போய் திருதிருவென்று விழித்துக்கொண்டு எழுந்து உட்கார்ந்திருந்தான் கிரி. 'என்ன நடந்துச்சு?, ஏன்டா இப்படி அலறின?' என்று கேட்ட அவர்களிடம் 'ஒன்னுமில்ல கனாக்கண்டு பயந்துட்டேன்' என்றான். 'லூசாடா நீயி? எருமை வயசாச்சு! கனவு கண்டு பயந்தா? அதுக்கு இப்புடியா சத்தம் போடுவ? ச்சே! நாங்க என்னவோ ஏதோன்னு பயந்தே போயிட்டோம்' என்றார்கள். அன்றைக்குத்தான் முதல்முதலாக அவனது அப்பா ரயில் விபத்தில் இறந்த சம்பவத்தை அவர்களிடம் சொன்னான். அதைக்கேட்ட இருவரும் தூக்கம் கலைந்துபோய் பிரமை பிடித்தவர்கள்போல அவனையே பார்த்துக் கொண்டிருந்தனர். கிரி அவர்களிடம்.. 'சாரிடா! பத்து வருஷத்துக்கும் மேல ஆச்சு. இருந்தாலும் எப்பவாவது அந்த சீன் அப்படியே கனவுல வரும்' என்றான். அவனுக்கு என்ன சமாதானம் சொல்வதென்று தெரியாமல், குடிக்கத் தண்ணீர் கொடுத்து

ஆசுவாசப்படுத்தி அவனை உறங்கச் சொல்லிவிட்டு அவர்களும் படுத்துக் கொண்டார்கள்.

ஒரு வாரத்து அழுக்குத்துணிகளையும் துவைத்து மொட்டைமாடியில் காயப் போட்டுவிட்டு அறைக்குள் நுழைந்து 'உஸ்ஸ்ஸ்' சென்ற பெருமூச்சுடன் சுவற்ரோடு சாய்ந்து உட்கார்ந்தான் கிரி. தேவை ஏற்பட்டால் எப்படியும் வாழ்ந்துவிடுபவர்கள்தான் மனிதர்கள் என்கிற நம்பிக்கையில் கட்டப்பட்டது அந்த மேன்சன்?.அதில் அந்தச் சிறிய அறை. அந்த பத்துக்குப் பத்தில்தான் மூன்றுபேர்களுடைய படுக்கைகளும், ஏர்பேகுகளும், ஒரு ஓரத்தில் இண்டக்ஷன் ஸ்டவ் ஒன்றும், இரண்டு மூன்று பாத்திரங்களும். மேலே அறையின் குறுக்கே கட்டியுள்ள அந்த நைலான் கயிற்றில் எப்போதும் அம்பாரியாய்த் தொங்கும் அழுக்குத்துணிகளும், எப்போதும் மரண ஓலமிட்டுக் கோண்டு போனால்ப் போகிறதென கொஞ்சம் காற்றையும் கொடுக்கும் அழுக்கும் பிசுக்கும் பிடித்த அந்த மின்விசிறியும். பச்சையா? நீலமா? என்று சொல்ல முடியாத ரெண்டுங்கெட்டான் நிறத்தில் எந்தக்காலத்திலோ அடிக்கப்பட்ட சுவர் பூச்சில் அங்கங்கே இரவில் எரிச்சலுடன் நசுக்கப்பட்ட மூட்டைப் பூச்சிகளின் ரத்தமும், சுவரோடு அறையப்பட்ட கொசுக்களின் ரத்தமும் பளிச்செனத் தெரியும் பின்புலமும்.

ஒன்னிபாளையத்தில் அவனது வீட்டு வாசலில் போடப்பட்டிருக்கும் கீத்துக் கொட்டாயில் ஒரு சின்னக்கல்யாணமே நடத்திவிடலாம். சுத்தியிருக்கற புங்கைமரக் காத்தும், குளிர்ச்சியும் மரமல்லிகை வாசமும்...கயித்துக்கட்டல்ல படுத்தா கண்ணை அசத்திகிட்டு வரும். இந்த அறைக்கு வந்த புதிதில் ஒவ்வொருமுறை வெளியிலிருந்து அறைக்குள் நுழையும்போதும் அவனுக்கு மூச்சுமுட்டுவதுபோலவே இருக்கும். இருபத்தியாறு வயசு, நாற்பத்தைந்து கிலோ எடையோடு கச்சலா... கறுப்பா... களையாக இருக்கும் அந்த பையனுக்கு ஆறுக்கு ரெண்டடி இடம் போதாதா

என்ன? உண்மையில், அன்றைய தேதியில் அவனது நிலைமைக்கு அது மிகப்பெரிய வசதியாகவும், உதவியாகவும் இருக்கிறது என்பதை அவனது அறிவு சொன்னபோதும் பழகின பழக்கம் காரணமாக அவ்வப்போது அவனுக்கு மூச்சுமுட்டும். என்றாலும் அது பற்றியெல்லாம் அவன் யாரிடமும் மூச்சுக்காட்டமாட்டான். அவன் பிறந்து வளர்ந்ததே அப்படித்தான்.

இரண்டு வருடங்களுக்கு முன்பு, கண்ணில்கண்ட வேலைகளுக்கெல்லாம் விண்ணப்பம் செய்து கொண்டேயிருந்த போதுதான் இந்த வேலைக்கு அழைப்பு வந்தது. 'ஊரு உலகத்துல எங்கயெல்லாமோயிருந்து கோயமுத்தூருக்குப் பொழைக்க வாறாங்க, நீ இந்த சீமை வேலைக்கு மெட்றாஸ் போகோனுமா?' என்ற அப்புச்சியின் கேள்விக்கு பொறுமையாக பதில் சொல்ல வேண்டியிருந்தது. எப்படியோ அரைமனதோடு ஒப்புக் கொண்டார்கள். இந்த வேலைக்கு நேர்காணலுக்கு செல்வதற்கான செலவிற்கு இரண்டாயிரம் ரூபாய் புரட்டுவதே கண்ணாமுழி பிதுங்கியது. எப்படியோ நேரில் வந்து சந்தித்தபோது என்னவோ கம்பெனி எம் டிக்கு அவனைப்பிடித்துப் போனதில் வேலை கிடைத்தது. உறவினர்கள் யாரும் இல்லாத நிலையில் எங்கே தங்குவதென்பது பெரிய பிரச்னையானது. திக்குத் தெரியாது சென்னையில் முச்சந்தியில் நின்ற நேரத்தில்...அவன்மீது அன்பும், அக்கறையும் கொண்ட முகநூல் அப்பா ஒருவர்தான் விக்கியை அறிமுகம் செய்து வைத்தார். அட்வான்ஸ்கூட வாங்கிக் கொள்ளவில்லை விக்கி. கடந்த ஒரு வருஷத்துக்கும் மேல விக்கியும், பீட்டரும் தான் அவனது நட்பு, உறவு, சொந்தம் எல்லாம். செலவுகள் எல்லாம் போக வீட்டிற்கு மாதம் ஏழாயிரம் அனுப்ப முடிகிறது. போன் பண்ணும்போதெல்லாம், ஆரம்பத்தில் அவனைப்பற்றி கவலையோடு புலம்பிக்கொண்டிருந்த அப்புச்சி, அம்முச்சி, அம்மா மூவருமே இப்போது அமைதியாகிவிட்டார்கள். வீட்டுச்செலவிற்கு

தட்டுப்பாடில்லாமல் இருப்பதால், அவன் வேலையில்லாமல் இருந்தபோது ஏற்பட்ட சலிப்பு, கசப்பு ,வெறுப்பு, எரிச்சல், கோபம் எல்லாம் இப்போது கொஞ்சம் கொஞ்சமாக மறந்து... இருந்த இடம் தெரியாமல்ப் போனது. அவனது வேலைக்கு இரு சக்கர வாகனம் அவசியம் வேண்டும் என்கிற சூழல் வந்தபோது எம் டி கொடுத்த சம்பள அடவான்சில் பதினைந்தாயிரத்திற்கு பழைய 'டிஸ்கவர் பைக்' ஒன்றை வாங்கினான். இப்போதெல்லாம் கிரி பக்கா சென்னைப் பையன் ஆகிப்போனான். அவன் படித்த பிபிஏக்கு சரியான வேலை கிடைக்காமல், அப்படியே வேலை கிடைத்துப் போனபோதெல்லாம் ஒழுங்காக சம்பளம் கிடைக்காமல், படித்து முடித்து இரண்டு வருடத்தில் நான்கு இடங்களில் வேலை பார்த்தான். கோவை நகரத்திலிருந்து இருபத்தைந்து மைல் தொலைவில்தான் அவனது வீடு. எங்கு வேலைக்குப் போனாலும் ஒரு நாளைக்கு பஸ்சிற்கே எழுபது ரூபாய் செலவாகிவிடும். இதற்குக் காலையில் அஞ்சு மணிக்கே எழுந்து அம்மா சமையல் செய்து கொடுக்க வேண்டும். எல்லாவற்றையும் பட்டு அனுபவித்து நொந்துபோய், எப்போதும் நச நசவென்று பிரச்னைகள் நிறைந்த நீண்ட அந்த வாழ்க்கையில் கொஞ்சம் மூச்சுவிட்டுக் கொள்ள இடைவெளி கிடைத்தது சென்னை வந்தபிறகு இந்த ஒரு வருடமாகத்தான்.

ஆனால், அந்த நேரத்தில்தான் எல்லோரையும் அச்சுறுத்தும் அது வந்தது . கொரோனா அச்சத்தால் மார்ச் முதல் வாரத்திலிருந்தே கிரி வேலைபார்த்த 'ட்ரேவல் மார்ட்'டில் பிசினஸ் கொஞ்சம் கொஞ்சமாக சரியத்தொடங்கியது. அரசு அறிவித்த ஒரு நாள் ஊரடங்கு அன்று பெரிதாக ஒன்றும் தோன்றவில்லை. 'பந்த்' என்றால் ஒரு கொண்டாட்டம் இருக்குமே அதுபோலத்தான் இருந்தது அன்றைக்கு. அதன்பிறகு இரண்டு நாட்களில் யாருமே எதிர்பார்க்காத இடியொன்று இறங்கினது.

அறையில் இருந்த டிவியில் செய்திகள் ஓடிக் கொண்டிருந்தது. மூன்றுபேரும் கையில் வைத்திருந்த மொபைலில் எதையோ நோண்டிக் கொண்டிருந்தார்கள். அப்போது 'வழக்கத்திற்கும் மாறாக மிகையான இசை அதிர்வுகளுடன் அலறிக்கொண்டு வந்த செய்தியின் ஒலி மூவரது கவனத்தையும் திருப்பியது. "இன்று நள்ளிரவு முதல் 21 நாட்களுக்கு இந்திய நாடு முழுவதும் ஊரடங்கு கடைப்பிடிக்கப்படவேண்டும். விமானங்கள், ரயில்கள், பஸ், டேக்ஸி, ஆட்டோ என எந்த விதமான போக்குவரத்து வாகனங்களும் ஓடக்கூடாது. திரையரங்குகள், பொது நிகழ்ச்சிகள் என எங்குமே மக்கள் கூட்டமாகக் கூடக்கூடாது தவிர்க்க முடியாத காரணங்களின்றி யாரும் வீட்டைவிட்டு வெளியே வரக்கூடாது என மத்திய அரசு அறிவித்தபோதுதான் எல்லாருக்கும் கிலி பிடிக்கத் தொடங்கியது. ஏதோ விபரீதம் நடக்கப்போகிறது என்பது மெல்ல மெல்ல மக்களுக்கு உறைக்க ஆரம்பித்தது. அடுத்தநாள் விக்கி, பீட்டர் இருவரையும் ஆஃபீஸ் வரத்தேவையில்லையென்று, வீட்டிலிருந்து வேலை செய்ய அனுமதி கிடைத்தது. இரண்டு பேருமே திருச்சியைச் சேர்ந்தவர்கள். அருகருகேதான் அவர்கள் வீடு. எனவே அடுத்தநாள் காலை இருவரும் விக்கியின் பைக்கை எடுத்துக்கொண்டு ஊருக்குப் புறப்படுவது என்று முடிவு செய்தார்கள். 'நீ என்னடா பண்ணப் போறே?' என்று அவர்கள் கேட்டபோது கிரியினால் எந்த பதிலும் சொல்ல முடியவில்லை. 'நாங்க ரெண்டுபேரும் மட்டுமல்ல மேன்ஷன்ல எல்லாருமே அவங்கவங்க ஊருக்குப் போறதாத் தெரியுது. சரி உங்க ஆஃபீஸ்ல என்ன சொன்னாங்க?' எங்க எம்டி ' மறுபடியும் போன் பண்ணி சொல்ற வரைக்கும் யாரும் வேலைக்கு வரவேண்டாம், என்னால் முழு சம்பளம் கொடுக்க முடியாது. உங்க நெலமையும் எனக்குத் தெரியும்'னு சொல்லிட்டாங்க. என்னை மட்டும் 'நாளைக்கு வீட்டுக்கு வா பேசலாம்'னு வரச்சொல்லிருக்கார் என்றான் கிரி. 'நாளைக்கு உங்க வீட்லயும் பேசிட்டு டக்குன்னு ஒரு முடிவு பண்ணு' என்று

சொல்லி எல்லாரும் தூங்கப் போனார்கள்.

அடுத்தநாள் அதிகாலையிலேயே விக்கியும், பீட்டரும் புறப்பட்டார்கள். அவனைத் தனியே விட்டுச்செல்ல அவர்களுக்கு மனசேயில்லை. அதே நேரத்தில் வேறு வழியுமில்லை. 'ஏதாவது அவசரம்னா ஒடனே போன் பண்ணுடா' என்று சொல்லிவிட்டுப் புறப்பட்டார்கள். காலையில் எம்டி வீட்டுக்குப் போனபோது ''கிரி என்ன பண்ணப்போறே? ஊருக்குப் போகலையா?''என்று கேட்டார்.

''இல்ல சார். ஊருக்குப் போனாலும் அங்கயும் ஒரு வேலையும் இல்ல சும்மாதான் இருக்கணும். போன வாரம்தான் போயிட்டு வந்தேன் நான் மாசம் ஒரு தடவைதான் போயிட்டிருக்கேன். எனக்கு என்ன முடிவு பன்றதுன்னு தெரியல சார்''

''ஓகே.. அப்ப ஒன்னு பண்ணு, ரெண்டு வருஷத்தோட பேரல்லல் அக்கவ்ன்ட்ஸ் எல்லாம் பாக்கி இருக்கு. இப்ப ஆஃபீஸ் ஓபன் பண்ண முடியாது, நீ நம்ம வீட்டுக்கு வந்துடு, நானும் எங்கயும் போக முடியாது.. உனக்கு மட்டும் நான் ஃபுல் சாலரி கொடுத்திடறேன்''

அப்படியே எம்டி வீட்டில் போய் வேலை செய்யத் தொடங்கினான். மதியம் அங்கேயே சாப்பிட்டுக் கொண்டான். ஹோட்டல், மெஸ் எதுவுமில்லாத நேரத்தில் ரொம்ப உதவியாக இருந்துச்சு. எப்போதுமே காலையில் பொதுவாக எதுவும் சாப்பிட மாட்டான். காலையும் மாலையும் எம் டி வீட்டில் ஒரு கப் காஃபி கிடைக்கும். இரவு எதையாவது வைத்து ஒப்பேத்திக் கொண்டான். அந்தக் கட்டிடத்தில் மொத்தம் எட்டு அறைகள். அது நவீன வசதிகள், செக்யூரிடி கொண்ட மேன்ஷன் எல்லாம் இல்லை. கீழ்தளம் கடைகளும் முதல்தளம் ஒரு அலுவலகமும் இரண்டாவது தளத்தில் எட்டு அறைகள். எட்டு அறைகளுக்கும் சேர்த்து இரண்டு கழிவறைகள், இரண்டு குளியலறைகள். பல நேரங்களில் ஆண்கள் அவசரத்திற்கு மொட்டை மாடியில் நின்றுகொண்டே குளிப்பது

சாதாரணமான காட்சி. விக்கியும் பீட்டரும் புறப்பட்டுப் போன இரண்டு நாட்களில் மொத்த அறைகளும் காலியானது. எல்லாருக்கும் உயிரச்சம். ஒவ்வொருவர் புறப்படும்போதும் 'நீ இன்னும் கெளம்பலையா?' என்று துக்கம் விசாரித்துவிட்டுத்தான் போனார்கள். அப்படிக் கேட்கும்போதெல்லாம் 'நாம் இங்கு இருப்பது சரியில்லையோ?' என்று தோன்றியது. அவ்வளவு பெரிய கட்டிடத்தில் தனியாக இருக்கிறோம் என்பதைத் தவிர வேறு பிரச்னை ஒன்றுமில்லை. எப்படியோ பதினைந்து நாட்கள் ஓடிவிட்டன. மாலை அறைக்கு வந்தபின் வீட்டிற்கு போன் பேசுவது, விக்கி பீட்டருடன் போனில் பேசுவது அரைகுறையாக எதையாவது சமைத்து சாப்பிடுவது என்று போயிற்று. அதன்பிறகு திடீரென கெடுபிடிகள் தொடங்கின. ஒரு நாள் எம்டி வீட்டிற்கு போய்க்கொண்டிருக்கும்போது சாலையில் நான்கைந்து போலீஸ்காரர்கள் நின்றுகொண்டு இருசக்கர வாகனங்களை மரித்து நிறுத்தினர். 'வெளியே வரக்கூடாது என்று சொன்னாத் தெரியாதா? அறிவில்லயா? எத்தன சொன்னாலும் அடங்க மாட்டீங்க' என்று கண்டித்தனர். எட்டு பத்துபேர் சேர்ந்த பிறகு நடுரோட்டில் நின்று இருபது தோப்புக்கரணம் போடு என்று சொன்னார்கள். சிலர் தயங்கி நின்றனர். 'வண்டி வேனும்ணா தோப்புக்கரணம் போட்டுட்டு எடுத்துட்டுப்போ. இல்லேன்னா வண்டிய விட்டுட்டுப் போயிட்டே இரு. கோர்ட்ல வந்து ஃபைன் கட்டிட்டு வண்டிய எடுத்துக்கோ' என்றதுதான் தாமதம் எல்லாரும் தோப்புக்கரணம் போடத்தொடங்கினர். அதையும் ஏதோ ஒரு சேனல்காரன் படம் பிடித்துக் கொண்டிருந்தான். நடு ரோட்டுல இப்படி ஒரு கேவலமான நிலமை வரணுமான்னு ரொம்ப கஷ்டமா இருந்துச்சு. கொஞ்சம் கொஞ்சமாகக் கெடுபிடிகள் அதிகமாயின. அறையைவிட்டு கொஞ்ச நேரம்கூட வெளியில் போக முடியவில்லை அப்படியே போக நினைத்தாலும் எங்கே போவதென்று தெரியவில்லை. டீ வியைப் போட்டால் கொரோனா

செய்திகளாக வந்தன. பார்க்கப் பார்க்க இன்னும் பயமும், பீதியும்தான் அதிகமாகியது. சீனாவிலும், இத்தாலியிலும், அமெரிக்காவிலும் பயங்கரமான பாதிப்பு மக்கள் கொத்துக் கொத்தாக சாகிறார்கள் என்கிற செய்தி வந்தது. ஒருபுறம் மருத்துவர்களுக்கும் செவிலியர்களுக்கும் போதுமான பாதுகாப்பு உபகரணங்கள் கொடுக்கப்படவில்லையெனக் குற்றச்சாட்டுகள், இன்னொருபுறம் ஹெலிகாப்டர்களிலிருந்து மருத்துவத் துறை ஊழியர்களுக்கு மலர்தூவி மரியாதை செலுத்தினார்கள். கொரோனாவை விரட்ட, வெள்ளிக்கிழமை விளக்கேற்றுங்கள், சனிக்கிழமை கைதட்டுங்கள், ஞாயிறன்று கும்மியடியுங்கள் என்று கோமாளித்தனமாக என்னென்னவோ வேடிக்கை காட்டிக் கொண்டிருந்தார்கள்..மக்களும் எதைப்பற்றியும் எந்தக் கேள்வியும் கேட்காமல் ஆட்டுமந்தைக் கூட்டமாக சொன்னதையெல்லாம் செய்தார்கள். வீட்டு வாசலிலும், வாகனங்களிலும் வேப்பிலை கட்டினார்கள். வாசலில் மஞ்சள் தண்ணீர் தெளித்தார்கள். உலகம் முழுவதும் லட்சக்கணக்கில் மக்கள் நோய் தாக்கப்பட்டும் ஒவ்வொரு நாளும் ஆயிரக்கணக்கில் மடிந்து கொண்டுமிருந்தார்கள். இங்கே என்னவென்றால் ஆட்சியிலிருக்கும் அதிமேதாவிகள் இன்னும் மூன்று நாட்களில் சரியாகிவிடும், ஒரு வாரத்தில் ஒழித்துவிடுவோம் என்று ஜோசியம் சொன்னார்கள். அவர்கள் சொல்லி இரண்டே நாளில் ‘கோயம்பேடு மார்க்கெட்’ கொரோனா உற்பத்தி மய்யமாகிவிட்டது என்கிற செய்தியும் வந்தது. மீண்டும் இரண்டாவது ஊரடங்கு அறிவிக்கப்பட்டது. ஒரு நாள் ரூமுக்கு திரும்பிக் கொண்டிருக்கும் போது மாலை நான்கு மணி இருக்கும் திடீரென ஒரு போலீஸ் ஜீப் வந்து நின்றது. நடுரோட்டில் வண்டியிலிருந்து நான்கு போலீஸ்காரர்கள் கையில் லாத்தியுடன் குதித்தவர்கள் தெருவில் போகிறவர்கள் வருகிறவர்களையெல்லாம் விரட்டி விரட்டி கண்மூடித்தனமாக அடிக்கத் தொடங்கினார்கள். ‘தா...........ங்களா வெளிய வராதீங்கன்னா கேக்க மாட்டீங்களாடா?’ என்று திட்டிக்கொண்டே... நல்லவேளை அவனுக்கு பின்புறம் ஒரே

அடிதான் விழுந்தது. அதற்குள் எப்படியோ சுதாரித்துக் கொண்டு வண்டியை ஒரு சிறிய சந்து வழியாக ஒடித்து திருப்பிக்கொண்டு போய் மெயின் ரோடுகளுக்கே வராமல் சின்னச்சின்ன சந்துகள் வழியாகவே அறையை நோக்கிப் பறந்தான்.

அடுத்தநாள் விஷயத்தைக் கேள்விப்பட்ட எம் டி ஒரு மாத சம்பளத்தைக் கையில் கொடுத்து 'இங்கு நிலைமை சரியில்லை, நீ ஊருக்குப்போவதாக இருந்தால் போ' என்று சொல்லிவிட்டார். அறைக்கு வந்து யோசித்துப்பார்த்தான். என்ன செய்வதென்று புரியவில்லை. கண்ணைக்கட்டி காட்டில் விட்டதுபோல.. இல்லை.... இல்லை கைகால்களையெல்லாம் கட்டி கிணற்றுக்குள் வீசினது போல இருந்தது. வீட்டிற்கு போன் பேசுவதுகூட குறைந்து போனது. விக்கி, பீட்டரோடும் பேச்சு குறைந்தது. நாள், தேதி, கிழமை எதுவும் தெரியவில்லை, தெரிந்துகொள்ளவும் அவன் விரும்பவில்லை. எப்போதும் அவன் தன்னைப்பற்றி பெருமையாக நினைத்துக் கொள்வான்- 'நான் யாருக்கும் எப்போதும் எந்தத் தொல்லையும் கொடுக்க மாட்டேன், என்னைச் சுற்றியுள்ளவர்களின் சந்தோஷம்தான் எனது சந்தோஷம். இந்த வாழ்க்கைய மத்தவங்களுக்காக வாழும்போதுதான் அதுக்கு உண்மையான அர்த்தம் இருக்கு'ன்னு நண்பர்களிடம் தத்துவம் பேசுவான். அப்போதெல்லாம் பல நேரங்களில் சில நண்பர்கள் 'நீ இப்படியே இருந்தீன்னா நீதான் ஒன்னா நம்பர் இளிச்சவாயனா இருப்பே, எல்லாரும் உன் வாயில வச்சு தேய்ச்சுட்டுப் போயிட்டே இருப்பாங்க. ரொம்ப சுயநலமா இருக்கணும்னு சொல்லலே, கொஞ்சம் உன்னோட சௌகர்யத்தையும் பாத்துக்கோடா இல்லேன்னா வாழ்க்கைல ரொம்பக்கஷ்டப்படுவே, கடைசிவரைக்கும் கஷ்டப்பட்டுட் டேயிருப்பே' என்று சொன்னபோதெல்லாம் அதன் உண்மையான அனுபவம் எப்படியிருக்குமென்பது அவனுக்குத் தெரியவில்லை. முதன்முதலாக அது புரியத்தொடங்கியது. விக்கி பீட்டர்

ரெண்டுபேரும் ஊருக்குக் கிளம்பினபோதே தானும் ஊருக்குக் கிளம்பிப் போயிருக்க வேண்டும். மாசாமாசம் முழு சம்பளம் கிடைக்கும்போது அதை விட்டுவிட்டு வீட்டுக்குப் போயி பாரமா இருக்க வேண்டாம்னு இப்படி வடிகட்டின முட்டாள்தனமா ஒரு முடிவெடுத்துவிட்டு இப்படி தீப்பிடித்த காட்டின் நடுவில் சிக்கிக் கொண்டதுபோல ஆயிட்டோமேன்னு நினைத்து நினைத்துக் குமைந்தான். செய்வதற்கு வேலை எதுவுமில்லை. பேசுவதற்கு ஆளுமில்லை, நல்ல சாப்பாடுமில்லை, நாளை என்ன நடக்கும் என்பது நிச்சயமுமில்லை. இந்தப் பிரச்னை எப்போது முடிவுக்குவரும் என்பது யாருக்குமே தெரியவில்லை. எல்லாவற்றையும் விட தொலைக்காட்சிகளில் காட்டப்படும் செய்திகள் வயிற்றில் பீதியைக் கிளப்பின. அறையில் கிடந்த பழைய மேகசின்களையெல்லாம் வரி விடாமல் படித்து முடித்தான்.

ஆஸ்பத்திரிகளில் மருத்துவர்களுக்கே போதிய பாதுகாப்பு உபகரணங்கள் இல்லை, அமைச்சர்களுக்குள் பணிப்போர், சுகாதார அமைச்சர் தினமும் எல்லா சேனல்களிலும் எப்போதும் ‘லைவில்’ இருக்கிறார் என்பதால் தனக்கு இருக்கும் இமேஜை விட தனக்குக் கீழே இருக்கும் ஆளுக்கு பாப்புலாரிடியா என்கிற எரிச்சலில் பேட்டிகள் எல்லாம் மருத்துவத்துறை செயலாளர்தான் கொடுக்கவேண்டுமென ரகசிய உத்தரவுகள் பறந்தன என்று பேசிக் கொண்டார்கள். உள்ளூர் செய்திகள், மாநிலச் செய்திகள், இந்தியச் செய்திகள், உலகச் செய்திகள்.. எல்லாவற்றிலும் ‘கொரோனா.... கொரோனா... கொரோனா....’ பைத்தியம் பிடித்து டீவி ஸ்க்ரீனை உடைத்துவிடலாம் என்று தோன்றியது. ஐய்யோ இது என்ன கொடுமையான நரகம்? இப்படியே இந்த மாடியிலிருந்து குதித்துவிடலாமா? என்று தோன்றியது அவனுக்கு.

ஒரு மாறுதலுக்காக டிவியில் படம் பார்க்கலாமென்றால் அது அதைவிடக் கொடுமையான அனுபவமாக இருந்தது. சாப்பாட்டுப் பிரச்சனை.. இன்னும் மோசமானது. எப்போதுமே அவன் சமையலில்

பெரிய ஆளெல்லாம் கிடையாது. பஞ்சத்துக்கு ஆண்டி! எதையாவது செய்து எப்படியாவது ஒப்பேத்தி விடுவான். இப்போ தனியாக ஒரு ஆளுக்கு சமைப்பது கொடுமையான தண்டனை.. அதுவும் இருக்கிற ஒன்றிரண்டு பாத்திரங்கள், குறைவான மளிகை சாமான்கள். பல நாட்கள் இருக்கிற சோற்றில் தண்ணீரையும் உப்பையும் போட்டுக் கரைத்து ஊறுகாயைத் தொட்டுக்கொண்டு எப்படியோ உள்ளே தள்ளிவிட்டுப் படுத்துக் கொள்வான். நடு ராத்திரியில் பசியால் வயிற்றுக்குள் எஞ்சின் ஓடும். அப்போதுதான், வீட்டிலிருக்கும்போது என்றைக்காவது அவன் கோபித்துக்கொண்டு இரவு சாப்பிடாமல் படுத்தால். 'டேய் உன்ற கோவத்தையெல்லாம் மூட்டைகட்டி வெச்சுட்டு ரெண்டு வாயி சோத்தத் திண்ணுட்டுப் படு. குத்துப்பட்டவனுக்குத் தூக்கம் வந்தாலும் வரும், கொலப் பட்னிக்காரனுக்குத் தூக்கம் வராது' ன்னு அவனது அம்மா சொல்வது நினைவுக்கு வந்தது. வாழ்க்கையை ஒவ்வொரு இன்ச்சும் நகர்த்துவதென்பது கொடுமையாக இருந்தது. வெறுத்துப்போய் கொஞ்சதூரம் நடந்துபோய் கிடைக்கும் நேரங்களில் அம்மா உணவகத்தில் சாப்பிடத் தொடங்கினான். இந்த நேரத்தில் ருசி கௌரவமெல்லாம் ஒரு பொருட்டாகத் தோன்றவில்லை. கையிலிருக்கும் ஒவ்வொரு பைசாவும் முக்கியம், காசு தீர்ந்துபோனா ஒன்னு பிச்சையெடுக்கணும் இல்லேன்னா பட்னி கெடந்து சாகணும் இது ரெண்டு வழிதான். அம்மா உணவகத்தில் சாப்பிடுவதிலும் பிரச்னை வந்தது. ஆளும் கட்சியினர் அரசு செலவில் அம்மா உணவகத்தில் இலவசமாக உணவு வழங்க ஏற்பாடு செய்தார்கள், அதேநேரத்தில் எதிர்க்கட்சியினர் தங்கள் சொந்தப்பணத்தில் மக்களுக்கு ஆங்காங்கே இலவசமாக உணவு வழங்கினதைக் கண்டு எங்கே எதிர்க்கட்சிக்கு நல்லபெயர் கிடைத்துவிடுமோ என்கிற அச்சத்தில் அதைத் தடுத்து அரசு உத்தரவு போட்டது. எதிர்த்துக் கேட்டபோது பாதுகாப்பு காரணம் என்று சொல்லி மீண்டும் அரசு அனுமதி மறுத்தது. ஊரே பற்றியெரிந்தபோதும் ஒவ்வொரு

நடவடிக்கையிலும் அரசியல் ஆதாயமும் இழிவான விளம்பரமும் அசிங்கமாக இருந்தது. இலவசமாக சாப்பிடுவது என்பது பிச்சையெடுப்பதுபோன்று தோன்றினாலும் வேறு வழியில்லை. சின்னச்சின்ன ஹோட்டல்கள்கூட இன்னும் திறக்கவில்லை. இப்படித்தான் ஒரு நாள் அம்மா உணவகத்தில் மதிய சாப்பாட்டிற்கு வரிசையில் நின்றுகொண்டிருந்தான். இவனுக்குக் கொடுத்ததோடு சாப்பாடு தீர்ந்துபோனது. பின்னால் ஏழெட்டுபேர் வரிசையில்...வயதானவர்கள், சிறுவர்கள் எல்லாமாக.. யாருடைய சோற்றையோ திருடித் திண்பதுபோல ஒரு குற்ற உணர்வு. முதல்நாள் இரவிலிருந்தே எதுவும் சாப்பிடவில்லை. இரண்டுபேருக்குப் பின்னால் நின்றுகொண்டிருந்த பெரியவர் ஒருவரின் முகத்தில் பசி, கோபம், சோறு கிடைக்கவில்லையே என்கிற ஆத்திரம் எல்லாமாக வெடிக்கிறது. இவன் காதுபடவே..'நல்லா தீவிட்டி தடிமாடுக கணக்கா இருக்கானுங்க.... கல்யாண ஊட்டுல எச்செலிக்கு அட்ச்சுக்கறா நாயி மாதிரி இங்க வந்தர்றானுங்க. இல்லாதப்பட்டவங்க சாப்படட்டும்ணு தோனுதாப் பாரு' என்று சொன்னார். ஒரு நிமிஷம் அப்படியே கூனிக் குறுகிப்போனான். தனது நிலையை எண்ணித் தானே அவமானம் கொண்டான். ஏமாற்றத்தோடு போய்க் கொண்டிருந்த அந்தப் பெரியவரின் பின்னால்போய் சாப்பாட்டை அவரிடம் கொடுத்து 'ஐய்யா இந்தாங்க.. நீங்க சாப்பிடுங்க' என்று சொன்னான். ஒரு நிமிஷம் குற்ற உணர்வோடு அவனது முகத்தைப் பார்த்தவர்.. 'ஐய்யோ! தம்பி கோச்சுக்காதப்பா.. இன்னிக்கு காலைலேயும் ஒன்னும் துண்ணல , வயசாயிடுச்சா.. பசி வந்தா ரொம்பக் கோவம் வருது.. வாணாம் வாணாம் நீ துன்னு போ' என்று சோற்றை ஒதுக்கினார். 'ஐய்யோ நானும் கோவிச்சுகிட்டு குடுக்கலீங்கய்யா.. எங்க வீட்ல எங்க தாத்தா உங்கள மாதிரிதான் இருப்பாரு. அப்டி நெனச்சுதான் குடுக்கறன் வாங்கிக்கோங்க' என்று வற்புறுத்தி அவர் கையில் திணித்துவிட்டு நடக்கத் தொடங்கினான். அலங்கார வார்த்தைகளில் நன்றி சொல்லத்தெரியாத அந்தப் பெரியவர் நன்றி

உணர்வு நிறைந்த கண்களோடு அவன் கொடுத்த சோற்றைக் கையில் வைத்துக்கொண்டு அவன் போகிற திசையையே பார்த்துக்கொண்டு நின்றார்.

அழுகையா? அவமானமா? தன் மீதே கோபமா? பயமா? வெறுப்பா? கழிவிரக்கமா? விரக்தியா? என்று இனம் புரியாத கலவையான உணர்வோடு பசியோட நடந்து வந்து கொண்டிருந்தான். எதிரில் பைக்கில் வந்துகொண்டிருந்த இரண்டு இளைஞர்கள் அவனை வழிமறித்து 'பாஸ் சாப்ட்டீங்களா?' என்று கேட்டபோது. இவர்கள் எதற்காக தன்னைக் கேட்கிறார்கள்? என்ன பதில் சொல்வது என்று தெரியாமல் பேந்தப் பேந்த விழித்தபடி நின்றுகொண்டிருந்தான். இல்லை என்கிற பாவனையில் தலையைமட்டும் குறுக்காக ஆட்டினான். வண்டி டேங்க் மீது வைத்திருந்த பையிலிருந்து ஒரு சாப்பாடுப் பொட்டலத்தை அவன் கையில் வைத்துவிட்டு 'இன்னிக்கு இந்த ஏரியாவில சப்ளை, நாலஞ்சு பொட்லம் மீதியாயிடுச்சு.. அதான் உங்களைக் கேட்டோம் தப்பா எடுத்துக்காதீங்க' என்றான். முகம் கூடத் தெரியாது முகக்கவசம் அணிந்திருந்த அந்த இளைஞன்தான் அந்த நேரத்தில் கடவுளாகத் தெரிந்தான். கண்கள் கலங்க சாப்பாட்டை கையில் வாங்கிக் கொண்டு அவனுக்கு நன்றி சொல்லும் விதமாக அவர்கள் கைகளைப் பிடித்துக் கண்களில் ஒற்றிக் கொள்ள வேண்டும்போல இருந்தது. இந்தக் கொரோனா நேரத்தில் யாரையும் தொடக்கூடாதே என்கிற நினைவு வந்தபோது..'ரொம்ப நன்றிங்க. நானும் எதாவது ஹோட்டல் இருக்குமான்னுதான் தேடிப் போயிட்டிருந்தேன்' என்றான். 'பரவால்லங்க .. இது வீட்ல நாங்க செஞ்சதுதான்.. நீங்க பேச்சிலரா? டேய் அவருக்கு இன்னோரு பேக்கட் கொடுத்துரு நைட்டுக்கு சாப்டட்டும்' என்றார் பின்னால் அமர்ந்திருந்த இன்னொரு இளைஞர். கொடுத்த இன்னொரு பேக்கட் சாப்பாட்டையும் வாங்கிக்கொண்டு கையெடுத்துக் கும்பிட்டான் அந்த இளைஞர்களை. 'அடப் போங்க பாஸ்.... ' என்று

சிரித்துகொண்டே கையை அசைத்தபடியே பைக்கில் பறந்தனர் இருவரும்...

இப்படி ஒவ்வொரு நாளும் ஒரு யுகமா கடந்து போகிறது. மனஇறுக்கம், விரக்தி, மனச்சோர்வு, சலிப்பு, பயம்.. சிலநாட்கள் தனியே படுத்து வாய்விட்டு அழத்தொடங்கினான். கதறி அழுதால் பாரம் குறையும் போல இருந்தது. ஒட்டுமொத்த கட்டிடத்திலும் யாரும் இல்லாததால் அவன் கதறிக் கதறி அழுதாலும் ஏன் அழுகிறாய்? என்று யாரும் கேட்கப் போவதில்லை. தற்கொலை செய்து கொண்டாலும்கூட யாருக்கும் தெரியப் போவதில்லை. பல நாட்களுக்குப்பிறகு நாத்தமெடுத்து அழுகிப் போவதுதான் நடக்கும். அவ்வளவு பெரிய சென்னை நகரத்தில் அந்த அறை ஒரு மோசமான நரகம் போலவும் இருண்ட குகைபோலவும், மனித வாசனையே இல்லாத மாயாலோகம் போலவும் தோன்றியது. இந்த நேரத்தில்தான் ஒருநாள் செய்திகள் பார்த்துக் கொண்டிருந்தபோது. 'புலம் பெயர்ந்த தொழிலாளர்கள் ஆயிரக்கணக்கானவர்கள் போக்குவரத்து வசதிகள் எதுவும் இல்லாத காரணத்தால் கால் நடையாக நடந்து போகிற காட்சிகள் எல்லாம் காட்டப்பட்டன. இது என்ன கொடுமை என்று தோன்றியது. சொந்த மண்ணிலேயே மக்கள் அகதிகளாக அலையும் நிலை! இன்னொரு நாள் சொந்த ஊருக்கு ரயில்வே ட்ராக்கில் நடந்து சென்று கொண்டிருந்த சிலர் நடந்து நடந்து சோர்ந்துபோய் அசதியால் மேற்கொண்டு நடக்க முடியாமல் ஓய்வெடுக்க எண்ணி ரயில்கள்தான் ஓடுவதில்லையே என்கிற எண்ணத்தில் தண்டவாளத்தில் படுத்து உறங்கியவர்கள் 16 பேர்கள். அந்த தடத்தில் வந்த சரக்கு ரயில் ஏறி சதைக் கூளமாக சிதைந்து மாண்டு போனார்கள். அந்தச் செய்தி அவனை என்னவோ செய்தது. வாட்சப்பில் வந்த வீடியோவை வேறு பார்த்துத் தொலைத்துவிட்டான்.

இனி என்ன ஆனாலும் சரி இந்தப் பாழும் நரகத்தில் இருக்கக் கூடாது என்று முடிவு செய்து கோவை போவதற்கான எல்லா

வழிகளையும் முயற்சி செய்து பார்த்தான். தனியார் டேக்சியில்தான் போயாக வேண்டும் ஒரு ஆளுக்கு பத்தாயிரம் ரூபாய் கேட்டார்கள். அதிர்ந்து போனான். அதுவும் 'ஈ பாஸ்' வாங்கித்தான் போகமுடியும் என்றார்கள். இது என்னடா கொடுமை சொந்த மாநிலத்திலேயே, தனது சொந்த ஊருக்குப் போக அரசின் அனுமதி பெற்றுத்தான் போக வேண்டுமாம். சரி ஆனது ஆகட்டும் என்று முடிவு பண்ணி அளவான துணிகளை எடுத்துக்கொண்டு புறப்பட்டான். ரோடு வழியாகச் சென்றால் போலீசிடம் அடிவாங்கவேண்டி வரும் என்பதால் ரயில் ரோட்டில் நடக்க முடிவுசெய்தான். நடந்துகொண்டேயிருந்தான்.. வெய்யில் சுட்டெரித்தது. ரொம்பவும் முடியாதபோது ஓரத்திலிருக்கும் மர நிழலில் கொஞ்ச நேரம் இளைப்பாறினான். மீண்டும் நடந்தான். நடந்துகொண்டேயிருக்கையில் திடீரென அவனது கால் செருப்பு தண்டவாளத்தில் சிக்கிக் கொண்டது. அவசரமாக காலை எடுத்தபோது காலே சிக்கிக் கொண்டது. என்ன முயன்றும் காலை விடுவிக்க முடியவில்லை. ஐய்யோ யாராவது வந்து கப்பாத்துங்களே...ன்னு அலறினான். ஆனால் அவனது சப்தம் யாருக்குமே கேட்கவில்லை. யாருமே வரவில்லை. ஆனால் தொலைவில் ஒரு ரயில் வந்து கொண்டிருந்தது. சரி.... அப்பாவிற்கு நேர்ந்த அதே முடிவுதான் தனக்கும் என்று கதறினான்...' ஐய்யோ அப்பா...! ஐய்யோ அப்பா...!' சட்டென முழிப்பு வந்தது . படுக்கையிலிருந்து எழுந்து உட்கார்ந்தான். வியர்த்து தொப்பலாக நனைந்து போயிருந்தான். நெஞ்செல்லாம் படபடவென்று அடிக்கும் சப்தம் அவன் காதுகளுக்குக் கேட்டது. எழுந்து போய் ரெண்டு டம்ளர் தண்ணீர் குடித்துவிட்டு அறையை விட்டு வெளியே வந்து பார்த்தான், இரவு மணி இரண்டு. இத்தனை சோகங்களையும் இத்தனை துன்பங்களையும் இத்தனை உயிர் அச்சங்களையும் சுமந்துகொண்டு எதுவுமே நடக்காததுபோல அந்தச் சென்னை மாநகரமே பெரியதொரு அனக்கோன்டா வயிறு நிறைய இரை எடுத்துவிட்டு செரிக்காமல் படுத்துக் கிடப்பதுபோல எந்த இயக்கமுமின்றி

உறங்கிக் கொண்டிருந்தது. அவனைப் போலவே தூக்கத்தில் கெட்ட கனவுகண்ட தெரு நாய் ஒன்று மட்டும் எங்கோ தூரத்தில் ஊளையிட்டு ஒற்றையில் அழுது கொண்டிருந்தது.

அடுத்தநாள் காலை வண்டியை எடுத்துக்கொண்டு எம் டி வீட்டிற்குப் போய் சொன்னான். ''சார்! இங்க என்னால தனியா இருக்க முடியல சார். இனி இருந்தன்னா எனக்குப் பைத்தியம் புடிச்சிரும். ஊருக்குப் போறதுன்னு முடிவு பண்ணிட்டேன். 'ஈ பாஸ்' வாங்கிட்டுத்தான் போகணும்னு சொல்றாங்க'' என்றான். அவரது சிஸ்டத்தில் அவரே அப்ளை பண்ணினார். 'வெயிட் பண்ணிப்பார். போறதுக்கு ட்ரேன்ஸ்போர்ட்டுக்கும் நானே பேசிப் பார்க்கிறேன். உனக்குப் பாஸ் வந்ததும் மறக்காம எனக்கு போன் பண்ணு' என்று சொல்லியனுப்பினார். ''சம்பளம் வாங்கின பணம் ஏதாவது மிச்சம் வெச்சிருக்கியா?'' என்றபோது பந்தாவாக 'அதெல்லாம் இருக்குங்க சார்' என்று சொல்லிவிட்டுக் கிளம்பினான். அறைக்கு வரும் வழியிலேயே வண்டி வாங்கிக் கொடுத்த வர்க் ஷாப் வேலு அண்ணனைப்போய்ப் பார்த்தான். நிலைமையை எல்லாம் எடுத்துச் சொல்லி 'ஈ பாஸ்கெடச்ச ஒடனெ எங்க ஊருக்குப் போகணும்ண்ணா. எப்ப திரும்பி வருவேன்னு தெரியல. அதனால எப்படியாவது இந்த வண்டிய முடிஞ்ச அளவுக்கு ஒரு நல்ல விலைக்கு வித்துக்குடுங்க' என்று சொன்னான். அவரோ... 'தம்பி! வசதியானவன் எவனும் பழைய வண்டி வாங்க மாட்டான். எல்லாம் ஒன்றரை லட்சம், ரெண்டு லட்சம் போட்டு புது வண்டிதான் வாங்குவான். இது கொடுமையான கொரோனா காலம் வேற. செகனேன்ட் வண்டி வாங்கறவன் எல்லாம் உன்னைய மாதிரி இல்லாதப்பட்டவன்தான். இந்த நேரத்துல அவனவன் சோத்துக்கே கஷ்டப்பட்டுட்டு இருக்கப்போ யாருப்பா வண்டி வாங்குவாங்க? சரி எதுக்கும் உன் போன் நம்பரைக் கொடுத்துட்டுப் போ, ஏதாவது பார்ட்டி வந்தா நான் உன்னைக் கூப்பிடறேன், அப்ப நீ வண்டிய எடுத்துட்டு வந்து காமி. முயற்சி பண்ணிப் பார்க்கலாம்.' என்று

சொல்லியனுப்பினார்.

சென்னை கொஞ்சம் கொஞ்சமாக விஷமயமாகிக் கொண்டே வந்தது. அவனது ‘ஈ பாஸ்’ என்ன ஆனதென்று இரண்டு நாட்கள் வரையில் எதுவுமே தெரியவில்லை. கோயம்பேடு ஏரியா முழுக்க ‘ரெட் சோன்’ ஆயிடுச்சு. கோடம்பாக்கம், காசிமேடு , பெரம்பூர் எல்லாம் வேகவேகமாக புதிய கேஸ்கள் அறியப்படுகின்றன. தொழில் இல்லாததால் மனம் உடைந்து மனைவியைக் கொன்று கணவன் தற்கொலை என்றும், வீட்டு வாடகை கேட்டுத் துன்புறுத்தினார்கள் என்கிற கோபத்தில் வீட்டுக்காரரைக் கொன்ற குடித்தனக்காரர். மன நிலை சரியில்லாத தாய்க்கு உணவளிக்க வேண்டி பக்கத்து வீட்டுக்காரர்களிடம் உதவிகேட்டுச் சென்ற பதினான்கு வயதுப்பெண்ணை பாலியல் வன்கொடுமை செய்ததாக ஆறு காமக் கொடூரன்கள் 'போக்சோ’ சட்டத்தில் கைது. கொரோனா பாதிப்பில் ஆஸ்பத்திரியில் சேர்க்கப்பட்ட நிலையில் மனம் உடைந்து தப்பி வந்து தூக்குப் போட்டுத் தற்கொலை செய்துகொண்டார் என்று எல்லாம் மனதை உலுக்குகின்ற செய்திகளாக. நாளுக்கு நாள் வாழ்க்கையின் ஒவ்வொரு நொடியும் கொடிய நரகமாகிக் கொண்டே வருகிறது.

வீட்டில் போன் பண்ணினபோதெல்லாம் அவர்கள் பயந்துவிடக் கூடாதே என்று’ நான் இருக்கிற பகுதியில் ஒன்றும் பிரச்னை இல்லை, நான் நல்லாத்தான் இருக்கேன்’ என்று சொல்லி வந்தான். ஆனால், ஒரு கட்டத்தில் அவனுக்கு பயம் அதிகமாகிக்கொண்டே வந்தது. மீண்டும் எம்டிக்கு போன் பண்ணி தனக்கு இங்கேயிருக்க பயமாக இருக்கிறது ‘நாம் அப்ளை பண்ணியிருந்த பாஸ் ‘ரிஜக்டட்’ னு வந்திடுச்சு சார், எப்படியாவது உங்களுக்குத் தெரிந்தவர்களிடம் சொல்லி எனக்கு ‘ஈ பாஸ்’ வாங்கிக் கொடுத்தால் நான் யாரையாவது கையைக் காலைப்பிடித்து ஊர் போய் சேர்ந்துவிடுவேன் சார்’ என்று அழுதான். ‘சரி விசாரித்துவிட்டு நாளை சொல்கிறேன்’ என்ற மனிதர்

அடுத்தநாள் போனில் அழைத்தார். ‘ஏம்ப்பா எனக்குத் தெரிஞ்ச ஆளு ஒருத்தன் இருக்கான், அவன் பணம் செலவாகும்னு சொல்றானே? அஞ்சாயிரம் கேக்கறான்’ என்றார். ‘பரவால்ல சார் குடுத்தறலாம் சார்!’ என்றவனிடம் ஒரு போன் நம்பரைச் சொல்லி ‘ நாளை காலை பத்து மணிக்குப் போனில் அந்த ஆளிடம் பேசு அவர் விபரம் எல்லாம் சொல்லுவார்’ என்றார். அதேபோல அடுத்தநாள் காலை பேசினபோது. ஒரு இடம் சொல்லி தன்னை அந்த குறிப்பிட்ட இடத்தில் நேரில் வந்து சந்திக்கச் சொன்னார். ‘வழக்கமா ஒரு பாஸ்க்குப் பத்து ரூபா ஆகும் உங்க எம்டி நமக்கு ரொம்ப வேண்டப்பட்ட மன்ஷன், அதனால அவர் சொல்ல சொல்லி அஞ்சு ரூபால முட்ச்சுக் கொடுக்குறன் வா. வர்றப்ப மறக்காம துட்டு எட்துட்டு வந்துடு’ என்றான் அந்த ஆள்.

அதேபோல ஆதார் கார்டு , ட்ரைவிங் லைசென்ஸ்... இன்னும் என்னவெல்லாம் கேட்டானோ அதையெல்லாம் எடுத்துச்சென்று அந்த ஆளைப் பார்த்து ரூ 5000/- த்தையும் கொடுத்துவிட்டு வந்தான். அடுத்த நாள் மாலை ஏழு மணிக்கு போன் வந்தது. ‘ரொம்ப கஷ்டப்பட்டு ஒங்க மொதலாளி மூஞ்சிக் கோசரம் இதை செஞ்சி குடுத்திருக்கேன். ச்சே! என்ன எழவு இது தாவு தீந்து போச்சிப்பா. நாளைக்கு டேட் போட்டு பாஸ் கெட்சிருக்குது. உங்க தாத்தாவுக்கு ரொம்ப ஒடம்பு முடியலேன்னு சொல்லித்தான் வாங்கியிருக்கு இன்னும்ரெண்டு ரூபா சேத்திக் குடு, ஆபீஸ்ல ஒத்துக்க மாட்டேண்றானுக பா’ என்று மேலும் ரெண்டாயிரத்தைக் கறந்துவிட்டான். வீட்டுக்கு போன் பண்ணி சொல்லக்கூட நேரமில்லை அவனுக்கு. முதலில் எம்டிக்குப் போன் பண்ணி நன்றி சொன்னான். விக்கிக்குப் போன் பண்ணி ரூம் சாவியை எங்கே கொடுக்க வேண்டும் என்று கேட்டுத்தெரிந்து கொண்டு, ஓர்க் ஷாப் கார வேலு அண்ணன் கிட்டப்போயி ‘பைக்க வித்துட்டு கார்ல போனா பத்தாயிரம் காருக்கே குடுக்கணும், அதனால பைக்லயே ஊருக்குப் போயிடறேன்’னு சொன்னபோது, ‘ஆமாப்பா.. ஒரு

ஃபைனான்ஸ்க்கார நாயி ஐயாயிரம் ரூபாக்கு வாங்கிக்கறேன்னான். நீ மூடீட்டுபோன்னு சொல்லிட்டேன், பொணத்து வாயில இருக்கற வாக்கரிசியைக்கூட வழிச்சிட்டு போயிருவானுக. போ' என்றார். ராத்திரி ரூமுக்கு வந்து கொண்டுபோக வேண்டியதெல்லாம் பேக் பண்ணி வெச்சிட்டு. ரூமை சுத்தம் பண்ணிட்டு படுக்கும்போது இரவு மணி பதினொன்னு. வீட்ல இந்நேரம் எல்லாரும் தூங்கியிருப்பாங்க. சரி காலைல புறப்படும்போது சர்ப்ரைசா வீட்டுக்கு போன் பண்ணிக்கலாம்னு முடிவு செஞ்சு படுத்தப்போ அவனுக்குத் தூக்கமே வரல. எப்ப நெனச்சாலும் அன்ரிசர்வ்டு கம்ப்பார்ட்மென்ட்ல காலைல ஏறித் தொத்திகிட்டு 200 ருபா செலவுல ஏழு மணி நேரத்துல வந்த சென்னையும் கோவையும்... இன்னிக்கு இரண்டு எதிரி நாடுகள் போலவும் கடும் சோதனைகளுக்குப் பிறகு 'பாஸ்போர்ட்' வாங்கிக் கொண்டு எப்படியோ உயிர் பிழைப்பதற்காக தப்பிப் பிழைத்து அடுத்த நாட்டிற்கு ஓடிப்போவது போலவும் தோன்றியது. அந்த டென்ஷனில் இரவு முழுவதும் சரியாகத் தூங்க முடியவில்லை.

காலையில் ஏழு மணிக்கெல்லாம் புறப்பட்டு ரூமைப்பூட்டி சாவியைக் கொண்டுபோய் ஓனர் வீட்டில் கொடுத்துவிட்டு வண்டியை எடுத்துக்கொண்டு ஓட்டத் தொடங்கினான். பெட்ரோல் பங்க்கில் டேங்க் ஃபுல் பண்ணிட்டு ஒரு சிறிய ஹோட்டலில் போய் காலை டிஃபனை முடித்துக்கொண்டு வழியில் சாப்பிட கொஞ்சம் பிஸ்கட், சிப்ஸ், தண்ணீர் பாட்டில் என எல்லாம் வாங்கிக்கொண்டான். வீட்டிற்குப் போன் போட்டான்.

''அம்மா நான் புறப்படறேன்.''

''எங்கப்பா போறே? எங்க பொறப்படற?''

''என்ன வெளையாடறையா? நான் எங்க போவன்? அங்க நம்ம ஊட்டுக்குத்தான் வர்றேன்.''

''ஐய்யோ.. என்னடா ப்பா சொல்ற? அங்க மெட்றாசெல்லாம் பயங்கரமாக் கொரனா புடிச்சிக் கெடக்குது அங்கிருக்கறவங்க ஆருமே ஊரை உட்டு வெளிய போகக்கூடாதுன்னு கெவெருமெட்ல சட்டம் போட்டிருக்காங்கன்னு தெனம் தெனம் டிவில சொல்லிட்டிருக்கறாங்க.. இந்த நேரத்துல. நீ எதுக்குப்பா இங்க வாரை?''

ஒரு நிமிஷம் அவனுக்கு திக்கென்றது. கொஞ்சம் செலவைக் குறைக்க வேண்டும் என்பதற்காக ஒரு மாதம் ஊருக்குப் போகவில்லையென்றால் போனில் அழுகின்ற அம்மாவா இது? எனக்கு இங்கு என்ன நிலைமை என்பதையோ? ஒவ்வொரு நாளும் சோத்துக்கு பிச்சைக்காரனைவிடக் கேவலமாக எப்படியெல்லாம் கஷ்டப்பட்டுக்கொண்டு யாருமில்லாத அநாதையைப் போல நான்கு மாதம் ஒரு நரக வாழ்க்கையை அனுபவித்துவிட்டு எப்படியாவது இங்கிருந்து தப்பித்து சொந்தக் கூட்டிற்குப் போய்விடலாம் என்று தவியாய் தவித்து...

''கிரி .... கிரீ...இதா அப்புச்சி பேசுதாமா..இந்தா குடுக்கறனிரு..''

போன் அப்புச்சி கைக்கு மாறியது..

''ஏனப்பா நீ இங்க வாரதுன்னா மின்னாடியே எங்களக் கேக்க வேண்டாமா? இங்க ஊரே கிலி புடிச்சுக்கெடக்குது. ஒரு வாரத்துக்கு மின்னாடி நம்ம மணியகார்ரு மகன் பம்பாயிலிருந்து அதான் அந்தப் பையன் நாகராசு கொரனாவோட ஊருக்குள்ள வந்துட்டானுன்னு சொல்லி அக்கம் பக்கமெல்லாம் ஊடேறி சண்டைக்குப் போயி ஏகப்பட்ட பிரச்னையாயி அப்பறம் போலீஸ் வந்து அந்தப் பையனை அடிச்சுக் கூட்டீட்டுபோயி நாலு நாளு ஆஸ்பத்திரில வெச்சு என்னென்னமோ டெஸ்ட்டெல்லாம் எடுத்து பதனஞ்சு நாளைக்கு ஊட்டை உட்டு எங்கயும் வெளிய போகக் கூடாதுன்னு கண்டிசன் போட்டு முந்தா நாளுதான் வந்தான். அவங்கூட்டு வாசல்ல தகரமடிச்சு நோட்டீசெல்லாம் ஒட்டீருக்கறாங்க. ஒரு சனம் அவங்க

ஊட்டுக்குப் பக்கமே போறதில்ல. இத்தனை அக்கப் போர்ல நீ எதுக்கு இத்தனை அவசரமா சொல்லாமக் கொள்ளாம பொறப்பட்டு வாரை? கம்முன்னு அங்கயே இருக்க வேண்டியதுதான?''

என்ன பதில் சொல்வதென்று தெரியவில்லை அவனுக்கு. போனை அணைத்து பாக்கெட்டில் போட்டான். தன் வீட்டிலேயே தன்னை வரவேண்டாமென்று சொன்னால் தான் எங்கு போவது? இவர்களை விட்டால் உறவென்று சொல்வதற்கு தனக்கு யாரிருக்கிறார்கள்? இதற்குத்தானா? மூன்று மாதமாக எந்தத் துன்பத்தையும் யாரிடமும் சொல்லாமல் தானே கொஞ்சம் கொஞ்சமாக மென்று தின்றுகொண்டிருந்தோம்? ஒரு வாரமாக நாயாய்ப் பேயாய் அலைந்து, கையிலிருந்த காசு முழுவதையும் ஏழாயிரம் ரூபாய் லஞ்சம் கொடுத்து பாஸ் வாங்கினோம்? அவன் கால்களுக்கு அடியிலுள்ள பூமி அப்படியே நழுவதுபோல கால்களிரண்டும் தடுமாறின. இப்போது என்ன செய்வது? உயிர் பயம்! ரத்த சம்பந்தமான உறவுகளைக்கூட கொன்று விடுகின்றதே என்கிற கசப்பான உண்மை அவனுக்குள் என்னென்னவோ செய்தது. போன் தொடர்ந்து அடித்துக்கொண்டேயிருந்தது. போனை எடுத்து என்ன பேசுவதென்று அவனுக்குத் தெரியவில்லை. எதுவும் பேசவும் பிடிக்கவுமில்லை. வயிற்றைக் கலக்குவது போலவும் வாந்தி வருவதுபோலவும் இருந்தது. பைக்கை ரோட்டோரமாகத் தள்ளிக் கொண்டுபோய் ஸ்டேன்ட் போட்டு நிறுத்திவிட்டு தலையைப் பிடித்துக்கொண்டு தரையில் குத்துக்காலிட்டு அப்படியே உட்கார்ந்து கொண்டான். நடுத்தெரு என்றுகூடப் பார்க்காமல் தலைதலையாய் அடித்துக் கொண்டு ' ஓவென்று' வாய்விட்டு அழ வேண்டும் போல இருந்தது. 'அப்பா அன்னிக்கே உங்களோட சேர்ந்து நானும் செத்துபோயிருக்கலாம்ப்பா' என்று அவனது வாய் முணுமுணுத்தது.

தூரத்தில் வந்துகொண்டிருந்த போலீஸ் ஜீப்பொன்று அவன்

தெருவில் உட்கார்ந்திருப்பதைப் பார்த்துவிட்டு வேகத்தைக்குறைத்து நின்றது. வண்டிக்குள்ளிருந்த இன்ஸ்பெக்டெர், பாதி அதிகாரத் தொனியிலும், பாதி நக்கலாகவும்.. 'டேய் ங்கோத்தா! என்ன காலங்காத்தாலயே மப்பைப் போட்டுட்டு ரோட்ல உக்காந்து கெடக்கிறியா?' என்றதும், பதறியடித்துக்கொண்டு எழுந்தவன் 'அப்படியெல்லாம் இல்ல சார்...இதோ போயிடறன் சார்..' என்று பவ்யமாக எழுந்து நின்றான். வண்டியில் ஏறி உட்கார்ந்தவனுக்கு எங்கு போவது என்றுதான் தெரியவேயில்லை.

அஞ்சு ரெண்டாயிரம் ரூவா...

எனக்குப் பைத்தியம் பிடிச்சிடும் போல இருக்கு. வரவர மறதி ரொம்ப அதிகமாயிடுச்சு. அஞ்சு கழுத வயசு அறுவதஞ்சுக்கு மேல ஆச்சில்ல?.. என்ன பிரயோஜனம்? சுத்தமா பொறுப்பே இல்ல. அஞ்சு ரெண்டாயிரம் ரூவா நோட்டு. அவன் ஒரு தடவை...,அவன் கண் முன்னாடியே நான் ஒரு தடவை, ரெண்டு தடவை எண்ணினோமே? அப்ப எங்கதான் போச்சு அந்தப் பணம்? என்ன கால் மொளச்சு தானா எறங்கி நடந்து போச்சோ? ஒருவேளை சரவணன் என்னோட பேசிகிட்டே பணத்தைக் கண்ல காட்டிட்டு என் கையில குடுக்காம மறந்துட்டு கையோட கொண்டு போயிருப்பானோ? இருக்காது! நாந்தான் பைத்தியக்காரனா போயிட்டேன். எதுக்கும் அவனுக்கு போன் பண்ணிக் கேட்டிடலாமா? ச்சே! ஒரு வேளை தப்பா நெனச்சுட்டான்னா? நாப்பது வருஷ ஃப்ரன்ட்ஷிப். இல்ல! அசிங்கமாயிடாதா? ரொம்பத் தப்பு. இதுல என்ன இருக்கு? சும்மா அப்டி இப்டி ஜாடை மாடையா கேட்டுப் பாக்கலாமே!. இல்லையே.....என் கையால பணத்தை எண்ணின நியாபகம் இருக்கே . எல்லாத்துலயும் மறதி. பூட்டின

40

சாவிய ஒரு பக்கம் வெச்சா மறதி, கடையில ஒரு சாமான் வங்கினா பணம் கொடுத்திட்டு மிச்சம் வாங்கினேனா இல்லையான்னு மறதி. கல்யாணம்னு யாராவது வந்து பத்திரிகை குடுத்தா... அந்தத் தேதி மறதி. இதைவிடக் கொடுமை சமயத்தில் நீண்டகாலம் பழகினவர்களின் பெயர் மறந்து போவதுதான். தொண்டைக்குள்ள இருக்கும் சிக்கிகிட்டு வெளிய வராம சமயத்துல ரொம்ப தவிச்சுப் போயிடறன். அடுப்புல பாலை வெச்சா பக்கத்துலயே நின்னு எறக்கனும், யாராவது காலிங் பெல் அடிச்சாங்கன்னு இந்தப்பக்கம் வந்தா போச்சு. இது வரைக்கும் மூனு பால் பாத்திரம், ஒரு கேஸ் பர்னர் தீய்ஞ்சு வீணாப்போச்சு. இப்படித்தான், ஒரு தரம் நைட்டு சிம்முல வெச்ச அடுப்பை அணைச்சு விட்டதா நம்பி கேஸை சரியா மூடாமப் படுத்துட்டன். விடிய விடிய கேஸ் லீக்காயிருக்கு. காலைல ரொம்ப நேரம் வரைக்கும் தூங்கிட்டனேன்னு பதட்டத்துல எழுந்தவன் நிர்மலாவுக்கு கதவைத் தொறந்து விட்டுட்டு பாத்ரூம்குள்ள போனவன் திரும்ப வந்து பாலை அடுப்பில வெச்சுட்டு பத்த வெய்க்க வழக்கம்போல லைட்டர தேடிகிட்டு இருக்கேன். எப்படியோ ஒரு வழியா லைட்டரைக் கண்டுபிடிச்சு பத்த வெய்க்கப் போகும்போது கிச்சனுக்குள்ள வந்த நிர்மலா... ‘ஐய்யோ!... கொஞ்சம் இருங்க’ன்னு அவசரமா கைல இருந்த லைட்டரைத் தட்டிவிட்டா. ‘கேஸ் லீக்காகற மாதிரி வாசம் வருது பாருங்கய்யா’ன்னு அவ சொன்னபோதுதான் தெரிஞ்சுது. கிச்சன்ல விடிய விடிய கேஸ் லீக்காகியிருக்குன்னு. ஒரு நிமிசம் குப்புன்னு வேர்த்துப் போச்சு. அவசர அவசரமா கிச்சன் ஜன்னலை எல்லாம் தெறந்து விட்டு கேஸ் சிலிண்டரை க்ளோஸ் பண்ணிட்டு வேகமா வெளிய வந்துட்டோம். அவ மட்டும் அந்த நேரத்துல வறலேன்னா பால் காய்ச்ச அடுப்பை பத்த வெச்சவன் கதை அன்னிக்கே வெந்து சாம்பலாப் போயிருக்கும். ‘‘சமையல் கேஸ் வெடித்து முதியவர் பரிதாப மரணம்’’னு ந்யூஸ் வந்திருக்கும். இப்படியே போனா, கூடிய சீக்கிரம் எனக்கு ‘அல்சைமெர்’ வந்து நானும் சிரமப்பட்டு மத்தவங்களையும் சிரமப் படுத்துவேனோன்னு ரொம்ப பயம்மா இருக்கு. ‘அல்சைமெர்’ வியாதி வந்துட்டா பெத்த

புள்ளைங்கள, கட்டின் பெண்டாட்டியக்கூட யாருன்னு கேப்பாங்களாமே? நல்ல.. வேளை...! ச்சே ச்சே! என் கெட்ட வேளை. அவ என்னைத் தனியா தவிக்க விட்டுட்டுப் போயி ரெண்டு வருஷம் ஆயிடுச்சு.

நேத்து நடந்ததை மனசுக்குள்ள அப்படியே ரீவைன்ட் பண்ணிப் பார்த்தா....?.

ராத்திரி எட்டு மணிக்கு ந்யூஸ் பார்த்திட்டிருக்கும்போதுதான் சரவணன் போன் பண்ணினான்.

'என்னடா? பிசியா?'

'என்ன விஷயம்? .எங்க இருக்க?'

'உன் வீட்டு வாசல்லதாண்டா நிக்கறேன்'

கதவைத் திறந்து வெளியே வந்து...

'ஏண்டா எருமை வாசல்ல வந்து நின்னுகிட்டு எதுக்கு போன் அடிக்கற? காலிங்க் பெல் அடிக்க வேண்டியதுதான?'

'இல்லடா! கொஞ்சம் அவசரம். உள்ள வந்து உக்காந்து பேச ஆரம்பிச்சா நேரம் போறது தெரியாது. உனக்கென்ன? நீ சுதந்திரப் பறவை. கேட்க யாருமில்ல. நான் லேட்டா வீட்டுக்குப் போனேன்னா எம் பொண்டாட்டி ஒரு மணி நேரம் திட்டித் தீத்துடுவா..'

'வேண்டாண்டா....! அப்புடி சொல்லாதடா.... அதுக்குக்கூட ஒரு ஆளு இல்லையேன்னு ஒரு நாளைக்கு இப்படித் தனியாத் தவிக்கும் போதுதான்டா அந்த அருமை தெரியும்.'

பேசிக்கொண்டே உள்ளே வந்தவன். அஞ்சு நிமிசம் ஊரு கதையப் பேசினான். அப்பறம் வழக்கம்போல வாக்கிங் போனா முட்டி வலி, போகலேன்னா சுகர் ஜாஸ்தியாயிடுமேன்னு பயம்னு என்னென்னவோ பொலம்பினான். நான் டீ போட்டுத் தர்றேன்னதுக்கு

‘ஐய்யைய்யோ வீட்ல அவ சப்பாத்தி சுடறேன்னா. பையன் சம்பளம் வாங்கிட்டு வந்து குடுத்தான். பத்து நிமிஷத்துல வந்துடறேன்னு சொல்லி பணத்தை எடுத்துட்டு நேரா இங்க வர்றன். அவசரம்னு வாங்கின பணத்தைக் குடுத்துட்டுப் போலாம்னுதான் வந்தன்’.

என்று சொல்லி கசங்காத புது நோட்டுகளாக அஞ்சு ரெண்டாயிரம் ருவா நோட்டுகளை எண்ணிக் கையில் எடுத்தான். சோஃபால இருந்து எழுந்தவன் என் கையில் பணத்தைக் குடுத்தான். எண்ணிப் பார்த்துவிட்டு சரியா இருக்கு என்றேன். ‘தேங்க்ஸ் டா’ என்றான், நான் ‘போடா! நீயும் உன் தேங்க்சும்’ என்றேன். பேசிக்கொண்டே வாசல் வரை வந்து அங்கும் ரெண்டு நிமிசம் நின்று பேசி அவனை அனுப்பிவிட்டு கேட்டைப் பூட்டிவிட்டு வீட்டுக்குள் வந்தேன். கேட்டைப் பூட்டும்போது பணத்தை என்ன செய்தேன்? பூட்டு சாவி எடுக்கும்போது சிட் அவுட்ல திண்ணைமேல வெச்சிட்டு அப்படியே உள்ள வந்திருப்பனோ?. அப்படித்தான் இருக்கணும். போட்டிருந்த பேன்ட் பாக்கெட்டில் வெச்சனா? லுங்கிக்கு மாறின போது பணத்தை எடுத்து பீரோவுக்குள் வெச்ச மாதிரி நினைவு இல்லையே. வீட்டுக்குள்ள வந்து ஃப்ரிஜ் மேல வெச்சனா? போனுக்கு சார்ஜ் போடப் போனபோது டேபிள் மேல வெச்சனா? எழவு எதுவும் சரியா நியாபகம் வரமாட்டேங்குதே.

காலைல நிர்மலா வந்து வேலையெல்லாம் செய்யும்போது வாசலுக்கு வந்தவன், எதிர்வீட்டு சாமிநாதன் கிட்ட ரொம்ப நேரம் பேசிகிட்டிருந்தேன்.

‘ஜோதிபுரத்துல கொரோனாவில ரெண்டு கேசு அவட்டாம், தெரியுமா?’

‘அந்த ஏரியாவிலேர்ந்து நேத்து கூட என் ஃப்ரெண்ட் வந்தாரே? எங்கிட்ட அவரு ஒன்னும் சொல்லலயே?’

பேச்சினிடையே குறுக்கிட்ட நிர்மலா..

'ஐய்யா! எல்லா வேலையும் முடிஞ்சுதுங்க...'

'டீ போட்டுக் குடிச்சியா? நாளைக்கு எத்தன மணிக்கு வருவ?'

'குடிச்சிட்டனுங்க... பத்து மணிக்கு வந்தர்றனுங்க' சொல்லிக் கொண்டே அவசரமாக இறங்கி நடந்தாள்.

'ஆமா, என்ன கொஞ்ச நாளா உங்க வீட்டு வேலைக்காரப் பொண்ணைக் காணம், இப்ப மறுபடியும் ரெண்டு மூனு நாளாத்தான் வர்றா போல?'

'அவங்க அக்கா புருஷன் கொரோனாவுல செத்துப் போயிட்டாராம். இவ அங்க போயி ரெண்டு மூனு நாள் இருந்தா. அதுனால ஒரு பதினஞ்சு நாளைக்கு வர வேண்டாமுன்னு சொல்லியிருந்தேன். நேத்திக்கு இருந்துதான் மறுபடியும் வர்றா'

'ஏன் சார், அவ பாட்டுக்கு உள்ள வேலை செஞ்சுட்டிருக்கா நீங்க பாட்டுக்கு எங்கிட்ட பேசிகிட்டு இங்கயே நிக்கறீங்க? ஆனாலும் எல்லாத்தையும் நீங்க சீக்கிரமா நம்பிடறீங்க..'

'அஞ்சு வருஷமா வேலை செய்யறா?அப்படிப் பார்த்தா யாரையுமே நம்ப முடியாது சாமீ..'

சாமிக்கு வீட்டிற்குள்ளிருந்து அழைப்பு வர அவர் உள்ளே செல்ல, நானும் உள்ளே வந்தேன். கரக்ட்டா பானு வீடியோ கால்ல கூப்பிட்டா.

'அப்பா... என்ன பன்றீங்க?'

'எதிர்வீட்டு சாமிநாதன் அங்க்கிள் கிட்டப் பேசீட்டிருந்தேம்மா. நீங்க ரெண்டுபேரும் எப்படி இருக்கீங்க? தீபக் இல்லயா?'

'இல்லப்பா அவர் ஹேர்கட் பண்ணிட்டு வர்றேன்னு போயிருக்காரு.. டிஃபின் சாபிட்டீங்களா?'

‘இன்னும் இல்லம்மா. நிர்மலா உப்புமா பண்ணி வெச்சுட்டு இப்பதான் போனா. இனிமேதான் சாப்பிடணும்.’

‘நீ சாப்டியாம்மா? (குரலைத் தாழ்த்தி) உங்க அத்தை நல்லா இருக்காங்களாம்மா?’

‘இருக்காங்கப்பா. மகனுக்கு தலைக்கறி பிடிக்கும்னு செஞ்சிட்டிருக்காங்க. ..ஏம்ப்பா? உங்களுக்கு ஒடம்புக்கு ஒன்னும் தொந்தரவில்லயே? நான் அவர்கிட்ட பேசினேன்ப்பா. பேசாம நீங்க இங்க வந்திடுங்க. எங்க மாமியார் அடுத்தமாசம் மகளோட வீட்டுக்குப் போறாங்க. வர ஆறு மாசம் ஆகும்.’

‘இல்லம்மா அது சரிவராது. மருமகன் வீட்ல ரெண்டு நாளைக்கு விருந்துக்கு வேண்ணா வரலாம். வீட்டோட இருக்கக் கூடாது. அவங்க குடும்பத்துல யாரும் விரும்ப மாட்டாங்கம்மா.’

‘ஏம்ப்பா! இது உங்க மக வீடு. நானுந்தான் அவருக்கு ஈக்வல்லா மாசம் நாப்பதாயிரம் சம்பாதிக்கறேன்ப்பா.. உங்களுக்கு இங்க இருக்க எல்லா உரிமையும் இருக்குப்பா.’

‘அதெல்லாம் சொன்னா உனக்குப் புரியாதும்மா. இப்ப இருக்குற மாதிரியே நான் இங்க இருக்கறதுதான் சரி. அது மட்டும் இல்லம்மா. நான் நல்லா நடமாடிகிட்டு இருக்கற வரைக்கும் இந்த வீட்டை விட்டுட்டு எங்கயும் போக மாட்டேன். இது உங்கம்மா, நீ, நான் எல்லாம் ஒன்னா வாழ்ந்த வீடும்மா..’

‘சரி நான் என்ன சொன்னாலும் நீங்க கேக்க மாட்டிங்க. உங்க பிடிவாதம் அப்படி. ஜாக்ரதையா இருங்க. நைட்டு எட்டு மணிக்கு மேல யாரு வந்து கதவைத் தட்டினாலும் உள்ளயிருந்து பார்த்துட்டு அப்படியே பேசி அனுப்புங்க. பகல்லயும் எப்பவும் கேட்டைப் பூட்டி வையுங்க. யாராவது புதுசா வந்தா வெளியவே நிறுத்திப் பேசி அனுப்புங்க வீட்டுக்குள்ள விடாதீங்க..என்னமோ நாந்தான் இங்க கெடந்து தவிக்கறேன். சரிப்பா.. டேக் கேர்..’

‘நீ ஒன்னும் கவலைப் படாதம்மா. நான் இங்க நல்லாத்தான் இருக்கேன். மாப்பிளைய ரொம்பக்கேட்டேன்னு சொல்லு.. பை ம்மா...’

சாப்பிட்டுவிட்டுக் கைகழுவும்போதுதான் நிர்மலாவுக்கு சம்பளம் கோடுக்கலையேன்னு நியாபகம் வந்துச்சு. சரி நேத்து நைட்டு சரவணன் கொடுத்த பணத்துல மூவாயிரம் கொடுத்துட்டு மீதிய கைசெலவுக்கு வச்சிக்கலாம்னு போயி பேன்ட்டு பாக்கெட்ல பார்த்தப்பதான் அந்த அஞ்சு ரெண்டாயிரம் ரூவா நோட்டு பத்தாயிரத்தைக் காணோம்.

***

இந்த எழவு கொரோனா எப்பத்தான் ஒழிஞ்சு நாசமாப் போகுமோ தெரியல. ஒரே அப்பார்ட்மென்ட்ல நாலு வூட்ல வேலை செஞ்சுட்டிருந்தன். ஒரே நாள்ல சுனாமி வந்த மாதிரி எல்லாம் போச்சு. செகூரிட்டி ஆபீசுல ஐடி கார்டைப் புடுங்கி வெச்சுட்டானுங்க. நாசமாப் போனவனுங்க. வெளங்காத ஒரு புருசன், படுக்கைல கெடக்கற மாமியாக்கெழவி ரெண்டு பொட்டைக.. அஞ்சு உருப்படிக எப்படி சோறு திங்கறதுன்னு தெரியல. இதுல வூட்டு வாடகை வேற மாசம் மூனாயிரம். அஞ்சு மாசமா வேலைக்கும் போகாம பத்துப் பைசா வருமானமும் இல்லாம.. கடவுளே! அந்த மகராசன் ஐயா ஊட்டுக்கு மட்டும் போயிட்டிருந்தன். போனமாசம் மச்சாண்டாரு கொரானவுல செத்துப் போனாருன்னு எழவுக்குப் போனன். ‘நிர்மலா! நானும் வயசானவன். ஒரு பதனஞ்சு நாளு கழிச்சு வா, அதுவரைக்கும் எப்படியோ நானே சமாளிச்சுக்கறேன்’ னு ஐயா சொல்லிட்டாரு. நான் என்னதான் பண்ணுவேன்? புள்ளைக பள்ளிக்கோடம் போயிட்டிருந்தா ஒரு வேளையாவது அதுக வயிராறத் திங்குங்க, இப்ப அதுவும் போச்சு. அரை லிட்டரு பாலு வாங்குனா அஞ்சு பேரும் ரெண்டு நேரம் காப்பி போட்டுக் குடிப்பம். இப்ப பாலு வாங்கியே அஞ்சு மாசமாகுது. யாருகிட்ட சொல்லியழுகறது இந்த நாறப் பொழப்பை? புள்ளைகளப் பாத்தாலும் பாவமாத்தான்

இருக்குது. வேலைக்குப் போர ஊடுகள்ள கொழந்தைக திங்க முடியாம விதம் விதமா பலகாரங்களை தட்டுல போட்டு வீணா குப்பைத் தொட்டில போடறதப் பாத்தா வயிறெல்லாம் வேகும். நம்ம புள்ளைக இதையெல்லாம் கண்ணுல கூடப் பாத்ததில்ல. எல்லாம் விதி. எங்கம்மா வேலைக்காரி.. நான் வேலைக்காரி.. எம்புள்ளைகளாவது கரையேறுங்களான்னு தெரியல. இல்லை அதுகளும் வேலைக்காரிகதானா?

இந்த ரேசன்ல போடற அரிசிய கடனுக்கு ஆக்கி வெச்சா எப்படியோ தொண்டைக்குள்ள எறங்குது. மாமியாக் கெழவி படுத்துக்கிட்டே சண்டைப் போடறா. அப்பப்ப, அபார்மென்ட்ல மிச்சமாகற சோறும் கொழம்பும் நாக்குக்கு ருசியாக் கெடச்சிட்டிருந்தது. இப்ப அதுவும் கெடைக்கறதில்ல. வீட்டு வேலைக்குப் போறதே சம்பளத்துகூட சேத்தி இந்தப் பழசு பரட்டை கெடைக்கும்னு நம்பித்தான், இப்ப அதுவுமில்ல..அரைகொறை சோத்தை திங்கச் சொன்னா அல்லாத்துக்கும் கோவம் வருது. இதுல கெழவிக்கு வேற காலு புண்ணு ஆறவே மாட்டேங்குது. கெழவிக்கு சக்கரைக்கு ஆசுபத்திரிக்குப் போலாமுன்னாலும் பயம்மா இருக்குது. அங்கபோயி கெழவிக்கு கொரோனா வந்து அது எல்லாத்துக்கும் புடிச்சிருச்சின்னா? குடும்பமே செத்துப் போவமோன்னு பயம்மா இருக்குது.

இதுல மூனு மாசமாச்சு. ஊட்டு வாடகை குடுத்து. ரெண்டு மாசம் எப்பிடியோ செரி பண்ணிக் குடுத்துட்டேன். இன்னைக்கு வேலைக்கு வரச் சொல்லுவாங்க, நாளைக்குக் கூப்புடுவாங்கன்னு பாத்துப் பாத்து நாலு மாசமாயி போச்சு. ஊட்டுக்காரம்மா நேத்தைக்கு சாய்ந்தரம் வந்து வாசல்ல நின்னு சாமியாடிட்டா. நல்ல நாள்லயே வாயைத் தொறந்தா சாக்கடைதான். வெளில நின்னுகிட்டிருந்த புள்ளைகிட்ட 'உங்கப்பனெங்கெ'ன்னு கேட்டிருக்கா. இந்த வேதாளங்க 'எங்கப்பா தூங்கறாருன்னு' சொல்லிருச்சுக.

'நான் வேகாத வெய்யில்ல வாடகை வாங்கறதுக்கு, பஸ்சுமில்லா நடந்து வந்தா மகாராசன் தூங்கறானாம்மா. நல்லா நாயிப் பீய் திங்கற மாதிரி நாலு நேரம் திங்க வேண்டியது, மட்ட மத்தியானத்துல மல்லாக்கப் படுத்துத் தூங்க வேண்டியது. நீயெல்லாம் ஒரு ஆம்பள? யோவ் வெளிய வாய்யா.'

அவசரமாக வெளியே வந்தேன் நான், தூங்கிகிட்டிருந்த அந்த துப்புக் கெட்ட மனுசனும்.. அடிச்சுப் புடிச்சுட்டு வந்து நின்னுது. அடுத்த வார்த்தை பேசறதுக்குள்ள நான் முந்திகிட்டு.

'அக்கா நாலு மாசமா ரெண்டு பேருக்கும் வேலையில்லீங்கக்கா.... ஒரு பத்து நாளு பொறுத்துக்கங்க அக்கா. '

'இந்த லொக்கா, தங்கச்சி ஒறவு மயிரெல்லாம் ஒன்னும் வேண்டாம். ஊரு ஒலகமே கஷ்டப்படுதேன்னுதான நானும் இந்த மாசம் குடுப்பே, நாளை மாசம் குடுப்பேன்னு வாயைப் பொளந்து பாத்துகிட்டிருந்தன். இப்ப மூனு மாசமாயும் மயிரே போச்சுன்னு புருசனும் பொண்டாட்டியும் புள்ளைகள வெளிய தாட்டி உட்டுப் போட்டு பட்டப் பகல்லயே படுத்துக் கெடக்கறிங்க?'

ஒரு நாளுமில்லாத திருநாளா இந்த ஆளுக்கு சுருக்குனு கோவம் வந்துருச்சு.

'வாடகை குடுக்கலேன்னு பேசறீங்க, குடுக்கத் துப்பில்லீன்னு நாங்களும் பேசாம வாயை மூடிகிட்டு நிக்கறமுன்னு என்ன வேணுமின்னாலும் பேசுவீங்களா?'

'அடத்தூ! நீயெல்லாம் ஒரு ஆம்பள? உனக்கெல்லாம் ரோச மயிரு வேற பொத்துகிட்டு வருது. அத்தன ரோசமிருக்கறவன் வாடகைய எண்ணி வெய்யி. எனக்கு வேற வேலை மயிரில்லாமத்தான் உன்ற ஊட்டு வாசல்ல வந்து நிண்ணு தொண்டத்தண்ணி வத்தக் கத்தீட்டிருக்கறனா? இந்த பாரு ரெண்டு நாளு டைமு, அதுக்குள்ள மூனு மாச வாடகை ஒம்பதாயிரத்தை

ஒட்டுக்கா எண்ணி வெக்கிலியோ.. நான் உன்ற சட்டி பானையத் தூக்கி வீதில வெச்சுருவன் ஆம்மா. நீ ஆரைக்கூட்டிட்டு பஞ்சாயத்துப் பேச வந்தாலும் எனக்குக் கவலையில்ல. நானென்ன தர்ம சத்தரமா கட்டி உட்டுருக்கன்?. வாடா போலாம்.' கூட வந்த எடுபுடியோட புறப்பட்டுப் போனாள் வீட்டுக்கார அம்மாள்.

சொன்னால் சொன்னது போல செய்வா இந்தப் பொம்பளை. அக்கம் பக்கம் எல்லா ஊட்டு வாசல்லயும் ஆளுக நின்னு வேடிக்கை பார்க்கறாங்க. புள்ளைக ரெண்டும் பயந்துபோயி வந்து ஊட்டுக்குள்ள ஒண்டிகிட்டிருக்குதுக.. கையில காசில்லேன்னா நாம வெக்கம் மானம் சூடு சொரணையெல்லாம் பாக்க முடியாதே?. என்ற ஆத்திரமெல்லாம் இந்த ஆளு மேல திரும்புச்சு. 'ஏன்ய்யா? என்ன ஜென்மமய்யா நீயு. இப்படி வந்து வாசல்ல நின்னு மானம் கெட பேசீட்டுப் போறாளே? உனக்குக் கொஞ்சமாவது ரோசமிருக்குதா? பொறுப்பு இருக்குதா? ஒரு அவசர ஆத்தரம்ன்னா ஆயிரம், ரெண்டாயிரம் கூட பொரட்டக் கையாலாகாது. எல்லாத்துக்கும் நானே எழவெடுக்கோனுமின்னா எப்புடி? அவ வந்து சத்தம் போட்டப்ப காசு குடுக்கத் துப்பில்லேன்னா வாயை மூடிகிட்டு சும்மா நின்னிருக்கோணும். இல்லேன்னா... ''அம்மா தாயே! கொஞ்சம் தயவு பண்ணி பொறுத்துக்க சாமி''ன்னு அவ கால்ல உளுந்து கெஞ்சறதை உட்டுப் போட்டு பெருசா ரோசம் வந்துச்சு? உன்ற ரோசத்தைக் காசு கொண்டாறதுல போயிக் காமி போ.' என்னோட பேச்சுத் தாங்க முடியாம பதிலும் பேச முடியாம சட்டைய மாட்டிகிட்டு எங்கயோ போனான்.

ரெண்டு நாளைக்குள்ள காசுக்கு எங்க போறது?. ஊட்டுக்காரி சட்டி பானையத் தூக்கி வெளிய வெச்சுட்டா இந்தப் புள்ளைகளையும் சீக்காளிக் கெழவியையும் கூட்டிகிட்டு எங்க போகறது?

ரொம்பப் பொறுமையா ரீவைன்ட் பண்ணிப் பார்த்ததுல நேத்திக்கு ராத்திரி முதல் இன்னிக்கு காலை வரை இதுதான் நடந்தது. இதுதான் நியாபகம் வந்தது. காலைலேர்ந்து நிர்மலாவைத் தவிர வீட்டுக்குள்ள வேற யாருமே வரலையே? ஒரு வேளை...! அவதான்...? பாவம் வீட்டு வேலை செய்யறவ, இல்லாதப் பட்டவன்னு அவ்வளவு சீக்கிரம் அவ மேல சந்தேகப்பட்டுட முடியுமா என்ன? ச்சே.. என்ன ஈன புத்தி இது?. எப்படி அது மாதிரி நினைக்கத் தோனுச்சு மனசு? அல்பம்! அல்பம்! ஒருவேளை அப்படியில்லாம இருந்து நான் எங்காவது கை மறதியா வெச்சு தொலஞ்சு போயிருந்தா? ஐய்யோ! அந்தப் பொண்ணு மனசு என்ன பாடுபடும்? அதுக்கப்புறம் அந்தப் பாவத்தை எங்க போயிக் கழுவறது? தப்பு தப்பு... காசே கெடைக்கலேன்னாலும் சரி கனவுல கூட அப்படி நெனைக்கக் கூடாது. ஏழை அழுத கண்ணீர்! அழிச்சிடும் அந்தப் பாவம். அதுக்கப்புறம் இந்தக் குடும்பமே வெளங்காமப் போயிடும்.

லட்ச ரூபா செலவு பண்ணினாக்கூட வருத்தமில்ல. ஆனா பத்து ரூபா.. காணாமப் போச்சின்னா ரொம்ப வேதனையால்ல இருக்கு. காசை வாங்கின ஒடனே கொண்டுபோய் பீரோவுக்குள் இருக்கும் லாக்கரில் வைத்துப் பூட்டியிருந்தால்? இந்த மன உளைச்சல் இல்லையே. அப்பெல்லாம் பீராவோட சாவி பல நாட்கள் பீரோ கதவிலேயே தொங்கும். அவள் இருக்கும்போது ஒவ்வொரு முறையும் அதற்காகத் திட்டுவாள். வேலை செய்யறவங்களை நான் தப்பு சொல்ல மாட்டேன். கஷ்டப்படறவங்க முன்னாடி கேப்பாரில்லாம காசு கிடந்தா அவங்க மனசில சபலம் வரும். தப்பு நம்மளோடது என்பாள்.

பானுகிட்ட சொன்னா அவளும் கோவிச்சுக்குவா. இதென்னடா அநியாயம், பணமும் தொலஞ்சதில்லாம என்னவோ நான் திருடின மாதிரியில்ல குற்ற உணர்ச்சியில வருத்தப்படறன். வியாபாரத்துல

உயிரச்சம் 50

ஏமாந்து போனா எங்கப்பாதான் சொல்லுவாரு..''பொருள் நஷ்டம். புத்தி கொள்முதல்''ன்னு.

ஒரு விதமான சலிப்பு. ஒரு சோர்வு. எரிச்சல். புக்கை எடுத்தா வாசிக்க முடியல. டிவி பாக்கவும் பிடிக்கல. வெளிய போயி யாராவது ஃப்ரன்ட்சைப் பார்த்து வரலாமுன்னா. இன்னிக்கு சண்டே முழு ஊரடங்கு. நிர்மலாவுக்கு நாளைக்கு சம்பளம் குடுக்கணும். சாயந்திரமா ஆறு மணிக்கு மேல போயி ஏடிஎம்முல ஐய்யாயிரம் ரூபா எடுத்துவந்து வெச்சேன். இந்த மாசம் பத்து நாள்தான் வேலைக்கு வந்திருக்கா. ஆனாலும் முழு சம்பளம் கொடுக்கறதா ஏற்கனவே மனசுக்குள்ள முடிவு பண்ணினதுதான். இப்ப பத்தாயிரம் பணம் போச்சுன்னு அவ சம்பளத்துல ரெண்டாயிரம் பிடிச்சுக்கறது அல்பத் தனம் இல்லயா?

நிர்மலாவுக்குக் கதவைத் திறந்துவிட்டு குளிக்கப் போனவன், பாத்ரூமெல்லாம் கழுவி விட்டு நிதானமாகவே வந்தேன். வெளியிலிருந்த சிங்க்கில் பாத்திரம் விளக்கிக் கொண்டிருந்தவளிடம்..

''இந்த மாச சம்பளம் இந்தா நிர்மலா...''

பணத்தை வாங்கி எண்ணிப் பார்த்தவள் முகத்தில் சந்தோஷத்துக்கு பதிலாக ஒரு வேதனை தெரிந்தது.

''ஐய்யா போன மாசம் நான் பத்து நாள்தாங்க வேலைக்கு வந்திருக்கேன், இதுல முழு சம்பளம் மூனாயிரமிருக்குதுங்... இந்தாங்க .. எனக்கு ஆயன்றுவா போதுங்....''

கதவுக்கு பின்னாலிருந்து என் முகத்தை பார்க்காமல் இரண்டாயிரத்தை நீட்டினாள். ஒரு நிமிஷம் என்னவோ கோவம் வந்தது. 'உன் காசு எனக்கெதுக்கு?' என்று சொல்ல வேண்டும் போல இருந்தது. நாக்கு நுனி வரை வந்ததைக் கட்டுப்படுத்திக் கொண்டேன்.

''இல்ல நாந்தான உனக்கு இருபது நாள் லீவு குடுத்தேன். அன்னிக்கே நான் முடிவு பண்ணினதுதான் நீ வெச்சுக்கோ..''

''இல்லீங் ஐய்யா! மத்தவங்க வீட்ல பத்து நாள் சம்பளந்தான் குடுத்தாங்க. அதானுங்..''

''பரவால்ல வெச்சுக்கோ, உன் கஷ்டம் எனக்கு நல்லாத் தெரியும். நான் மனசாரத்தான் குடுக்கறேன்..வெச்சுக்கோ...''

அவள் முகத்தைப் பார்க்க முடியவில்லை. கண்கள் கலங்கியிருந்தன, எந்த நிமிஷமும் அழுது விடுவாள் என்று தோன்றியது. அவளை மேலும் துன்பப்படுத்த விரும்பாமல் உள்ளே வந்துவிட்டேன்.

பாத்தாயிரம் தொலைந்துபோன கவலை இன்று கொஞ்சம் தேய்ந்து போயிருந்தது. ந்யூஸ் பேப்பரை எடுக்கவே இல்லை. அதைப் படிக்கத்தொடங்கினால் இன்னும் அதிகமாகத்தான் மனச்சோர்வு வரும்... தொட்டிச் செடிகளுக்கு தண்ணீர் ஊற்றிக் கொண்டிருந்தேன்.

''கெளம்பறங்கய்யா...'' முதுகுக்குப் பின்னால் நிர்மலாவின் குரல் கேட்டது. என்னுடைய பதிலைக் கூட எதிர்பார்க்காமல் இறங்கிபோய்க் கொண்டிருந்தாள்.

செடிகளுக்குத் தண்ணிர் ஊற்றிவிட்டு உள்ளே வந்தவன் வாஷிங் மெசினில் துணிகளைப் போடலாமென்று ஒவ்வொன்றாய் எடுத்துப் போட்டேன்... ஸ்டேண்டில் தொங்கிக் கொண்டிருந்த பேன்ட்டின் ஒரு பாக்கெட்டிலிருந்த கைகுட்டையை எடுத்துப் போட்டுவிட்டு மறுபாக்கெட்டில் கைவிட்டபோது விரல்களில் ஏதோ தட்டுப்பட்டது.

'இரண்டாயிரம் ரூபா நோட்டுகள் நாலு, ஐநூறு ரூபாய் நோட்டுகள் நாலு'!

நிழல்தேடும் பாதங்கள்...

காணத் தெவிட்டாதோர் இன்பக் கனவிலே
சேர்ந்துவிட்டாய், மன்னன்றன் திண்டோளை நீயுவகை
ஆர்ந்து த்ழுவி அவனிதழில் தேன்பருகச்
சிந்தைகொண்டாய், வேந்தன் மகன் தேனில் விழும் வண்டினைப் போல்
விந்தையுறு காந்தமிசை வீழும் இரும்பினைப் போல்....

-பாரதி

''சக்தி சாப்பிட வாங்க...''

''அம்மாவும் யாழினியும் சாப்ட்டாங்க்ளா...ப்பா?''

''சாப்டாச்சு.. இதோ இந்தக் கிண்ணத்துல சட்னி இருக்கு.. கூட பொடியும் எண்ணையும்...'' தேவி அடுத்த தோசையைத் தட்டில் போடக் குனியும் போது...மெல்லிய குரலில்....'ஏண்டி ஃப்ராடு.. ராத்திரிக்கு தனியா கொஞ்சும்போது மட்டும் வாடா போடாம்ப? இப்ப என்ன மரியாதை கொடிகட்டிப் பறக்குது?''

அவள், அதைவிட சன்னமான குரலில்...

''அப்படித்தாண்டா பன்னி. கல்யாணத்தன்னிக்கே உங்க அம்மா 'அம்மாடி அவன் உன்னவிட நாலு வயசு பெரியவன். சக்தின்னு பேரு வேணா சொல்லிக் கூப்பிட்டுக்கோ.. இந்த வாடா போடா மட்டும் வேண்டாம்மா. பாக்கறவங்க ஒரு மாதிரியா நெனைப்பாங்க' அப்படின்னு என்னைக் கெஞ்சிக் கேட்டுக்கிட்டதால நானும் போனாப் போகுதுன்னு ஆறு வருஷமா ஃபால்லோ பண்ணிட்டிருக்கேன். எப்பவும் இந்த 'ட்ராமா'தான? இப்ப என்ன புதுசா கேள்வி? மூட்டுத் தின்னுடா...'' என்று சொல்லி கண்களைச் சிமிட்டினாள்.

''சரிங்க மேடம் ...'' என்று வாய்பொத்திச் சிரித்தான்.

'பேரு பெத்தப்பேரு, தாக நூலு லேது'ன்ன கதைதான் சக்தியின் பிழைப்பு. பிரபலமான கல்லூரியில் உதவிப்பேராசிரியர். ஏழு வருடமாகியும் சம்பளம் மட்டும் பதினைந்தாயிரத்தை தாண்டவேயில்லை. தேவியின் கதை அதைவிட மோசம். எட்டாயிரம் சம்பளத்தில் தனியார் மெட்ரிக் பள்ளியில் கொத்தடிமைப் பணி. கோடை விடுமுறைக்கு சம்பளம் கொடுக்காமல் தப்பிக்க ஒவ்வொரு ஆண்டும் ஏப்ரலில் 'ரிலீவ்' பண்ணி 'ஜூனில்' புதிதாக சேர்த்துக் கொள்வார்கள். நகரத்தில்......வீடு என்ற பெயரில் ஒரு ரயில் கம்பார்ட்மன்ட். எட்டாயிரம் வாடகைக்கு இதைவிடப் பெரிய வீடு எங்கு கிடைக்கப்போகிறது? முதலில் ஒரு பத்துக்கு எட்டு. அம்மாவின் படுக்கை -வரவேற்பறை, அடுத்தது ஒரு பத்துக்குப் பத்து அதில்தான் ஒரு பீரோ, கட்டில்.. டிவி, அவர்கள் மூவரின் படுக்கை, எழுதப் படிக்க, எப்போதாவது அவர்கள் காதல் செய்ய... எல்லாம் அந்த அறைதான். அதற்கடுத்து ஒரு பத்துக்கு எட்டு அதுதான் சமையலறை. இதில், யாழினிக்கு விவரம் தெரிந்தபின் அவள் எப்போதும் அம்மா-அப்பாவின் நடுவில்தான் தாச்சுக்குவாளாம். இந்த எலி வளையில் அவர்களுக்கென்று தனி வளையெல்லாம்

எப்படிக்கிடைக்கும். தீராத காதலை தேக்கி வைத்துக்கொண்டு என்றாவது ஒரு இரவில், அம்மாவும் பாப்பாவும் தூங்கட்டுமென்று காத்திருந்து, கூட்டுக் களவாணிகள் போல திருட்டுத்தனமாக ரகசிய சிக்னல் எல்லாம் கொடுத்து சப்தமில்லாமல் கட்டிலிலிருந்து கீழே இறங்கி ஆவலோடு தழுவும் நேரத்தில்தான் அம்மா இருமும் சப்தமோ, தொண்டையைச் செருமும் சப்தமோ கேட்கும். அந்த நொடியில் இருவரும் படக்கென்று விலகுவதால், அங்கே பற்றியெரிந்து கொண்டிருக்கும் காமத்தீ பக்கென்று அணைந்துபோகும். இல்லையென்றால் தூக்கத்தில் ஏதோ கனவு கண்டு திடீரென விழித்துக் கொண்ட பாப்பா படுக்கையில் எழுந்து உட்கார்ந்துகொண்டு பரிதாபமாக ‘அம்மா...’ என்று அபயக்குரல் எழுப்புவாள். இருவரும் ஏக்கப்பார்வை பார்த்துக்கொண்டு அப்படியே தூக்கத்தில் தஞ்சமடைவார்கள். நீண்ட இடைவெளிக்குப்பிறகு அன்றும் அதுதான் நடந்தது.

அடுத்தநாள் காலை அண்ணன் வாசலில் டேக்சியை நிறுத்திவிட்டு வந்து மகள் சிந்துவுக்கு நாளை பிறந்தநாள் எனவே எல்லாரும் இன்றைக்கே புறப்படுங்க என்று நின்றார். அண்ணனுக்குத் திருமணமாகி எட்டு வருஷம் கழித்துப் பிறந்த பெண் சிந்து. இவர்களோ எண்ணி ஒன்பது மாசம் ஒரு வாரத்தில் யாழினியை ரிலீஸ் பண்ணி விட்டார்கள். எனவே அண்ணன், தம்பி இருவருக்கும் ஏறக்குறைய ஒரே வயதில் குழந்தைகள். இருவரும் இணைபிரியாத் தோழிகள். அம்மாவும், யாழும் உற்சாகமாகப் புறப்பட்டார்கள்.

‘‘ஏண்ணா சாயந்தரமாத்தான் வரதாப் போன் பண்ணிருந்தீங்க?’’

‘‘இல்லப்பா இந்த ஏரியாவில ஒரு ‘ட்ராப்’ வாடகை வந்துச்சு. திரும்ப ‘எம்ப்டியா’த்தான் போகனும். சரி அப்படியே உங்களையும் கூட்டிட்டுப் போயிடலாம்னு பார்த்தேன். டீசல்தான் என்பது ரூபாய்க்கு மேல விக்கறானுகளே புண்ணியவானுங்க...’’

''இல்ல.. இன்னிக்கு எனக்கு காலேஜுல கொஞ்சம் வேலையிருக்கு, அவளும் ஏதோ 'ஸ்மார்ட் க்ளாஸ்' பத்திப் பேச ஸ்கூலுக்குப் போகனும்னு சொல்லிட்டிருந்தா...''

கையில் கொண்டுவந்த காப்பி டம்ளரை அண்ணன் கையில் கொடுத்துவிட்டு..

''ஆமாங்ண்ணா வந்தது வந்துட்டீங்க, நீங்க அம்மாவையும் யாழையும் கூட்டீட்டுப் போங்க நானும் இவரும் நாளைக்குக் காலைல நேரத்துலயே வந்திடறோம்.'' தனது திட்டத்தை செயல்படுத்த தக்கசமயத்தில் வந்து ஒத்து ஊதினதற்காக தேவியை நன்றியோடு பார்த்துவிட்டு யாருக்கும் தெரியாமல் 'அடிப்பாவி ' என்று வாய்மேல் கைவைத்து பாவனை செய்தான் சக்தி.

கொரோனாக் கொடுமையில் வெறுத்துப் போயிருந்த இருவரும் அன்றையை இரவைக் கொண்டாட ஆவலோடு காத்திருந்தார்கள். இருவருமாகச் சேர்ந்து பிரியாணி பண்ணினார்கள். அண்ணன் வீட்டிற்குக் கொண்டுபோக ஸ்வீட்ஸ் வாங்கி வருவதாகச் சொல்லி கடைக்குப் புறப்பட்டவன்,

''வரும்போது எனக்குக் கொஞ்சமா 'சரக்கு?' என்று கண் சிமிட்டினான்''.

''படவா.. கொன்னுடுவன் கொன்னு.. ரோட்ல போகும்போது எவனாவது குடிச்சிட்டு கடந்து போனாலே எனக்கு குமட்டிகிட்டு வருது. இதுல தண்ணியப் போட்டுகிட்டு வந்து ரொமான்ஸ் பன்னுவானாம், தண்ணியடிச்சியோ? ராத்திரிக்கு திண்ணைலதான் தூங்கனும். இல்லேன்னா.... பேசாம வண்டிய எடு நாமளும் இப்பவே அண்ணன் வீட்டுக்குக் கிளம்பளாம்..''

''சரி! ரைட் மேடம்!... விடுங்க... விடுங்க...'' இவ கண்டடீஷனாச் செய்யுவா கொரகம் புடிச்சவ என்று முணுமுணுத்துக் கொண்டே கடைக்குப் புறப்பட்டான்

வீடு திரும்பினபோது அழுக்கு நைட்டியை மாற்றிவிட்டு அவனுக்கு பிடித்த மாதிரி தலை நிறைய ஜாதிமல்லிப் பூச்சூடி பூப்போட்ட வாயில் புடவையில் கொடிபோல மலர்ச்சியாக நின்றாள் தேவி. இந்த அழகு தேவதையின் மீது கொண்ட அடங்காத காதலால்தானே அவளது அப்பா கொடுத்த அத்தனை டார்ச்சர்களையும், மிரட்டல்களையும், சண்டைகளையும், பிரச்னைகளையும் தாண்டி அவளைக் கரம்பிடித்தான். கையிலிருந்த பையை மேசைமேல் வைத்துவிட்டு மெல்ல பின்புறமாக வந்து நின்று தனது இரு கரங்களாலும் அவளது இடுப்பைச் சுற்றி வளைத்து கழுத்தில் அழுத்தமான முத்தம் ஒன்றைப் பதித்தான்.

"சூரைப் பயலே! போ! போயி குளிச்சிட்டு வாப்பா.." என்று அவனை பிடித்துத் தள்ளி கையில் லுங்கியையும் டவலையும் கொடுத்தாள். நல்ல பிள்ளையாகக் குளித்து வந்தபோது சாப்பிட எல்லாவற்றையும் எடுத்துவைத்துக்கொண்டு காத்திருந்தாள்.

சாப்பிடத் தொடங்கியதும் ஒரு வாய் எடுத்து அவனது வாயில் ஊட்டிவிட்டவள்...

"ஆனாலும் இதெல்லாம் ரொம்ப ஓவர்ப்பா.. பாப்பாவையும் அம்மாவையும் விட்டுட்டு நாம மட்டும் பிரியாணி சாப்பிடறதுக்கு கஷ்டமா இருக்குடா..."

"இதிலென்ன இருக்கு? எப்படியும் அண்ணி நாளைக்கு அங்க பிரியாணிதான் செய்யப் போறாங்க. நீ பொலம்பாம சாப்பிடு" என்று அவனது தட்டிலிருந்து ஒரு துண்டு கறியை எடுத்து அவளது வாயில் ஊட்டினான். சாப்பிட்டு முடித்து பாத்திரங்களையெல்லாம் கொண்டுபோய் 'சிங்க்'கில் போட்டு கையோடு கழுவி வைத்துவிட்டு ஈரக்கையை முந்தானையில் துடைத்துக்கொண்டு வந்தாள் தேவி. காலையில் போட்டுக்கொள்ள துணிகளை 'அயர்ன்' பண்ணி வைத்துவிட்டு வந்து படுக்கையில் உட்கார்ந்தான் சக்தி.

நெருங்கி உட்கார்ந்து இழுத்து அணைத்துக் கொண்டான்.

‘‘உன்ட்ட நான் ஒன்னு கேப்பேன். உண்மையான பதிலை சொல்லணும்.. ஆமா? என்னைக் கல்யாணம் பண்ணிட்டு நீ நெறைய்யா கஷ்டப்படறியே, உன் தங்கச்சிக்கு இதே ஊர்ல பணக்கார மாப்பிள்ளையா பார்த்து கல்யாணம் பண்ணி வெச்சு காரும் வாங்கிக் குடுத்திருக்காரே உங்க அப்பா. உனக்கு இந்த ஒண்டுக் குடித்தனத்துல சிரமமா இல்லையா?‘‘

‘‘நீ இருக்கையில்லடா என்னோட? வேறென்ன வேணும் எனக்கு? நான் உன்னை லவ் பன்றேன்னு தெரிஞ்சப்ப எங்கப்பா மொதல்ல சொன்னதே இதைத்தான? ‘அவன் ஒரு அன்னக்காவடி, சொந்தமா ஒரு வீடுகூட இல்ல. நீ பணக்காரப் பொண்ணு, உன்னைக் கட்டிகிட்டா நெறைய்யா பணம், காசு கெடைக்கும்னுதான் உன் பின்னாடி சுத்தறான். என்னை எதிர்த்துட்டு அவன் பின்னாடி போனேன்னா... உன்னால பலன் இல்லேன்னு தெரிஞ்சுதோ... வேண்டாம்! நீ என் பொண்ணாப் போயிட்ட அதை என்னோட வாயால சொல்ல வேண்டாம்னு பார்த்தேன். உன்னை எவனுக்காவது வித்துப்போட்டு ஓடிப் போயிருவான். நீ தெருவில பிச்சைதான் எடுக்கணும்.’ அதுக்கு அப்பவே அவருக்கு சொன்ன அதே பதில்தான். ‘என் சக்தி என்னை உயிராப் பார்த்துக்குவான். அப்படி அவனுக்கு பிச்சையெடுக்கற நெலமை வந்தாக்கூட யாருக்கும் தெரியாம என்னை உள்ளங்கைக்குள்ள ஒழிச்சு வெச்சுட்டு அவந்தான் எனக்காகப் பிச்சையெடுப்பான். ஒரு நாளும் என்னைக் கைவிட மாட்டான். அதையெல்லாம் கனவுலகூட எதிர்பார்க்காதீங்க’ ன்னு...’’

அவள் அதை சொல்லி முடிக்க விடாமல் அவளது இதழ்களை அவனது இதழ்களால் மூடினான். அவளுக்கு மூச்சு முட்டியது. என்றாலும் அவனை விலக்கி விடவில்லை. அவளது மெல்லிய விரல்கள் அவனது வெற்று மார்பில் அடர்ந்து கிடந்த முடிகளுக்குள் விளையாடிக் கொண்டிருந்தன. மெல்ல மெல்ல இருவரும்

ஒருவருக்குள் ஒருவர் நுழைந்து இரண்டறக் கலக்க முயன்றபோது முயங்கத் தடையாக இருந்த ஆடைகள் ஒவ்வொன்றாக விலகி விடைபெற்றன. அவனது முகத்தின் மீது படர்ந்து கிடந்த அவளது கூந்தலில் கசங்கிக் கொண்டிருந்த பிச்சிப் பூவின் மணம் அவனை பித்துப் பிடிக்கச் செய்தது. அவளது வெற்று முதுகில் தனது நுனி நாக்கினால் குறுங்கவிதைகளை எழுதித் தீர்த்து முடித்தவன் முன்பக்கமாக வந்து அவளது நெஞ்சத்தில் தஞ்சம் புகுந்தான். உறவால் கணவனாகவும் செயலால் குழந்தையாகவும் மாறி அவளைத் திக்கு முக்காடச் செய்தான். நீண்டு நீண்டுபோன அந்த துவந்த யுத்தத்தில் இருபுறமும் நடந்த சுகமான தாக்குதல்களின் இறுதியில் இருவருமே சமமாக வெற்றிபெற்ற நேரத்தில் அந்தத் தருணத்தில் அங்கே சில மின்னல்கள் வெட்டியிழுத்தன.

காதலும் காமமும் பொங்கிப் பிரவாகமெடுத்து கொண்டாட்டங்கள் தீர்ந்து நிர்மலமான ஒரு அமைதி நிலவியது. அவனது கைச்சிறைக்குள் கிடந்த அவளுக்கு தாயின் கருவறைக்குள் தஞ்சம் புகுந்தது போன்று ஒரு நிம்மதி.

அசந்து உறங்கிக் கொண்டிருந்தவளை அவன்தான் உணர்த்தினான்.

''ஏன்டா.!. காலை டிஃபனுக்கே வருவோம்னு சொல்லிருக்கோம் எழுந்து புறப்படுப்பா...'' கண்விழித்த அவள், எல்லாவற்றிற்கும் சேர்த்து மொத்தமாக அவனுக்கு ஒரு அழுத்தமான முத்தத்தைப் பரிசாகக் கொடுத்துவிட்டு குளிக்கச் சென்றபோது அவளின் பின்புறம் செல்லமாகத் தட்டினான்.

வண்டியை நிறுத்திவிட்டு வீட்டிற்குள் நுழையும்போதே.. சிந்து ஓடி வந்து 'சித்தா..சித்தி ' என்று கட்டிக் கொண்டாள். இருவரும் அவளை வாறியணைத்து முத்தம் கொடுத்து வாழ்த்துச்சொல்லி கொண்டு வந்திருந்த 'ஸ்வீட் பாக்ஸை' அவளிடம் கொடுத்தனர். வழக்கமாக சக்தி எடுத்துக்கொடுக்கும் புது 'ட்ரெஸ்'சைத்தான்

காலையில் முதலில் போடுவாள். அண்ணன் எடுத்துக் கொடுக்கும் ட்ரஸ்சை மாலையில்தான் போட்டுக்கொள்வாள்.

''சாரிடா தங்கம்! இந்த தடவை உனக்கு புது ட்ரஸ் எடுக்கறதுக்கு சித்தாகிட்டப் பணம் இல்லடா!''

இதை யாருமே எதிர்பார்க்காத நிலையில் என்ன பேசுவதென்று தெரியாமல் எல்லாரும் தர்மசங்கடமாக நின்ற நேரத்தில் அண்ணிதான் ''அதுக்கென்ன சக்தி தீவாளிக்கு யாழினிக்கும் சிந்துவுக்கும் ஒரே மாதிரி ட்ரஸ் எடுத்துட்டாப் போச்சு. அவ, கொழந்தைகிட்டப் போயி இதெல்லாம் சொல்லிகிட்டு'' என்று சொல்லி ஒரு சின்ன பொய்க் கோபத்தைக்காட்டி எல்லாரையும் இயல்பாக்கி 'ஆளுதான் வளந்துட்ட..' என்று அவன் முதுகில் செல்லமாகத் தட்டினாள்.

அண்ணியும், தேவியும்.....பிரியாணி, கறிக்குழம்பு. மீன் பொறிச்சதுன்னு சமையலறையைக் கலக்கிக் கொண்டிருந்தனர். கட்டின துணியோடு வந்து அவனைக் கட்டிக்கொண்டவள் என்றாலும் இன்றளவில் தேவியினால் குடும்பத்தில் ஒரு சின்ன சண்டை சச்சரவு வந்ததில்லை. மூத்த மருமகள் தன் சொந்தத் அண்ணன் பெண்தான் என்றாலும் அம்மாவுக்கு அண்ணியைவிட தேவியிடம்தான் நெருக்கம். வெளியிலிருந்து புதிதாகப் பார்ப்பவர்கள் கூட அந்தம்மாவுக்கு தேவிதான் மகள், சக்தி மருமகன் என்றுதான் நினைப்பார்கள். நண்பர்கள், உறவினர்கள் வீட்டிற்குப் போனால்கூட தேவி நேராக சமையலறைக்குத்தான் போவாள். வரும் வரையிலும் அவர்களுக்கு எல்லா உதவிகளையும் செய்து அந்தச் சூழலையே வேறு லெவலுக்குக் கொண்டுபோய் விடுவாள். வேலை செய்யும் பள்ளியிலும் அப்படித்தான் ... எல்லாருக்கும் இனியவள். எப்படிப் பார்த்தாலும் 'அவள்', அவன் பெற்ற வரம்தான். மாலையானதும் புறப்படத் தயாரானபோது சாப்பிட்டுட்டுப் போனாப் போதும் என்றானது. சரியென்று சொன்னபோது,

இன்னுமிரண்டு நாட்கள் இருந்துவிட்டுப் போகச்சொல்லி அண்ணனும் அண்ணியும் மெய்யாகவே வற்புறுத்தினார்கள். என்றாலும் அந்தக் குடும்ப வண்டி எவ்வளவு மோசமான குண்டும் குழியும் நிறைந்த பாதையில் எத்தனை சிரமத்தில் ஓடிக் கொண்டிருக்கிறது என்பது சக்திக்குத் தெரியும். இந்த நாலுகட்ட ஊரடங்கில் அன்றாடம் காய்ச்சிகளான மக்கள் கஞ்சி குடிப்பதே கானல் நீராக நாறிப்போய்க் கிடக்கையில், எத்தனை பேர் டாக்சியில் போவார்கள்? சுத்தமாக பஸ்கள் ஓடாததால் ஆஸ்பத்திரி மற்றும் ஏதாவது அவசரம் என்றால் மட்டுமே மக்களும் வேறு வழியில்லாமல் அழைக்கிறார்கள். அந்த அரைகுறை வருமானத்தில் வண்டிக்கு தவணை கட்டி, வீட்டு வாடகை கொடுத்து மூன்று ஜீவன்கள் சாப்பிட வேண்டும்.

தேவிக்கு ‘ஸ்மார்ட் க்ளாஸ்’ அது இதுவென்று சொல்லி புறப்பட்டபோது அம்மாவும், யாழும் இருக்கட்டும் என்றாயிற்று. யாழுக்குத் துணிகள் கொண்டு வரவில்லையே என்றபொழுது அதற்கென்ன சிந்துவின் துணிகளைப் போட்டுக் கொள்வாள் என பதில் வந்தது. இதற்கு மேலும் அந்தப் பாவங்களின் அன்பை பரிசோதிப்பது சரியல்லவென்று சக்தியும் தேவியும் வண்டியில் புறப்பட்டனர். வரும்பொழுது அன்றைய நாளை மனதிற்குள் அசைபோட்டுக் கொண்டே வண்டியோட்டினான் சக்தி. அவனைச் சுற்றியுள்ள மனிதர்களிடம் காசு பணம் மட்டும்தான் இல்லையே ஒழிய அன்பைப் பொழிவதில் எல்லாவரும் வள்ளல்களே. ஒருவேளை இந்த இல்லாமைதான் இப்படி ஒருவரையொருவர் பிரிக்க முடியாதபடி கட்டிப் போட்டிருக்கிறதோ? பாதி வழி வந்துகொண்டிருக்கும்போது தேவி..

‘‘ஏம்ப்பா உனக்கு குளிருதா?’’

‘‘நம்ம ஊரு என்ன ஊட்டியா? எனக்கு கசகசன்னு இருக்குது. போனவுடனே குளிக்கணும்.. ஏன் கேட்ட?’’

''இல்ல எனக்கு லேசா குளிர்ற மாதிரி இருக்கு. கொஞ்சம் ஃபீவரிஷாயிருக்கற மாதிரி இருக்கு''

.''நேத்து நைட்டு தூங்கும்போது ரொம்ப லேட்டு. இன்னிக்கு அண்ணன் வீட்டுலயும் நெறைய்யா வேலை..போன எடத்துல சும்மா இருந்தாதான?''

''அக்கா பாவம்டா. தனியா எப்படி சமாளிப்பாங்க? ஏழெட்டுபேருக்கு சமைக்க வேண்டாமா?''

''கரக்ட் தாம்ப்பா.. சரி வீட்டுக்குப் போனதும் ஒரு மாத்திரையப் போட்டுட்டு ஒடனே படுத்துத் தூங்குனா சரியாயிடும்.''

வீட்டுக்கு வந்தவள் புடவைகூட மாற்றவில்லை. அவன் கொடுத்த மாத்திரையை விழுங்கிவிட்டு அப்படியே தூங்கிப்போனாள். இரவு ஒன்றிரண்டு முறை எழுந்து பாத்ரூம் போனவள் காலையில் மீண்டும் சோர்வாக இருப்பதாகச் சொன்னாள். பாத்ரூம் போனால் எரிச்சலாக இருப்பதாகவும் சொன்னாள். டாக்டரிடம் போகலாமென்று சொன்னபோது ஒத்துக் கொள்ளவில்லை. இன்னிக்கு ஒரு நாள் பார்க்கலாம், காய்ச்சல்னு சொல்லிட்டு ஹாஸ்பிடல் போக பயம்மாக இருக்கிறது என்றாள். அவனது கையிருப்பும் பலவீனமாக இருந்த காரணத்தால் அவனும் வற்புறுத்தவில்லை. அன்று இரவும் காய்ச்சல் வந்தது. மீண்டும் ஒரு மாத்திரை சாப்பிட்டதும் நன்றாக வேர்த்தபோது காய்ச்சல் விட்டது. அடுத்த நாள் விடிகாலை பக்கத்தில் படுத்திருந்தவளைக் காணவில்லையே என்று பார்த்தால், தரையில் சுவரோரம் சாய்ந்து உட்கார்ந்து கொண்டிருக்கிறாள். இறங்கிவந்து தொட்டுப் பார்த்தால் நல்ல காய்ச்சல்.

''ஏம்ப்பா இப்படி முட்டாளா இருக்கே? என்னை எழுப்ப வேண்டியதுதான? இப்படி சத்தமில்லாம வந்து உட்கார்ந்திட்டுருக்கே?''

''இல்லப்பா நீ நல்லா தூங்கிட்டிருந்தே.. ஹாஸ்பிடலுக்கு இந்த நேரத்துல போனா டாக்டரும் இருக்க மாட்டார். யூரின் போனா பயங்கரமா எரிச்சலா இருக்குப்பா. ரொம்ப வலிக்குது சொட்டு சொட்டாதான் யூரின் போகுது. நைட்டி பாவாடையெல்லாம் நனைஞ்சாக்கூட தெரிய மாட்டேங்குதுப்பா. ''

''சரி! நீ போயி பெட்ல படு. ஒன்பது மணிக்கெல்லாம் டாக்டர் வந்துடுவார். நான் சாப்பிட ஏதாவது செய்யறேன்..''

ஒன்பது மணிக்கெல்லாம் ஆஸ்பத்திரியில் இருந்தார்கள். ஒன்றிரண்டு பேர்களைத் தவிர யாருமில்லை. அரை மணியில் டாக்டர் வந்தார். ரத்தம், சிறுநீர் பரிசோதனைக்கு எழுதிக் கொடுத்தார். பணம் கட்டிவிட்டு பரிசோதனைக்கு கொடுத்துவிட்டு காத்திருந்தபோது அடுத்த அரை மணி நேரத்தில் ரிசல்ட் வந்தது. மீண்டும் டாக்டரின் அறைக்குள்...

''நல்ல சிவியர் யூரினரி இன்ஃபெக்ஷன் ஆயிருக்கும்மா. க்ரியேட்டனின் லெவல் அதிகமாயிருக்கு. ரெண்டு நாளாவது பெட்ல இருக்கணும். 'ட்ரிப்ஸ்' போடணும் கொஞ்சம் 'ஹெவி ஏன்ட்டிபயாடிக்ஸ்' கொடுக்கணும் அப்பதான் கன்ட்ரோல் ஆகும். என்ன சொல்றிங்க?.'' என்று சொல்லி சக்தியின் முகத்தை பார்த்தார்.

''இப்பவே அட்மிஷன் போட்ருங்க டாக்டர்...''

டாக்டர், மணியடித்ததும் உள்ளே வந்த நர்சிடம் பேசினார். அடுத்த பத்தாவது நிமிடத்தில் 'ட்ரீட்மென்ட்' தொடங்கியது. சக்தி சற்று ஆசுவாசமானான். வீட்டிற்குப் போய் தேவிக்கு நைட்டி அவனுக்கு லுங்கி, துண்டு, 'ஃப்ளாஸ்க்' எல்லாம் எடுத்துவர வெளியே வந்தவன் அண்ணனுக்கு போன் பண்ணி விவரம் சொல்லிவிட்டு அம்மாவிடம் போனைக்கொடுக்கச் சொன்னான்.

'அம்மா! தேவியை இங்க பக்கத்துல கே கே ஆஸ்பத்திரில சேத்துருக்கேன். 'யூரினரி இன்ஃபெக்ஷன்'னு சொல்றாங்க. ரெண்டு

நாளு இங்க இருக்கணுமாம். 'ட்ரிப்ஸ்' போட்டிருக்காங்க. நீயும் பாப்பாவும் அங்கயே இருங்க. பாப்பாகிட்ட ஒன்னும் சொல்ல வேண்டாம்..''

''ஏம்ப்பா! நீ தனியா என்ன பண்ணுவப்பா. நான் வர்றம்ப்பா.''

''இல்லம்மா நீ வந்து செய்யறதுக்கு ஒன்னுமில்ல. இங்க ஆஸ்பத்திரில கேன்டீன்லயே எல்லாம் கெடைக்குது. இல்லேன்னாலும் வீட்ல நான் செஞ்சுக்குவேன். இங்க ஆஸ்பத்திரிலயும் கொரோனா கெடுபிடி. ஒரு ஆளு மட்டும்தான் கூட இருக்கணுமாம். விசிட்டர்ஸும் வரக்கூடாதாம். நான் சொல்றதை புரிஞ்சுக்கோம்மா. அவ வீட்டுக்கு வந்த பின்னாடி நீங்க ரெண்டுபேரும் வந்தாப் போதும்மா..''

''சரிப்பா... நீ சொன்னா சரிதான். சரி, ஒரு நிமிஷம் தேவி கிட்ட போனைக் குடுக்கறியா... கொஞ்சம்.'' உள்ளே சென்று தேவியிடம் போனைக் கொடுத்து, இந்தாப்பா அம்மா உங்கிட்ட பேசணுமாம்.

''தேவி....எப்படிம்மா இருக்கே? ஆசுபத்திரில சேத்துருக்கேன்னு இவன் சொன்னதும் எனக்கு கையும் ஓடலே.. காலும் ஓடல.. நான் வரட்டுமாம்மா?''

''இல்லம்மா.. ஒன்னும் பிரச்னையில்ல.. நாங்க வீட்டுக்கு வந்த பின்னாடி வந்தா போதும்மா. . இவங்க பாத்துக்குவாங்க.....உம்... சரிங்கம்மா... உம்..''

இரண்டு நாட்கள் என்று சொல்லி கடைசியில் மூன்று நாட்களாயிற்று. ஆஸ்பத்திரியில் பெரும்பாலான அறைகள் காலியாக இருந்தன. ஒருவேளை அதனால்தான் தங்களை இன்னுமொரு நாள் தங்கவைத்து விட்டார்களோ என நினைத்தனர். முழுசா இருபதாயிரம் தீட்டிட்டாங்க. என்ன செய்வதென்று புரியவில்லை. யாரிடம் கேட்பது? எங்கு போவது?. சாதாரணமான நாட்கள் என்றால் சக நண்பர்களிடம் கேட்கலாம். ஆனால், எல்லாருமே சிக்கலில்

இருக்கிறார்கள். பழைய பள்ளித் தோழன் 'ஹார்ட்வேர் ஸ்டோரின்' முதலாளி செந்திலின் நினைவு வந்தது. கேட்கலாமா? என்று யோசித்தான். இதுவரையிலும் ஒரு முறைகூட அவனிடம் கடன் கேட்டதில்லை. ஆபத்துக்குப் பாவமில்லை. நல்லவேளை சமீபத்தில்தான் ஒரு விசேஷத்தில் பார்த்தபோது நம்பர் கொடுத்திருந்தான்.

''செந்தில்! வணக்கம் டா..''

''வணக்கம் சக்தி, நல்லா இருக்கியா? என்ன அதிசயமா இருக்கு?''

''இல்ல ஒரு அர்ஜென்ட். சாரிடா தப்பா எடுத்துக்காத. என் வைஃபுக்கு ஒடம்பு சரியில்லனு ஹாஸ்பிடல்ல சேர்த்திருக்கேன். இன்னிக்கு டிஸ்சார்ஜ் பண்ணனும். எதிர்பார்த்த எடத்துல கேட்ட பணம் கெடைக்கல. அர்ஜென்ட்டா ஒரு இருபதாயிரம் பணம் வேணும், காலேஜ் தெறந்த ஒடனே கரக்ட்டா குடுத்திடறன்.. ஹெல்ப் பண்ண முடியுமா? எங்க வரட்டும் சொல்லு?''

''.........................''

''செந்தில்...செந்தில்....''

பதில் எதுவும் சொல்லாமல் பக்கத்தில் பேசுவது கேட்கிறது. 'ஒரு கடங்காரன்.. காசு கேட்கிறான், வேற பொழப்பென்ன? நம்ம ஊர்லதான் ஒருத்தன் நல்லாயிருந்தா எல்லாருக்கும் கண்ணை உறுத்துமே..' ஒரு நிமிஷம் அவமானத்தில் குறுகிப் போனான் சக்தி. படிக்கும் காலத்தில் செந்தில் ஒன்னாம் நம்பர் மக்கு. இங்லீஷ்ல பதினஞ்சு, இருபதுக்குமேல மார்க் வாங்கமாட்டான். சக்தி எப்போதும் க்ளாஸ் ஃபஸ்ட்.. அவனோட க்ளாஸ் டீச்சர். 'செந்தில் பாவம்டா நீ கொஞ்சம் அவனுக்கு சொல்லிக்குடு' என்று சொன்னதால், தினமும் மதிய இடைவேளையின்போது வகுப்பிலேயே உட்கார்ந்து ஒரு வருஷம் முழுவதும் அவனுக்கு க்ராமர் சொல்லிக் கொடுத்திருக்கிறான். போனைக் கட் பண்ணி விடலாமா..என்று நினைத்தபோது செந்தில் பேசினான்.

''சாரிடா சக்தி. தப்பா எடுத்துக்காத. நான் நண்பர்கள்கிட்ட பண வரவு செலவு வெச்சுக்கறதில்ல. ஒன்னு ரெண்டுபேருக்குப் பணம் கொடுத்து திருப்பித் தரலேன்னு கேட்டப்ப சங்கடம்தான் வந்துச்சு. இல்லேன்னு சொல்லிட்டா ஒரே வருத்தம்தான். பணம் கடன் கொடுத்தா கடைசில பணமும் போயி நட்பும் போயிடுது. என்ன நாஞ்சொல்றது?''

''சாரி! செந்தில்! நீ சொன்னா அது கரக்ட்டாதான் இருக்கும். ஒகே செந்தில் தேங்க் யூ..''

என்று சொல்லி போனைக் கட் பண்ணுவதற்குள் என்னவோ சொல்கிறானே என்று திரும்பவும் காதில் வைத்தபோது போனைக் கட் பண்ணாமலேயே..'அவன் கோச்சுகிட்டா நல்ல மயிராச்சு' செந்தில் அவன் மனைவியிடம் சொன்னது காதில் விழுந்தது.

கல்லூரி ப்யூன் சேகர் நினைவு வந்தது. கல்லூரியில் எல்லாருக்கும் அவர்தான் ஆபத்துக்கு உதவி செய்பவர். போனில் அழைத்து விவரம் சொன்னான்.

.''சார்! நான் ஒரு பைனான்ஸ்காரர் நம்பர் தரேன், அங்க போயி என்ற பேரை சொல்லுங்க. போகும்போது மறக்காம உங்க பைக்கோட ஆர் சீ புக்கு, உங்க ஒரிஜினல் லைசென்சு ரெண்டையும் எடுத்துட்டுப்போங்க. நீங்க அங்க போறதுக்குள்ள அவருக்கு நான் போன் பண்ணிடறேன். நூத்துக்கு நாலு வட்டி, அவரு கேக்கற பேப்பர்ல கையெழுத்துப் போட்டிருங்க. ஒரு மாசம் வட்டியை எடுத்துட்டு 19,200 ரூபாயை பத்து நிமிஷத்துல குடுத்துடுவாரு. உங்களுக்கு ஒகே தான சார்?''

''ரொம்ப தேங்க்ஸ் சேகர். இக்கட்டான நேரத்துல பெரிய உதவி...''

அடுத்த ஒரு மணி நேரத்தில் சேகர் கைகாட்டின ஃபினான்ஸ்காரரிடம் வண்டி ஆர் சீ புக்கை வைத்து நாலு வட்டிக்கு இருபதாயிரம் புரட்டி ஆஸ்பத்திரி பில் கட்டினது அவனைத் தவிர வேறு யாருக்கும் தெரியாது.

ஒரு வாரத்திற்கான மருந்துகளும் வாங்கிக் கொண்டு வெளியே வந்தார்கள். புறப்படும் முன்பே அம்மாவுக்கும் அண்ணனுக்கும் போன் பண்ணி சொன்னான். அம்மாவையும் யாழையும் கொண்டுவந்துவிட்டுட்டு அண்ணனும் அண்ணியும் தேவியையும் பார்த்துவிட்டுச் சென்றனர். போவதற்கு முன்பு அண்ணன் தனியே வந்து ''சத்தி பணம் நெறைய்யா செலவாச்சா? எப்படிப்பா சமாளிச்சே? எங்கிட்ட கொஞ்சம் பணம் இருக்கு, வாங்கிக்கோ'' என்று பாக்கெட்டிற்குள் கையை விட்டவரைத் தடுத்து ''அதெல்லாம் ஒன்னும் வேண்டாம்ண்ணா நீங்க சும்மா இருங்க. நான் சமாளிச்சுட்டேன்.'' என்றான்.

நிச்சயமாக அண்ணனின் நிலைமை தன்னுடைய நிலைமையைவிட மோசம் என்பது அவனுக்கு நன்றாகவே தெரியும்.

தேவியை எந்த வேலையும் செய்யவிடாமல் அம்மாவே எல்லா வேலைகளையும் பார்த்துக் கொண்டார். சக்தியும் தன்னாலான வேலைகளைச் செய்துகொடுத்தான். இப்படியாக ஒரு வாரம் ஓடிப்போனது. தேவி வீட்டில் வழக்கம்போல வேலைகளைச் செய்யத் தொடங்கினாள். திடீரென ஒரு நாள் காலையில் தேவி தூங்கிக் கொண்டிருந்த சக்தியை எழுப்பினாள்.

''சக்தி மறுபடியும் வயித்தை வலிக்குதுப்பா.. ஒரு மணி நேரமா நானும் எவ்வளவோ சமாளிச்சுப் பார்த்தேன் என்னால முடியலப்பா. சாரிப்பா..''

மறுபடியும் வயிற்றை வலிக்கிறது என்கிறாளே... இன்னும் என்னென்ன பிரச்னைகள் வருமோ என்று ஒரு நொடி சலிப்பு ஏற்பட்டது. அடுத்த நொடியே 'ச்சே... பாவம் அவள்தான் என்ன செய்வாள்? யாரிடம் சொல்வாள்?' என்று மண்டைக்குள் உறைத்தது.

''இருப்பா...அம்மாவைக் கூப்பிடறேன்'' என்று சொல்லி வெளியே வந்து அம்மாவிடம் சொன்னான்.

"என்னம்மா பண்ணுது? நான் ஒரு கஷாயம் வெச்சுத் தரட்டுமா?" என்று உள்ளே போய் இஞ்சியும் சீரகமும் போட்டு ஒரு கஷாயம் வைத்து ஆற்றிக்கொண்டே வந்து தேவியை குடிக்க வைத்தார்.

அப்படியே விளக்கெண்ணையை லேசாக சூடு பண்ணி அவளது வயிற்றில் இதமாகத் தடவி விட்டார். ஆனால், ஒரு மணி நேரத்தில் மறுபடியும் வலி வந்தபோது ரொம்பவும் துடித்துப் போனாள். வயிற்றிற்குள் யாரோ கூர்மையான கத்தியால் கீறுவதுபோல இருப்பதாகச் சொல்லி அழுதாள்.

"என்னால வலி தாங்க முடியலப்பா ஹாஸ்பிடலுக்குப் போலாம்ப்பா. கவர்ன்மென்ட் ஹாஸ்பிடலுக்குப் போயிடலாம்ப்பா.."

"நீ பேசாம இரு எனக்குத்தெரியும். எழுந்து பல் தேய்ச்சுட்டு அப்படியே மெதுவா புறப்படு குளிக்க எல்லாம் வேண்டாம்."

பாத்ரூமுக்குள் போனவள் பயங்கரமான சப்தத்துடன் ஓங்காரித்து வாந்தி எடுத்தாள். நான்கைந்து முறை வாந்தி எடுத்தபோது துவண்டுபோனாள். ஆதரவாக அவளது நெற்றியைப் பிடித்துக் கொண்டு நின்றவனின் தலைக்குள் பணத்திற்கு என்ன செய்வது என்கிற கவலை தனது கூர்மையான நகங்களால் பிராண்டிக் கொண்டிருந்தது.

சப்தமில்லாமல் யாழினியின் பெரிய மாம்பழ வடிவ மண் உண்டியலை எடுத்துக்கொண்டு வீட்டின் பின்புறம் போனான். குழந்தைக்கு சேமிப்புப் பழக்கும் வளர வேண்டும் என்று ஆசையாக வாங்கிக்கொடுத்தது. ஒவ்வொரு மாசம் சம்பளம் வாங்கினதும் இருவரும் அவளுக்குக் கொடுக்கும் காசை குழந்தை ஆசையாக சேர்த்து வருகிறாள். வேதனையாக இருந்தபோதும் வேறு வழி தெரியவில்லை. உடைத்து எண்ணிப் பார்த்தபோது நானூற்றி என்பது ரூபாய் இருந்தது. ஒரு சட்டையை எடுத்து மாட்டிக்கொண்டு அருகிலிருக்கும் அண்ணாச்சி கடைக்குப் போனான். சில்லரைகளை

வைத்துக்கொண்டு நோட்டுகளாக கொடுக்குமாறு கேட்டான். எண்ணிப் பார்த்துவிட்டு எதுவும் பேசாமல் ஆதரவான ஒரு புன்சிரிப்புடன் ஐநூறு ரூபாயைக் கொடுத்தார். அவரை நிமிர்ந்து பார்த்தபோது போங்க சார் என்பதுபோல புன்னகை செய்தார்.

எவ்வளவு சொல்லியும் ஆட்டோவில் வர மறுத்து பைக்கில் ஏறினவளைக் கூட்டிக்கொண்டு ஆஸ்பத்திரிக்குப் போனான். நோயாளிகள் யாருமில்லை. ஊழியர்கள் மட்டுமே இருந்தனர். அறிமுகமான நர்ஸ் வந்து என்னவென்று விசாரித்துவிட்டு 'டாக்டர் சாமி கும்பிட்டுக் கொண்டிருப்பதாகவும், பத்து நிமிடங்களில் பார்க்கலாம்' என்கிற நல்ல தகவலையும் சொன்னார்.

''குட் மார்னிங்க் சார்..'' நடந்ததைச் சொன்னான்.

'ம்... ம்' என்று கேட்டுக் கொண்டே ஒரு சீட்டில் ரத்தம், சிறு நீர் பரிசோதனைக்கு எழுதிவிட்டு சக்தியிடம் நீட்டினார்.

''நீங்க சொல்ற 'சிம்டம்ப்ஸ்' எல்லாம் பார்க்கறப்போ ஸ்டோனா இருக்குமோன்னு 'டவ்ட்டா' இருக்கு. எதுக்கும் 'டெஸ்ட்' எடுத்துட்டு வாங்க. பார்த்துட்டு தேவைப் பட்டா 'ஸ்கேன்' எடுத்துப் பார்க்கலாம்.''

வேறு நோயாளிகள் இல்லாததால் அடுத்த இருபது நிமிடங்களில் ரிப்போர்ட் டாக்டரின் மேசைக்குப் போனது. நர்ஸ் அவர்களை உள்ளே அழைத்தார்.

''யூரினரி இன்ஃபெக்ஷன் அல்மோஸ்ட் சரியாயிடுச்சு. ஆனா க்ரியேட்டினின் லெவெல் 2 க்கு மேல இருக்கு. உள்ள போயி படுங்கம்மா.''

சிறு சிறு விசாரணைகள் வயிற்றை அழுத்திப் பரிசோதனைகள். ஒரேயோரு முறை மட்டும் 'ஐய்யோ அம்மா' என்ற தேவியின் சிறு அலறல்.

''அப்படியே படுத்துக்கோங்கம்மா..'' என்று சொல்லிவிட்டு தடுப்புக்கு வெளியே வந்தவர்.

''யூரிட்டர்ல ஸ்டோன் இருக்கலாம். அதுதான் இவ்வளவு சிவியர் பெய்ன். வாமிட்டிங் எல்லாம். ஒரு ஸ்கேன் எடுத்துப் பார்த்திடலாம். அப்பதான் சரியா சொல்ல முடியும். '' என்று சக்தியின் முகத்தை பார்த்தார்.

''நோ ப்ராப்ளம் சார், பார்த்திடலாம் சார்..''

''முன்னாடி கவுன்ட்டர்ல இந்த ஃபீஸ் கட்டிட்டு வந்துடுங்க''. என்று மீண்டும் ஒரு சீட்டை நீட்டினார்.

''சார் கையில பணம் கொஞ்சம் கம்மியாதான் இருக்கு. கொஞ்ச நேரத்தில வீட்ல போயி எடுத்துட்டு வந்திடலாமா சார்?'' தயங்கி நின்றான்.

''ஓகே. உக்காருங்க என்றவர் மீண்டும் தடுப்பின் உள்ளே போனார். பத்து நிமிடம் பொறுமையாகப் பரிசோதித்தார். நல்லா தொடச்சுக்கோங்கம்மா என்று சொல்லி அவளது கையில் ட்ஸ்யூ பேப்பரைக் கொடுத்துவிட்டு வெளியே வந்தார். ஒரு பேப்பரில் கிட்னியின் பாகங்களைப் படம் வரைந்து விவரித்தார்.

''இடது கிட்னியிலிருந்து 3 செமீ கீழே சிறு நீர்க்குழாயில் 10 மிமீ அளவில் ஒரு கல் இருக்கு. அது கீழ எறங்கினதாலதான் இந்த வலி. இந்தக் கல்லோட ஷேப் உப்புக்கல் மாதிரி கூர்மையான எட்ஜஸ் இருக்கும். அதுனால்தான் அது எறங்கும்போது கடுமையான பெய்ன். டேப்லெட்ஸ் எழுதிக் குடுக்கறேன் பத்து நாளைக்கு சாப்பிடுங்க முக்கியமா நெறைய்யா தண்ணி குடிக்கணும். உங்களுக்கு டயபெட்டீஸ் இல்லல்லம்மா? அப்ப நெறையா எளநீர், ஃப்ரூட் ஜூஸ் குடிக்கலாம், மோர் குடிக்கலாம். போன வாரம் தான் உங்களுக்கு ட்ரிப்ஸ் போட்டோம் இல்லயா அதுனால்தான் இப்போ மூவ் ஆகுது. சிலருக்கு யூரின் வழியா தானாவே வந்துடும். சிலருக்கு

ஆபரேஷன் பண்ணித்தான் 'க்ளியர்' பண்ண வேண்டிவரும். ஒரு 50% ஆட்களுக்கு தானா வந்துடும். உங்க 'லக்' எப்படின்னு பார்க்கலாம். இப்ப உடனடியா வலி நிக்க ஒரு 'இஞ்சக்ஷன்' எழுதிருக்கேன், அதைப் போட்டுக்கோங்க..'' என்று சன்னமாக சிரித்தார்.

எங்களுக்குத்தான் எப்பவுமே 'லக்' இல்லயே, மனதில் நினைத்துக்கொண்டு...

''ஆபரேஷன்னா சார்....?''

''யூரினரி ட்ராக் மூலமா ஒரு ட்யூப் உள்ள விட்டு அது வழியா லேசர் ட்ரீட்மென்ட்ல அந்தக் கல்லை பொடிப் பொடியா உள்ளயே ஒடச்சு விட்டுடுவோம். அது கொஞ்சம் கொஞ்சமா யூரினோட சேர்ந்து வெளிய வந்துடும். ஒரு வாரம் கழிச்சு அந்த ட்யுபை ரிமூவ் பண்ணிடுவோம். இந்த 'ப்ரொசீஜருக்கு' 'லிதோட்ரப்ஸி'ன்னு பேரு. ஜெனரல் அனஸ்தீசியா கொடுத்துதான் செய்யனும். தேவைப் படுதான்னு பார்க்கலாம் போங்க'' என்றார்.

நன்றி சொல்லி வெளியே வந்து மருந்துகள் வாங்கி ரிசப்ஷனில் போய் 'லிதோட்ரப்ஸி'க்கு என்ன செலவாகும் என்று கேட்டான்.

''சுமார் 40 அல்லது 42 ஆயிரம்'' முகத்தைக் கூட பார்க்காமல் பதில் சொன்னது அந்தப் பெண் ரோபோ. கூடவே உபரியாக.. ''நீங்க இன்னும் டாக்டர் ஃபீஸ், ஸ்கேன் ஃபீஸ் கட்டல. இவங்களை இங்க உட்கார வெச்சிட்டு வீட்டுக்குப் போயி பணம் கொண்டு வந்து கட்டிட்டு அப்பறம் கூட்டிட்டுப் போங்க'' என்று கையில் ஒரு சீட்டைக் கொடுத்தது. அதில் டாக்டர் கன்சல்டிங் ஃபீஸ் ரூ 200/ மற்றும் ஸ்கேனிங் சார்ஜஸ் ரூ 800 / - என்றிருந்தது.

பர்ஸைத் திறந்து பார்த்த அவனுக்கு 'பக்'கென்றது. கொஞ்சம் முன்பு லேபிற்கு பணம் கட்டினது போக, பாப்பா உண்டியலில் திருடின காசையும் சேர்த்து 420 ரூபாய்தான் இருந்தது. இவளை

இங்கு அடகு வைத்துவிட்டு கடன்கேட்டு காலையில் தெருத்தெருவாக அலைய வேண்டி வந்ததே என்று எண்ணி மனசிற்குள் குறுகிப் போனான். ஒருவேளை பணம் கிடைக்கலேன்னா. வருவதற்கு லேட்டானால். ''என்னாச்சும்மா? பணம்கொண்டு வறேன்னு சொல்லிட்டுப் போன உங்க வீட்டுக்காரர் ஆளையே காணம்?'' என்று இங்கு கேட்டால் வலியோடு உட்கார்ந்திருக்கும் தேவியும் அவமானப்படுவாளே என்று நினைத்தான். கையில் சிரஞ்சுடன் வந்த நர்ஸ்

''உள்ள வாங்கம்மா.. இந்த ஊசியப் போட்டுட்டு வந்து உக்காந்துக்கோங்க'' என்றார்.

பெஞ்சிலிருந்து எழுந்தவள், சக்தியிடம் வந்து ''என்னாச்சுப்பா? ஏன் இப்படி பேயறஞ்ச மாதிரி நிக்கறே? பணம் பத்தலயா?''

''ஆமாம்டா, எல்லாம் சேத்து 420 ருவாதான் இருக்கு. இங்க ஆயிரம் ரூபா கட்டணும்.. சரி நான் போயி ரெடி பண்ணிட்டு வர்றேன். அதுவரைக்கும் நீ இங்கயே இரு...''

''நீ எங்கயும் போயி ரெடி எல்லாம் பண்ண வேண்டாம். வீட்டுக்குப் போயி பீரோவில என்னோட பொடவையெல்லாம் அடுக்கி வச்சிருக்கும் பாரு, அதுக்கு அடியில 'செல்வா கவரிங்'க்னு போட்ட ஒரு ப்ரவ்ன் கலர் பர்ஸ் இருக்கும் அதுக்குள்ள ஆயிரமோ, ஆயிரத்திருநூறோ இருக்கும் எடுத்துட்டு வா..'' என்றாள்.

அப்பாடா என்றிருந்தது. ''தேங்க்ஸ்டா சாமீ...'' என்றவனைப் பார்த்து சிரித்துக் கொண்டு 'ச்சீ ப்பே..'' என்றாள்.

வீட்டிற்குப்போய் அம்மாவிடம் விவரம் சொல்லிவிட்டு பணத்தைக் கொண்டுவந்து கட்டினான். வீடு திரும்பும்போது....

.''நல்லவேளைப்பா....உங்கிட்ட பணம் இருந்தங்காட்டிப் பரவால்ல, இல்லேன்னா காலங்காத்தால வீடு வீடாப் போயி... ச்சே! என்ன பிச்சைக்காரப் பொழப்போ போ:.. ஆமா.. உங்கிட்ட ஏது

பணம்? நீதான் சம்பளம் வாங்கினா அப்படியே கவரோட எங்கிட்ட குடுத்துருவியே?''

''உம்... எங்கப்பன் குடுத்தான். நீ அப்பப்ப செலவுக்குக் குடுக்கற காசுல மிச்சமாகறதை சேர்த்து வெச்சேன் ஏதாவது ஒரு எமர்ஜென்சிக்கு ஆகுமேன்னு... செரி செரி நீ ரோட்டைப்பார்த்து வண்டிய ஓட்டு எங்கிட்ட திரும்பித்திரும்பி பேசிட்டே போயி எவன் மேலயாவது உட்றாதே...''

''ஆமா.மெடிகல் இன்சுரன்ஸ் என்னடா ஆச்சு? அன்னிக்கும் கையிலிருந்துதான் பணம் கட்டினே? ....அட.... பதிலே சொல்ல மாட்டேங்குற?''

''இந்தத் தடவை பணம் கட்ட முடியலப்பா...''

''ஏம்ப்பா... இப்படி பண்ணின? இப்ப எத்தனை பிரச்னை பாரு?''

''என்னைய என்ன செய்யச் சொல்றப்பா? வருஷா வருஷம் மே மாசம்தான் 'இன்சூரன்ஸ் ட்யூ' வரும், பேப்பர் திருத்தறதுல கெடைக்கற பணத்தை வெச்சுதான் 'ட்யூ' கட்டுவேன். இந்த வருஷம் 'எக்ஸாமும்' நடக்கல, நான் 'பேப்பரும் திருத்தல', எனக்குக் காசும் கெடைக்கல. யாழினியோட ஸ்கூல் ஃபீசுக்காக எப்பவும் 12 மாச ஆர் டி ஒன்னு போட்டு வெப்பேன். சரி அதையாவது எடுத்துக் கட்டிடலாம்னு நெனச்சப்பதான் மூனு மாச வாடகை பாக்கின்னு வந்து வீட்டுக்காரர் நிக்கறார். எப்பவோ வரப்போற வியாதிக்கு பயந்து ப்ரீமியம் கட்டறதா? இப்ப வாசல்ல வந்து நிக்கற வீட்டுக்காரருக்குக் கொடுக்க வேண்டிய வாடகை பாக்கியக் குடுக்கறதான்னு பார்த்தப்ப..? எனக்கு என்ன பண்றதுன்னு தெரியலப்பா? 'ஆம்ம்பளை' சமாளிக்கணும் இல்ல? பொம்பளையா பொறந்திருந்தா? கடைசிக்கு மானத்தைத் தூக்கி வீசிட்டு ஒடம்பையாவது விக்கலாம். ஆம்பளைக்கு அதுவும் முடியாது. விடுப்பா.. பாத்துக்கலாம்.. நமக்குதான் வாழ்க்கைல பிரச்னைங்கறது தினமும் பிஸ்கட்டும் டீயும் சாப்பிடற மாதிரியாகிப் போச்சே.

பத்து நாட்கள் வீடே வைத்தியசாலையாகிப் போனது. அம்மாவும் யாரெல்லாம் என்னவெல்லாம் சொல்கிறார்களோ அதையெல்லாம் அரைத்தும் ஆட்டியும் சாறு பிழிந்தும் கொடுத்துக் கொண்டே இருந்தார். வாழைத்தண்டு ஜூஸ், நெருஞ்சிமுள் கசாயம், ஆவாரம்பூ வேர் அரைச்சது, கல்லுருக்கித் தழை.. இப்படி சித்தா, ஆயுர்வேதம், யூனானி, ஹோமியோபதின்னு மாமியாரும் மருமகளும் எல்லாத்தையும் கலந்துகட்டி அடிச்சுகிட்டு இருந்தாங்க. எப்படியாவது ஆபரேஷன்லேர்ந்து தப்பிச்சுட்டா.. காசுக்கு எங்கயும் போயி பிச்சையெடுக்க வேண்டி வராதே என்று தேவியும் பல்லைக் கடித்துக்கொண்டு ஆடு, மாடு கழுநீர் குடிப்பதைப்போல கொடுப்பதையெல்லாம் குடித்து வந்தாள். போக வரத் தண்ணீரையும் குடித்துவிட்டு ஒரு நாளைக்கு இருபது முப்பது முறை பாத்ரூம் போனாள். ஒவ்வொரு முறையும் எப்படியாவது கல் வந்துவிடாதா? என்கிற ஆவலில் ஒரு ‘ட’ வடிகட்டியில் போய்விட்டு ஒவ்வொரு முறையும் அதைத் துப்புரவாகக் கழுவி வைத்தாள். ஆனால் ஒட்டு மொத்தக் குடும்பத்தின் இந்த வித்தைகளுக்கெல்லாம் அந்தக் கல் மசிகிற மாதிரியும், வெளியே வருகிற மாதிரியும் தெரியவில்லை. அதன் பிறகு வலி ஏதும் வரவுமில்லை.

அவனுக்குத் தெரியும் ஆபரேஷன் பண்ணாம வேலையாகாதுன்னு. யோசித்து யோசித்து ஒரு வழியும் தெரியவில்லை.

கல்லூரி முதல்வருக்குப் போன் பண்ணினான்.

''சார் வணக்கம். நான் சக்தி பேசறேன். உங்களை நேர்ல பார்க்கணும். ஒரு விஷயம்.. ஆமாம் சார் பர்சனல்தான்...ஓகே சார், தேங்க் யூ சார்.''

குளித்து உடைமாற்றிக்கொண்டு கல்லூரிக்குச் சென்றான். கல்லூரி வளாகத்திற்குள் நுழைந்தபோது....எப்போதும் ஜே ஜே யென மாணவ, மாணவிகள் பட்டாம் பூச்சிகளைப்போல சுறுசுறுப்பாக

அங்கும் இங்கும் ஓடிக் கொண்டிருக்கும் அந்த இடம் இன்று ஒரு மயானம் போல வெறிச்சோடிக் கிடந்தது. காலை நேரங்களில் வராண்டாக்களில் நடக்கும்போது எப்போதும் வீசும் ஒரு கலவையான 'பெண்கள் சூடிய பூக்களின் மணம், விதம் விதமான குளியல் சோப்புகளின்...பவுடர்களின், பெர்ஃப்யூம்களின், பாடி ஸ்ப்ரேக்களின் மணம், கூடவே கசகசவென்ற வேர்வையின் மணமும் அதெல்லாம் மொத்தமாக இன்று 'மிஸ்ஸிங்'. கல்லூரியில் வகுப்புகள் நடக்கும்போது கூட எல்லாரும் அடக்கமாகப் பேசும் குரல்களெல்லாம் ஒன்றாகச் சேர்ந்து ஒரு பெரிய ஓடையில் நீர் நிறைந்து ஓடும்போது கேட்கும் சப்தம் போல சலசலசலவென்று உயிரோட்டம் நிறைந்த ஒரு சப்தம் கேட்டுக் கொண்டேயிருக்கும். ஆனால், இப்போது ஒரு சின்ன அசங்கல்கூட இல்லாமல் வெறுமையான மயான அமைதியில் மூழ்கிக் கிடந்தது.

ப்யூனிடம் சொல்லிவிட்டுக் காத்திருந்தவனை முதல்வர் உள்ளே அழைத்தார்.

''குட் மார்னிங் சார், நல்லா இருக்கீங்களா?''

''குட் மார்னிங்! வாங்க சக்தி, இந்தக் கொரோனா காலத்தில் யாரும் யாரையும் பார்த்துக் கேக்கக்கூடாத கேள்வி 'நல்லா இருக்கீங்களா?' அதனால நான் மாத்திக் கேட்கிறேன். எப்டி இருக்கீங்க?'' என்று சிரித்தார்.

''ஏதோ இருக்கேன் சார்.. வீட்ல வைஃபுக்கு ஒடம்பு சரியில்ல, லாக் டவ்ன் பண்ணின பிறகு நம்ம காலேஜுல ஒரேயொரு மாசம் மட்டும் கன்சாலிடேட்டா பத்தாயிரம் கொடுத்தாங்க. வைஃப் வேல பாக்கற ஸ்கூல்ல அதுவும் இல்ல. உங்களை எப்ப கேட்டாலும் மேனேஜ்மென்ட்ல இன்னும் முடிவு பண்ணலேன்னே சொல்லிட்டிருக்கீங்க. மத்த காலேஜ்ல எல்லாம் 'பேசிக் பே' குடுத்திட்டிருக்காங்க சார். சில இடங்களில் 'ஹாஃப் பே' தர்றாங்களாம். நான் மட்டும் இல்ல சார், எல்லாருமே என்னை

மாதிரிதான் கஷ்டப்படறாங்க. ஊரெல்லாம் பெரிய பேரு! நகரத்தில் மிகப் பெரிய கல்வி நிறுவனம். எண்ணிக்கையில் அதிகமான மாணவர்கள் படிக்கும் மிகப்பெரிய கல்லூரி. எங்களுக்கு என்ன சார் இருக்கு? மத்த காலேஜ்க மாதிரி கொஞ்சமாவது கொடுக்கலாமே சார்''.

''சக்தி... உங்களுக்கு தெரியாதது ஒன்னும் இல்ல. காலேஜுல நீங்க ஒரு சீனியர் ஸ்டாஃப். உங்களுக்கும் எனக்கும் பதவியோட பேருல மட்டும்தான் வித்தியாசம். மத்தபடி எனக்கு இங்க எந்த அதிகாரமும் இல்ல. இன்னும் சொல்லப் போனா நீங்க என்கிட்ட வந்து உரிமையோட பேசறீங்க, கேக்கறீங்க நானும் பொறுமையா பதில் சொல்றேன். இதேபோல நானும் ஒரு நாள் போய் கரஸ்பாண்டெண்ட் மேடம் கிட்ட பேசினேன். 'மேடம் ஸ்டாஃப்ஸ் எல்லாம் ரொம்ப கஷ்டப்படறாங்க. எதாவது ஒரு மினிமம் அமவுன்ட்டாவது கன்சாலிடேட்டா கொடுக்கலேன்னா எல்லாரும் வேற காலேஜுகளுக்கு ஷிஃப்ட் ஆயிட்டா நம்ம காலேஜோட ஸ்டேண்டர்ட் போயிடும் மேடம்' னு சொன்னதுக்கு...வெளியில சொன்னா வெட்கக்கேடு சக்தி.. ' என்ன சார் பேசறீங்க நீங்க? உங்க போஸ்ட்டுக்குத் தகுந்த மாதிரி ஹானஸ்ட்டா, மெச்சூர்டா பிஹேவ் பண்ணுங்க. என்னமோ படிக்காத ஒர்க்கர்சோட யூனியன் லீடர் பேசற மாதிரி பேசறீங்க? ந்யூ பில்டிங்க்ஸ் கட்டினதுக்கு வாங்கின லோன்ஸ்க்கு மாசாமாசம் பேங்க்குக்கு எவ்வளவு ட்யூ கட்டிட்டிருக்கோம்னு தெரியுமா உங்களுக்கு? இஷ்டமிருக்கறவங்க இருக்கட்டும் போறவங்க தாராளமாப் போலாம். உங்களையும் சேர்த்துதான் சொல்றேன்' இதுதான் சக்தி எனக்கு கெடச்ச பதில். இங்க என்னோட பொசிஷன் இதுதான்.''

''சாரி சார்! நான் உங்களை ப்ளேம் பண்ணல. ஆனா என்னோட நெலமை அப்படி. சம்பளம் குடுக்காட்டிப் போகுது. எனக்கு சேலரி அட்வான்ஸ்சாவது கொஞ்சம் பணம் வேணும் சார். மாசா மாசம் என் சம்பளத்துல திருப்பிக் கட்டிடறேன்.''

''எனக்கு நம்பிக்கை இல்ல. இன்னும் கொஞ்ச நேரத்துல மேடம் வருவாங்க. எதுக்கும் நீங்களே நேர்ல கேட்டுப் பாருங்க. உங்களைத்தான் அவங்களுக்கு நல்லாத் தெரியுமே. காலேஜூல நடக்கற எல்லா ஃபங்ஷன்சையும் நீங்கதான மேடைல மேனேஜ் பண்றிங்க? என்ன இங்க வருகிற விஜபிஸ் எல்லாம் 'கல்விக் கடவுள் சரஸ்வதி தேவியின் வடிவமாக மேடையில் வீற்றிருக்கும் சரஸ்வதி மேடம்' அவர்களேன்னு சொல்லும்போது அப்படியே பூரிச்சுப் போயிடுவாங்க. ஆனா? ஸ்டாஃப்ஸ்சுக்கோ ஸ்டுடென்ட்ஸ்சுக்கோ ஏதாவது தேவைன்னு போயி நிக்கும் போதுதான் அவங்க சுயரூபம் தெரியும். நானும் ரொம்ப நாளைக்கு இங்க இருக்கிற மாதிரியில்ல சக்தி. எனக்கும் மனசாட்சி இருக்கல்ல? மொத்தக் காலேஜூலயும் சேர்த்து நாற்பது லட்சம் ரூபா எக்ஸாம் ஃபீஸ் வசூல் பண்ணிருக்காங்க. எல்லா எக்ஸாம்ஸூம் கேன்சலாயிடுச்சு. ஸ்டுடென்ட்ஸ்கு ஒரு பைசா கூட திருப்பித் தரல. இனிமே இவங்க தரப்போறதும் இல்ல''.

போர்டிகோவில் கப்பல் போன்ற பிரம்மாண்டமான அந்த இம்போர்டட் கார் வந்து நிற்கும் சப்தம் கேட்டதும் அந்த இடமே பரபரப்பானது. எல்லாரும் அந்த பெரிய லவ்ன்ச்ல அசெம்பிளாயிட்டாங்க. முதல்வரும் அவசரமாக முன்னால் போய் வணக்கம் சொன்னார். எல்லாவரும் வந்து சேர்வதற்குப் போதுமான அவகாசம் கொடுத்து நிதானமாகக் காரிலிருந்து இறங்கி வணக்கம் சொல்பவர்களுக்கெல்லாம் திருப்பி சிறு தலையசைப்பை மட்டும் செய்துவிட்டு பரிவாரங்கள் சூழ நிதானமாகத் தன் அறைக்குச் சென்றார் அந்த கல்விக் கடவுள்.. வழியில் நின்றுகொண்டிருந்த சக்தி கைகூப்பி வணக்கம் சொன்னபோது 'தலையசைப்போடு சேர்த்து ஒரு சிறு புன்னகையும்' அவனுக்கு மட்டும் அதிகமாக ஆசீர்வதிக்கப்பட்டது. அவரது மனதிற்குள் அதையே தான் காட்டின மிகப்பெரிய பெருந்தன்மை என்று நினைத்துக் கொள்கிறார் என்பதும் அங்குள்ள எல்லாருக்கும் தெரியும்.

அரை மணி நேர காத்திருப்பிற்குப் பிறகு முதல்வரே வந்து சக்தியை அழைத்தார். உள்ளே நுழைந்ததும்..

''வணக்கம் மேடம்!''

''சொல்லுங்க மிஸ்டர். சக்...தி!'' உன் பெயரை நான் நினைவு வைத்துக் கொண்டிருக்கிறேன் பார் என்பதுபோல இருந்தது அவரது பாவணை.

''மேடம்! லாக்டவ்ன் மறுபடியும் மறுபடியும் எக்ஸ்டென்ட் ஆயிட்டேயிருக்கு. நம்ம காலேஜுல ஒரேயொரு மாசம் மட்டும் கன்சாலிடேட் பேன்னு டென் தௌசன்ட் குடுத்தீங்க. அதுக்கப்புறம் எதுவும் கெடைக்கல. எல்லாரும் ரொம்ப சிரமத்துல இருக்கோம் மேடம். சார்ட்ட கேட்டேன் இன்னும் மேனேஜ்மென்ட்ல எதுவும் முடிவு பண்ணலேன்னு சொன்னாரு. அதான். உங்களை நேர்ல பார்த்துக் கேட்கலாம்னு''.

''சார் கரக்ட்டாத்தான் சொல்லிருக்காரு. கமிட்டில இன்னும் ஒன்னும் முடிவு பண்ணல. பார்க்கலாம் கவர்ன்மென்ட் என்ன சொல்வாங்கன்னும் தெரியல. உங்களுக்கு சம்பளம் கெடைக்கலேண்ணு மட்டும் கேக்கறீங்க. அஞ்சு மாசமா காலேஜ் தெறக்கல. ஸ்டூடென்ட்ஸ் காலேஜுக்கு வர்றதில்ல, நாங்க ஃபீஸ் வாங்கல்ல. நீங்க க்ளாஸ் எடுக்கல. அதையெல்லாம் கன்வீனியன்ட்டா மறந்துட்டீங்களே மிஸ்டர்?.''

''மற்ற காலேஜஸ் எல்லாம் 'பேசிக் பே' மட்டும் கொடுத்திட்டிருக்காங்க மேடம்.''

''அப்ப அந்தக் காலேஜ்ல போயி ஜாயின் பண்ணிக்கோங்க. ஐ டோன்ட் லைக் டு ஹியர் ஃப்ரம் யூ டு கம்பேரிங் வித் எனி அதர் இன்ஸ்டிட்யூஷன்ஸ்.''

''மேடம்! என் வைஃபுக்கு ஒடம்பு சரியில்ல. இம்மீடியட்டா ஒரு ஆபரேஷன் பண்ணியாகணும். எனக்கு கொஞ்சம் சேலரி

உயிரச்சம் 78

அட்வான்ஸ் கொடுத்திங்கன்னா மாசா மாசம் என் சேலரில கட்டிடறேன் மேடம்.''

''ஆஃபிஸ்ல ஒரு அப்ளிகேஷன் கொடுத்திட்டுப் போங்க.. சரியா..?''

''மேடம் நீங்க ஒரு வார்த்தை சொல்லிட்டீங்கன்னா பரவால்ல மேடம். இன்னும் ரெண்டு நாள்ல ஆப்ரேஷன் பண்ணனும் மேடம்.''

''நீங்க அப்படியெல்லாம் டெர்ம்ஸ் டிக்டேட் பண்ணக்கூடாது மிஸ்டர். ஆஃபிஸ்ல ஃபன்ட்ஸ் இருக்காண்ணு பார்க்கணும்.. ஓகே?'' நீ வெளியே கிளம்பலாம் என்கிற பாணியில் தலையசைத்தார்.

சக்திக்கு அதுவரை அடக்கி வைத்திருந்த பொறுமையெல்லாம் தகர்ந்து போனது. தலைக்குள் ஜிவு ஜிவு என ஒரு நெருப்புக் கோளம் பற்றியெரிந்தது.

''நடத்தாத எக்ஸாம்ஸுக்கு பசங்ககிட்ட நாற்பது லட்சம் ஃபீஸ் வாங்கியிருக்கீங்க? காலேஜ்ல ஃபன்ட்ஸ் இல்லேங்கறீங்களே மேடம்..?''

'மேடம் சரஸ்வதியை இதுவரை நேருக்குநேர் யாரும் இப்படிக் கேள்வி கேட்டதில்லை. ஏன்? அவர் கணவர்கூட...' இதை எதிர்பார்க்காத அவர் வெடித்தார். பிரின்ஸ்பலைப் பார்த்து...

''மிஸ்டர். கனகரத்னம் வாட் நான்சென்ஸ் திஸ்? ஹூ டோல்ட் யூ டு அலவ் ஹிம் ஹியர். டேக் ஹிம் அவ்ட்....''

முதல்வர் சக்தியின் கையைப் பிடித்து பலவந்தமாக வெளியே இழுத்து வந்தார்.

''என்னப்பா? இப்படிப் பண்ணீட்ட..?''

''விடுங்க சார் என்னை. அந்தம்மா என்ன வேண்ணா பண்ணிக்கிட்டும்.'' என்று அவர் கையை உதறிவிட்டு பைக்கை நோக்கி நடந்தான்

வீட்டிற்குச் சென்ற பிறகும் சக்திக்கு அந்தப் படபடப்பு அடங்கவேயில்லை. அவனது அகமும் முகமும் இருண்டுபோனது.

.''காலேஜுக்குப் போறேன்னு போனையே என்ன விஷயம்?'' தேவி கேட்டபோது சில நிமிடம் பதில் எதுவும் பேசவில்லை. சில நிமிடங்கள் அமைதியாக இருந்தவன்,

''சில நாடுகள்ல கல்விய ஒரு வியாபாரமா நடத்தறாங்க. ஆனா.. நம்ம நாட்டுல நெறைய்யா பேரு கல்வியை ஒரு விபச்சாரமா நடத்தறாங்க.... 'காசு கெடைக்கும்ண்ணா இந்த நிமிஷம் நான் என்ன வேணா செய்ய ரெடியா இருக்கேன்.. ஆனா என்ன செய்யறதுண்ணுதான் தெரியல'. மாசம் இருபதாயிரத்துக்கும் மேல வருமானம் வந்திட்டிருந்த குடும்பம்...கடந்த அஞ்சு மாசமா அஞ்சு பைசா வருமானமில்ல... எப்படி சமாளிக்கறதுண்ணு நெனச்சுப் பாருப்பா.! சரி .அதை விடு! போகட்டும்!. நம்ம விஷயத்தை பார்ப்போம். சரி, உன் கழுத்துல இருக்கற அந்த செயினை நான் கேட்டா நீ சங்கடப்படுவியா?''

''இதென்னப்பா உன்னோட பெரிய ரோதணையா போச்சு. அதை நீதான எனக்கு வாங்கிக் கொடுத்த? இந்தா எடுத்துக்கோ...'' என்று கழற்றி அவன் கையில் கொடுத்தாள்.

''இல்லப்பா வெளிய நீ வேலைக்குப் போறவ வெறும் தாலிக் கயிறோட போறையேன்னு ரெண்டு வருஷம் ரெண்டுபேருமா குருவி சேக்கற மாதிரி கொஞ்சம் கொஞ்சமா காசு சேர்த்து வாங்கினது..''

''ஆஸ்பத்திரி செலவுக்காகத்தான? தாராளமா வித்துக்கோ....''

தனது பெட்டியைக் குடைந்து கொண்டிருந்த அம்மா கையில் எதையோ எடுத்துக்கொண்டு வந்து அவன் பக்கத்தில் அமர்ந்தார். அவன் கையில் ஒரு பொட்டலத்தைக்கொடுத்தார். பிரித்துப் பார்த்தபோது.... அப்பா தவறினபோது கழற்றி வைக்கப்பட்ட அம்மாவின் மாங்கல்யம்.

சக்திக்கு தன் ஆற்றாமையின் மீதே கடும் கோபம் வந்தது. ''ஏம்மா நீ வேற...நோகடிக்கற? புடிம்மா இதை'' என்று கோபத்தோட திருப்பி அம்மாவின் கையிலேயே திணித்தான்.

''உனக்கு எதுக்கு சக்தி இப்ப இவ்வளவு கோவம் வருது. எதுக்குமே உபயோகமில்லாம இப்படி பொட்டிக்குள்ள கெடக்கணுமா. இதை அழிச்சு பாப்பாவுக்குத்தான் ஏதாவது செய்யணும்னு நெனச்சன். இப்ப தேவையிருக்கும்போது வித்துட்டு நல்லகாலம் வரும் போது வாங்கிட்டா போச்சு..'' என்று தீர்மானமாகச் சொல்லி திரும்ப மகன் கையிலேயே திணித்துவிட்டு எழுந்தாள்.

''சக்தி!, அம்மா..! நான் ஒன்னு சொல்றன் ரெண்டுபேரும் கோவப்படாமக் கேட்கறிங்களா?''

என்ன என்பதைப் போல இருவரும் தேவியின் முகத்தையே பார்த்துக் கொண்டிருந்தனர்.

''பேசாம நாம கவர்ன்மென்ட் ஆஸ்பத்திரிக்கே போயிடலாம். எதுக்கு இவ்வளவு சிரமப்படணும். அங்க வைத்தியம் பண்ணிக்கறவங்க எல்லாம் மனுசங்க இல்லயா?''

''எங்கப்பாவுக்கு கவர்ன்மென்ட் ஆஸ்பத்திரில வைத்தியம் பார்த்த அனுபவம் எங்களுக்கு நெறையாவே இருக்கு. நீ பேசாம இரு. வேண்ணா செயினை விக்காம வேற ஏதாவது வழியிருக்கான்னு பாப்போம்..''

''நான் நெனச்சன்.. நீங்க இப்படித்தான் முடிவு பண்ணுவீங்கன்னு. நான் என்னோட செயின் போயிடுமேன்னு, விக்க வேண்டாம்ன்னு சொல்லலப்பா.. புரிஞ்சுக்கோப்பா..'' என்று கெஞ்சினாள் தேவி.

''இல்ல தேவி! ஊருக்குள்ள உள்ள கொரோனாவைப் பாக்கறப்போ ஆஸ்பத்திரி போறதுக்கே பயம்மா இருக்கு..,கவர்மென்ட் ஆஸ்பத்திரியெல்லாம் வேண்டாம்மா..'' அம்மாவும் சேர்ந்துகொண்டார்.

ஒரே முடிவாக செயினையும் அம்மாவின் மாங்கல்யத்தையும் எடுத்துக்கொண்டு கடை கடையாக ஏறி இறங்கினான். தங்கத்திற்கு வரலாறு காணாத விலையேற்றம் என்று ஒவ்வொரு நாளும் தொலைக்காட்சிகள் முழங்கினாலும் வயிற்றுப்பாட்டுக்கு வழியில்லாமல் தங்கம் விற்கப் போகிறவன் பாடெல்லாம் பரிதாபம்தான். எந்தக்கடையிலும் பழைய நகையை வாங்கிக் கொண்டு பணம் கொடுப்பதில்லை. பழையதைக் கொடுத்துவிட்டுப் புதிதாக நகை வாங்குவதென்றால் எடுத்துக் கொள்கிறார்கள். அப்போதுதானே வாங்குவதிலும் சேதாரம், விற்பதிலும் சேதாரம் வாங்கலாம். 916, ஹால்மார்க், மயிரு, மங்காணி எல்லாம் வேஸ்ட். வரலாறு காணாத விலையேற்றம் நிகழ்ந்தபோதும் வயிற்றுக் கில்லாதவனுக்கு அது வெறும் வாய்க்கரிசிதான். எந்தப் பயனுமில்லை. வெறுத்துப்போய் கடைசியில் பழைய நகைகளை குறைந்த விலைக்கு வாங்கும் ஒரு பான் ப்ரோக்கர் கடையில் வந்த விலைக்கு விற்றுப் பணம் வாங்கிக்கொண்டு ஓய்ந்துபோய் மதியம் மூன்று மணிக்கு வீட்டிற்கு வந்து சேர்ந்தான்.

அடுத்த நாள் காலையில் ஆஸ்பத்திரி போனபோது

''யூரின் போகும் போது ஃபில்டர் வெச்சு போனீங்களா? கல் ஏதாவது போனது தெரிஞ்சுதா?''

''ஒவ்வொரு தடவையும் அப்டித்தான் போனன் டாக்டர். எதுவும் வந்த மாதிரி தெரியல. ஆனா, இப்ப சுத்தமா வலியே இல்ல சார்.''

''அது துளிகூட நகராம அதே எடத்துல உக்காந்திருந்தாலும் வலிக்காதும்மா..சரி எதுக்கும் ஒரு ஸ்கேன் பார்த்திடலாம். உள்ள போயி படுங்க'' என்றார்.

பொறுமையாக இரண்டு முறை பார்த்துவிட்டு உதட்டைப் பிதுக்கினார். ''அதே எடத்துல நல்லா சாலிடா அப்படியே இருக்கு. உள்ள வாங்க'' என்று சக்தியையும் கூப்பிட்டு ஒரு பேனாவால் ஸ்க்ரீனைத் தொட்டுக் காட்டினார். அதே 10 மி மீ அப்படியே இருக்கிறது என்று வெள்ளையாக நீளமாக ஒரு உருவத்தைக் காட்டினார்.

''இன்னும் கொஞ்ச நாள் வெயிட் பண்ணிப் பார்க்கறதுன்னாலும் பார்க்கலாம். என்ன? ஸ்டோன் கிட்னிக்கு ரொம்ப பக்கத்துல இருக்கு ஒரு வேளை எதாவது இன்ஃபெக்ஷன் ஆச்சுன்னா தொந்தரவாகும். நீங்கதான் முடிவு பண்ணனும். என்ன சொல்றீங்க?''

''இன்னும்கூட ஒரு பத்து நாள் வெய்ட் பண்ணிப்பார்க்கலாம் சார்..ஒரு வேளை தானா வந்துட்டா நல்லதுதான?'' என்றாள் தேவி.

அவசரமாக குறுக்கிட்ட சக்தி ''இல்ல சார் ஆபரேஷனே பண்ணிடலாம் சார், தேவையில்லாம ரிஸ்க் எடுக்க வேண்டாம்...''

நிமிர்ந்து சக்தியின் முகத்தைப் பார்த்த தேவியை 'நீ பேசாமலிரு' என்பதுபோல கண்களால் சொன்னான்.

அன்றைக்கே அட்மிஷன் .. போட்டாலும் அடுத்த நாள் காலை பத்து மணிக்குதான் சர்ஜரி வைத்தார்கள்.

''உங்க அப்பா அம்மாவுக்கு சொல்லணுமாப்பா?''

''உன்னால வாயை வெச்சுகிட்டு சும்மாவே இருக்க முடியாதாடா?'' என்று கண்களை உருட்டினாள்.

அண்ணன், அண்ணி வந்திருந்தனர். சிந்துவையும் யாழையும் பார்த்துக்கொண்டு எல்லாருக்கும் சமைத்துக்கொண்டு அம்மா வீட்டிலிருந்தார் .

பதினோரு மணிக்கு தியேட்டரிலிருந்து ஸ்ட்ரெச்சரில் தடதடவென வெளியே கொண்டு வந்தனர். கிழித்துப்போட்ட வாழை நார்போல நினைவில்லாமல் துவண்டு கிடந்தாள். அருகில் போய் கன்னத்தில் தட்டி 'தேவி... டேய்..' என்று அழைத்துப் பார்த்தான். பதில் சொல்லவில்லை.

தியேட்டருக்கு வெளியில் வந்த டாக்டர் ''எல்லாம் நல்லபடியா முடிஞ்சுது. ஷி ஈஸ் ஆல்ரைட்.. டூ அவர்ஸ் ஐசியூ ல இருக்கட்டும் நல்லா நினைவு வந்ததும் அப்புறமா ரூமுக்கு அனுப்புவாங்க.'' என்று சொல்லிவிட்டு முகமுடியை மூடிக்கொண்டு தியேட்டருக்குள்

போனார். மூன்று நாட்கள் கழித்து தேவி வீட்டிற்கு வந்தாள். இன்னும் ஒருவாரம் ரெஸ்ட் எடுக்கணும். அந்த வீடு ஏதோ சுனாமி வந்து ஒட்டுமொத்தமா எல்லாத்தையும் சுருட்டிகிட்டுப் போன கடற்கரை மாதிரி இருந்தது. யாழினிகிட்ட யாரும் எதுவும் சொல்லல. ஒரு வாரம் கழித்து ஆஸ்பத்திரிக்குப் போய் யூரிட்டர்ல வெச்சிருந்த 'ட்யூபை ரிமூவ்' பண்ணிட்டு வந்தார்கள். ஆனா இந்த பத்துப் பதினஞ்சு நாளா அவங்க ரெண்டுபேரும் யாழ்கிட்ட கொஞ்சறது வெளையாடறது எல்லாம் மறந்து போச்சு. அவளிடமும் எப்போதும் காணப்படும் குறும்புகள் சிரிப்புகள், செல்லத்தனமான சேட்டைகள் எல்லாம் தொலைந்து போயிருந்தன. இப்போதைக்கு இதுக்கு மேல இந்த வீட்டுல யாருக்கும் எதுவும் வராம இருந்தாப் போதும்ங்கற நெனப்பு மட்டும்தான் மிச்சமிருந்தது.

அடுத்தநாள் காலை பத்து மணி. எல்லாம் மாமூல்படி நடக்கத் தொடங்கியது. அம்மா அடுப்பில் சமையலில் மும்மரமாக இருந்தார். தேவி அம்மாவுக்கு உதவியாகவும், யாழ் தனக்குத்தானே பேசிக்கொண்டு தனியாக ஏதோ விளையாடிக்கொண்டும்... ஆஸ்பத்திரிக்குப் போய் வந்ததால் அழுக்குத் துணிகள் நிறைய கிடந்தன. அம்மாவைத் துவைக்க விடக்கூடாது என்பதற்காக எல்லாவற்றையும் இரண்டு பக்கெட்டுகளில் சோப்புத் தண்ணீரில் நனைத்துக் கொண்டிருந்தான் சக்தி.

''சார் கூரியர்'' என்ற சப்தம் கேட்டு ஈரக்கையை லுங்கியில் துடைத்தபடி வெளியில் வந்து கையொப்பமிட்டு கடிதத்தை வாங்கி முகவரியைப் பார்த்தான். கடிதம் கல்லூரியிலிருந்துதான்....!

கையிலிருந்த கடித உறையை விஷப்பாம்பைப் பார்ப்பதுபோல வெறித்துப்பார்த்துக் கொண்டு நின்றான் சக்தி. உள்ளே இன்னொரு புதிய சுனாமிபோல தேவியின் அடிவயிற்றில் மறுபடியும் கடுமையான புதிய வலி ஒன்று புறப்பட்டது.

***

பொல்லாப் பேரிடர்...

ஆளில்லாத அந்தக் கட்டிடத்தின் மேலே நின்றுகொண்டு கையிலிருந்த சிகரெட்டை பலமாக இழுத்தபடி கீழே பார்த்தான் சுரேஷ். கண்ணாபின்னாவென இரைந்துகிடக்கும் கட்டுமானப் பொருள்களைப் பார்த்தபோது மனம் வலித்தது. இந்தக் கட்டிடத்தை குறைந்த ரேட்டில் பேசியிருப்பதால் சிக்கனமாக செலவுசெய்தால் மட்டுமே தலை தப்பிக்கும் என்கிற காரணத்தால் உள்ளூர் ஆட்களைவிட குறைந்த சம்பளத்தில் வேலை செய்கிறார்கள் என்ற காரணத்திற்காக வடக்கிந்தியப் பையன்களை வைத்துக் கொண்டதன் பலன் இப்போது தெரிகிறது. அவர்களைச் சொல்லியும் குற்றமில்லை, வறுமையினால் பழக்கமற்ற வேலைக்கு வந்துவிட்டார்கள். மாங்கு மாங்கென்று வேலை செய்கிறார்களே தவிர, வேலையில் ஒரு நுட்பமோ, தெளிவோ, சுத்தமோ இல்லை. எந்தப்பொருள்களையும் ஒழுங்காக, பாங்காக வைப்பதில்லை. கட்டிடத்தைச் சுற்றிலும் செங்கற்கள் இரைந்துகிடந்தன. காங்க்ரீட்டிற்கு வெட்டியது போக மிச்சமுள்ள துண்டுக்கம்பிகள் ஆங்காங்கே கிடந்தன. கட்டுக்கம்பிகள் சரியற்ற அளவில் வெட்டப்பட்டு மண்ணோடு மண்ணாகக்கிடந்தன.

முன்பு கோபால் மேஸ்திரி வேலை செய்துகொண்டிருந்தபோது வேலை செய்யும் இடம் எப்போதும் பளிச்சென்று இருக்கும். ஷெட்டுக்குள் போய்ப்பார்த்தால் கட்டிட வேலை செய்யும் கருவிகள் எல்லாம் சிப்பாய்கள் மாதிரி வரிசைகட்டி ஒழுங்காக நிறுத்தி வைக்கப்பட்டிருக்கும். ஒவ்வொரு நாளும் வேலை முடிந்து போகும்போது சட்டி, மண்வெட்டி, மட்டக்கோல், மணியாசு, கரண்டி என எல்லா பொருட்களையும் கழுவித் துடைத்து அந்தந்த இடங்களில் வைத்துவிட்டுத்தான் செல்வார்கள்.

மனம் சோர்ந்துபோய் வீட்டுக்குப் புறப்படலாம் என்று கீழே இறங்கி வரும்போது கொஞ்சநேரம் முன்னாடி வாட்ஸ் அப்ல பார்த்த வீடியோ நினைவுக்கு வந்து அவனை ரொம்பவும் தொந்தரவு செய்தது. 'கொரோனா' தாக்குதலால் கொத்துக்கொத்தாகச் சாகும் மனிதர்கள், அங்கு நிகழும் கொடுமைகள் பற்றி இத்தாலியிலிருந்து நெஞ்சம் பதறும்படியான அனுபவங்களைச் சொன்ன கேரள நர்ஸ் பெண்ணின் காணொளியில் கேட்ட அந்த வேதனையான கண்ணீர்க்குரல் காதிற்குள் திரும்பத்திரும்ப ஒலித்துக் கொண்டேயிருந்தது. இந்தியாவில் இந்த நிலை ஏற்பட்டால்? நினைக்கும்போதே பதறியது.

'அப்பா வந்தப்புறமா தூங்கறோம்மா!' என்று அடம்பிடித்த அருணையும், திவ்யாவையும் சமாதானம் செய்து தூங்கச்செய்துவிட்டு கடிகாரத்தைப் பார்த்தாள் சுகன்யா. மணி பத்து நாற்பது. நான்கு முறை சுரேஷின் நம்பருக்கு அடிச்சாச்சு. ஒவ்வொரு முறையும் ஸ்விட்ச்டாஃப் என்றே வந்தது. சனிக்கிழமையானால் கணக்குப்பார்த்து சம்பளம் கொடுத்துவரத் தாமதமாகுமென்றாலும் வேலையாட்கள் யாரும் ஏழு மணிக்குமேல் நிற்க மாட்டார்கள். பதினோரு மணிவரைக்கும் இவனுக்கு என்ன வேலை? பலமுறை சொல்லியிருக்கிறாள், 'நீ நடுராத்திரி ரெண்டு மணிக்கு வேண்ணா வா, ஆனா ஒரு போன் அடிச்சு சொல்லிட்டு எங்க வேணாப் போ! இந்த

ஏரியால வீடுக எல்லாம் தூரம் தூரமா இருக்கு. ஒரு அவசர ஆத்திரம்னாகூட பக்கத்தில வீடுக இல்ல. ரெண்டு புள்ளைகள வெச்சிட்டு தனியா இருக்க எனக்கு பயமா இருக்குப்பா' என்று.

வீட்டுமனை குறைந்தவிலையில் கிடைத்ததாலும், அந்த ஏரியா நல்லா டெவலப் ஆகும் என்கிற நம்பிக்கையாலும் புறநகர்ப் பகுதியில் வீட்டைக் கட்டிக்கொண்டு வந்தார்கள். ஆனா, இங்க குடிவந்து ரெண்டே மாசத்துல 'டீமானிட்டைசேஷன்' வந்தது. சிவில் ஃபீல்ட் பயங்கரமா அடி வாங்குச்சு, சுரேஷுக்கும்தான். நாலு வருசத்துல அந்த ஏரியாவில புதுசா யாரும் ஒரு வீடுகூட கட்டல. மிடில் க்ளாஸ் கஸ்டமர்கள்தான் அவனிடம் வீடுகட்ட வருவார்கள். பணமதிப்பிழப்பினால் சிறு குறு தொழில்கள்தான் பெரிய அடிவாங்கி பாதாளத்தில் விழுந்தன. வீடுகட்ட இடம் வாங்குவதே மக்களுக்கு குதிரைக் கொம்பாகிப்போனது. புதிதாக வீடுகட்ட யார் வருவார்கள்?. எப்படியோ கடனை வாங்கியாவது கட்டின சொந்த வீடு என்பதால் அவர்கள் இந்த சிரமங்களையெல்லாம் பெரிது பண்ணவில்லை. பாத்திரங்களைக் கழுவி முடிக்கவும், காலிங் பெல் அடிக்கவும் சரியாக இருந்தது. வீட்டிற்குள் நுழைந்தவுடன் சண்டைபோடக்கூடாதென தனக்குள் சொல்லிக்கொண்டே கதவைத் திறந்துவிட்டு, ''துணி மாத்திட்டு பாத்ரூம் போறதுன்னாப் போயிட்டுவா! நான் தோசை சுடுகிறேன்'' என்றவளிடம், ''எனக்கு ஒன்னும் வேண்டாம்ப்பா நான் வெளியில சாப்ட்டுட்டேன்'' என்றான். சுகன்யாவிற்கு ஜிவ்வென்று கோபம் தலைக்கு ஏறியது. அவனுக்குத் தக்காளி சட்னியும் தோசையுமென்றால் பிடிக்குமே என்று செய்துவைத்துக் காத்திருந்தவளிடம், கொஞ்சம்கூட அலட்டிக் கொள்ளாமல் வெளியில் சாப்பிட்டு வந்துவிட்டேன் என்று சொல்லிவிட்டு பாத்ரூமுக்குள் நுழைந்துவிட்டான். சண்டைபோடும் மனநிலையில் இல்லையென்பதால் மாவையும், சட்னியையும் எடுத்து ஃப்ரிட்ஜுக்குள் தள்ளிவிட்டு அவனோடு படுப்பதைத் தவிர்ப்பதன்மூலம் தன் கோபத்தைக்காட்ட குழந்தைகளோடு போய்ப்

படுத்துக்கொண்டாள். பாத்ரூமிலிருந்து வெளியே வந்தவன், அருகில் வந்து அவளை சமாதானம் செய்வான் என்று எதிர்பார்த்துக் காத்திருந்தாள். ஆனால், அங்கு ஒரு மனுஷி படுத்திருக்கிறாள் என்கிற உணர்ச்சிகூட இல்லாமல் சத்தமில்லாமல் பெட்ரூம் கதவை மெல்ல சாத்திவிட்டு நேரே ஹாலில் போய் டீவி முன்னால் உட்கார்ந்து கொண்டான்.

மூன்று வருசம் அவளைக் காதல் செய்து அந்த ஏரியாவிலேயே பெரிய 'சொர்ணாக்கா' என்று பெயர் வாங்கின சுகன்யாவின் அம்மாவுடன் போராடி, போலீஸ் கம்ப்ளைன்ட், ஊர்ப்பஞ்சாயத்து எல்லாவற்றையும் எதிர்கொண்டுதான் சுகன்யாவைக் கல்யாணம் செய்துகொண்டான். அப்போது சொந்தமாகக் கான்ட்ராக்ட்கூட எடுக்க ஆரம்பிக்கவில்லை, 'ரமனீஸ்'' என்கிற கன்ஸ்ட்ரக்ஷன் கம்பெனியில் சூபர்வைசர்தான். அப்பா அம்மா யாருமில்லாமல் மாமா ஒருவர் உதவியில்தான் பிஈ சிவில் முடித்தான். பெற்றவர்கள் இல்லையென்றாலும் அவர்கள் திருமணத்திற்கு நண்பர்கள் நிறையபேர் பக்கபலமாக நின்றார்கள். திருமணத்திற்கு இரண்டு நாட்கள் முன்பு போலீஸ் ஸ்டேஷனில் வைத்து 'மானங்கெட்டவளே! என்னோட நகைகளையெல்லாம் கழட்டிக் கொடுடி' என்று காதில் கழுத்தில் கைகளில் போட்டிருந்த நகைகளையெல்லாம் பிடுங்கிக்கொண்டு போனாள் அவளது அம்மா. போட்டிருந்த ஒரே சுடிதாருடன் 'எனக்கு நீ மட்டும் போதும்' என எல்லாவற்றையும் உதறிவிட்டுப் புறப்பட்டு வந்தவளை நெருங்கிய நண்பன் ராஜுவின் வீட்டிற்கு அழைத்துப் போனவன் ஒரே வாரத்தில் தனியே வீடெடுத்து அவளோடு வாழ்க்கையைத் தொடங்கினான். இன்றுவரை எந்தக்குறையும் இல்லாமல் பார்த்துக் கொள்கிறான். அவளும் அவனது அன்பைத்தவிர வேறு எதையும் அவனிடமிருந்து எதிர்பார்ப்பதில்லை.

திருமணமாகி ஒரே வருடத்தில் தனியாகக் கட்டிடங்கள் எடுத்து செய்யத் தொடங்கினான். வரவு செலவில் இருந்த நாணயம், நேர்மை

காரணமாக செங்கல் சூளைகள், மணல் லாரிக்காரர்கள், சிமென்ட் ஹார்டுவேர் என எல்லாரும் எவ்வளவு வேண்டுமானாலும் பொருட்கள் கடன் தந்தனர். அவனுடைய தரமான வேலையாலும், எதிலும் ஒரு நேர்த்தியும், ஒழுங்கும்... எல்லாரோடும் மரியாதையாக, இனிமையாகப் பழகும் பண்பாலும், மளமளவென வேலைகள் வந்தன. தொழிலில் நிலவும் கடும் போட்டி காரணமாக எப்போதும் மற்றவர்களைவிடக் குறைந்த ரேட்டிலேயே செய்து கொடுத்தான். அதனாலேயே குறைந்த வருமானத்திற்காக அதிகமாக ஓடியோடி உழைத்தான். வீட்டிற்கு வேண்டிய பொருட்கள், அவளுக்கு நிறைய துணிகள், நகைகள் வாங்கிக் கொடுத்தான். அந்த நேரத்தில்தான் சுகன்யா தாய்மையடைந்தாள். ஒரு தனியார் பள்ளியில் ஆசிரியை வேலைக்குப் போய்க்கொண்டிருந்தவளை ரிசைன் பண்ணச் சொல்லிவிட்டான். வாடகை வீட்டில்தான் குடியிருந்தார்கள். அதே ஊரில் குடியிருந்தும்கூட, சாதிவெறியும் வீம்பும் பிடித்த சுகன்யாவின் அம்மா அந்த நேரத்தில்கூடத் திரும்பிப் பார்க்கவில்லை. நான்காவது மாதம் செக் அப்பிற்குப் போனபோதே டாக்டரம்மா சொல்லிவிட்டார் இரட்டைக் குழந்தைகள் என்று. அதைக் கேட்ட அவள், 'நம்ம ரெண்டுபேருக்குமே, பெரியவங்க யாரும் இல்ல. எப்படி ரெட்டை குழந்தைகளை வளர்த்தப் போறோம்ன்னு நெனச்சா பயம்மா இருக்குப்பா' என்று அழத்தொடங்கினாள். ஆனால், அவனோ 'அடி என் ராசாத்தி ஒரே கல்லில் ரெண்டு மாங்கா, யாமிருக்க பயமேன்?' என்று அகலமாகச் சிரித்தான். வெறும் வாய்ப் பேச்சோடு நிற்காமல் பிள்ளைகள் இருவரும் பள்ளிக்குப் போகும்வரை சரிசமமாக அவர்களை வளர்க்கும் பொறுப்பை ஆனந்தமாக ஏற்றுக்கொண்டான். அதனாலேயே குழந்தைகள் இருவரும் எப்போதும் அவனோடு ரொம்பவும் ஒட்டிக் கொள்வார்கள். பிள்ளைகள் வயிற்றிலிருந்த நேரத்தில் பெரிய வருமானம் இல்லையென்றபோதும், அவளுக்கு என்னவெல்லாம் பிடிக்கும் என்று யோசனை பண்ணிப் பண்ணி சாப்பிட வாங்கி வருவான். அப்படித்தான் முழுகாமல் இருந்தபோது

ஒரு நாள் இரவு 'எனக்கு மாங்கா சாதம் சப்பிடனும்னு ஆசையா இருக்கு'ன்னு சொல்லிட்டா. குக்கர்ல சாதம் வெச்சுட்டு 'மூனு சவுண்ட் வந்த ஒடனே நிறுத்திடுப்பா நான் போய் மாங்கா வாங்கிட்டு வரேன்'னு சொல்லிட்டு பைக்கை எடுத்துக்கொண்டு போனவன் வெகுநேரமாகியும் திரும்பி வரவில்லை. சுகன்யா பயந்துபோனாள். ஃபோன் பண்ணலாம்னு நெனச்சாலும் வண்டியோட்டிட்டு இருக்கும்போது பேசுவானேன்னு பயமா இருந்துச்சு. கடைசில ஒரு மணி நேரம் கழித்து வந்தவனிடம் 'எங்கடா போன கொரங்கு? இங்க இருக்கற கடைக்குப் போய்வர பத்து நிமிஷம்தான ஆகும்?' னு கேட்டதற்கு, அசட்டு சிரிப்பு சிரித்தான். 'சொன்னா நீ திட்டுவ, இங்க எந்தக்கடைலுமே மாங்கா கெடைக்கல, அதான் மார்க்கெட்டுக்குப் போயி வாங்கிட்டு வந்தேன்' என்றான். கண்கள் நிறைந்து பொங்க அவனை அணைத்துக்கொண்டாள். 'உன்னை நான் அம்மான்னுதாண்டா கூப்பிடனும். லூசு! கெடைக்கலேன்னா வரவேண்டியததுதானே? ஒரு மாங்கா வாங்கறதுக்கு எவனாவது 10 கிலோமீட்டர் பைக்ல போவானா? இவ்ளோ நேரமாச்சேன்னு நான் பயந்தே போய்ட்டேன்' என்றவளை 'புள்ளத்தாச்சி ஆசைப்பட்டதை செஞ்சு குடுக்கலேன்னா அப்புறம் அவன் என்ன புருஷனாம்?' என்று அவளது தலைமுடியைக் கோதினான்.

இதையெல்லாம் யோசனை செய்துகொண்டே படுத்திருந்தவள், மெல்ல எழுந்து ஹாலுக்கு வந்து சோஃபாவில் அவனருகே உட்கார்ந்தாள். ''வரவர நீ ரொம்பக் கெட்டுப் போயிட்ட. உன் இஷ்டத்துக்கு வீட்டுக்கு லேட்டா வர்ற, வந்த பின்னாடியும் மரியாதைக்குகூட என்னை மதிச்சு ஏன் லேட்டுன்னு காரணம் சொல்றதில்ல.... திருடா! தண்ணியடிச்சிருக்கியாடா?'' என்றாள்.

கண்களைச் சிமிட்டியபடி ''லைட்டா....சும்மா ஒரு கம்பெனிக்கு! கொஞ்சம் சாப்ட்டேன்ப்பா. இன்னிக்கு சனிக்கிழமையில்ல? ஃப்ரண்ட்ஸ் எல்லாம் கூப்பிட்டாங்க....''

‘‘சரியில்ல சுரேஷ்.!. முன்னெல்லாம் எப்பவாவது ஆறுமாசம் ஒரு வருஷத்துக்கு ஒரு தடவை ஏதாவது பார்ட்டின்னு என்கிட்ட சொல்லிட்டுப் போவே. இப்ப என்னடான்னா கொஞ்ச நாளா, மாசம் ஒரு தடவையாவது தண்ணியடிக்க ஆரம்பிச்சிருக்கற...’’

‘‘இவ்ளோ நாளா சின்னச்சின்ன வேலைகள், இப்ப பெரிய அபார்ட்மன்ட் வேலை எடுத்திருக்கேன்ல்ல. சில பிஸினஸ் கான்டாக்ட்ஸ்க்கு இதெல்லாம் தேவைப்பா. உன்கிட்ட சொல்லிருக் கேன்ல்ல. என் கெப்பாசிடிக்கு மீறுன ஒரு ப்ராஜக்ட். இதை மட்டும் இன்னும் ஒரு வருசத்துல முடிச்சிட்டா, சிங்கிள் பேமென்ட்ல வீட்டுக் கடனை அடைச்சுடுவேன். பேங்க்ல இருக்குற உன்னோட நகையெல்லாம் திருப்பியெடுத்துக் குடுத்துடுவேன். வீட்டுக்கு ஒரு கார் வாங்கிடுவேன், புரிஞ்சுக்கப்பா’’ என்று சொல்லி அவளை அணைத்துக்கொண்டான். ‘‘சரி! ஆனா இதே வேலையா இருந்தேன்னா அப்புறம் நான் உன்னோட சுகுவா இருக்க மாட்டேன். வந்து தூங்கு’’ என்றுசொல்லி அவனது கையைப்பிடித்து இழுத்தாள்.

டீவியில் ‘கடந்த சில மாதங்களாக கோவிட் 19 என்கிற ஒரு பயங்கரமான வைரஸ் தொற்று உலகமெங்கும் பரவி வருவதாகவும் சீனாவிலும், இத்தாலியிலும் மக்கள் கொத்துக்கொத்தாக செத்துக் கொண்டிருக்கிறார்கள், இந்தியாவில் முதல்கேஸ் ஜனவரி 30 அன்று கேரளாவில் கண்டறியப்பட்டது. தற்போது 4 நாட்களுக்குள் 3 கேஸ்கள் அறியப்பட்டுள்ளன’ என்கிற செய்தி ஓடிக் கொண்டிருந்தது. டீவியை நிறுத்திவிட்டு அனுசரணையான ஒரு குழந்தைபோல அவளதுகூடப் போய்ப்படுத்து அவளை இறுக அணைத்துக்கொண்டு உறங்கிப்போனான். படுத்த இரண்டாவது நிமிடம் அவனிடமிருந்து வெளியான சீரான மூச்சில் அவன் தூங்கிவிட்டானென்று தெரிந்தது. குறைவான வெளிச்சத்தில் களங்கமற்ற அமைதியான அவனது முகத்தை ரசித்தாள். பார்த்தவுடனேயே யாருக்கும் பிடித்துப் போகும்படியான அவனது அழகான தோற்றத்திற்காகத்தான் அவள் அவனை விரும்பினாள். ஆனால், பழகப்பழக அவனது களங்கமற்ற

அன்பும் எதைச்செய்யும்போதும் அதில் அவன் காட்டும் அக்கறையும் ஈடுபாடும் புரிந்தபோது, தயக்கமேயில்லாமல் தன்னை அவனுக்கு ஒப்புக்கொடுத்தாள். மெல்ல அவனருகில் சென்று குனிந்து அவனது நெற்றியில் முத்தமிட்டாள். அதுகூடத்தெரியாமல் இரண்டு குழந்தைகளோடு மூன்றாவது குழந்தையாக அவன் உறங்கிக் கொண்டிருந்தான்.

அடுத்தநாள் காலை உற்சாகமாக விடிந்தது. காலையில் எழுந்ததும் சைட்டிற்குப் போனான். நிறைய போட்டிகளுக்கு நடுவில் இந்த வேலையை எடுத்திருப்பதால், நிறைய மெனக்கெட்டான். ஒவ்வொன்றையும் பார்த்துப் பார்த்து செய்தான். வீட்டிற்கு சிக்கன் வாங்கிவந்து அவனே பிரியாணி செய்து சுகுவோடும் பிள்ளைகளோடும் திவ்யமாக சாப்பிட்டு மதியம் ஒரு குட்டித்தூக்கம் போட்டு ரொம்ப நாளைக்குப்பிறகு மாலை எல்லாரையும் ப்ரூக் ஃபீல்ட்ஸ் மாலுக்கு அழைத்துச்சென்றான். குழந்தைகளுக்கும் சுகுவுக்கும் வேண்டியதெல்லாம் வாங்கிக் கொடுத்து.. அந்த நாள் ஆனந்தமாகக் கழிந்தது.

இதுவரை சிறிய வீடுகள் மட்டும் கட்டிக்கொடுத்து வந்தவன் முதன் முதலில் பேஸ்மென்டோடு சேர்த்து நாலு நிலை அபார்ட்மென்ட் கட்டுகிறான். கடந்த நாலு வருசத்துக்கு முன்னாடி ஏற்பட்ட அடியிலிருந்து அவ்வளவு எளிதாக வெளியே வரமுடியவில்லை. அதன்பிறகு இந்த வீட்டுக்காரர்கள் திருப்பூரில் பனியன் ஃபேக்டரி வெச்சிருக்காங்க. வாடகைக்கு விடுவதற்காக ஒரு அப்பார்ட்மன்ட் கட்டவேண்டுமென வந்து கேட்டார்கள். மிகவும் கறாரான ஆட்கள். எப்படியாவது இந்த வேலையைப் பிடிக்கவேண்டுமென மிகவும் குறைந்த ரேட் சொன்னதாலும் ஏற்கனவே அவன் வேலை செய்த ரமனீஸ்ல அவனுக்கிருந்த நல்ல பெயராலும் இந்த வேலை கிடைத்தது. நிறைய ரிஸ்க் எடுக்க வேண்டியிருந்தது, ஒவ்வொரு ஸ்டேஜும் வேலை செய்த பிறகுதான் பணம் கொடுப்பார்கள். வேலையின் தரம் எந்த நிலையிலும்

குறையக்கூடாது. வேலை முடிய இரண்டு வருடம் ஆகுமென்றாலும் பெரிய வேலை என்பதால் ஒப்புக்கொண்டு துணிந்து இறங்கினான். சுகன்யா ரொம்பவும் பயந்தாள். இப்படி பயந்து கொண்டேயிருந்தால் ஒரு நாளும் மேலே வரமுடியாது என அவளுக்கு தைரியம் சொன்னான். ஜல்லி ,மணல், ஹார்ட்வேர்ஸ், சிமென்ட், செங்கல் என எல்லா டீலர்களும் அவனுக்கு ஒத்துழைப்பதாகச் சொன்னதோடு பிஹாரைச் சேர்ந்த ராம்லால் 25 பையன்களோடு வந்து சேர்ந்தான். ஒரு ஆளுக்கு ரூ10000 அட்வான்ஸ், தங்குமிடம் சாப்பாடு அவன் பொறுப்பு. இப்படியாக வேலை தொடங்கி நான்கு மாதங்களாக நல்லபடியாக வேலை நடந்துகொண்டிருந்தது.

பேஸ்மென்ட் பார்க்கிங் வேலைமுடிந்து முதல் தளமும் முடிந்து இரண்டாவது தளம் கான்க்ரீட் வேலைகள் நடக்கின்றது. 5 டன் கம்பி1000 மூட்டை சிமென்ட், மணல், ஜல்லி என எல்லாம் வந்து சேர்ந்தது. நாளை காங்க்ரீட், மெஷினுக்கும் ஆட்களுக்கும் சொல்லியாச்சு. மாலை 7 மணிக்கே வீட்டிற்கு வந்தவன் பிள்ளைகளோடு விளையாடிவிட்டு வழக்கம்போல செய்திச் சேனலைப் போட்டான். "கொரோனா தொற்றின் காரணமாக இன்று நள்ளிரவு முதல் இந்தியநாடு முழுவதும் 21 நாட்கள் ஊரடங்கு" என்கிற 'பிக் ப்ரேக்கிங் ந்யூஸ்' பார்த்த சுரேஷிற்கு தலைசுற்றியது. கண்களை இருட்டிக்கொண்டு வந்தது. தன்னுடைய எல்லா பிரச்சனைகளையும் தானே சமாளித்து வருபவன்தான். திருமணத்தின்போது சுகுவின் அம்மா போலீஸ் ஸ்டேஷனில் காசை அள்ளிவீசி மகளைக் 'கிட்னாப்' பண்ணீட்டான்னு கேஸ் குடுத்தபோதுகூட கொஞ்சமும் அசராமல் துணிச்சலாக நின்றவன். வாழ்க்கையில் முதல்முறையாக எல்லையற்ற அச்சம் கொண்டான். கொஞ்ச நாட்களாகவே உலகெங்கும் கொரோனா பாதிப்பில் நடக்கும் கொடுமைகளையெல்லாம் காணொளியில் பார்ப்பவன்தான். ஆனால் இந்திய அரசாங்கம் எந்தவிதமான முன்னறிவிப்பும் இல்லாமல் இப்படி திடீரென 21 நாட்கள் ஊரடங்கு உத்தரவு

போடுகிறது என்கிற செய்தி அவனுக்கு மிகப்பெரிய திகிலாக இருந்தது. சுகுவிடம் சொல்லிவிட்டு அவரமாக சைட்டிற்குப் புறப்பட்டான். வழக்கத்திற்கு மாறாக கடைகள் எல்லாம் நேரத்திலேயே அடைத்துக் கொண்டிருந்தார்கள். எப்போதாவது ஒரு சிகரெட் பிடிப்பவன் கடைக்குப் போய் அஞ்சு பேக்கட் சிகரெட் வாங்கி பைக்கில் வைத்துக்கொண்டு பெட்ரோல் பங்கில் போய் டேங்க் ஃபுல் பண்ணினான். சைட்டிற்குப் போய் ராம்லாலைக் கூப்பிட்டான். அவனுக்கு ஏற்கனவே செய்தி தெரிந்திருந்தது. ''சாப்! என்னா செய்லாம் சாப்?'' என்று இனம்புரியாத கலவரத்துடன் வாயைப் பிளந்தான். 'நாளை காங்க்ரீட் இல்லை. காலையில் நேரத்தில் ஆட்களை வைத்து மிச்சமிருக்கும் கம்பிகளையெல்லாம் எடுத்து சைட்டுக்குள் பத்திரமாகப் போடு. நாளைக்கு காலையில் வருகிறேன் என்று சொல்லிவிட்டு அங்கேயே நின்று ஒரு சிகரெட்டைப் பற்றவைத்தான். ஒன்றும் புரியாமல் ராம்லால் மலங்க மலங்க விழித்தான். இரவே ஆட்களுக்கு போன் பண்ணி நாளை வேலை செய்ய முடியாது திரும்ப அழைக்கும்வரை யாரும் வேலைக்கு வரவேண்டாமெனத் தகவல் சொன்னான்.

வீட்டுக்காரர் அழைத்தார். 'என்ன சுரேஷ்! நியூஸ் பார்த்திங்களா? இப்ப என்ன பண்ணலாம்?''

''சார்.. இப்போதைக்கு எல்லாரிடமும் நாளைக்கு காங்க்ரீட் இல்லையென்று மட்டும் சொல்லிருக்கேன். 21 நாட்களுக்கு ஒன்றும் நடக்காது சார். நிலைமையைப் பார்த்துட்டு முடிவு பண்ணலாம் சார்.''

''சரி பேசுவோம்.''

வீட்டிற்குப் போனபோது சுகன்யா கவலையோடு எதிர்கொண்டாள். ''என்னப்பா? ரொம்ப டென்ஷனா இருக்கே?''

''நியூஸ் தெரியுமல்ல? ரொம்ப பயம்மா இருக்குப்பா. சரி காலைல பார்த்துக்கலாம் வா!'' என்று சொல்லிவிட்டு குழந்தைகளின் நடுவில் போய் இருவரையும் அணைத்துக்கொண்டு படுத்தான்.

ஒவ்வொரு நாளும் புதிது புதிதாக ஒவ்வொரு பிரச்னைகள் முளைத்தன. மெட்டீரியல் கொடுத்தவர்கள் பணம் கேட்கத் தொடங்கினர். ராம்லால் ஆட்கள் 25 பேருக்கு சாப்பாடு செலவுக்குப் பணம் கொடுக்கனும். மலைபோல நம்பியிருந்த வீட்டுக்காரர் கையை விரித்துவிட்டார்.

ஊரடங்கு அறிவித்து பதினேழு நாட்கள் ஆயிற்று. எல்லாப் பக்கமும் குழப்பமும் பயமும் அவசியத்திற்கு வெளியில் போனால்கூட போலீஸ்காரர்கள் அடிக்கிறார்கள். அப்படித்தான் ஒரு நாள் விளையாடிக்கொண்டிருந்த அருணுக்குக் காலில் சின்னக் காயம் பட்டதால், டாக்டரிடம் காட்டலாம் என்று இருவரும் மாஸ்க் அணிந்துகொண்டு பைக்கில் போய்க் கொண்டிருந்தார்கள். திடீரென ஜீப்பில் வந்த போலீஸ்காரர்கள் யாரிடமும் எதுவும் விசாரிக்காமல் தடுத்து நிறுத்தி தெருவில் போய்க்கொண்டிருந்தவர்களையெல்லாம் கண்முடித்தனமாக லாத்தியில் அடித்து விரட்டியதோடு பைக்கின் ஹெட்லைட், இண்டிகேட்டர் எல்லாவற்றையும் நொறுக்கினர். குழந்தை பீதியில் சத்தமாக அழத்தொடங்கினான். கொதித்துப்போய் நியாயம் கேட்ட சுரேஷிடம் ''யோவ் கொழந்தையோட போறயேன்னு இதோட விடறேன், இல்லேன்னா வண்டிய ஸீஸ் பண்ணி கேஸ் புக் பண்ணிடுவேன் மூடிட்டுப் போவியா? வந்துட்டான் பெரிய நாயக் கூ....'' என்று அசிங்கப்பட்டான். அன்றுமுதல் ஒரு அவசரம் என்றால்கூட இரவு நேரத்தில் வண்டி எடுக்க முடியாமல் போய்விட்டது. ஒவ்வொரு நாளும் புதிய புதிய பிரச்னைகள் புறப்பட்டன.. எப்போதும் வேலை வேலை என்று ஓடிக் கொண்டிருந்தவன், சிறைபட்டதைப்போல உணர்ந்தான். சரி விடுமுறை கிடைத்ததென எண்ணி மனைவி குழந்தைகளோடு மகிழ்ச்சியாக இருக்க முடியவில்லை. எப்போதும் மாடியிலிருந்த தனியறையில் போய் லேப்டாப்பும் கேல்குலேட்டருமாக உட்கார்ந்து கணக்குப் போட்டுப்போட்டுப் பார்த்தான்.

மன அழுத்தம் கூடிக் கொண்டேபோனது வெளியில் நிற்கும் கடன்களை எப்படி தீர்ப்பது? வீட்டுக்காரர் மனசாட்சியே இல்லாமல் கையை விரித்துவிட்டார். வீணாகப்போகும் 1000 மூட்டை சிமென்ட்டிற்கு மட்டும் மூன்றரை லட்சம் கட்ட வேண்டும். ஊருக்குள் கொஞ்சம் கொஞ்சமாக மனிதாபிமானம் செத்துக் கொண்டிருந்தது. யாரையும் குற்றம் சொல்ல முடியவில்லை. எல்லாருக்கும் உயிர் அச்சம், மனச்சோர்வு, பயம், இனம்புரியாத பீதி. கொரோனாவில் உயிரிழந்த ஒரு டாக்டரின் உடலை அடக்கம் செய்யப்போனதை எதிர்த்து மக்கள் ரகளை என்று எல்லா செய்திகளும் மனிதனின் அமைதியைக் கிழித்துக் குதறும்படியாக கவலை தந்தன. சைட்டில் வேலை செய்யும் ஆட்களுக்கு வேலை செய்யாமல் முழு சம்பளம் தர முடியாதென்பதால், ஆளொன்றுக்கு ரூ200 என்று கணக்கிட்டு ஒரு நாள் செலவுக்கு ரூ 5000 என ராம்லாலிடம் கொடுத்து வந்தான். நிலைமையைச் சொல்லி அழாத குறையாக பில்டிங்க் ஓனர்கிட்ட பணம் கேட்டபோது. 'கம்பெனியோட பெரிய கஸ்டமர் இத்தாலி கம்பெனி, அனுப்பின சரக்கு எதுவும் டெலிவரி ஆகல. இன்னும் நாலஞ்சு மாசங்களுக்கு எதுவும் பண்ண முடியாது, நாங்களும் சிக்கல்லதான் இருக்கோம், வேலைய நிறுத்திடுங்க சுரேஷ் அப்பறம் பார்த்துக்கலாம்' என்று துளிகூட அலட்டிக்கொள்ளாமல் பதில் கூறினார்.

வேலை செய்யும் இரண்டு பையன்களுக்கு காய்ச்சல் என்று ஆஸ்பத்திரிக்கு அழைத்துச் சென்றான். சாதாரணக் காய்ச்சல்தான் என்று மருந்து கொடுத்து அனுப்பினார்கள். ஆனால் அடுத்தநாள் எப்படியோ செய்தியறிந்து அக்கம் பக்கம் உள்ள ஆட்கள் சைட்டில் வந்து ரகளை செய்ய ஆரம்பித்தனர். ஏற்கனவே 'இந்திக்காரனுகளுக்கு இங்க என்ன மயிரு புடுங்கற வேலை? இந்தத் தா.........க வந்துதான் நம்மாளுகளுக்கு வேலையில்லாமப் போச்சு' என்று பொங்கிக்கொண்டிருந்த சிலர் இதைப் பற்றவைத்துக் குளிர்காய்ந்தனர். 'இந்தத் தா........களை வெடியறதுக்குள்ள

தொரத்தனும்' என்று கூக்குரலிட்டுக் கலவரம் செய்தனர். லோக்கல் அரசியல்வாதிகளை வைத்து சமாதானம் பேசி காலில் விழாத குறையாக கையெடுத்துக் கும்பிட்டு அப்போதைக்கு சரிக்கட்டினான். அடுத்தநாள் பக்கத்திலிருந்த ஒரு வீட்டில் 'பைக்' ஒன்று காணாமல்ப் போனதாக பிரச்னையைக் கிளப்பி பையன்கள் தங்கியிருந்த ஷெட்டிற்குள் புகுந்து அவர்களது துணிகள், பாத்திரங்களை யெல்லாம் சூரையாடி நான்கைந்து பையன்களை ரத்த காயங்கள் ஏற்படும் அளவிற்கு அடித்துப் போட்டனர். ஒத்தையாளாக இருக்கும்போது கண்ணெதிரே நடக்கும் எத்தனையோ அக்கிரமங்களையும், அநியாயங்களையும் கொஞ்சம்கூட சொரணையேயில்லாமல் கண்டும் காணாமல் போகின்ற கோழைகளான அதே ஆட்கள்தான் ஒரு கூட்டமாக சேரும்போது மாவீரர்களாக மாறி அறிவில்லாமல் அடாவடியாக ஈவு இரக்கமின்றி வன்முறையில் இறங்குகின்றனர். போலீசிற்குப் போனபோது,. 'ஏன்ய்யா! இங்க அவனவன் ஒரு நாளைக்கு 18 மணி நேரம் டூட்டி பார்த்து பொச்சில காத்துப் போறது தெரியாம அலஞ்சுகிட்டிருக்காங்க. இதுல கேனப்பு.......க உங்களுக்குள்ள வெட்டி அடிதடி பண்ணிகிட்டு இங்க வந்து நிக்கறீங்களா?' என்று கத்த ஆரம்பித்தார்கள். திரும்பி சைட்டுக்கு வந்தபோது ஒரு பெரிய கும்பல் கூடியிருந்தது. அடுத்தநாள் வெளியூர்காரனுக யாரும் இங்க இருக்கக்கூடாது. எல்லாரும் காலி பண்ணியாகனும் என்று கட்டளை போட்டனர்.

சுரேஷ் கொஞ்சம் கொஞ்சமாகக் கரைந்து காணாமல்ப் போய்க்கொண்டிருந்தான். தலைக்குமேல் வெள்ளம் கரைபுரண்டோடுவது அவனுக்குத் தெரிந்தது இரண்டாவது ஊரடங்கு அறிவிக்கப்பட்டது. நதியினில் வெள்ளம் படகிற்குள் பெரிய ஓட்டை சுற்றிலும் வாய்பிளந்து வளைக்கும் முதலைகள் என்கிற நிலை. ஒரு சில நாட்களில் ஒரு வழியாகப் புலம்பெயர்ந்த தொழிலாளர்கள் திரும்ப ஏற்பாடுகள் தொடங்கின. நாயாய்ப்

பேயாய் அலைந்து எவனவன் கால்களிலோ விழுந்து காசுக்குப் பிச்சையெடுத்து எல்லாருக்கும் டிக்கட்டுக்கும் வழிச்செலவுக்கும் பணம்கொடுத்து ராம்லால் குழுவை அவர்கள் சொந்த ஊருக்கு அனுப்பி வைப்பதற்குள் அவனுக்கு தாலியறுந்துபோச்சு. எப்போதும் பளிச்சென்று உடையணிந்து மிடுக்காகத் தோற்றமளிக்கும் 'எஞ்சினியர் சுரேஷ்' இப்போது தாடியும் மீசையும், காடுபோல வளர்ந்து முடிவெட்டிக் கொள்ளாமல் முகசவரம் செய்யாமல் எண்ணெயில்லாத வறண்ட தலைமுடியுடன் ஒரு நைட் பேன்ட்டும் பழைய டீ ஷர்ட்டுமாக இளைத்து, உருக்குலைந்து பிச்சைக்காரன் போலிருந்தான். சுகன்யாவும் தன்னால் முடிந்த அளவிற்கு அவனுக்கு சமாதானம் சொல்லிப் பார்த்தாள். 'ஏன்ம்ப்பா இப்படி இருக்கே? உனக்கு என்ன பிரச்னைன்னு என்கிட்ட சொல்லு'ன்னு. எவ்வளவோ அழுது கெஞ்சிப் பார்த்தாள். அவளோடும் குழந்தைகளோடுமான அவனது பேச்சு கொஞ்சம் கொஞ்சமாக குறைந்து போனது. பெரும்பாலான நேரங்களிலும் மாடியறையில் தனியாகவே இருந்தான். பல நாட்கள் படுக்கையும் அங்கேயே ஆனது. அவ்வப்போது குடிக்கிறான், நிறைய சிகரெட் பிடிக்கிறான் என்று தோன்றியது. அவளுக்கு பயமாக இருந்தது, இப்படியே நாட்கள் நரகமென நகர்ந்தன. ஊரடங்கு தளர்த்தப்பட்டாலும் திரும்ப எழமுடியாத அதளபாதாளத்தில் விழுந்துவிட்டோம் என்பது அவனுக்குத் தெளிவாகத் தெரிந்தது. வீடு கடனுக்குப் போய்விடும், குழந்தைகளோடு நடுத்தெருவில் நிற்கப்போகிறோம் என்கிற அச்சம் அவனைக் கொஞ்சம் கொஞ்சமாகக் கொன்றது. 'நீ எதைப்பற்றியும் கவலைப்படாதப்பா. எதாவது ஒரு ஸ்கூலுக்குப் போனா எனக்குப் பத்தாயிரம் கெடைக்கும், நீ மட்டும் தைரியமாக இரு' என்று சொல்லிப் பார்த்தாள்.

எந்த வழியும் புலப்படாத நிலையில் ஏழு வருஷம் கழித்து தன்மானத்தைவிட்டு அவனுக்குத் தெரியாமல் உதவி கேட்பதற்காக அவளது அம்மா வீட்டிற்குப் போனவளை வீட்டிற்குள்

இருந்துகொண்டே வேலைக்காரியிடம் ''என் மகள் செத்துப்போய் ஏழு வருசம் ஆச்சு. இவ யாரு? பிச்சக்காரி? சாதிகெட்டவனோட ஓடிப் போன நாயிக்கு இங்கென்ன வேலை? இப்ப எதுக்கு இங்க வந்தாள்? வெளிய போகச் சொல்லு அவளை'' என்று ஆங்காரமான குரலில் வஞ்சம் தீர்த்துக்கொண்டாள். சப்தம் கேட்டு பக்கத்து வீட்டிலிருந்தவர்கள் எட்டிப்பார்த்தார்கள். அந்த சொற்கள் கொதிக்கிற சுடும் நீரை முகத்தில் வீசியது போல இருந்தது. விரக்தியின் உச்சத்தில் ஒருசொல் கூட திருப்பிப் பேச திராணியற்றவளாக நடைபிணமாக வீடு திரும்பினாள். நேராகப்போய் சுரேஷைக் கட்டிபிடித்து நடந்ததைச்சொல்லி அவனிடம் மன்னிப்புக் கேட்டுக் கதறியழுதாள். எதுவும் பேசாமல் அவளை அணைத்துக்கொண்டு 'போய் குழந்தைகளுக்கு சாப்பிடக் கொடுப்பா' என்றான். 'நீயும் கீழே இறங்கி வா' என்றவளோடு அமைதியாக இறங்கி வந்தான். எல்லாரும் ஒன்றாக உட்கார்ந்துகொண்டு சாப்பிட்டார்கள். இரண்டு மாதங்களுக்குப்பிறகு குழந்தைகள் இருவருக்கும் அவனே ஊட்டிவிட்டான். எல்லாருமாக ஒரே படுக்கையில் கட்டிப்பிடித்தபடி படுத்துறங்கினர்.

தூக்கத்தின் நடுவே திடீரென பெரிய சப்தத்துடன் சுரேஷிற்கு தொடர் விக்கலாக வந்தது. படுக்கையிலிருந்து தண்ணீர் குடிக்கலாமென எழுந்தான். சப்தம் கேட்டுப் பதறியபடி சுகுவும் 'என்னப்பா ஆச்சு?' என்று எழுந்தாள். இரண்டடி நடந்தவன் தடாலெனக் கீழே விழுந்தான். உடலெல்லாம் வியர்த்து உடைகள் நனைந்திருந்தன. ஓடிப்போய் தண்ணீர் எடுத்து வந்தவள் அவனது தலையை எடுத்து மடியில் வைத்துக்கொண்டு குடிக்கத் தண்ணீர் கொடுத்தாள். அழகான அவனது அகன்ற விழிகள் வெளியே வந்து விழுந்து விடுமோ என்கிற அளவுக்குப் பிதுங்கி தாரைதாரையாகக் கண்ணீர் வழிந்தது. முகம் கோணியது, மூச்சுத் திணறியது, ஏதோ சொல்ல முயன்று குழறுகிறான். தெளிவற்ற ஓசைமட்டுமே சிறு ஓலமாக வெளிப்படுகிறது. என்ன செய்வதென்று தெரியாத அவள்

பைத்தியகாரிபோல என்னென்னவோ சொல்லி அவனை ஆசுவாசப்படுத்த முயலுகிறாள். அவனது முகத்தை நெஞ்சோடு சேர்த்து அணைத்துக் கொள்கிறாள், வாயில் ஊற்றின தண்ணீர் கடைவாயில் வழிகிறது. அவளது மடியிலிருந்த தலை சரிந்து அவனது கண்கள் சலனமற்று நிலைகுத்தி நின்றன. அந்த வீடே அதிரும்படியான அவளது பெரும் குரலெடுத்த கதறலால் அந்த இருண்ட இரவுகூட அஞ்சி நடுங்கியது.

ஆளற்ற அரங்கங்களினால் காணாமல் போனவர்கள்....

தெருக்கடை ஒன்றில் பழம் வாங்கிக் கொண்டிருந்தேன். யாரோ ஒருவர் தள்ளி நின்று என்னோடு பேச தயங்கித்தயங்கி நிற்பது போலத்தோன்றியது. திரும்பிப் பார்த்தபோது தாடி மீசையுடன் நைந்துபோன தோற்றத்தில் நின்ற ஒருவர்.. .....என்னைப்பார்த்து அருகில் வந்தார்.

''சார்..! நல்லா இருக்கறீங்களா? டீச்சருங்க?''

''அட! முருகேசா இது? என்ன ஆச்சு? ஆளே அடையாளம் தெரியாம மாறிப் போயிட்டீங்க? எல்லாம் நல்லா இருக்கோம், என்ன இப்படி ஆயிட்டீங்க? நீங்க எப்படி? நல்லா இருக்கீங்களா?''

''ஏதோ இருக்கங்க சார். தேட்டரு மூடி ஆறு மாசம் ஆச்சுங்க. மொதலாளி ரெண்டு மாசம் வரைக்கும் என்னைய மட்டும் வரச்சொல்லி உள்ளார மட்டும் கூட்டிப் பெருக்கிட்டிருன்னு சொல்லிருந்தாருங்க. மாசம் ஆயன்றூவா சம்பளமும் குடுத்தாருங்க. இப்ப ஆறு மாசமா அதுவுமில்லீங்க. நம்ம சொந்தக்காரப் பையனுக்கும் செரியா வேலையில்லீங்க. அவிங்களுக்கும் ரொம்பக்

கஷ்டமுங்க. ஏதாவது வேலையிருந்தா சொல்லுங்க சார். உங்குளுக்கு புண்ணியமாப் போகுங்க. உங்க கட்டடத்துல சித்தாள் வேலையிருந்தாக் கூட செய்வனுங்க.'' தயங்கித் தயங்கி எப்படியோ சொல்லி முடித்தார்.

"ஐய்யோ.. நான் கட்டிடம் எடுக்கறத நிறுத்தி ஒரு வருஷமாச்சே. இந்தக் கொரோனா நேரத்துல எல்லா பக்கமும் இருக்கறவங்களையே வேலைய விட்டு நிறுத்திட்டு இருக்கறாங்க. புதுசா வேலை கெடைக்கறதும் ரொம்ப கஷ்டம்தான். சரி! எதுக்கும் உங்க போன் நம்பர் குடுங்க''

"நம்மகிட்ட ஏதுங்க சார் போனல்லாம். நம்ம சொந்தக்காரப் பையனோட நம்பர் வேணா குடுக்கறனுங்க..''

அவர் சொன்ன நம்பரை எழுதிக்கொண்டு எனது கார்டை அவரிடம் கொடுத்தேன். ஒரு ஐநூறு ரூபாய்த் தாளை எடுத்து நீட்டி

''இந்தாங்க... இதை வெச்சுக்கோங்க..''

''ஐய்யோ பணமெல்லாம் வேண்டாங்க சார்'' என்று அவசர அவசரமாக மறுத்தபடி அடிக்க வரும் வாத்தியாரிடமிருந்து தப்பிக்க முயலும் சிறுவன்போல இரண்டு கைகளையும் பின்புறம் ஒளித்துக்கொண்டு பின்னால் போகத் தொடங்கினார்.

''பரவால்ல வாங்கிக்கோங்க.. சாப்பாட்டு செலவுக்கு என்ன பண்ணுவீங்க ஏதோ என்னால முடிஞ்சது...''

திடீரென கண்களில் பொலபொலவெனக் கண்ணீர் விட்டார். வேட்டி நுனியை எடுத்து கண்களையும் மூக்கையும் துடைத்துக் கொண்டார்.

''வெவரம் தெரிஞ்ச நாளு மொதலா வேலை செய்யாம ஆருகிட்டயும் பத்து பைசா கை நீட்டி வாங்குனதில்லீங்க. மனசு வெறுத்துப்போயி செத்துப் போலாமுன்னு கூட நெனச்சனுங்க. ரயில் ரோட்டுவரைக்கும் போயிட்டனுங்க. ரயிலு வரும் வருமுன்னு ரெம்ப

உயிரச்சம் 102

நேரம் உக்காந்து கெடந்தனுங்க. அப்பறந்தான் என்ற மரமண்டைக்கு ஒறச்சுது. எந்த ரயிலும் ஓடறதில்லீங்கறது நாவகம் வந்துச்சுங். அதுவுமில்லாம, சாகறதுக்கும் ஒரு தெகிரியம் வேணுமில்லீங்களா? நானு எப்பவமே பயந்தாங்கோழிங்க...'' என்று அந்தக் கண்ணீரினிடயே தன்னிரக்கத்தோடு சிரித்தார்..''

அவருக்கு எப்படி சமாதானம் சொல்வதென்று எனக்குத் தெரியவில்லை. எந்த நம்பிக்கையில் 'கவலைப்படாதீர்கள் நானாயிற்று' என்று சொல்ல. தெரிந்த இடங்களில் முயற்சி செய்தாலும் இந்த நேரத்தில் அவருக்கு ஒரு வேலை வாங்கிக் கொடுப்பதென்பது சாத்தியமா என்றும் தெரியவில்லை. திடீரென ஒரு யோசனை தோன்றியது. எனக்குத் தெரிந்த 'ஒரு ஆதரவற்றோர் இல்லம்' இருக்கிறது. இவரை அங்கு சேர்த்துவிடலாமா? என்று நினைத்தேன். ஆனால் அங்கு ஒவ்வொரு மாதமும் பௌர்ணமியன்று மட்டும்தான் புதிய ஆட்களை சேர்ப்பார்கள்.

''நீங்க தப்பா எடுத்துக்கலேன்னா எனக்குத் தெரிஞ்ச ஒரு ஆஸ்ரமம் இருக்கு அங்கே முயற்சி பன்றேன். ஆனா அங்கையும் உறுதியா சொல்லறதுக்கு இல்ல. வர்ற பௌர்ணமியண்ணிக்கு போயிப் பார்க்குறேன். ''

''அது போதும் சார். அதுலென்ன சார் இருக்கு? போடற சோத்துக்கு வஞ்சணையில்லாமப் பாடுபடுவனுங்க. சொன்ன வேலைய செய்வேனுங்க. எனக்கென்னங்க இருக்குது? குடும்பமா? ஒன்னா? நான் நின்னா மரம் உழுந்தா வெறகு''. என்று சொல்லி கையெடுத்துக் கும்பிட்டார்.

''எல்லாம் சரி! என் திருப்திக்காக இந்தப் பணத்தை வாங்கிகிட்டாதான் ஆச்சு''

''செரிங்க சார்! உங்க சமாதானத்துக்காக ஒரு அம்பது ரூவா மட்டும் குடுங்க'' என்றவரிடம் வலுக்கட்டாயமாக நூறு ரூபாய்த்தாளைத் திணித்தேன். வாங்கிக் கொண்டார்.

''சரிங்க முருகேசு நான் விசாரிச்சுட்டு போன் பன்றேன். எதாவது உதவின்னா தயங்காம எனக்குப் போன் பண்ணுங்க. அதுக்குத்தான் என்னோட நம்பர் குடுத்திருக்கேன். (கண்டிப்பான குரலில்) தப்பான யோசனையெல்லாம் வரக்கூடாது. என்னா? செரியா?.''

''சரிங்க சார்!'' என்றுசொல்லிக் கொண்டே மறுபடியும் கூச்சத்துடன் ஒரு சிறுவன் போல கைகளைக் கட்டிக்கொண்டு பின்பக்கமாக நகர்ந்து சென்றார்.

''வர்றேன் முருகேசு'' என்று சொல்லி வண்டியை ஸ்டார்ட் செய்தேன். இப்போது எப்படியாவது அந்த இல்லத்தில் இவருக்கு அனுமதி கிடைக்க வேண்டுமே என்று என் மண்டைக்குள் நண்டு பிராண்டத் தொடங்கியது.

✱✱✱

இந்தக் கொரோனா இப்படிப்பட்ட எளிய மனிதர்களின் வாழ்க்கையில் இன்னும் என்னவெல்லாம் செய்யுமோ? இந்த நாட்டில் இவரைப்போல எத்தனை கோடிப் பேர்களின் வாழ்க்கை சூரையாடப் பட்டதோ? இந்த மனிதரைச் சந்தித்த அந்த நாட்களை எண்ணிப்பார்த்தேன்.

இன்னிக்கோ நேத்தைக்கோ இல்ல. முப்பத்தஞ்சு வருசமா இதே பொழப்புத்தான் என்ன வேலையாக இருந்தாலும் எட்டு முப்பதுக்கு மனைவியை பைக்கில் ஏற்றிக் கொண்டுபோய் அவர் வேலை பார்க்கும் அரசுப்பள்ளியில் எட்டேமுக்காலுக்கு விடவேண்டும். இதுல மாற்றம் எதுவும் செய்யவே முடியாது. ஏன்னா? டீச்சரு எட்டரை மணிக்கு மின்னாடி பொறப்பட மாட்டாங்க. அவங்க லேட்டாப் பொறப்பட்டாலும் நமக்குத்தான் டென்ஷன். இது எழுதப்படாத விதி. காரணம் அவர் வேலை செய்த பள்ளி என் வீட்டிலிருந்து 3 கி மீ தான் என்றாலும் இரண்டு பஸ்கள் மாறி போகவேண்டும்.

மனைவியைப் பள்ளியில் இறக்கிவிட்டுவிட்டு நான் வீடு திரும்பி வருகையில் ஏறக்குறைய எல்லா நாட்களிலும் அந்த மனிதரைப் பார்ப்பேன். வயது 50-55 இருக்கும், ஐந்தடிக்கும் குறைவான உயரம். கருத்த நிறம். முன்தலை முழுக்க வழுக்கை. பின்புறம் ஒரு அரை வட்டம் அதைச்சுற்றிலும் நரைமுடி. நான்கு நாள் தாடியும் மீசையும். எவராலும் வெள்ளை என்று ஒப்புக்கொள்ளவே முடியாத, துவைக்கும்போது மறந்தும்கூட நீலம் பார்க்காத மடித்துக்கட்டின பழுப்பேறிய வேட்டியும், அதே பழுப்பு நிறத்தில் அரைக்கைச் சட்டையும். கையில், பல வண்ணங்களிலும் துண்டு துண்டான மிச்சமான பிளாஸ்டிக் வயர்களால் பின்னப்பட்ட ஒரு சாப்பாட்டுக் கூடை. பெரும்பாலும் எல்லா நாட்களிலும் நான் என் வீட்டிற்குப் போகும் திசையை நோக்கியே அவரும் போய்க் கொண்டிருப்பதால் நான் அவரைக் கடக்கும்போது அநேகமாக நான் அவரைப் பின்புறம் மட்டுமே பார்க்க முடியும். அவர் என்னை கவனிக்க ஒருபோதும் வாய்ப்பேயில்லை. அதற்கு அவர் முயற்சி செய்ததாகத் தெரியவும் இல்லை. எப்போதும் செருப்பில்லாத வெற்றுக்கால்களுடன் அரை ஓட்டமும் அரை நடையுமாகவே. அவர் நடக்கிறாரா? இல்லை ஓடுகிறாரா? என்று யாராலும் கணிக்க முடியாத ஒரு பரபரப்பான ஓட்டமாகவே இருக்கும். அதுவும் அந்தக் குள்ளமான உருவம் அப்படிச் செல்லும்போது ஒரு மனிதன் தெருவோரத்தில் வேகமாக உருண்டு போவதுபோலவே தோன்றும். அந்தப்பாதையில் பரபரப்பான காலை நேரத்தில் எந்தவொரு பேருந்தும் செல்வதில்லை யென்பதால் பெரும்பாலும் மாணவர்கள் யாராவதொருவரிடம் லிஃப்ட் கேட்கலாமென்கிற ஆவலில் திரும்பித் திரும்பிப்பார்த்தபடி வேகமாக நடந்து செல்வார்கள். எல்லா நாட்களும் வழியில் என்னிடம் யாராவது வண்டியில் லிஃப்ட் கேட்பார்கள், சில நாட்களில் யாரும் கேட்கவில்லையென்றால் நானாக வலியச்சென்று 'எங்கே போக வேண்டும்?' என்று கேட்டு ஏற்றிச்சென்று வழியில் இறக்கிவிட்டுச் செல்வதில் எனக்கும் ஒரு மகிழ்ச்சியே.. ஆனால்,

இந்த மனிதர் ஒரு நாளும் திரும்பிப்பார்த்ததும் இல்லை, என்னிடம் உதவி கேட்டதுமில்லை. என்னிடம் மட்டுமல்ல... யாரிடமும் கேட்க மாட்டார்.. எல்லா நாளும் அதே ஓட்டம்தான். ஒரு நாள் நானாக வலியச் சென்று பக்கத்தில் வண்டியை நிறுத்தி

''ஐயா.. எங்க போகணும்?''

சற்றும் எதிர்பாராமல் பக்கத்தில்போய் வண்டியை நிறுத்தி கேட்டபோது மிரண்டுபோய், வந்த கேள்விக்கு என்ன பதில் சொல்வதென்று தெரியாமல் தடுமாறியபடி நின்றார்.

''ஐயா.. நீங்க எதுவரைக்கும் போகணும்னு கேட்டேன்..''

''வீரபாண்டிப் பிரிவுங்க சார்''

''ஏறுங்க.. போகலாம். நான் போற வழிதான் ட்ராப் பண்றேன்.''

''ஐயோ பரவால்லீங்க ஐயா.. உங்குளுக்கு எதுக்குங்க வீண் சிரமங்க?''

''பரவால்ல நான் தனியாத்தான போறேன்? நானா உங்களை தோள்ல செமந்துகிட்டுப் போகப் போறன்? வாங்க, நான் போற வழிதான் கொண்டுபோயி எறக்கி உடறன் . ஆமா? எங்கபோறீங்க தினமும் இதே வழியில பாக்கறேன்?''

''ராம் தேட்டர்ல வேலை செய்யறங்க''

''ஓ அப்புடியா? உங்கபேரு?''

''முருகேசங்க சார்''

''ஏன் நடந்து போறீங்க? பஸ்ல போகலாம்ல்ல.''

''மாசம் முப்பது நாளு வேல செஞ்சா மூவாயன்றூவா சம்பளங்க. இதுல ரெண்டு பஸ்ல டிக்கெட்டும் சேத்தி போகப் பதனாறு, வரப் பதனாறு ருவாய்ங்க . கட்டுபடியாகுங்களா சார்?''

''வீடு எங்க ? ''

''இங்க சாமிசெட்டிபாளையம்ங்க. சொந்தக்காரப் பையன் ஒருத்தங்கூட இருக்கறன் சார். அவன் ஒரு ஓர்க் ஷாப்புக்கு வேலைக்குப் போறானுங்க. என்ற சம்பளத்துல மாசம் ரெண்டாயிரத்தைனூறு ருவா அங்க குடுத்தர்றனுங்க. அவங்களுக்கும் உதவி எனக்கும் உதவிங்க சார்..''

''அது சரி... கொஞ்சம் மின்னாடியே பொறப்பட்டு அவசரமில்லாமல் நிதானமாப் போகலாமில்ல..? ஏன் இப்படி தெனமும் ஓட்டமும் நடையுமாபோறீங்க?''

''சொன்னா சிரிப்பீங்க சார்''

''இல்ல நான் சீரியஸ்சாத்தான் கேக்கறன். நான் பார்க்கும்போதெல்லாம் நீங்க ஓடிகிட்டேயிருக்கீங்க...''

''சின்ன வயசிலயெல்லாம் செருப்பு வாங்கிப் போட்டுக்க வசதியில்ல சார். அப்ப தார் ரோட்ல நடக்கைல வெய்யில் சூட்டுக்கு காலு பத்திக்கும் அந்த சூடு தாங்காம அவசர அவசரமா காலை மாத்தி மாத்தி வெச்சு நடந்துபழகி....இப்ப அதே பழக்கமாயிப் போச்சு சார்....'' என்று அப்பாவியாக சிரித்தார்.

அடப்பாவி மனுசா! தனது இல்லாமையின் கொடுமையைக்கூட சொல்லிச் சிரித்தபடி இப்படி எளிதாய்க் கடந்துபோக எப்படி இந்த மனிதரால் முடிகிறது. அடுத்தடுத்த சில நாட்களில் தொடர்ந்து நான் வீட்டிற்குப் போகும் வழியில் அவரை வண்டியில் ஏற்றிக்கொண்டுவந்து தியேட்டர் வாசலில் இறக்கிவிடுவது வாடிக்கையானது. நன்றியோ? தேங்க்ஸோ சொல்ல அவரது கூச்சம் எப்போதும் தடையாக இருக்கும்போல. ஒருவேளை அப்படிச் சொல்வதே ஒரு மரியாதைக்குறைவு என்று நினைத்திருப்பாரோ? என்னவோ? இறங்கினதும் ஒரு சின்ன சிரிப்பு சிரித்து தலையை ஆட்டிவிட்டு ஓட்டமாக தியேட்டர் கேட்டை நோக்கி ஓடுவார். ஒவ்வொரு நாளும் சிறுகச் சிறுக அவரைப்பற்றி விசாரிக்க ஆரம்பித்தேன். பல்லடம் பக்கத்தில் ஒரு கிராமத்தில் விவசாயக்

கூலியாக இருந்த அப்பா அம்மா சின்ன வயதிலேயே இவர் ஐந்தாம் வகுப்புப் படிக்கையில் இறந்து போனார்களாம். சொந்தக்காரர்கள் வீட்டில் ஏதேதோ எடுபுடி வேலைகள் செஞ்சு வயிற்றைக் கழுவி வந்திருக்கிறார். செய்த வேலைக்கு வயிற்றுக்கு சோறு கிடைத்திருக்கிறது. நினைவு தெரிந்த நாளிலிருந்து தனது தேவைகளையும் ஆசைகளையும் சொல்வதற்கு அவருக்கென்று எந்த உறவும் இருந்ததில்லை. வயது ஏறின போதும் மிகவும் உயரம் குறைவாக கட்டை குட்டையான தோற்றம் என்பதால் எப்போதுமொரு தாழ்வு மனப்பாண்மை. படிப்புமில்லை. அந்தந்த வயதில் வரவேண்டிய எந்த ஆசைகளையும் வளர்த்துக் கொள்ளவேயில்லை. பொறுப்பான உறவுகள் என்று யாரும் இல்லாததால் திருமணம் வாய்க்கவில்லை. எங்கெங்கோ கிடைத்த வேலைகளைச் செய்து வாழ்க்கையை ஓட்டி வந்திருக்கிறார். கனவுகளோ.. எதிர்பார்ப்புகளோ... ஆசைகளோ ஏக்கங்களோ இல்லாத எந்தவிதமான வர்ண ஜாலங்களுமில்லாத கறுப்புவெள்ளை வாழ்க்கை. ஒரு மனித இயந்திரம் போலவே இயங்கி வந்துள்ளார். தன் வாழ்க்கையைப் பற்றிப் பெரிய குறைகள் எதுவுமில்லை, யார் மீதும் பழியுமில்லை, கோபமுமில்லை.. எங்கெங்கோ சுற்றி மூன்று வருடங்களுக்கு முன்புதான் அவர்மீதும் அன்புகாட்டவென்று இருந்த ஒரு உறவுக்காரப்பையன் வீட்டிற்கு வந்திருக்கிறார். ராம் தியேட்டரில் ஏதோ வேலையென்று தினக்கூலிக்கு ஒரு வாரம் போயிருக்கிறார். எந்த சிந்தனையுமில்லாமல் மனித இயந்திரம்போல வேலை செய்யுமொரு ஆளை தியேட்டர் உரிமையாளருக்குப் பிடித்துப்போனதில் வியப்பில்லை. நிரந்தரமாக வேலை கிடைத்திருக்கிறது. காலை ஒன்பதரை மணி முதல் இரவு ஒன்பதரை மணிவரையில் வேலை. குறிப்பிட்ட இன்ன வேலையென்று எதுவுமில்லையாம். எல்லா வேலைகளும் செய்ய வேண்டிய சகலகலாவல்லவன் வேலை. கேட்டில் நின்று டிக்கட் கிழிப்பாராம், கடைக்கு ஓடுவார், இடைவேளை நேரங்களில் கேன்டீனில் நின்று வியாபாரம் பார்ப்பார். சைக்கிள், பைக்குகளுக்கு டோக்கன்

போடுவார்... காட்சி முடியும்போது டோக்கன்களை வாங்கிக் கொண்டு வண்டிகளை முறைப்படுத்தி வெளியே அனுப்ப வேண்டும்...இப்படியாக. அவருக்கு இதையெல்லாம் கூட கோர்வையாக தொடர்ச்சியாகச் சொல்லத் தெரியவில்லை பாவம். ஒவ்வொரு நாளும் பதினைந்து நிமிட பயணத்தில் துண்டு துண்டாகச் சொன்னதிலிருந்து நானாக யூகித்து ஒரு முடிவுக்கு வந்திருந்தேன். என்றாலும் தனக்கு எந்தக்குறையுமில்லயென்றும் தான் சந்தோஷமாக இருப்பதாகவும் சொன்னார். எனக்கு அந்த மனிதனைப் பார்க்கப் பார்க்க வியப்பாக இருந்தது. வங்கியில் லட்சங்களில், கோடிகளில் இருப்பும், உலகளாவிய புகழும் வைத்துக்கொண்டு காதிலும் மூக்கிலும் கழுத்திலுமெல்லாம் தங்கமும் வைரங்களும் அடுக்கிக்கொண்டு அரைக்கண்ணை மூடியபடி பக்தியில் மூழ்கி ‘குறையொன்று மில்லை... மறைமூர்த்தி கண்ணா...’ என்று பாடுகின்ற ஏகாந்த மோன நிலையல்ல இது. தனது அடிப்படைத் தேவைகள்கூட அதிகமோ என்கிற தாழ்வு மனப்பாண்மையில் பிறந்த ஒடுக்கம்..

அதன்பிறகு சென்ற ஆண்டு மனைவி பணி ஓய்வுபெற்றபின் காலை நேரங்களில் பரபரப்பான அந்த பயணங்களுக்கு முற்றுப்புள்ளி வைக்கப்பட்டது. ஒரு நாள் ஊரிலிருந்து வந்திருந்த மகன்

‘‘அப்பா பயங்கரமா போரடிக்குது ஏதாவது படத்துக்குப் போகலாமா?’’ என்றான்.

‘‘பக்கத்திலிருக்கும் ராம் தியேட்டருக்கு வேணும்னா போலாம்’’ என்றேன். அடுத்த அஞ்சு நிமிஷத்தில தியேட்டர்ல இருந்தோம். இடைவேளையில் பாப்கார்ன் வாங்கலாம் என்று கேன்ட்டீனுக்குச் சென்றால் அங்கு கவுன்டரில் முருகேசன் நின்றுகொண்டிருந்தார்.

‘‘என்னங்க முருகேசு? இந்த நேரத்துல இங்க? இன்னிக்கு இன்னும் டூட்டி முடியலியா?’’’

''ஆமாம் சார் இப்ப ஒரு மாசமா நைட் டூட்டிங்க. நீங்க நல்லா இருக்கீங்களா சார்? உங்களைத்தான் பாக்கவே முடியறதில்லீங்க''

''வைஃப் ரிட்டயராயிட்டாங்க. அதான் இப்ப நான் ஸ்கூலுக்கு வர்றதில்ல.''

''தெரியும் சார். அன்னிக்கே சொன்னீங்க, முருகேசு இனிமே உங்குளுக்கு லிப்ட்டு இல்லேன்னு. சார் ஒரு காஃபி குடிங்க சார்''

''இல்ல முருகேசு இந்த நேரத்துல காஃபி குடிச்சா நைட்டு தூக்கம் வராது. பரவால்ல'' என்று சொல்லி விட்டு காசு வாங்க மறுத்த அவரது கையில் பாப்கார்னுக்கான காசை வற்புறுத்தித் திணித்துவிட்டு வந்தேன். அதன்பிறகு அந்த தியேட்டருக்குப் போகவேயில்லை. அந்த வழியாகக் கடந்து செல்கையில் எப்போதாவது நினைத்துக் கொள்வேன்.

கொரோனா அச்சுறுத்தலால் அரசின் ஆணைக்குக் கட்டுப்பட்டு இப்போது ஆறு மாதமாக அந்தத் தியேட்டரும் பூட்டிக்கிடக்கிறது. ஆனால், முருகேசு என்னவாகியிருப்பார் என்கிற நினவே எனக்கு வரவில்லை.

ஆனால் திரும்ப இப்படியொரு பரிதாபமான நிலைமையில் அவரைப்பார்ப்பேன் என்று நினைத்துக்கூடப் பார்க்கவில்லை.

கடந்த இரண்டு வாரங்களாக மூளைக்குள் சிறு முள் தைத்ததுபோல அவ்வப்போது முருகேசின் நினைவுகள் உறுத்திக் கொண்டேயிருந்தது. இது தொலைபேசியில் கேட்கக்கூடிய விஷயம் அல்ல என்கிறபடியால் கொரோனா கெடுபிடிகளையெல்லாம் ஒதுக்கி வைத்துவிட்டு அடுத்த வாரம் இதற்காகவே புறப்பட்டு ஆசிரமத்திற்குச் சென்றேன்.

நிர்வாகியைப் பார்த்து உருக்கமாக முருகேசுவின் நிலையை எடுத்துச் சொல்லும்போது ''சாரி...இல்லே.. முடியாதுண்ணு மட்டும் சொல்லிடாதீங்க. அந்த மனுசன்கிட்ட நான் ரொம்ப நம்பிக்கையா

சொல்லிருக்கேன். நீங்க அவரை ஆசிரம வாசியா சேர்த்துக்க வேண்டாம் இங்க ஏதாவது வேலை குடுங்க. ஆனா, இங்கயே தங்க இடமும் குடுங்க அது போதும்'' என்றேன். நீண்ட யோசனைக்குப் பிறகு நிர்வாகி பேசத்தொடங்கினார்.

''உண்மைல இப்ப எங்களுக்கே ரொம்ப சிரமம்தான். கவர்ன்மென்ட் சப்சைடி டைமுக்கு வர்றதில்ல. ஸ்பான்சர்ஸ்சோட நன்கொடைகளும் ரொம்ப ரொம்பக் கொறஞ்சுபோச்சு. மொத எல்லாம் கொழந்தைங்க பர்த்டே, வெட்டிங் டேன்னு நிறையப் பேரு விசிட்டர்ஸ் வருவாங்க. ஒருவேளை சாப்பாட்டுக்குன்னு டொனேஷன் குடுப்பாங்க, ஒரு மூட்டை அரிசி, மளிகை சாமான், காய்கறின்னு நிறைய பொருள்கள் வரும். இப்ப ஆறு ஏழு மாசமா ஆல்மோஸ்ட் விசிட்டர்சே இல்லேன்னு சொல்லணும். அவங்கவங்க வாழ்க்கையே பிரச்னைல இருக்கும்போது இதுதான் நடக்கும். அதான் யோசனை பண்ணவேண்டியதா இருக்கு. நீங்க எங்களுக்கு நெறையா ஹெல்ப் பண்ணிருக்கீங்க. முடியாதுன்னும் சொல்ல முடியல.''

''நானும் எதார்த்தமா அவருக்கு நம்பிக்கை கொடுத்திட்டேன்... அதான் இவ்வளவு தூரம் உங்களை வற்புறுத்தறேன்..''

''சரி! அடுத்தவாரத்துல ஒரு நாள் அவரைக் கூட்டிட்டு வாங்க. நம்ம ஆஸ்ரமத்தோட ரூல்ஸ் அண்ட் ரெகுலேஷன்ஸ் எல்லாம் உங்களுக்குத் தெரியுமல்ல, தெளிவா சொல்லி அழச்சுட்டு வாங்க.''

அவருக்கு மிகப்பெரிய நன்றிகளைச் சொல்லிவிட்டு பெரிதாக ஒரு வணக்கத்தைச் செலுத்திவிட்டு நெஞ்சம் நிறைய நிம்மதியுடன் வெளியே வந்த எனக்கு 'அப்பாடா' என்று ஒரு பெரிய மனபாரம் இறங்கினது போல இருந்தது. ஆசிரம வாசலுக்கு வந்து நின்றுகொண்டு அவசர அவசரமாக முருகேசு கொடுத்த நம்பருக்கு அழைத்தேன். இரண்டு மூன்று முறை முயன்றும் ஸ்விட்ச்டு ஆஃப் என்றே வந்தது. சரி வீட்டிற்குப் போய் பேசிக் கொள்ளலாம் என்று வீட்டிற்கு வந்தேன்.

இரவு எட்டு மணிக்கு அழைத்தபோது முதல் முறை மணியடித்தது, யாரும் எடுக்கவில்லை. சலிப்போடு மீண்டும் முயற்சி செய்தபோது 'ஹல்லோ' என்ற குரல் கேட்டது.

''தம்பி! முருகேசுன்னு அங்க இருக்காராப்பா? அவர்ட்ட பேசனும். ''

''நீங்க சார்?''

''அவருக்குத் தெரிஞ்சவரு. ஒரு வேலை விசயமா எங்கிட்ட சொல்லியிருந்தாரு.. அதுபத்தி ஒரு தகவல் சொல்லணும். போனை அவர்கிட்ட கொடுப்பா..''

''இல்ல சார்....அவரு இங்க இல்ல. இங்கிருந்து பொறப்பட்டுப் போயி ஒரு வாரம் ஆச்சு சார்.''

''எங்க போயிருக்காரு? எப்ப வருவாருன்னு தெரியுமா?''

''இல்ல சார். மூனு வருசமா எங்க வீட்லதான் சார் இருந்தாரு. ஊரடங்கு போட்டதிலிருந்து இந்த ஆறு மாசமாவே வேலையில்லேன்னு 'உங்களுக்கு பாரமா இருக்கறனே'ன்னு பொழுதன்னிக்கும் பொலம்பிட்டே இருந்தாரு சார். நானும் நம்ம சம்சாரமும் எத்தனையோ சமாதானம் சொன்னங்க. 'மாமா நாங்க குடிக்கற கஞ்சிய உங்குளுக்கு ஊத்த மாட்டமா கம்முண்ணு.. இருங்கன்னு'. ஆனா போன வாரத்துல ஒரு நாளு நாங்க ரெண்டுபேரும் ஊட்டுல இல்லாதப்ப துணிமணியெல்லாம் எடுத்துகிட்டு 'நல்லாருந்தா திரும்பி வர்றேன்'னு ஒரு துண்டுபேப்பர்ல எழுதி சாமி படத்துகிட்ட வெச்சுபோட்டு சாவியப் பக்கத்தூட்ல குடுத்துட்டு எங்கயோ போயிட்டாருங்க. அவுரு மேல கோவப்படறதா? சங்கடப்படறதானு தெரிலீங்க..'' அந்தப்பையன் தொடர்ந்து ஏதேதோ சொல்லி புலம்பிக் கொண்டேயிருந்தான்.....

வேரென நீயிருந்தாய்...

அடுப்பில் காலை உணவு தயாரிக்கப்போன அம்மாக்கண்ணு டீச்சர்.. வாசல்ல யாரோ 'அம்மா அம்மா'ன்னு கூப்பிடற சத்தம் கேட்டு, 'காலங்காத்தாலயே பிச்சைக்காரனுக தொல்லையா?' என்று சலிப்போடு முனகியபடி வெளிய வந்தாங்க. நாற்பது நாற்பத்தைந்து வயசிருக்கும் பார்க்க கூலி வேலைக்காரன் மாதிரி இருந்தான்.

''அம்மா.. ஏதாவது வேலை இருந்தாக் குடுங்கம்மா..''

''இங்க வீட்டுல நான் என்ன வேலைப்பா குடுக்கறது உனக்கு? வேலை ஒன்னும் இல்ல..''

''அம்மா தோட்டம் எல்லாம் காடு மாதிரி கெடக்குது நான் சுத்தம் பண்ணித் தர்றேன்ம்மா..''

''உன் கூட நின்னு வேல வாங்க என்னால முடியாதுப்பா, வேண்டாம் போ...''

''அம்மா நீங்க பாட்டுக்கு உங்க வேலையப் பாருங்க. பொழுதோட வேலைமுடிஞ்சதும், ஒரு தவா எட்டிப் பாருங்க. உங்களுக்கு திருப்தியா இருந்தாக் கூலி குடுங்க ....''

''எவ்வளவு கேக்கற?''

''நீங்க குடுக்கறதைக் குடுங்கம்மா...''

''ஆமா, இப்ப அப்படித்தான் சொல்லுவே, அப்பறம் வேலைய முடிச்சிட்டு கூலி வாங்கும்போது அடாவடி பண்ணி சட்டம் பேசுவ, கட்டுபடியாகுலேன்னு ரகளை பண்ணுவே...வேண்டாம்... வேண்டாம்...போப்பா. சுத்தம் பண்ணினாலும் மறுபடியும் மொளைக்கத்தான போகுது..''

''அதுக்காக அப்படியே உட்றதுங்களா? யாராவது ஒரு ஆளு வந்து ஒளிஞ்சாக்கூட தெரியாதுபோல இருக்குது...காடாட்டம் பொதரு மண்டிக் கெடக்குதும்மா...ரெண்டு நாளு வேலையிருக்குது நீங்க எனக்கு ஒரு நாள் சம்பளம் அறநூறு ருவா குடுங்க போதும்...''

பதிலை எதிர்பார்க்காமல் உரிமையோடு உள்ளே வந்து தோளில் கிடந்த துண்டை எடுத்துத் தலையில் கட்டிக்கொண்டு ''மம்முட்டியிருந்தாக் குடுங்க, ஒரு அறுவாளும்...'' என்று நின்றான்.

''உம் பேரென்னப்பா...?''

''குருசாமிங்கம்மா. நானு வெளியூருங்கம்மா. கட்டடத்துல மம்முட்டியாளு வேலை செஞ்சிட்டிருந்தனுங்க். இப்ப இந்த எழவு கொரனை நோவுனால எல்லா வேலையும் நின்னுபோச்சுங்களே. வகுறுன்னு ஒன்னு இருக்குதுங்களே..., சொல்லுங்க..''

பதினோரு மணிக்கு வேலைக்காரி பாப்பா டீ கொண்டுபோய்க் கொடுத்தாள். குனிந்தவன் நிமிராமல் மாங்கு மாங்கென்று வேலை செய்துகொண்டேயிருந்தான். மதியத்திற்குள் பாதி வேலையை முடித்துவிட்டான். மதியம் ஒரு மணியானது....

''அம்மா ஒரு அம்பது ரூவா இருந்தா குடுங்கம்மா கடைல போயி ஏதாவது சாப்பிட்டுட்டு வந்தர்றன்...''

''கடைக்கெல்லாம் போக வேண்டாம். இந்தா ஒரு எலை அறுத்துட்டு வா..இங்கயே சாப்பிடுவியாம்மா..'' என்று சொல்லி டீச்சர் கத்தியைக் கொடுத்தார்.

வேலைக்காரனுக்கு தலை வாழை இலை போட்டு விருந்தாளிக்கு சாப்பாடு போடுவது போல சோறு போட்டார் டீச்சர். முன்பெல்லாம் அவர் இப்படியிருந்ததில்லை. யாரையும் அண்டவிட்டதேயில்லை. யாரோடும் இணக்கமாக இருந்ததுமில்லை. எல்லாரோடும் அளவான பேச்சு வார்த்தை, தேவைக்கான உறவுகள் மட்டும் என்றிருந்தவரை தனிமையும், முதுமையும் நிறைய மாற்றியிருக்கிறது. தனக்குள் நிகழ்ந்த இந்த மாற்றம் அவருக்கே ஆச்சரியமாகவும், அதே நேரத்தில் சற்று வேதனையாகவும் இருந்தது. சுந்தரம் எல்லாரோடும் இணக்கமாக இருப்பதைப் பார்த்து....'யாராவது வந்து பேச்சுக் குடுத்தாப் போதும் அப்படியே மெய் மறந்துடுவீங்க...' என்று எப்போதும் கடிந்து கொள்வதும் குறை சொல்வதுமாகவே இருந்தார். எல்லாரிடத்தும் அவர் காட்டின அன்பையும், இரக்கத்தையும் எப்போதும் கடுமையாக விமர்சனம் செய்வார். சுந்தரம் சாருக்கு அப்படி ஒரு இளகின மனசு, அவருக்கு உலகமே உறவு, டீச்சருக்கு தன் வீடுமட்டுமே தன் உலகம். யாரோடும் ஒட்டும் இல்லை, உறவும் இல்லை. சார், யாருக்கு என்ன பிரச்னையென்றாலும் ஓடுவார். அவர்கூட உதவி செய்யாவிட்டால்கூட போகிறது, அவரைக் கடுமையாக விமர்சனம் செய்வார் டீச்சர். யாருக்கு என்னன்னாலும் நீங்க எதுக்கு இப்படி பறக்கறீங்க? 'ஊர்ல கல்யாணம் மார்ல சந்தனமுன்னு.' என்று திட்டுவார். அதற்கு பதில் எதுவும் சொல்லாமல் பல நேரங்களில் அமைதியாகக் கடந்து செல்வார். பொறுக்க முடியாதுபோய் சில சமயங்களில் மட்டும் 'உனக்கு என்ன நஷ்டம்? உன்னை நான் உதவிக்குக் கூப்பிட்டேனா?' என்பார். 'அப்போதே அவரைப்போல எல்லாரோடும் இணக்கமாக இருந்திருக்கலாமோ? அந்த மனிதரும் இன்னும் கொஞ்சம் மகிழ்ந்து போயிருப்பாரோ?'

என்று அவ்வப்போது தோன்றுவதுண்டு. . காலம் கடந்த ஞானம். 'செத்த குழந்தைக்கு ஜாதகம் பார்க்கும் வேலை'.

ரொம்ப நாளைக்குப்பிறகு வாய்க்கு ருசியாக வயிறு நிறைய்ய சாப்பிட்டு எழுந்த குருசாமி நன்றி நிறைந்த முகத்துடன் சிரித்தபடி டீச்சரைப் பார்த்தான். நல்ல கனிந்த பழம் ஒன்று நிதானமாக நடமாடுவது போலத் தோன்றியது அவனுக்கு. இந்தம்மாவுக்கு எப்படியும் எழுவது வயசுக்கு பக்கம் இருக்கும் போல. ஹூம்! இந்த வயசுக்கு நாமெல்லாம் எங்க உசுரோட இருக்கப் போறோம் என்று நினைத்துக்கொண்டான். சாப்பிட்டு முடித்து 'ஏவ்வ்வ்வ்....' என்று பெரிய ஏப்பமொன்றை விட்டு இலையை எடுத்துக்கொண்டுபோய் வெட்டித் தள்ளியிருந்த குப்பையோடு போட்டுவிட்டு மர நிழலில் சிறிது நேரம் இளைப்பாறினான். இருட்டும் வரையில் வேலை செய்தான். உழைத்து உரமேறிய உடல் என்பதால் ரொம்ப நாள் கழித்துக் கிடைத்த அந்த வேலையை சலிப்பில்லாமல் ரசித்துச் செய்தான். மொத்தத் தோட்டத்தையும் துப்புரவாக்கினான். மெல்ல நடந்து வந்து எல்லா இடங்களையும் சுற்றி பார்த்தபோது டீச்சருக்கு சந்தோசமாக இருந்தது.

பேசினதற்கு மேலே நூறு ரூபாய் சேர்த்து எழுநூறு ரூபாயாகக் கொடுத்தார். 'மத்தியானம் சோறு போட்டன்ல்ல அதுக்கு அம்பது ரூவா கம்மியா வங்கிக்கோ'ன்னு பேரம் பேசுவாங்களோன்னு நெனச்ச அவன் வாயெல்லாம் பல்லாக ரெண்டு கையையும் தலைக்குமேல தூக்கி பெரிய கும்பிடு ஒன்று போட்டு ''மகராசியா இருப்பீங்க தாயி'' என்று மனசு நெறைய வாழ்த்தினான். இரண்டு எட்டு நடந்தவன் திரும்பி, ''ஐயாவோட பழைய சட்டையெதாவது இருந்தா ஒன்னு குடுங்கம்மா'' என்றான்.

''கொஞ்சம் இரு '' என்று சொல்லிவிட்டு உள்ளே போனவர் பீரோவைத் திறந்து சாரோட ரெண்டு வேட்டியும், ரெண்டு சட்டையையும் ஒரு கவரில் போட்டுக்கொண்டு வந்து கொடுத்தார்.

துணிக் கவரை குனிந்து வளைந்து வாங்கிக்கொண்டு மீண்டுமொரு கும்பிடுபோட்டு நடந்தான் குருசாமி.

அந்தத் தெருவிலேயே மிகமிகப் பழமையான வீடு 'சுந்தர விலாஸ்' தான். சுற்றிச் சுற்றி எல்லா வீடுகளும் இரண்டு மாடி, மூன்று மாடி என்றும் சில வீடுகள் பல அடுக்குகள் கொண்ட அபார்ட்மென்ட்டுகளாகவும் மாறிப் போய்விட்டன. இந்த ஒரேயொரு வீடுமட்டும் எந்த மாற்றமும் இல்லாமல் இந்தப் பகுதிக்குக் கொஞ்சம் கூடப் பொறுத்தமேயில்லாமல் 'பெரிய நட்சத்திர ஓட்டலில் உணவு உண்ண வந்த ஒரு ஏழை மனிதன் போல' சம்பந்தமே இல்லாமல் திருஷ்டிப் பரிகாரமாக பரிதாபமாக நின்றது. நாற்பத்தைந்து வருசம் முன்பு ரொம்பவும் சிரமப்பட்டு இடம் வாங்கி வீடு கட்டினார்கள். அவங்களோட சேர்ந்து இடம் வாங்கி வீடு கட்டின ஒருவர்கூட இப்போது அந்தப்பகுதியில் வசிப்பதில்லை. நிறையபேர் இறந்துபோனார்கள். வேறு சிலர் வீட்டை விற்றுவிட்டு மகன் அல்லது மகளோடு போய் வெளியூரில், வெளிநாட்டில் செட்டில் ஆகிவிட்டார்கள்.. அந்த ஒரு வீடு மட்டும், ஆள் அரவமற்ற பாழடைந்த ஒரு புராதனக் கோவில் போலவும் டீச்சர் காவலுக்கு சபிக்கப்பட்ட ஒரு பூதம்போலவும் தன்னந்தனியாக அந்த வீட்டில். அந்த வீதியிலேயே அந்த வீட்டில் மட்டும்தான் நிறைய...செடி கொடிகளும் மா, பலா, வாழை, தென்னை, கொய்யா, பவிளமல்லிகை என நிறைய மரங்களுமாக காடுபோல மண்டிக் கிடந்தன. ஒரு வருசம் முன்னாடி வரைக்கும் சார் உயிரோடு இருந்த வரையிலும் அவ்வப்போது ஆட்களை வைத்து சுத்தம் செய்து அந்த வீட்டின் சுற்றுப்புறம் பளிச்சென்றுதான் இருந்தது. சுந்தரம் மாஸ்டர் இறந்து போனதோடு எல்லாம் போயிற்று. பள்ளியில் பிள்ளைகளை மிரட்டி, அதட்டிப் பேசியே பழகிப்போன கண்டிப்பான டீச்சர் தன் வீட்டிலும் எப்போதும் அதேபாணிதான். இப்போதும்... பேச்சில்... அதே தோரணையாகவே வாழ்ந்தார்.. என்றாலும் இப்போது வயது

எல்லாவற்றையும் மென்று தின்று துப்பியதன் மிச்சமாக சோர்வான ஒரு மூதாட்டி.!

இப்போதெல்லாம் வீட்டின் முன்புறம் சுவர் ஓரத்து நீளமான சிமென்ட் திண்ணைதான் டீச்சரோட புகலிடம். சார் இருந்த வரைக்கும் தினமும் மாலை சாமிக்கு விளக்கேற்றி வைத்துவிட்டு தொலைக்காட்சியின் முன்னால் உட்கார்ந்து விடுவார். அன்றைக்கு, சுந்தரம் சாரோட சவத்தை வீட்டிற்குள் கொண்டு வருவதற்கு முன்பு யாரோ உள்ளே வந்து எல்லா சாமி படங்களையும் சுவற்றைப்பார்த்து திருப்பி வைத்தார்கள். அதன் பிறகு சாமி படங்களை யாரும் பழையபடிக்கு நேராக திருப்பி வைக்கவேயில்லை. அவருக்கும் தோன்றவேயில்லை. அன்றிலிருந்து டீச்சரும் சாமிக்கு விளக்கு ஏற்றுவதில்லை. மாலை ஆறு மணியானால் வாசல் விளக்கைப்போட்டுவிட்டு அந்தத் திண்ணையில் வந்து சுவற்றில் சாய்ந்து காலை நீட்டிவைத்து அமர்ந்து கொள்ளுவார். கடல் அலைகள் வந்து வந்து கால்களை நனைத்துவிட்டுப் போவதுபோல காட்சிகள் ஒவ்வொன்றாக கண்களுக்குள் வந்து மறைந்து வந்து மறைந்து போய்க்கொண்டேயிருக்கும். சுந்தரம் சார் உயிரோடு இருந்த வரையிலும் இந்தத் திண்ணைதான் அவருடைய கொலுமண்டபம். சார் அருகிலேயே ஒரு ப்ளாஸ்டிக் நாற்காலியில், நண்பர்கள் யாராவது அமர்ந்திருப்பார்கள். அவரைப்பார்க்க மேலும் நண்பர்கள் யாராவது வந்தால் பக்கத்திலேயே இன்னும் சில நாற்காலிகள் தற்காலிகமாக முளைக்கும். ஏறக்குறைய எல்லா நாட்களிலும் ஒன்றுக்கு மேலான நாற்காலிகள் முளைக்கும். நிறைய நண்பர்கள், பழைய மாணவர்கள் என்று யாராவது வருவார்கள். யாருக்காவது கல்வி பற்றின யோசனை, குடும்ப பஞ்சாயத்து, கொடுக்கல் வாங்கல் தகராறுகளில் சமாதானம், மனம் நொந்து போனவர்களின் பாவமன்னிப்பு. எல்லாரது பாரங்களையும் இறக்கி வைத்து இளைப்பாற அவர் ஒரு சுமைதாங்கிக் கல். எல்லாரது சுமைகளையும் தாங்குவதற்கும் சமுத்திரம் மாதிரி பெரிய ஒரு மனசு

வேண்டுமல்லவா. எல்லாம் அவரோடு காணாமல் போயிற்று. இப்போதெல்லாம் யாரும் வருவதில்லை. அங்கு நாற்காலியும் இருப்பதில்லை. புதிய நாற்காலிகள் முளைப்பதுமில்லை. டீச்சர் மட்டும் ஒற்றை மனுஷியாக எதற்காகவென்று தெரியாமல் யாரும் வராதபோதும் வேறு எதுவும் செய்வதற்கு இல்லாததால் எல்லா மாலை நேரங்களிலும் வந்து தன்னந்தனியாக அந்தத் திண்ணையில் உட்கார்ந்து கிடப்பார். நிகழ்காலத்தில் சம்பவங்கள் எதுவுமே இல்லாது வறண்ட பாலையாகிப்போன பிறகு கடந்த கால நினைவுகள்தான் பொய்யான கானல் நீராக நிழலாடிக் கொண்டிருக்கிறது. தினமும் காலை பல்துலக்கி முடிந்ததும் நாக்கு வழிக்கும் பழக்கம்போலத்தான் அனிச்சையாக நடந்து கொண்டிருக்கிறது அதுவும்....

வாசல் விளக்கைப் போட்ட டீச்சர், அந்தத் திண்ணையில் சாய்ந்து உட்கார்ந்துகொண்டார். கண்கள் தொலைதூரத்தில் எதுவென்றில்லாத அத்துவானத்தைப் பார்த்தபடி...மனம் மட்டும், மேய்ச்சல் முடிந்து வீடு திரும்பின கிழட்டு மாடு சாவகாசமாகப் படுத்துக்கொண்டு அசைபோடுவதைப் போல தனது பழைய நினைவுகளுக்குள்ளேயே சுழன்று சுழன்று வெறும் கனவாகிப் போன மனக் காட்சிகளூடேயே லயித்துப் போயிருந்தார்.

திருமணத்திற்குப் பிறகு அவர்தான் ஆசிரியர் பயிற்சிப்பள்ளியில் சேர்த்து படிக்க உற்சாகப்படுத்தினார், அவர் வேலை செய்யும் அதே பள்ளியில் வேலையும் வாங்கிக்கொடுத்தார். வீடுகட்டுவதற்காக இந்த இடம் வாங்கும்போது கிரயத்திற்குப் பணம் பத்தாம தாலிக்கொடிய வித்துப் பணம் புரட்டும் நிலைதானிருந்தது. இரண்டே ஆண்டுகளில் அதைவிட கனமாக புதிய கொடி வாங்கிக்கொடுத்தார். வீடுகட்டி குடிவந்த ஒரு வருடம் கழித்துதான் மகன் அரவிந்தனும் அதற்கு இரண்டு வருடங்கள் கழித்து மகள் பூரணியும் பிறந்தார்கள். ஊரிலுள்ளவர்களுக்கு இன்று அந்த வீடு செங்கல்லும், சிமென்ட்டும் கொண்டு கட்டப்பட்ட ஒரு பழைய்ய்ய கட்டிடம், அவ்வளவுதான்.

ஆனால், டீச்சருக்கும் சாருக்கும் அந்த வீடு..... வாழ்விலிருந்து பிரிக்க முடியாது போன ஒரு உணர்வு.

மகனும், மகளும் வளர்ந்து ஆளானார்கள். நன்றாகப் படித்தார்கள். சாரும் அவரது மனைவியும் பிள்ளைகள் படிப்புக்காக எல்லா வசதிகளையும் செய்து கொடுத்தார்கள். திருமணமும் அவர்கள் விரும்பினவர்களுடனேயே நடத்தி வைத்தனர். எல்லாக் காலங்களிலும் மகனுக்கும் மகளுக்கும் குறிப்பறிந்து பணமாகவும், பொருளாகவும் உடல் உழைப்பாகவும் அவர்கள் இருவரும்தான் தொடர்ந்து கவனித்து வந்தார்கள். மகனும், மகளும் விருப்பப்பட்டு அவ்வப்போது கொடுக்கும் சிறுசிறு பரிசுப் பொருள்களை மட்டும் அவர்கள் மனம் நோகக்கூடாதென்பதற்காகப் பெற்றுக் கொள்வார்களே தவிர...ஒரு நாளும் பிள்ளைகளை எதிர்பார்த்ததில்லை. அதற்கு அவசியமும் ஏற்படவில்லை. இருவருக்கும் ஓய்வூதியம் வந்துகொண்டிருந்தது.

இருவரும் நல்ல ஆரோக்கியத்துடனேயே வாழ்ந்து வந்தனர். ஊருக்குள் இருவரும் லட்சியத் தம்பதிகள். உறவு வட்டத்திலும் நட்பு வட்டத்திலும் ஒருவரையொருவர் விட்டுக்கொடுக்க மாட்டார்கள். ஆனால், டீச்சருக்கு மட்டும் எப்போதும் அவர்மீது நிறைய குற்றச்சாட்டுகளும் குறைகளுமே இருந்தன. ஆனால், வெளியில் யாருக்கும் எதுவும் தெரியாது. சுந்தரம் எப்போதும் எளிய வாழ்க்கையையே விரும்பினார். ஆனால், டீச்சருக்கு எல்லாமே சிறப்பாக இருக்க வேண்டும் தன் குழந்தைகளின் வளர்ப்பு, ஆடை அணிகலன்கள், பிள்ளைகளின் கல்வி, அவர்களது திருமணம் என ஒவ்வொன்றும். அதற்கு அவர் சொல்லும் சமாதானம்..'நாமதான் கஷ்டப்பட்டோம் நம்ம கொழந்தைகளாவது சுகப்படட்டுமே!' என்பார். பெரும்பாலான நேரங்களில் மனைவியோடு முரண்பட்டாலும், கடைசியில் விட்டுக்கொடுத்துப் போய்விடுவார். எப்போதாவது ரொம்பவும் கோபமும் சலிப்பும் ஏற்படும் போது

மட்டும் 'நான் போன பின்னாடிதான் உனக்கு என்னோட அருமை தெரியும்' என்பார் சுந்தரம். அப்படி சொல்லும்போதுகூட தான் இல்லாவிட்டால் இவள் எப்படி எல்லாருடனும் அனுசரித்துப் போவாள்? தனியே எப்படி சமாளிப்பாள்? என்கிற கரிசனமும், கவலையும்தான் சொற்களாக வெளியில் சிதறும். அதற்கும் டீச்சர்.... 'உங்களுக்கு முன்ன நான் போய் சேர்ந்துடுவேன், நான் யாருடைய தயவிலும் வாழ மாட்டேன், யாருடைய கையையும் எதிர்பார்க்க மாட்டேனாக்கும்' என்பார். 'யதார்த்தம் என்னவென்றே தெரியாத பொம்பளையாக இருக்கிறாளே' என்று மனதிற்குள் நினைத்துக்கொள்வார்.

மகன் அரவிந்தன் மும்பையில் ஒரு பெரிய நிறுவனத்தில் பணிபுரிகிறான். மகள் பூரணியும் அவளது கணவன் பாஸ்கரும் தலைநகர் டெல்லியில் நிலைபெற்றுவிட்டார்கள். மும்பையில் சொந்தமாக மூன்று படுக்கை அறைகள் கொண்ட ஃப்ளாட் வாங்கின உடனே அப்பாவையும் அம்மாவையும் தன்னோடு வந்து தங்கிவிடுமாறு அழைத்தான். சாருக்கு கொஞ்சம் சபலமிருந்தபோதும் டீச்சர்அதற்கு சம்மதிக்கவில்லை. 'தொலைவில் இருந்து பாசமாக இருப்போம், ஒன்றாக இருந்து கசந்துபோக வேண்டாம்' என்றும் 'இத்தனை வயதுக்குமேல் பரபரப்பான மும்பை வாழ்க்கைக்குப் பழகுவதென்பது வளர்ந்த மரத்தை பறித்து புதிய மண்ணில் நட்டதுபோல ஆகிவிடும்' என்றும் சொன்னார். அவர் சொன்னதன் நியாயம் சாருக்கும் ஏற்றுக்கொள்ளக்கூடியதாகவே இருந்ததால் மகனிடம் நாசூக்காகச் சொல்லி தவிர்த்துவிட்டார். .எல்லாரும் வருடத்திற்கு ஒருமுறை வந்து பத்து அல்லது பதினைந்து நாட்கள் குடும்பத்துடன் தங்குவார்கள். அப்போதெல்லாம் மட்டுமே அந்த வீடு உயிர் பெற்றதுபோலத் தோன்றும். பத்து நாட்களுக்கு ஒருமுறை போனிலும் மாதம் ஒருமுறை காணொளி அழைப்பிலும் பேசுவார்கள்.. அந்தநேரத்தில் குழந்தைகள் அருகில் இருந்தால் ஏதாவது ஒன்றிரண்டு வார்த்தைகள் பேசுவார்கள். மகள் வீட்டிலும்

அதே கதைதான். எப்போதாவது பெருசுக ரெண்டும் தனிமையில் அமர்ந்து யோசிக்கும் வேளையில் டீச்சர் குறைபட்டுக்கொள்வார். ‘எங்கேயோ தவறு நடந்திருக்கிறதோ? எங்கேயென்று தெரியவில்லை... பிள்ளைகளுக்கு நமது மீது ஒட்டுதல் இல்லையோ? நாம் நன்றாகப் பாசத்தோடுதானே வளர்த்தோம்?’ என்று டீச்சர் புலம்புவார். அதுபோன்ற நேரங்களிலும் சார்தான் ஆறுதல் சொல்வார். ‘ச்சே! ச்சே! அப்படி நெனைக்கக்கூடாது. எத்தனை வீடுகளில் பெற்றவர்களும், பிள்ளைகளும் ஒரேவீட்டில் வாழ்ந்துகொண்டு யாரும் யாருடனும் ஒற்றை வார்த்தை பேசாமல், ஒருவருக்கொருவர் முகத்தில்கூட முழிக்காமல், ஒன்றொடொன்று அடித்துக்கொண்டும் சபித்துக்கொண்டும், வெறுப்புடனுமிருப்பதைப் பார்க்கிறோம். அதைவிட இது எவ்வளவோ தேவலாம் இல்லையா?. நிறையப்படித்து தொலை தூரத்தில் பணிபுரியும் பிள்ளைகளால் பெற்றோரோட அவ்வளவுதான் நெருக்கமாக இருக்கமுடியும். அதைப் புரிந்து ஏற்றுக் கொள்ளாமல் அவர்களைக் குற்றம் சொல்லக்கூடாது’ என்பார். யாரிடமும் குறைகாண விரும்பாத அவர் டீச்சருக்கு சமாதானமும் சொல்வார். அந்த நேரங்களில் பிள்ளைகளைக் குறை சொல்லக் கூடாது என்கிற ஒரு விஷயத்தில் மட்டும் கடைசியில் டீச்சரும் ஒத்துப் போவார்கள்.

எப்போதும்போல அன்றும் நடைப்பயிற்சி முடித்துவிட்டு மாலை ஆறு மணிக்கு வீடு திரும்பி திண்ணையில் அமர்ந்தவர். எப்போதுமில்லாத வழக்கப்படி திண்ணையிலமர்ந்தபடியே டீச்சரிடம் ‘எனக்கு குடிக்க கொஞ்சம் தண்ணீர் கொண்டு வருகிறாயா?’’ என்று கேட்டார். இந்த நாற்பது வருட வாழ்க்கையில் ஒரு நாள்கூட அவர் அப்படி உட்கார்ந்த இடத்திலிருந்து தனக்கு இது வேண்டும் என யாரையும் எதுவும் கேட்டதேயில்லை. இதையெல்லாம் யோசனை செய்தபடியே டீச்சரும் ஒருவித குழப்பத்துடன் உள்ளேபோய் ஒரு டம்ளர் தண்ணீர் கொண்டுவந்து கொடுத்தார். தண்ணீரை வாங்கிக் குடித்தவர் முகத்தைச்

சுளித்துக்கொண்டே ‘எனக்கு என்னவோ கஷ்டமா இருக்குப்பா.. நெஞ்சுக்குள்ள சுருக் சுருக்குன்னு குத்துது’ என்றார். மெல்ல எழுந்தவர் சுவற்றைப் பிடித்தபடி ஹாலின் உள்ளே வந்து சோஃபாவில் அமர்ந்தவர் ஃபேனைப் போடும்படி சைகை செய்தார். முழு வேகத்தில் ஃபேன் சுற்றினபோதும் அவருக்கு நன்றாக வேர்த்தது. டீச்சருக்கு என்னவென்று புரியவில்லை. பக்கத்தில் வந்து அமர்ந்து ‘என்ன செய்கிறது? டாக்டரிடம் போலாமா?’ என்று கேட்டார். ஆமென்று தலையாட்டிவிட்டு அருகிலுள்ள ஆஸ்பத்திரி நம்பரை எடுத்துக்கொடுத்து ‘ஆம்புலன்ஸ்சை வரச்சொல்லு’ என்று சொன்னபோதுதான்.. இது ஏதோ விபரீதமான சூழல் என்று அவருக்குப் புரிந்தது. அவசரமாக ஆம்புலன்ஸ்சுக்கு விலாசத்தைச் சொல்லிவிட்டு பரபரவென்று உள்ளே ஓடி பீரோவைத் திறந்து பணம் எடுத்துக்கொண்டு அவருக்கு வேண்டியதென எதை எதையோ எடுத்து வைத்துக்கொண்டார். ஐந்து நிமிடங்களில் ஆம்புலன்ஸ் வந்தது. தானாக ஸ்ட்ரெச்சரில் ஏறிப் படுத்துக் கொண்டவரைச் சுமந்துகொண்டு வண்டி பறந்தது.

சுந்தரம் ஐசியுவில் சேர்க்கப்பட்டார். டீச்சர், சாருடைய நெருங்கின நண்பர்கள் இரண்டு மூன்று பேர்களுக்கு போன் பண்ணினார். அவர்களும் ஓடோடி வந்தனர். ஒரு மணி நேரம் கழித்துதான் தலைமை டாக்டர் டீச்சரை உள்ளே அழைத்தார். ‘மிகக் கடுமையான ஹார்ட் அட்டாக் வந்துள்ளது. நிலைமை கவலை தருவதாகவே உள்ளது, இன்னும் நினைவு திரும்பவில்லை, அது அவ்வளவு நல்ல சிம்டம் அல்ல. வென்ட்டிலேடர் சப்போர்ட்டில்தான் வைத்திருக்கிறோம். ஒருவேளை நினைவு திரும்பவில்லையென்றால் எதுவும் சொல்வதற்கில்லை’ என்றார். டீச்சர் இடிந்து போனார்.

அரவிந்திற்கும், பூரணிக்கும் தகவல்கள் பறந்தன. இருபத்து நான்குமணி நேரம்தான் ஆஸ்பத்திரியில் இருக்க வேண்டியிருந்தது. அவர்கள் வரும் வரையில் அவர் காத்திருக்கவில்லை. நல்ல

மனுசனுக்கு ‘நல்ல சாவு’’ என்று எல்லாரும் சொன்னார்கள். யாரையும் சிரமப்படுத்தாமல் தானும் சிரமப்படாமல் மனுசன் நல்லபடியாகப்போய்ச் சேர்ந்து விட்டார் என்றார்கள். சாவில் எப்படி நல்ல சாவு? என்று தனக்குதானே கேட்டுக்கொண்ட டீச்சர் வாழ்க்கையில் முதன்முதலாக முக்கியமான சில விஷயங்கள் குறித்து தானே தனியாக முடிவெடுக்க வேண்டி வந்ததனால் தடுமாறினார். சார் உயிரோடு இருந்த வரையில் எது பற்றியும் கவலைப்படவோ, பொறுப்பெடுக்கவோ தேவைப்பட்டதில்லை. வீட்டிற்கு காய்கறி மளிகைகள்கூட அவரே பார்த்து வாங்கி வந்துவிடுவார். சமையலில் எல்லா வேலைகளிலும் சமமாகப் பங்கெடுப்பவர் என்பதால் சமையலறையில் என்ன இருக்கிறது, எது இல்லை என்பதுகூட டீச்சரைவிட அவருக்குத்தான் நன்றாகத் தெரியும்.

ஆஸ்பத்திரியிலிருந்து வீடுவந்த ‘செயலற்ற சாரை’ மக்கள், மருமக்கள், பேரப்பிள்ளைகள் வழியனுப்பி வைத்தனர். அவரது ஏராளமான நண்பர்களும், மாணவர்களும், அவருக்கு வேண்டியவர்களும் என துக்கம் விசாரிக்க வந்து கொண்டேயிருந்தனர். ஒரு வாரத்தில் சடங்குகள், சம்பிரதாயங்கள் எல்லாம் நடந்து முடிந்தன. அதன்பிறகே பூனைக்கு யார் மணி கட்டுவது என்கிற புதிய பிரச்னை பிறந்தது. ஒரு மாலை நேரத்தில் டீச்சரைச் சுற்றி மகன், மகள், மருமகள், மருமகன் நான்கு பேரும் ஒன்றாக வந்து உட்கார்ந்தார்கள். எதற்காகவென்பது டீச்சருக்கும், அவர்களுக்கும் தெளிவாகத் தெரிந்ததுதான். யார் தொடங்குவது என்பது தெரியாமல் எல்லாரும் மௌனமாகவே இருந்த நேரத்தில் அந்த மௌனத்தைப் பொறுக்க முடியாமல் டீச்சரே பேச ஆரம்பித்தார்.

‘‘என்னப்பா.. எல்லாரும் ஒன்னா வந்திருக்கீங்க?அடுத்து என்ன செய்வது என்று முடிவு செய்யத்தான?’’

''ஆமாம்மா.... இத்தனை நாளு அப்பா இருந்தாரு. அவருக்கு முடியலேன்னா பக்கத்துல நீ இருந்தே. இனி உன்னைத் தனியா இந்த வீட்ல விட்டுட்டு நாங்க எப்படி போறது? அதான் உன் வசதி என்னன்னு கேட்டுட்டு முடிவு பண்ணலாம்ன்னு.. என் கூட மும்பை வந்துரு. அதுல உனக்கு விருப்பமா? இல்ல பூரணிகூட போயி இருக்கியான்னு நீயே முடிவு பண்ணி சொல்லு.''

''உங்க கூட எல்லாம் இருந்தா எனக்கு சந்தோசமாத்தான் இருக்கும் . ஆனா, நடைமுறைல எது எல்லாருக்கும் வசதின்னு பார்த்து முடிவு பண்ணலாம்ப்பா..''

''அப்ப ஒன்னு பண்ணும்மா.. நீ என்னோட டெல்லி வந்துரும்மா. இவரும் சரிங்கறாரு...''

''ஆமாங்க அத்தை நீங்க தாராளமா எங்களோட வந்து இருக்கலாம்...''

''ரொம்ப தேங்க்ஸ்சுங்க மாப்பிள்ள.. பூரணி... இந்த ஒரு வாரமா நான் எல்லாத்தையும் யோசனை பண்ணித்தான் வெச்சுருக்கேன். தயவுசெய்து என்னை யாரும் தப்பா எடுத்துக்காதீங்க. நான் எங்கயும் போகல. என்னால முடியற வரைக்கும் இந்த வீட்லயே இருந்துடறேன். நீங்க முடிஞ்ச போது அப்பப்ப வந்து பார்த்தா அதுவே எனக்குப்போதும்..''

''அம்மா உன்கிட்ட இந்த நேரத்துல கோவிச்சுக்கக் கூடாதுன்னுதான் நானும் பொறுமையாப் பேசீட்டிருக்கேன். அஞ்சு வருசம் முன்னாடி அப்பாவும் நீயும் என் வீட்டுக்கு வந்தப்போவே ஒரு மாசத்துக்கு மேல அங்க இருக்க உனக்குப் பிடிக்கலே.. அதனாலதான் நீ என் கூட வர்றியான்னு கேட்கிறேன். இல்லேன்னா, அம்மா நான் முடிவு பண்ணிட்டேன். நீ என்னோட பொறப்படு! அதான் சரி!ன்னு நானே முடிவு பண்ணி உங்கிட்ட சொல்லியிருப்பேன்.''

''ஐய்யோ.. தயவு செய்து நான் சொல்றதைக் கொஞ்சம் புரிஞ்சுக்கங்கப்பா. நான் உங்க ரெண்டுபேருகிட்டயும் கோவிச்சுகிட்டு சொல்லல. எனக்கு, உங்கப்பா இருந்த இந்த வீட்லயே இன்னும் கொஞ்ச காலம் இருக்கனும்ணு ஆசை..''

''ஆமா! என்னைக்குதான் நீ மத்தவங்க பேச்சைக் கேட்டிருக்க.. அப்பா உயிரோடு இருந்த வரைக்கும் அவர் என்ன சொன்னாலும் காதுலயே வாங்கிக்காம உன் இஷ்டப்படிதான் ஏதாவது செய்வே.. அவரும் சண்டைபோட வேண்டாம்ன்னு..எல்லாத்துக்கும் சரின்னுடுவாரு. நீ நினைச்சதை சாதிப்பே. .அந்த மனுசன் உன்னை அப்படி கெடுத்து வெச்சிருக்காரு. எப்போதும் உன் பிடிவாதம்தான் உனக்குப் பெரிசு. இப்ப என்னவோ பெரிய சென்டிமென்ட்டா அவரு இருந்த வீட்லயே.......''

''அண்ணா......கொஞ்சம் சும்மா இரு. உனக்கு எந்த நேரத்தில எதைப் பேசறதுன்னு இங்கிதமே கெடையாது. அவங்க ரெண்டுபேரும் அடிச்சிகிட்டோ சண்ட போட்டுகிட்டோ நாற்பத்தஞ்சு வருஷம் ஒன்னா வாழ்ந்துட்டாங்க. அதைப்பத்தியெல்லாம் விமர்சனம் பன்றதுக்கு நமக்கு உரிமையில்ல. .இப்ப என்ன அவசியமோ? அதை மட்டும் பேசு...! தேவையில்லாம வார்த்தைகளை விடாத.''

''அதுக்கு இல்ல பூர்ணி. இந்த அம்மாவை இந்த வீட்ல தனியா விட்டுட்டுப் போனா... அங்க போயி நாம நிம்மதியா இருக்க வேண்டாமா?. இது சென்ட்டிமென்ட் எல்லாம் பேசிகிட்டு இந்த வீட்லயே இருக்கேன்னு சொல்லுது. இவ்வளவு பெரிய வீட்ல வயசான இந்த அம்மா மட்டுந்தான் தனியா இருக்கறாங்கன்னு தெரிஞ்சிகிட்ட எவனாவது நோட் பண்ணி வெச்சுகிட்டு ராத்திரில உள்ள பூந்துட்டான்னா? காசு பணம் போனாப் போகுது எத்தனை 'ந்யூஸ்'ல பார்க்கறோம். வீட்டில் தனியாக இருந்த முதியவர் மீது தாக்குதல்ன்னு ... அதான் பயம்மா இருக்கு.. சரி, நான் இன்னொரு

யோசனையும் வெச்சிருக்கேன். என்னன்னு சொல்றேன். உனக்கு விருப்பப்பட்டா அதுபற்றி யோசிப்போம். எல்லாருக்கும் ஓக்கேன்னா செய்வோம் . வடவள்ளி பக்கத்துல ஒன்னு, கெணத்துகிடவு பக்கத்துல ஒன்னு பார்த்து வெச்சிருக்கேன்ம்மா. எல்லாம் நல்ல நல்ல 'லக்ஸுரி வில்லாஸ்'தான். நாமே சொந்தமா வாங்கிடலாம். தினசரி ஆளுங்க வந்து வீட்டை சுத்தம் பண்ணிடுவாங்க. உள்ளயே ஒரு 'மெஸ்' இருக்கு. விருப்பப்பட்டா அங்கயிருக்க 'டைனிங் ஹாலு'க்குப் போயி சாப்பிடலாம். இல்லேன்னா போன் பண்ணினா ரூம்லயே கொண்டாந்து கொடுத்துருவாங்க. . உள்ளேயே ஒரு கோவில், ஒரு சின்ன 'ஹாஸ்பிடல்', எமெர்ஜென்ஸிக்கு ஒரு ஆம்புலன்ஸ், பார்க்ன்னு ஒரு பக்கா 'கேட்டெட் கம்யூனிட்டி'யோட எல்லா வசதிகளும் இருக்கு. நாங்க போறதுக்குள்ள எல்லா ஏற்பாடுகளும் பண்ணி உன்னை அங்க கொண்டுபோயி விட்டுட்டா நான் நிம்மதியா ஊருக்குப் போவேன். உன்னை மாதிரி நெறையா பேரு அங்க இருக்காங்கம்மா. இந்த வீட்ல நீ தனியா இருக்கறது கொஞ்சம் கூட 'சேஃப்டி'யில்ல... அது அவ்வளவு நல்லதுமில்ல..தயவுசெய்து நான் சொல்றதைக் கொஞ்சம் புரிஞ்சுக்கோ.''

இதையெல்லாம் கேட்டபோது பூரணியும் இது ரொம்ப நல்ல யோசனை என்று ஏற்றுக்கொள்ளச் சொல்லி அம்மாவை வற்புறுத்தத் தொடங்கினாள்.

''ஓல்ட் ஏஜ் ஹோமுக்குப் போறோம்னு மனசு சங்கடப்பட ஒன்னுமில்லம்மா. நீ சொந்தமா அந்தக் 'கம்யூனிட்டி'ல சௌகர்யமா ஒரு வீடு வாங்கிட்டுக் குடிபோறோம்ன்னு நெனச்சுக்கோம்மா...''

''இது நல்ல யோசனைதான்ப்பா நான் இல்லேன்னு சொல்லல. ஆனா கொஞ்ச நாளைக்கு நான் இங்கயே இருந்து பார்க்கறேனே. ஒரு வேளை, எனக்கு சிரமமா இருந்தா நானே உங்ககிட்ட சொல்றேன். அப்ப அங்க கொண்டுபோயி சேர்த்துடுங்க. உங்க வீட்லயெல்லாம்

வந்து இருக்கக் கூடாதுன்னு எனக்கு வீம்பெல்லாம் கெடையாது. நீங்க ரெண்டுபேரும் எம் புள்ளைங்க. நானும் 'ப்ராக்டிகல்லா' யோசனை பண்ணித்தான் சொல்றேன். இங்க இருந்தா உங்க அப்பா கூட இருக்கிற மாதிரி மனசுக்கு ஒரு நிம்மதியிருக்கும் ப்பா...''

மகனோடும், மகளோடும் போய் வசித்தால் அவர்களுக்குத் தொல்லையாகி இருக்கிற நல்ல உறவு கசந்துபோகுமோ என்கிற அச்சத்தால்தான், அது சரிப்பட்டு வராது என்று அம்மா பிடிவாதமாகச் சொல்கிறார்கள் என்பது எல்லாருக்கும் பச்சையாகத் தெரிந்தது. அம்மாவின் பிடிவாதம் அதே வீட்டில் பிறந்து வளர்ந்த பிள்ளைகள் இருவருக்கும் தெரியாதா என்ன?. இந்தநேரத்தில் அவரது விருப்பத்துக்கு மாறாக வலுக்கட்டாயமாக முடிவெடுக்கவும் மனசு வரவில்லை. அப்பா அப்படி கெடுத்து வெச்சிருக்கார் என்று மனதிற்குள் நினைத்துக்கொண்டு வேறு வழியில்லாமல் எரிச்சலை வெளியில் காட்டிக் கொள்ளவும் முடியாமல் சரியென்று ஒப்புக்கொண்டு ஒரு வாரத்தில் புறப்பட்டுச் சென்றார்கள்.

அப்படி, இப்படியென்று ஒரு வருஷம் ஓடிடுச்சு. காய்கறி பழம் கீரைகள்ன்னு எல்லாமே வாசலுக்கே வருது. மளிகைக் கடைக்கும் மருந்துக்கடைக்கும் போன் பண்ணினா அரை மணி நேரத்துல வீட்டுக்கே கொண்டுவந்து வேண்டிய சாமானைக் கொடுத்துப் போறாங்க. வேலைக்காரி பாப்பா எல்லாநாளும் வந்து வேணும்கறதெல்லாம் செஞ்சு கொடுத்திடறா. உயிரோடு இருந்தபோது பெரும்பாலான நேரங்களில் அந்த மனிதரின் அன்பைப் புரிந்துகொள்ளாமல் முரட்டுப்பிடிவாதம் பிடித்து அவரை நிறைய நோகடித்ததற்கு பிராயசித்தமாகத்தான் அவரோட சந்தோஷமா இருந்த நாட்களை நெனச்சுகிட்டு அதே வீட்ல வாழ்ந்துகிட்டிருப்பதென அவர் முடிவுசெய்யக் காரணம். எல்லாம் இயல்பாக நடந்து கொண்டிருக்கிறது. எதுவும் நிற்கவில்லை. ஆனால், ஒற்றை மனிதர் அந்த வீட்டிலிருந்தபோது இருந்த பலமும் தைரியமும் இப்போது முற்றாக வடிந்துபோய் வறண்டு போன மணலில்

கலைந்துபோன கால் தடங்களாகத் தெரிந்தன. பல நேரங்களிலும், தனிமை மிகக் கொடுமையானதாக இருந்தது. சண்டை போடுவதற்காகவாது ஒரு ஆள் வேண்டுமே?

எழு நூறுரூவா கூலி வாங்கி இன்னைக்கு எட்டு நாளாச்சு. கையில பதினஞ்சு ரூவாதான் மிச்சமிருக்கு. ஒரு டீயாவது குடிக்கலாம்னு குருசாமி கடைக்கு வந்து நின்னப்போ.

''மாமா...! எப்புடியிருக்கற?'' என்று குதூகலமாக ஒருகுரல் கேட்டது. பரட்டைத் தலையுடன் அழுக்கு லுங்கியும் அழுக்கு சட்டையும் அணிந்தபடி ஓட்டைப்பல்லைக் காட்டிக்கொண்டு 'ஈ'யென்று இளித்தபடி நின்றான் விஜயன். என்ன பண்ணினாலும் மாற்றவே முடியாத ஒரு போக்கிரியின் தோற்றம். குருசாமி ரெண்டு வருசம் முன்ன வேலை செஞ்சிட்டிருந்த ஒரு கட்டடத்துல எஞ்சினியரு கைதவறி கீழபோட்டுட்டுப் போன ஐநூறு ரூவாக்கட்டு ஒன்னை அல்ப சபலத்துல எடுத்துட்டுப்போயி வீட்டுல ஒளிச்சு வெச்சு கையும் களவுமா பிடிபட்டு போலீஸ் கேசாயி ஆறு மாசம் கோர்ட்டுக்கும் போலீஸ் டேஷனுக்கும் நடையா நடந்து கடைசீல மூனு மாசம் ஜெயில்ல இருந்தப்ப குருசாமிக்குக் கெடச்ச மாப்பிளதான் எதிரில் நின்று நலம் விசாரித்தான்.

''வக்கள்ளி மாமா! வெறும் டீயா குடிக்கற?'' என்று கேட்டுவிட்டு ''ண்ணோவ்.. ஆளுக்கு ரெண்டு போண்டா குடுங்க..'' என்றான் கடைக்காரனிடம். விஜயன் எப்போது வாயைத் திறந்தாலும் நாலு வார்த்தைகளில், குறைந்தது ரெண்டாவது கெட்ட வார்த்தைகளாகத்தான் இருக்கும்.

''டேய் எங்கிட்ட காசில்லடா.. வேண்டாம்டா.'' என்று குசுகுசுத்த குருசாமியிடம்

''மூடீட்டுத் திண்ணு மாமா'' என்று சிரித்துக் கொண்டு அருகில் வந்து குருசாமியை அணைத்துக் கொண்டான்.

''மாமா.. தொழில் எல்லாம் எப்படி நடக்குது?''

''நானென்ன உன்னைய மாதிரி பரம்பரைத் திருடனா? ஏதோ இல்லாத கொடுமைல ஒரேயொரு தடவை ஆளில்லாத கெடக்குதேன்னு சபலத்துல பணத்தை எடத்ததுக்குத்தான் கம்பியெண்ணுனன், அதோட பொண்டாட்டியும் பிச்சுகிட்டுப் போயிட்டா. ஏதோ கெடைக்கற வேலையை செஞ்சுட்டு நானுண்டு எம்பாடுண்டுன்னு இருக்கறன் நானு...''

''அப்ப நல்லா வசதியா இருக்கறையா மாமா?''

''அதையேன் கேக்கற...போ. நாறப் பொழப்புடா. என்னைக்காவது ஒரு நாள் ஏதோ கெடைக்கற கூலி வேலைக்குப்போறன்..ஆம்மா நீயெங்க இந்தப்பக்கம்?''

''நமக்கு இப்ப இந்த ஏரியாவுலதான் டூட்டி ...'' என்று சொல்லி கண்ணைச் சிமிட்டி ஒரு அவுட்டு சிரிப்பும் சிரித்தான். ''மாமா லட்டு மாதிரி ஒரு கேசுக்கு கெட்ச் போட்டு வெச்சிருக்கேன். ரிஸ்க்கேயில்லாத எடம். ஆளேயில்லாத ஊடு. ஒரு ஈ காக்காக்குத் தெரியாம கச்சிதமா வேலைய முடிச்சிறலாம். ஒரு வாரமா நோட்டம் போட்டு கெச்சுப் போட்டு வெச்சிருக்கேன். கம்பெனிக்கு ஆளில்லயே எங்கடா தேத்தறதுன்னு நெனச்சிகிட்டிருந்தன். பாரு வக்கள்ளி கரெக்ட்டா நீ வந்து எதுக்கால நிக்கற. உனக்கு சூத்துல சுழியிருக்கு மாமா.''

''அந்த வேலையே வேண்டாமப்பா. நான் பிச்சையெடுத்தாவது வயத்தக் கழுவிக்கறன். என்னைய உட்ரு என்று இரண்டு கைகளையும் தலைக்குமேலாகத் தூக்கி ஒரு பெரிய கும்பிடு போட்டான். பயம்மா இருக்குடா மாப்பள.. சிக்கீட்டா அடி வாங்க சத்தியில்லடா...ஒரு தடவ ஜெயிலுக்குப் போனதிலேயே குடும்பம் செதறிப் போச்சு..இன்னொருக்கா ஜெயிலுக்கெல்லாம் போனா பொறகு ஊருகுள்ள தல காட்ட முடியாதுடா.''

‘‘மயிறு! நீ எல்லாம் ஒரு ஆம்பளையா மாமா?. ஒரு ஆப்பரேசன்னு சொன்ன ஒடனே, எடம் எங்க? எவ்ளோ தேரும்? எப்பப் போகலாம்? எனக்கு பங்கு எத்தனைனு கேக்காம கேனப்பு...... மாதிரி இப்படி என்னையும் சேத்து ஆப் பண்ணியுடறியே? செரி மாமா உனக்கு இஷ்டமில்லேன்னா உட்ரு. நான் வேற ஆளைப்பாத்துக்கறேன். உனக்குத்தான் தெரியுமே நான் எப்பவும் பார்ட்னரில்லாம தனியா தொழிலுக்குப்போக மாட்டேன்னு. எவனுக்கோ பங்கு குடுக்கறதுக்கு பதிலா உனக்குக் குடுக்கலாமுன்னு பாத்தா..நீயென்னமோ பயந்து சாகற. சோத்துக்கில்லாம நக்குவீங்க, ஆனா தொழிலுக்குப் போலாம்ன்னா ஒடனெ தர்மம் நாயம் மயிரெல்லாம் நொட்டுவீங்க..’’ என்றான் எரிச்சலோடு.

உண்மையிலேயே குருசாமிக்கு நாளைக்குக் காலை சோத்துக்கு வழியில்லைதான். இப்பெல்லாம் நேரத்துக்கு ஏதாவது சாப்படலேன்னா பயங்கரமாத் தலவலி வந்துருது. ஒரு வேலையும் கெடைக்கிற மாதிரியுமில்லை. ‘‘செரி மாப்ள ஊட்டுக்குப் போலாம் வா. உங்கூட தொழிலுக்கு வருலேன்னா என்ற ஊட்டுக்கு நீ வரமாட்டயா?’’

வழியெல்லாம் விஜயன் மறுபடியும் கரைக்க ஆரம்பித்தான். கடந்த இரண்டு மூன்று மாதங்களாக வேலையுமில்லாமல் பசியும் பட்டினியுமாக நொந்துபோயிருந்த குருசாமி மிக நீண்ட மனப்போராட்டத்திற்குப் பிறகு கடைசியில்

‘‘செரி மாப்பள.. நான் ரெடி.! நானுமுன்றகூட வர்றன் ஊட்டுக்குப்போயி பேசிக்கலாம் ’’னு சொல்லி நடந்தான் குருசாமி.

அடுத்த நாள் விஜயன் தொழிலுக்கு ஆயத்தமானான். பகலிலேயே ஆபரேசனுக்குத் தேவையான ஆயுதங்களை ரெடிபண்ணி ஒரு துணிப்பையில் போட்டு வைத்தான். இரவு ரோட்டுக்கடையில் ஆளுக்கு நாலு புரோட்டா சாப்பிட்டுவிட்டு வீட்டில் வந்து படுத்தபடி இருவரும் பேசிக்கொண்டிருந்தனர்.

குருசாமி ஏதோ ஒரு வேகத்தில் சரியென்று சொல்லிவிட்டானே தவிர, 'இது தேவையா? வேண்டாத வினையை வம்பில் விலைக்கு வாங்குகிறோமோ?' என்று உள்ளுக்குள் உதைத்துக் கொண்டேயிருந்தது. 'நான் வரவில்லை, என்னை ஆளை உட்டுருப்பா' என்று சொல்லி தப்பித்துவிடலாமா என்று தோன்றியது. ஆனால், வருகிறேன் என்று சொல்லிவிட்டு கடைசி நேரத்தில் பின்வாங்கினால் வயசில் பெரியவன் என்றுகூடப் பார்க்காமல் புழுத்த நாயி குறுக்கபோக முடியாத அளவிற்கு அசிங்கமாகத் திட்டுவானே என்றும் பயமாக இருந்தது. இன்னைக்கு இந்த சனியன் புடிச்சவன் கண்ணில் படாம இருந்திருக்கலாம், வேலியில போறதை எடுத்து வேட்டிக்குள்ள உட்டுட்டு இப்ப குத்துதே கொடையுதேன்னு தவிக்கிற தன்ற புத்திய செருப்பால அடிக்கோணும் என்று தவிற்க முடியாத மனக்குழப்பத்தில் தவித்துக் கொண்டிருந்தபடியால் அதிகம் பேசாமல் அவன் பேசுவதற்கெல்லாம் 'உம்' போட்டுக் கொண்டிருந்தான். . விஜயன் நேரெதிர். முன் வரிசைப்பல் மட்டுமல்ல, அவனது முழு வாயும் ஓட்டைதான். தூங்குகின்ற நேரம் தவிர எப்போதும் ஏதாவது 'லொட லொட'வென்று பேசிக் கொண்டேயிருப்பான். குறிப்பாக தனது வீர பராக்கிரமங்களை. பல நேரங்களில் இந்த ஓட்டை வாயாலேயே தேவையில்லாமல் எங்காவது உளறிக்கொட்டி அவனே பொலீசிடம் போய் மாட்டிக் கொள்வதுமுண்டு. என்றாலும் அவனால் பேசாமல் மட்டும் இருக்கவே முடியாது. தூங்கும்போதும் திருடப் போகும்போதும் மட்டும்தான் அவன் பேசாமலிருப்பான்.

இரவு தொழிலுக்குப்போக வேண்டுமென்பதற்காக மதியமே இருவரும் நன்றாகத் தூங்கிவிட்டனர். இரவு இரண்டு மணிக்கு வீட்டிலிருந்து புறப்படுவதாக விஜயனின் திட்டம். தூங்கிவிடக்கூடாதென்பதற்காக படுத்தபடி எதையெதையோ பேசினான் . அவனது அம்மா சின்ன வயசிலேயே பக்கத்து வீட்டுக்காரனோடு ஓடிப்போனது. குடிகார அப்பன் அவனுக்கு

சோறுபோடாமல் அடித்துத் துன்புறுத்தியது. அம்மாவின் கள்ளக்காதலால் ஏற்பட்ட வெறுப்பினால் எல்லா பெண்களையும் எப்போதும் ஆபாசமாகத் திட்டித் தீர்ப்பதுமாக இதையே சுற்றிச் சுற்றி வந்தது அவனது பேச்சு. இன்றைக்குக் கிடைப்பதில் ஆளுக்குப் பாதி என்று ஆரம்பத்திலேயே சொல்லிவிட்டான். தொடர்ந்து ஏதேதோ பேசிக்கொண்டேயிருந்தான். குருசாமியும் வழக்கம்போல அவன் பேசுவதையெல்லாம் பொறுமையாகக் கேட்டுக்கொண்டிருந்தான்.

சரியாக இரண்டு மணிக்குப் புறப்பட்டவர்கள் எங்கெங்கேயோ சுற்றிச்சுற்றி சந்து பொந்துகளையெல்லாம் அளந்து சர்வே பண்ணி முடித்துவிட்டு, வழியில் சிவனே என்று தூங்கிக்கொண்டிருக்கும் நாய்களை உதைத்து விரட்டி, மிரட்டிக் குரைத்த நாய்களைக் கல்லால் அடித்து துரத்திவிட்டு ஒரு வழியாக ஒரு வீட்டின் பின்புறம் வந்து நின்றனர். ஆபரேசனின் போது என்னவெல்லாம் செய்யக்கூடாது, எப்படி நடந்துகொள்ள வேண்டும் என்பதையெல்லாம் வழியிலேயே குரு தனது சிஷ்யனுக்கு சொல்வதுபோல சொல்லிக் கொடுத்திருந்தான் விஜயன். குருசாமிக்கு இது முதல் அனுபவம் என்பதால் எதுவும் பேசாமல் மண்டையை ஆட்டிக் கொண்டிருந்தான். தனக்கு எதிர் பேச்சுப் பேசாமல் இப்படி ஒரு அடிமைத் துணை கிடைத்ததில் விஜயனுக்குப் பரம திருப்தி. ஒரு விதமான மிதப்பிலிருந்தான். அங்கு குரு சிஷ்யனான், விஜயன் குருவானான். நல்ல அமாவாசை இருட்டு. ஒரு வீட்டின் பின்புறமுள்ள காம்பவுன்ட் சுவர் மீதேறி இருவரும் உள்ளே குதித்தனர் . வீட்டின் பின்பக்கக் கதவை ஒரு சின்ன உளியால் ஒரு நெம்பு நெம்பினதும் கதவு பழம்போல திறந்து கொண்டது. அந்த இருட்டிலும் விஜயன் முகத்தில் ஒரு பெருமை தெரிந்தது. வயதில் இளையவனானாலும் இன்னிக்கு தொழில்ல அவந்தானே பாஸு.! குருசாமிக்கு இது எதிலும் முன் அனுபவம் இல்லாததாலும், இதுவே முதல் வேலை என்பதாலும் இயல்பாகவே கொஞ்சம் பயந்தவன் என்பதாலும் அவனது நெஞ்சு படபடவென அடித்துக்கொள்ளும்

சப்தம் அவனது காதுகளுக்கே பெரும் இரைச்சலாகக் கேட்டது. அனுசரணையுள்ள நாய்க்குட்டிபோல அமைதியாக விஜயனின் பின்னால் நகர்ந்து கொண்டிருந்தான் குருசாமி. ஒரு அறையில் இரும்பு பீரோ ஒன்று இருந்தது. அதற்கென இன்னொரு தனி உளி அதுவும் அமைதியாகத் திறந்து கொண்டது. இருவரும் முகத்திற்கு துணி கட்டிக்கொண்டிருந்தனர். மிகவும் மெல்லிய குரலில் 'இந்த பீராவிலிருக்கற பணம் நகைய மட்டும் எடுத்துக்கோ' என்று சைகையில் சொல்லிவிட்டு துளிகூட சப்தமே எழாமல் பூனைபோல அடுத்த அறையைப் பார்க்க நடந்தான் விஜயன்.

எண்ணெய் எறங்கின ஒரு பழைய மூக்குத்தி உடைந்துபோன ஒற்றை கம்மல் ஒன்று இவ்வளவுதான் நகை. பணம் சில்லரைகள் எல்லாம் சேர்த்து சுமாராக பதினைந்தாயிரம் இருக்கும். எல்லாவற்றையும் ஒரு பழைய துண்டில் மூட்டையாக இறுக்கிக் கட்டிக்கொண்டான் குருசாமி.. வீட்டிற்குள் சுத்தமாக வெளிச்சமேயில்லை. நிதானத்தில்தான் நடக்க வேண்டியிருந்தது. வேறு அறைகளில் ஒன்றும் கிடைக்கவில்லை. கதவு சும்மா சாத்தியிருந்த ஒரு அறைக்குள் போன விஜயன், முதலில் பெட்ரூம் விளக்கை அணைத்தான். அப்படியும் தெருவிளக்கின் வெளிச்சம், மரக்கிளைகளின் நிழல்களையும் தாண்டி தனது தயவைக் கொஞ்சமாக உள்ளே கசியவிட்டது. கட்டிலில் உறங்கிக்கொண்டிருந்த அந்த பெண்மணியின் கழுத்தில் மின்னிய செயினைப் பார்த்துவிட்டான். தலைமாட்டில் போய் நின்றான்.

மூட்டையை நெஞ்சோடு கட்டிக் கொண்டு கால்களால் இருட்டைத் துழாவியபடி இஞ்ச் இஞ்ச்சாக மிக மெதுவாக ஊர்ந்து கொண்டிருந்தான் குருசாமி. சில நிமிடங்களில் அடுத்த அறையில் யாரோ திமிருவதுபோல சப்தமும்... பளாரென்று கன்னத்தில் அறைந்த ஓசை மாதிரியும், மூச்சுத் திணறிக் கொண்டே கத்துவதற்கு யாரோ முயற்சி செய்வதுபோலவும் சில குழப்பமான சப்தங்கள்

கேட்கிற மாதிரியும் இருந்தது. இல்லை பயத்தினால் தனக்குத் தோன்றும் பிரம்மையா? என்றும் சந்தேகமாக இருந்தது. அதன்பிறகு சட்டென அமைதியானது. குருசாமிக்கு கிலி பிடித்தது. சரி இன்னிக்கு நம்ம பொழப்புக்கு சங்குதானென்று தோன்றியது. கண்டிப்பாக உள்ளே ஆள் இருக்க வேண்டும். விஜயன் பிடிபட்டானா? இல்லை யாரோடாவது சண்டை போட்டபடி போறாடுகிறானா? என்பது தெளிவில்லாத குழப்பமாக இருந்தது. ஒன்று மட்டும் நிச்சயமாயிற்று. வருவதற்கு முன்பு விஜயன் சொன்னதுபோல இது ஆளில்லாத வீடல்ல. இது பழம் மாதிரி ஆபரேஷனும் இல்லை. இப்போது தலை தப்பினால் போதுமென்று பின்கதவு வழியாக தப்பியோடி விடுவதா? இல்லை தைரியமாக சப்தம் வந்த அறையைக் கண்டுபிடித்து உள்ளே நுழைந்து அவனுக்கு உதவி செய்து அவனை மீட்டுக் கொண்டுபோவதா? என்று தெரியாமல்... வேகமாக வந்துகொண்டிருக்கும் காரின் முன்னால் நடுரோட்டில் மாட்டிக் கொண்டு கடந்து பாய்ந்து ஓடித் தப்பிப்பதா? இல்லை பின் பக்கமாகவே திரும்பி ஓடி உயிர் பிழைப்பதா? என்று புரியாமல் திகைத்து நிற்கும் தெருநாய்போல குருசாமிக்கு மூச்சிரைத்தது. எப்படியிருந்தாலும் கொள்ளைக்கு வந்துவிட்டு கூட்டாளியை விட்டுவிட்டு தப்பித்து ஓடினால் நாளை வெளியே வந்தபிறகு விஜயன் தயவு தாட்சன்யமெல்லாம் பார்க்காமல் எது வேண்டுமென்றாலும் செய்வான். அதற்கெல்லாம துணிந்தவன்தான் அவன் என்பதும் ஞாபகத்திற்கு வந்தது.

ஐந்து நிமிடம் சிலைபோல அசையாமல் சுவரோரம் சாய்ந்து நின்றவன். சரி! ஆனபடி ஆகட்டும் என்று மூச்சையடக்கிக் கொண்டு சப்தம் வரும் திசையைக் குறிவைத்து சாத்தி வைத்திருந்த ஒரு கதவைத் திறந்துகொண்டு மெல்ல உள்ளே நுழைந்தபோது மையிருட்டில் ஒன்றுமே தெரியவில்லை. ஆனால் யாரோ வெளிக்குப் போன நாத்தம், மூத்திர வாடை அடிப்பதுபோலத் தெரிந்தது.

வழக்கமாக திருட்டு முடிந்தபிறகு அடுத்தநாள் போலீசார் கொண்டுவரும் 'மோப்ப நாயை' திசை திருப்புவதற்காக திருட்டு நடந்த இடத்தில் இரண்டு மூன்று பேராக சேர்ந்து நன்றாக முக்கி நிறைய்ய பேண்டு வைத்து மூத்தரம் பேஞ்சு வெச்சுட்டுப் போவது வழக்கம் என்று சிறைச்சாலை கூட்டாளிகள் கதை சொல்லியிருந்தது நினைவுக்கு வந்தது.. எப்பேர்ப்பட்ட பேர்போன மோப்ப நாயாயிருந்தாலும் அதுக்குமேல ஒன்னும் பண்ணாதுன்னு கேள்விப்பட்டிருக்கிறான் குருசாமி. உள்ளே எந்த அணக்கமும் இல்லை. உள்ள தைரியத்தையெல்லாம் ஒன்றாகத் திரட்டி அடித் தொண்டையில் மிக மெதுவாக 'மா...ப்ளே...' என்று அழைத்தான். ஒரு பத்தடி தூரத்தில் கையிலிருந்த சிகரெட் லைட்டரில் வெளிச்சம் காட்டி அருகே வருமாறு சைகை செய்தான் விஜயன்.

மூச்சைப்பிடித்துக் கொண்டு அருகேபோய்

''எ...ன்...ன...டா ஆ..ச்..சு?'' ஏன்று கேட்டபோது நடுங்கும் குரலில்

''தப்பு.... நடந்து..... போச்சு... மாமா...''என்றான்.

''என்னடா......சொல்ற? விவரமாச் சொல்றா கேனக்கூ........ பயமுறுத்தாதடா.....!''

விஜயன் மீண்டும் லைட்டரில் வெளிச்சம் காட்டினான். கட்டிலில் தாறுமாறான கோலத்தில் ஒருபெண். முகம் தலகாணியால் மூடியிருந்தது.

'' தா...........ளி! என்னடா பண்ணுன? என்ன ஆச்சுன்னு சொல்லித்தொல.''

கையை உயர்த்தி குருசாமியின் மூஞ்சிக்கு நேராகக் காட்டினான். நல்ல கெட்டியான ஒரு தங்க செயின்.

''உள்ள வந்தனா.... கழுத்துல....கெடந்த......செயினைப் பாத்ததும்.... சபலம். அஞ்சாறு பவுன் தேருமேன்னு கணக்குப்போட்டு சப்தமில்லாமல் கட் பண்ணிட்டேன். பூ மாதிரி உருவியெடுத்துகிட்டிருக்கும்போது கெழவி முழிச்சிருச்சு....கெழவி சத்தம் போடப்பாத்தா.. ஆனா பயத்துல தெளிவா வார்த்தை வருல. வாய் கொளருச்சு. சரி உட்டா....சுதாரிச்சுகிட்டு.....கத்தி.... ஊரைக் கூட்டிருமேன்னு நெனச்சு சட்டுன்னு... பளார்ன்னு ஒரு அறைவிட்டு. பக்கத்துல கெடந்த தலகாணியை எடுத்து மூஞ்சில வெச்சு அமுக்குனேன்... காலை கையை ஒதறுச்சு. சரி பயத்துல மயக்கம் போட்டிருச்சுன்னு நெனச்சன்.....இப்ப...பாத்தா .... பேச்சு மூச்சில்ல. கெரகம் செத்துப்போச்சு.'' என்று சொல்லி மீண்டும் லைட்டரை எரியவிட்டு தலகாணியை விலக்கினான். வாயைத் திறந்தபடி ஒரு மூதாட்டி..

'பட் பட் பட்'டென்று ஆங்காரத்தோடு விஜயனின் மூஞ்சியின் மேலேயே நான்கைந்து அடிகள் விட்டான் குருசாமி. ஒரு நிமிசம் ஏதோ நினைவு வர அவனது கையிலிருந்த லைட்டரைப்பிடுங்கி எரியவிட்டு பிணத்தின் முகத்தினருகில் கொண்டுபோய் உற்றுப்பார்த்தான். அவனையறியாமல் ''ஐயோ தாயீ..!'' என்று வாயைபொத்திக் கொண்டு அழ ஆரம்பித்தான். 'கூலி வேலைக்கு வந்தவனுக்கு இலைபோட்டு சோறுபோட்ட மகராசியைப் பொணமாக்கிட்டியேடா.. தா.......ளி. ..சோத்துக்கு வழியில்லேன்னு உங்கூட திருட வந்த பாவத்துக்கு என்னைய கொலைக் கேசுல சிக்க வெச்சுட்டியேடா குடியைக்கெடுத்தவனே..'' என்று தரையில் உட்கார்ந்து சப்தமில்லாமல் அழ ஆரம்பித்தான்.

''மாமா..! நடந்தது நடந்து போச்சு. என்னமோ பெத்தவளைத் திண்ணவனாட்ட குத்தவெச்சு உக்காந்து ஒப்பாரி வெய்க்கற.. கேனப்பு....... மூடீட்டு .எந்திரிமேல. இப்ப நீயே ஊரைக்கூட்டி. என்னைய மாட்டி உட்ருவையாட்ட இருக்குது....சீக்கரமாத் தப்பிச்சுப் போற வழியைப் பாக்கலாம்'' பல்லைக் கடித்துக்கொண்டு கோபமாக

உறுமினான். என்ன செய்வதென்று தெரியாமல் குற்ற உணர்ச்சி நெஞ்சைப் பிளக்க பைத்தியக்காரனைப் போல 'இந்தப் பாவத்தை நான் எங்க போயி தீர்க்கப் போறன்.. ஐய்யோ உண்ட வீட்டுக்கு ரெண்டகம் பண்ணிட்டேனே என்று வாய்க்குள்ளேயே புலம்பிக்கொண்டு இன்னொரு நடைபிணமாக விஜயனைப் பின் தொடர்ந்தான் குருசாமி.

அந்தக் கட்டிலின் அடியில் விஜயனின் ஆயுதப்பையும் அநாதையாகக் கிடந்தது.

செல்ல மழையும்... சின்ன இடியும்!

அழுக்குப்பிடித்த அந்த வணிக வளாகத்தின் முதல் மாடியிலிருந்தது கூரியர் அலுவலகம். நெடுஞ்சாலையை நான்கு வழிச்சாலையாக்குகிறேன் என்று சாலையின் இருமருங்கிலும் இருந்த கடைக்காரர்களின் ஆக்கரமிப்புகளை அகற்றியதால் வளாகத்தின் மேல் தளத்திற்கு போவதற்காக இருந்த மாடிப்படிகளை 'புல்டோசர்' மென்று துப்பிவிட்டது. முதல் தளத்திலிருக்கும் எட்டு குட்டிக்கடைகளுக்கும் செல்வதற்கு தற்காலிகமாக ஒரு இரும்பு சுழல்படியை அமைத்திருந்தார்கள். நிதானமாகப் பார்த்து ஏறவேண்டும் அதைவிட எச்சரிக்கையாக இறங்கவேண்டும். அதில் பத்திரமாக ஏறி இறங்க ஒரு சர்க்கஸ்காரனின் லாவகமும், கவனமும் தேவைப்பட்டது. சாலையின் இருமருங்கிலும் சோலையாய் விரிந்து படர்ந்து என்பது ஆண்டுகளுக்கும் மேலாக லட்சக்கணக்கான மக்களுக்கு உயிர்காற்றும், நிழலும், ஆண்டுக்கு இரண்டுமுறை 'டன்' கணக்கில் புளியும் தந்த மரங்களும் ஒரே நாளில் மாயமாகின. இத்தனை காலமாக சாலையின் இருமருங்கிலும் இருந்த ஏராளமான

இளநீர்க்கடைகள், நுங்கு, தர்பூசிணிக்கடைகள், சர்பத் வண்டிகள், பூக்கடைகள், பழ வண்டிகள், இட்லிக்கடைகள், பாணிபூரி காளான் கடைகள் எல்லாமே காணாமல் போயின. மனிதர்களுக்கு மட்டுமல்லாது ஆயிரக்கணக்கான பறவைகளின் வாழ்விடமாகவும் இருந்த அத்தனை புளிய மரங்களையும் கூட்டமாக மனிதக்குரங்கள் மேலே ஏறி உட்கார்ந்துகொண்டு கிளைகளையெல்லாம் அறுத்து அறுத்து கீழே தள்ளின. கிளைகளை இழந்து மொட்டையாக நின்ற அடிமரங்களை பெரும்பசி கொண்ட ராட்சச ‘டைனோசர்கள்’ போன்ற பிரம்மாண்டமான ‘புல்டோசர்’கள் சில மணி நேரங்களில் வேரோட பறித்துப் பறித்து வீசி சாய்த்துக் கொண்டிருந்தன.. கீழே விழுந்த மரக்கிளைகளை மனிதக்கும்பல் ஒன்று மின்சார ரம்பங்களில் ‘வர்ர்ர்ர்ரூம்...... வர்ர்ர்ர்ரூம்’ என அறுத்துத் தள்ளிக் கொண்டிருந்தன. ஒரு ‘க்ரேன்’ அதையெல்லாம் வரிசையாக நிற்கும் லாரிகளில் நிறப்பியது. அந்தப்பகுதியே ஒரு பெரிய போர்க்களம் போலவும், குறுக்கும் மறுக்குமாக, துண்டு துண்டாகக் கிடக்கும் புளிய மரத்தின் கிளைகள் எல்லாம் களத்தில் செத்து வீழ்ந்து கிடக்கும் வீரர்கள் போலவும் காட்சியளித்ததைப் பார்க்கும்போது மனதை என்னவோ செய்தது.. எப்படியோ தட்டுத்தடுமாறி இருசக்கர வாகனத்தை நிறுத்திவிட்டு நிதானமாகப் படியேறி மேலே சென்றேன். சில புத்தகங்கள் அனுப்ப வேண்டும்.

மிகப் பிரபலமான பெயர்கொண்ட கூரியர் நிறுவனம்தான் என்றாலும் ஒரு பத்துக்கு எட்டு கட்டிடத்தில்தான் இயங்கியது. ஒரு மேசை நாற்காலி.....பில் போட ஒரு கம்ப்யூட்டரும், பிரின்டரும் எதிரில் இன்னொரு பிளாஸ்டிக் நாற்காலி. அது வாடிக்கையாளருக்கு. மதியம் ஒன்றரைமணி. நிழல் தந்த மரங்களையெல்லாம் நிர்தாட்சன்யமாக வெறிகொண்டு வெட்டி வெட்டி அழித்ததனால் அந்த அறையே அடுமனையின் அடுப்புபோல அனலடித்தது. கூரியர் பெண்ணின் மேசையின் ஒரு ஓரத்தில் திறந்து கிடக்கின்ற ஒரு ’பிளாஸ்டிக்’ டப்பா. அதில் கொஞ்சம் பழைய சோறும், பாதி கடித்த

ஒரு பச்சை மிளகாயும். மேசைக்கு முன்பக்கமாக நின்றுகொண்டிருந்த நடுத்தர வயது மனிதர் அடுப்பில் விழுந்த காய்ஞ்ச மிளகாயெனப் பொரிந்து கொண்டிருந்தார்.

''எங்கிட்ட ஒரு நூறு ரூபாயும் ஒரு அம்பது ரூபாயும்தான் இருக்கு. இப்ப என்ன பண்ணச் சொல்ற?''

''சார் உங்க பில் 105 ரூபா, நாப்பத்தஞ்சு ரூபாய் சில்லரைக்கு நான் எங்க சார் போவேன்?''.

''அது எனக்குத்தெரிய வேண்டிய அவசியமல்ல. காலைலேர்ந்து புக்கிங் பண்ணிட்டு இருக்கிற உங்கிட்ட நெஜம்மாவே சில்லரையில்லையா?''

''சார் வெச்சுகிட்டு உங்களுக்குக் குடுக்காம நான் என்ன சார் பண்ணப்போறேன். இங்க கீழ மரமெல்லாம் வெட்டிகிட்டிருக்கறதால காலைலேர்ந்து கஸ்டமர் யாருமே வரல சார். நீங்கதான் சார் மூனாவது கஸ்டமர்... (இறைஞ்சும் குரல்)''

''அதுக்கு நான் பொறுப்பில்ல. நீதான் சில்லரை வெச்சுக்கணும். இல்லேன்னா உன்னோட பில்லு 105 ஆகுது, மீதி 45 கொடுக்க எங்கிட்ட சில்லரையில்லேன்னு மொதல்லயே நீ சொல்லியிருக்கணும்.''

''சார் உங்க டீடெய்ல்ஸ் முழுக்க அடிச்சாதான் பில் வரும். அப்பறம் எப்படி சார் நான் மொதல்லயே சொல்ல முடியும்? அதுமட்டுமில்ல, உங்ககிட்ட சில்லரை இருக்காது என்பது எனக்கெப்படித் தெரியும்? அன்னன்னிக்கு ஆகற கலக்சனை சாயந்தரம் எட்டு மணிக்கு பைசா பாக்கியில்லாம கட்டிடணும். இங்க பெட்டி கேஷ்னு எதுவும் குடுக்க மாட்டாங்க. தினமும் நூறு எரநூறு சில்லரை கொண்டுவந்து வெச்சுக்க நான் எங்க சார் போவேன்?'' (இத்தனை பதில்களும் மிகவும் மரியாதையான அடக்கமான தொனியிலேயே...)

''சரி! அப்ப ஒன்னு பண்ணு அந்த அம்பது ரூபாயைக்குடு அஞ்சு ரூபாயை நான் அடுத்த தடவை வரும் போது குடுக்கறன்.''

''சார் சாயந்தரம் நான் கணக்கு குடுக்கும்போது சில்லரையில்லேன்னு ஒரு ரூபா கம்மியாக்குடுத்தாக்கூட கேஷியர் வாங்க மாட்டாரு சார். உங்களை மாதிரி நாலு பேரு அஞ்சஞ்சு ரூபா நிறுத்தினா ஒரு நாளைக்கு இருபது முப்பதுன்னு துண்டு விழுந்தா? நான் என்ன சார் பண்ணுவேன் நான் வாங்கற சம்பளத்தை வெளிய சொன்னா கேவலம் சார்...'' (கண்ணீர் மல்க மன்றாடுகிறார் அந்தப் பெண்)

அந்தக் கல்லுளி மங்கன் அதற்கெல்லாம் துளிகூட அசையவில்லை. ''ஒன்னு பண்ணு பில்லை கேன்சல் பண்ணிடும்மா. நான் வேற கூரியர்ல அனுப்பிக்கறேன்.'' என்று சொல்லி மேசை மேலிருந்த கவர்களை எடுக்கிறார்.

'' பில்போட்டு கிழிச்கிட்டேன் சார். இனி கேன்சல் பண்ணினா என் மேல என்கொயரி வரும் சார்.. ப்ளீஸ் சார். புரிஞ்சுக்கங்க சார்.''

எதுவும் பேசாமல் எல்லாவற்றையும் பார்த்துக் கொண்டிருந்த நான், தாங்க முடியாமல் என் கைப்பையைத் திறந்து 45 ரூபாய் சில்லரையை எடுத்து மேசையின் மீது வைத்து ''அவருக்கு கொடுத்து விடுங்கம்மா...'' என்றேன்.

''ரொம்ப தேங்க்ஸ் ஸார்'' என்று என்னிடம் சொல்லிக்கொண்டு அவரது கவருக்கு சீல் வைத்து அதைப்பெட்டியில் தள்ளி விட்டு பில்லையும் மீதி 45 ரூபாயையும் மேசையின் மீது வைத்து நகர்த்தினாள் அந்தப்பெண்.

துளிகூட கூச்சமேயில்லாமல் ஏதோ பெரிதாக சாதித்துவிட்டது போன்ற ஒருவித மிதப்புடன் 'பொம்பளைங்களை வேலைக்கு வெச்சாவே இப்படித்தான் ஒரு வேலையும் விளங்காது...' என்று முணகியபடி இறங்கிச் சென்றார் அந்த மனிதர். பின்னாடியே சென்று செவுளில் ஒன்று விட வேண்டும் போல இருந்தது...

நான் கொடுத்த பார்சலுக்கு பில் அடித்துக் கொண்டிருந்தாள். அந்தப் பெண்ணுக்கு 25 வயதுதான் இருக்கும் கடந்த இரண்டு வருடங்களாக எப்போதாவது இங்கு வரும்போது பார்த்து வருகிறேன். புத்தகங்களாக அனுப்புவதால் நான் எழுதுபவன் என்பது அவளுக்குத் தெரியும். சாதாரணமான ஒப்பனைகள்கூட இல்லாத மிகமிக எளிமையான ஒரு பெண். எப்போதும் வண்ணங்கள் மங்கிப்போன பழைய உடைகள்தான். கழுத்தில் ஒரு பாசியும் காதில் ஒரு பிளாஸ்டிக் கம்மலும். இதையெல்லாம் கூட இன்றுதான் கவனித்தேன். அவளது முகத்தில் அடிபட்ட பறவையின் ஒரு வலி தெரிந்தது. மனசை என்னவோ செய்தது. அங்கு நிலவிய அந்த இறுக்கத்தைக் கலைப்பதற்காக

''எங்கப்பா மகன் அரசுவைக் காணோம்..?''

''அட! உங்களுக்கு அவன் பேரு ஞாபகம் இருக்கா சார்?''

''போன தடவை வந்தபோது என்னோட புக்குல இருந்த என்னோட ஃபோட்டோவைப் பார்த்துட்டு 'தாத்தா இது நீங்கதான, எதுக்கு இதுல உங்க ஃபோட்டோ போட்டிருக்குண்ணு என்னைக் கேட்டான். சட்னு பேரன் ஞாபகம் வந்துச்சு. வெளி நாட்டில இருக்கிற என் பேரனைப் பார்த்து ஒரு வருஷம் ஆச்சு. கொரோனாவால நாங்க அங்க போக முடியல. அவனும் இதேபோல என் புக்குல இருக்கற என் படத்தைக்காட்டி என் மகன் கிட்ட அப்புச்சி அப்புச்சின்னு சொல்வானாம். அதுதான் ஞாபகம் வந்துச்சு. அதுனால உன் மகனைப் பார்க்கும்போது என் பேரன் ஞாபகம் வரும். உன் மகன்தான் பெரிய மனுசன் மாதிரி எனக்குபேரு வெச்சானே 'ரைட்டர் தாத்தா'ன்னு....அப்பத்தான் அவன் பேரைக்கேட்டேன் . நீ 'அரசு'ன்னே. நான் கூட வித்தியாசமான பேரா இருக்கேன்னேன். குடியரசு நாளன்னிக்கு பொறந்ததால அந்தப்பேருன்னு சொன்னேப்பா..அதனால மறக்கல..''

அவளையும் அவள் மகனையும் ஒரு பொருட்டாக நினைத்ததாலோ என்னவோ கண்களில் ஒரு கனிவு தெரிய...

''ஊர்ல அம்மா வீட்ல கொண்டுபோயி விட்டுட்டேன் சார். ஸ்கூல் அடைச்ச பின்னாடி இங்க ஆ்ஃபீசும் பூட்டினதால நாலு மாசம் நானும் வீட்ல இருந்தேன். ஆனா, இன்னும் ஸ்கூல் தெறக்கல. வீட்ல பாத்துக்க ஆளில்ல. இங்க கொஞ்சநாள் வெச்சுப் பார்த்தேன்..அவன் ரொம்ப கஷ்டப்பட்டான்.''

''ஆமாம்ப்பா....அன்னிக்கு ஒரு நாள் நான் வந்தப்போகூட தரையில படுத்து தூங்கிகிட்டிருந்தான்.. நாங்கூட அவங்கிட்ட பேசல.''

''ஆமாம் சார், அன்னிக்கு நல்ல காய்ச்சல் அவனுக்கு. உடம்பு சரியில்லேன்னாக்கூட வீட்ல பார்த்துக்க ஆளில்ல. அதனாலதான் ஒரு மாத்திரையக்குடுத்து இங்கயே படுக்க வெச்சிருந்தேன். நானும் திடீர்னு இங்க லீவு போட முடியாது. நான் ஒருத்தி மட்டுமே இருக்கற கலக்ஷன் சென்டர்ங்கறதால மின்னாடி பர்மிஷன் வாங்காம லீவுபோட்டா வேலை போயிடும். எனக்குத்தான் விதி ஒரு நாளைக்கு பதினோரு மணி நேரம் இதுக்குள்ளயே ஜெயில் மாதிரி அடைஞ்சு கெடக்கறேன். அவன் நாலு வயசுப் பையன், வெளையாடற கொழந்த.. பாவமா இருந்துச்சு. அதான் கொண்டுபோயி விட்டுட்டேன். இப்ப அவனை விட்டுட்டு இருக்கவும் கஷ்டமாத்தான் இருக்குது... என்ன பன்றது சொல்லுங்க... இந்த மாசம் அவனோட 'பர்த்டே' வரும்போதுதான் போயி கூட்டிட்டு வரணும்'' சொல்லும்போது அவளது கண்கள் கலங்கின. மேசையின் ஓரத்தில் பழைய சோறும் பச்சமிளகாயும் ஏனென்ற காரணம் இப்போது புரிந்தது.

என்னுடைய பில்லுக்கு சரியான சில்லரையை கொடுத்துவிட்டு பில்லை வாங்கிக் கொண்டு

"வர்றேம்மா..." என்றேன்.

என்னிடம் பாரத்தை இறக்கி வைத்ததாலோ என்னவோ சற்று இளகிப் போனவளாக "புதுசா ஷார்ட் ஃபில்ம் ஒன்னும் நடிக்கலையா சார்?" என்றாள்.

"இல்லப்பா! ரெண்டு படத்துல நடிக்கறதா இருந்துச்சு... எல்லாத்தையும் கொரோனா கபளீகரம் பண்ணி கொண்டு போயிடுச்சு" என்று சொல்லிச் சிரித்தபடி நிதானமாக கவனமாகப் பார்த்துப் படியிறங்கினேன். யோசனை செய்துபார்த்தேன். இது என்ன ஒரு கொடுமையான வேலை பாவம். பதினோரு மணி நேரம் உணவு இடைவேளையோ, இயற்கை உபாதைகளைப் போக்கி கொள்ளவோகூட இடைவேளை கொடுக்கப்படாத ஒரு வேலை.

இப்படித்தான்...அன்றொரு நாள் நல்ல மழை நேரம். இதுபோலத்தான் ஒரு புத்தகம் பார்சல் அனுப்பிவிட்டு இறங்கிவர முடியாமல் அங்கேயே நின்றுகொண்டிருந்தேன் மாலை நேரம் வேறு. எனக்கு அவசரமாக சிறு நீர் கழிக்க வேண்டும். ரொம்பவும் தயங்கி

"ஏம்ப்பா இங்க பக்கத்துல பாத்ரூம் இருக்குமா?"

ஒரு நிமிசம் தயங்கின பிறகு... "ரைட் சைடுல இருக்கிற சந்துல போனா பின்னாடியிருக்கு சார்.. ரொம்ப மோசமா இருக்கும் சார்..." என்றாள்.

வேறு வழியில்லாமல் போனேன் அந்த அழுக்குப்பிடித்த வளாகத்தின் ஆபாசமான பாத்ரூம் மாநகராட்சிக் கழிவறையைவிடக் கேவலமாக இருந்தது. இதில் ஒன்னுக்குப் போனால் ஆண்களுக்கே நிச்சயமாக சிறுநீர்த் தொற்று ஏற்படலாம், பெண்களைப்பற்றிக் கேட்கவே வேண்டாம். அந்த வரிசையிலுள்ள கடைகளில் மொத்தம் குறைந்தது எப்படியும் ஏழெட்டுப் பெண்களாவது வேலை செய்வார்கள். ஆண்கள், பெண்கள் என்கிற பால்பேதமில்லாது எல்லாவருக்கும் ஒரே கழிப்பறைதான். 'மன் கீ பாத்'தில ' பேசுகிற

மகராசன்கள் "ஸ்வச்ச பாரத்" எந்த மலக்குழிக்குள்ள பதுங்கியிருக்குன்னு யாருமே கேட்பதில்லையா? சொரணை கெட்ட ஜென்மங்களா என்று தோன்றியது.

தோழர் ஒருவர் முகநூலில் விமர்சனமெழுதின பிறகு இரண்டு மூன்றுபேர்கள் புத்தகம் கேட்டிருந்தார்கள். நாளை குடியரசு தினம் விடுமுறை என்பதால் இன்றே அனுப்பிவிடலாமென கூரியர் அலுவலகம் சென்றேன். படியேறப் போகும்போதுதான் நினைவு வந்தது. 'அட அந்தக்குழந்தை 'அரசு'க்கு நாளைதான் பிறந்த நாள். அருகிலிருந்த பேக்கரிக்குப் போய் கொஞ்சம் 'கேக்' வாங்கிக்கொண்டு அவனுக்குப் பிறந்த நாள் வாழ்த்துகள் சொல்லிக் கொடுக்கலாமென முடிவுசெய்து உற்சாகமாகப் படியேறினேன். அங்கே கூரியர் அலுவலகத்தில் யாரோ ஒரு புதிய பெண் உட்கார்ந்திருந்தாள்.

புத்தகப் பார்சலைக் கொடுத்து பில்லை வாங்கிக்கொண்டு பணத்தையும் கொடுத்தபிறகு அந்தப்பெண்ணிடம் கேட்டேன் "முன்னாடி இருந்த பொண்ணு இன்னிக்கு லீவாம்மா?"

"இல்லை சார். அந்தக்கா இப்ப வேலைல இல்லை...."

"ஏன்ம்மா? என்ன ஆச்சு? வேலைய வேண்டாம்னுட்டுப் போயிடுச்சா?"

"இல்ல சார்... அது வந்து...."

"பரவால்லம்மா....எங்கிட்ட சொல்லலாம். நான் இங்க ரெகுலரா வர்றவன். அந்தப்பொண்ணு எனக்குத் தெரிஞ்ச பொண்ணு, நல்லா பழக்கம். அதுனாலதான் கேக்கறன்...அவங்க பையனுக்கு நாளைக்கு 'பர்த்டே'ன்னு சொல்லி, பாரு கேக்கெல்லாம் வாங்கிட்டு வந்தேன்..."

"ரெண்டு நாளைக்கு முன்னாடி அவங்க பையனை இங்க வெச்சுட்டு இருந்தப்போ அவனுக்கு வயிறு செரியில்லேன்னு ரெண்டு மூனுதடவை பாத்ரூம் கூட்டிட்டுப் போயிருக்காங்க. அப்ப

உயிரச்சம் 146

அவசரத்துல ஏதோ ஒரு தடவை ‘ட்ராவை’ சரியாப் பூட்டாம மறந்து போயிட்டாங்க போல, எப்படியோ யாரோ கலக்ஷன் பணத்துல மூவாயிரம் ரூபாயை திருடீட்டாங்க. ஈவனிங் கணக்குக் குடுக்கும்போதுதான் தெரிஞ்சுது. எங்கெங்கேயோ அலஞ்சு ஒரு மணி நேரத்துக்குள்ள யார் யாருகிட்டயோ கைமாத்து வாங்கி எப்படியோ கேஷை கட்டிட்டாங்க. இருந்தாலும் கூட ‘கேஷ் மிஸ்ஸானதால எப்படியோ அட்ஜஸ்ட் பண்ணிக் கட்டீட்ட. இதே கஸ்டமரோட டாக்குமென்ட்ஸ் ஏதாவது மிஸ்ஸாயிருந்தா கம்பெனியோட பேரு என்ன ஆகறது?. இவ்வளவு பொறுப்பில்லாதவங்களையெல்லாம் வேலைக்கு வெச்சுக்க முடியாது’ன்னு சொல்லி மேனேஜர், அந்தக்காவை வேலைய விட்டு நிறுத்திட்டாங்க சார்.’’

பதில் எதுவும் சொல்லாமல், பில்லையும் மீதி பணத்தையும் வாங்கிக்கொண்டு படியிறங்கி வந்தேன். அந்தப் பெண்ணின் பெயரைக் கூட இது நாள் வரையில் கேட்கவில்லை. அவள் எங்கே குடியிருப்பாள்? அந்தக் குழந்தையின் பிறந்த நாளைக் கொண்டாடும் ஆசையில் ஊரிலிருந்து அவனை அழைத்து வந்ததால் அவன் காரணமாக, இருந்த வேலையும் போயிற்று. வண்டியை ஸ்டார்ட் பண்ணும்போது அந்தக்குழந்தை அரசுக்கு வாங்கின கேக் டப்பாவை அந்த மேசையின் மேலேயே விட்டு வந்தது நினைவுக்கு வந்தது. அந்தப் புதியபெண் மேலேயிருந்து ‘‘சார்...சார்...’’ என்றழைக்கிற சப்தமும் காதில் விழுந்தது. இது என்ன அவலமானதொரு வாழ்க்கை? ‘பத்துப்பேருக்கு பல்லுக்குச்சி ஒருத்தனுக்கு தலைச்சுமை’. களவாடியவனுக்கு ஒரு நாள் கைச்செலவு, பறிகொடுத்தவளுக்கு எற்கனவேயுள்ள கடனோடு மேலும் சுமை, வாழ்வாதாரமான வேலையும்போனது... அந்தப்பிஞ்சுக் குழந்தையின் பிறந்த நாளில் அவன் காரணமாக இருந்த வேலையையும் பறிகொடுத்துவிட்டு அம்மாவும் மகனும் இப்போது என்ன செய்து கொண்டிருக்கிறார்களோ? மரங்களை வெட்டினதால

காணாமல்போன பறவைகளுக்கும் மனிதர்களுக்கும் என்ன பெரிய வித்தியாசம் என்று தோன்றியது. யோசனை செய்துபார்த்தால்...... நம் கண்களுக்கே புலப்படாமல் நம்மைச் சுற்றிச் சுற்றி எத்தனை அவலங்கள்! அந்த நெடுஞ்சாலையில் ஓடிக்கொண்டிருந்த நூற்றுக் கணக்கான வாகனங்களின் கும்பலில் கரைந்துபோய் நான் வீட்டை நோக்கிப் போய்க்கொண்டிருந்தேன்.

தூண்டிற் புழுவினைப்போல்...

அந்தத் தனியார் மருத்துவமனையின் வராந்தாவில் மழையில் நனைந்த கோழிக்குஞ்சுபோல படபடக்கும் இதயத்தோடும், பயத்தோடும் கையில் ஒரு பிளாஸ்டிக் பையில் தனது கல்விச் சான்றிதழ்களை நெஞ்சோடு சேர்த்து அணைத்துக்கொண்டு அங்கிருந்த சோஃபாக்களைத் தவிர்த்துவிட்டு ஒரு நீளமான பெஞ்சின் நுனியில் தயக்கத்தோடு அமர்ந்திருந்தாள் அவள். நோயாளிகளும் உடன்வந்த உறவுகளுமாக திரும்பின பக்கமெல்லாம் கவலை தோய்ந்த முகங்களாக தொங்கிக் கொண்டிருந்தன, கடமையாற்றும் மருத்துவமனை ஊழியர்கள் நடந்து.....நடந்து.....கடந்து..... கடந்து சென்றுகொண்டேயிருந்தனர். அவளுக்கான நேரம் போலவே அங்குள்ள மனிதர்களின் உணர்வுகளெல்லாம் உறைந்து போயிற்றோ என எண்ணும்படியாக எல்லாவருமே ஒருவிதமான மந்தகதியில் இயங்கிக் கொண்டிருந்தனர்.. மனித வாழ்க்கையில் மகிழ்ச்சியாக இருக்கும் தருணங்களே ஒருவருக்கும் இல்லையோ என்கிற மாதிரி இறுக்கமான சூழல். இழவு வீட்டில்கூட குழந்தைகள் மட்டுமாவது சூழல் மறந்து

சிரித்துக்கொண்டோ, சப்தமாகப் பேசிக்கொண்டோ, மகிழ்ச்சியாக விளையாடிக் கொண்டோ இருப்பார்கள். இங்கு அவர்கள்கூட.... அம்மாவின் நெஞ்சில் ஒட்டிக்கொண்டோ, அழுதுகொண்டோ, சிணுங்கிக்கொண்டோதான் இருக்கிறார்கள். சுவரில் மாட்டியிருந்த படத்திலிருந்து வெள்ளைக்காரச் சிறுமி மட்டும் ஆள்காட்டி விரலை உதட்டில் வைத்து 'உஷ்...ஷ்...ஷ்' என்று எல்லோரையும் எச்சரிக்கிறாள். காலை மணி ஒன்பதரை. பத்து மணிக்குத்தான் நேர்காணல். நிச்சயம் வேலை கிடைத்துவிடும் என்கிற நம்பிக்கை இருந்தபோதும்... ஒரு பதற்றம். மருந்துகளின் மணமும், ஸ்பிரிட்டும், டெட்டாலின் மணமும் கலந்த கலவையான அந்த ஆஸ்பத்திரி வாடை அவளை என்னவோ செய்தது. தயக்கத்தோடு வரவேற்பில் இருந்த பெண்ணிடம் ''ஸ்வீட்டி சிஸ்டரைப் பார்க்கனும்''னு கேட்டப்ப....

''என்ன விஷயம்?''

''இல்ல தெரிஞ்சவங்க..''

''வெய்ட் பண்ணும்மா.. வருவாங்க..'' என்று சொல்லிவிட்டு யார் யாருடனோ தொடர்ந்து ஃபோனில் பேசிக்கொண்டேயிருந்தாள். அந்தப்பெண் மூச்சு விடுவதைக்கூட நிறுத்திவிடுவாள், ஆனால் பேசுவதைமட்டும் நிறுத்தவே மாட்டாளோ? என்று தோன்றியது. நோயாளிகளும், உடன் வருபவர்களுமாக குறுக்கும் நெடுக்குமாக ஆட்கள் போய்க்கொண்டும் வந்துகொண்டும். திடீரென போர்ட்டிகோவில் ஆம்புலன்ஸ் ஒன்று வந்து நிற்கும் சப்தம் கேட்டது. அடுத்து விபத்தில் அடிபட்ட ஒருவரை ஸ்ட்ரெச்சரில் வைத்துத் தள்ளியபடி இருவர் அவசர சிகிச்சைப் பிரிவுக்குள் சென்றனர். பின்னாடியே அழுதபடி இரண்டு பெண்களும், பதற்றத்துடன் நான்கைந்து ஆண்களுமாக உள்ளே சென்றனர். சில நிமிடங்களில் டாக்டர் உள்ளே செல்ல எல்லாவரும் வெளியே அனுப்பப்பட்டனர். பாவம் அந்தப் பெண்கள் அடிபட்டவருக்கு என்ன உறவோ? நிலைகொள்ளாமல் தவித்துக்கொண்டு

அங்குமிங்குமாக நடந்தபடி ஒருவரையொருவர் தேற்றிக்கொண்டும் சூழலையும் மறந்து வேதனையில் வடியும் கண்ணீரைத் துடைத்துக்கொண்டும்,. புடவை முந்தானையால் மூக்கைச் சிந்திக்கொண்டும். இந்தச்சூழல் அவளை மிகவும் தொந்தரவு செய்தது. அங்கு நிற்பதே வலிமிகுந்ததாக இருந்தது. ஒரு நிமிசம் திரும்பிப் போய்விடலாமா? என்று நினைத்தவள், தன்னைத்தானே தேற்றிக்கொண்டு மீண்டும் அதே இடத்தில் அமர்ந்தாள்.

காதில் ரிசீவரை வைத்தபடியே தனது இருக்கையிலிருந்து எழுந்துநின்ற ரிசெப்ஷன் பெண்...''ஹல்லோ் உன் பேரென்னம்மா?''

''சுபா...மேம்'' கல்லூரி வகுப்பில் பதில் சொல்வதுபோன்று இருக்கையிலிருந்து எழுந்து ஒருவித மரியாதையோடு பதில் சொல்லிவிட்டு, திரும்பவும் உட்காரலாமா? கூடாதா? என்கிற தயக்கத்தோடு நின்றுகொண்டேயிருந்தாள் அவள்.

சிறிது நேரத்தில் ஸ்வீட்டி சிஸ்டர் வந்தார்கள்.

''ரொம்ப முன்னாடியே வந்துட்டியா? சார் ஒரு சர்ஜரில இருக்காரு. இன்னும் அரைமணி நேரம் ஆகும். வெயிட் பண்ணுப்பா. ஆமா? வரும்போது வீட்ல சப்பிட்டுட்டுதான வந்தே?''

''ஆமாங்க மேடம்..''

''மேடம் எல்லாம் ஒன்னும் வேண்டாம் நீ என்னை அக்கான்னே கூப்பிடு. நேத்திக்கே நான் சார்ட்ட உன்னைப்பத்தி சொல்லிட்டேன். இங்கயே வெய்ட் பண்ணு, சார் வந்ததும் நான் வந்து கூட்டிட்டுப்போறேன்.'' தோளில் தட்டிக்கொடுத்து புன்னகையோடு உதிர்ந்த அந்த சொற்கள்......அந்த நொடியில் அவளுக்கு மிகப்பெரிய ஆறுதலாக இருந்தன. அதற்குள் யாரோ வந்து அவரை ஏதோ கேட்க அவர்களிடம் பேசிக்கொண்டே நகர்ந்தார். அனுசரணையுள்ள ஒரு குழந்தைபோல தலையை ஆட்டிவிட்டு மீண்டும் அங்கேயே அமர்ந்தாள்.

ஸ்வீட்டி அந்தத் தனியார் மருத்துவமனையில் தலைமை நர்ஸ். தொடக்க காலத்திலிருந்து அங்கு வேலை செய்கிறார். மருத்துவமனையின் உரிமையாளர்களான தலைமை மருத்துவருக்கும், அவர் மனைவி மகப்பேறு மருத்துவருக்கும் வலது இடது கை எல்லாமே ஸ்வீட்டி சிஸ்டர்தான். தனக்கென ஒரு குடும்பமோ, உறவுகளோ இல்லாத ஒற்றைப்பெண்மணி என்பதால் தனது ஒட்டுமொத்த கவனத்தையும், உழைப்பையும் செலுத்தி அந்த மருத்துவமனையின் நிர்வாகத்திலும், வளர்ச்சியிலும் அக்கறை காட்டுபவர்.. சுபா அவரிடம் போய் தன் நிலைமையைச் சொன்னபோது டாக்டரிடம் சொல்லி அவளை 'நர்ஸ் ட்ரெய்னி'யாக சேர்த்துக்கொள்ள ஏற்பாடு செய்திருந்தார். தன் பெயருக்கு ஏற்றார்போல அங்கு அனைவருக்கும் இனியவர்.

விளையாட்டுப்போல ஆறுமாதம் ஓடிப்போயிற்று. பயிற்சிக்காலம் முடிந்து மாத சம்பளம் ரூபாய் எட்டாயிரம் என்று சொல்லி விட்டார்கள். மருத்துவமனையில் ஸ்வீட்டியின் செல்லப்பிள்ளையாகிப் போனதால் சுபாவுக்கு எல்லாவேலைகளும் கற்றுக்கொள்ளும் வாய்ப்பு எந்தத் தடைகளுமின்றி வழங்கப்பட்டது. தனது சுறுசுறுப்பாலும் அர்ப்பணிப்பாலும் அவளும் தனது பணி நேரத்தில் மின்னல்போல ஓடிக்கொண்டேயிருந்தாள். குறிப்பாக கிடையில் விழுந்த நோயாளிகளைப் பராமரிப்பதற்கு நிறைய பொறுமையும், சகிப்புத்தன்மையும் வேண்டும். எழுந்து நடமாட முடியாத அவர்களுக்கும் இயற்கை உபாதைகள் இருக்குமல்லவா? அதனால் 'டயஃபர்' போட்டு விடுவார்கள். ஒவ்வொரு நாளும் இரண்டு வேளையும் அதைக்கழற்றி சுத்தம் செய்ய வேண்டும். கையுறை அணிந்துகொண்டுதானென்றாலும் சில நேரங்களில் மிகவும் மோசமாக நாற்றமெடுக்கும் நிலையில் அருவெறுப்புக் காட்டாமல் சுத்தம் செய்ய வேண்டும். ஒன்றிரண்டு நாட்களுக்கு சுபாவுக்கு மிகவும் சிரமமாகவே இருந்தது. அதன்பிறகு, நம் வீட்டில் அப்பா, அம்மாவோ - பாட்டி தாத்தாவோ படுத்தால் இதையெல்லாம்

செய்ய மாட்டோமா என்று யோசனை செய்தபோது சரியாகிப் போனது. நிறையப்பெண்கள் இந்த வேலையிலிருந்து மட்டும் எப்படியோ சாமர்த்தியமாகத் தப்பித்துக்கொள்வர். ஆனால் சுபாவுக்கு மட்டும் அதெல்லாம் ஒரு பிரச்னையாக இருக்கவில்லை.

எந்த ஆஸ்பத்திரியில் முதல்நாளே திரும்பிப் போய்விடலாமென நினைத்தாளோ, எந்த ஆஸ்பத்திரி சென்ற ஆண்டு அவளது அமைதியான வாழ்க்கையை கலைத்துப் போட்டதோ? அந்த ஆஸ்பத்திரியே அவளது வாழ்க்கையாக மாறும் என அவள் கனவிலும் நினைக்கவில்லை.. அந்த அளவிற்கு சுபா தனது கடமைகளோடு ஒன்றிப்போனாள். அவள் வயதையொத்த நிறைய பெண்கள் அங்கு வேலை செய்தபோதும் சுபா எல்லாவருடனும் அளவான பழக்கத்தை வைத்துக்கொண்டாள். அவர்களோடு சேர்ந்துகொண்டு வெளியில் சுற்றுவது, தனிப்பட்ட முறையில் செலவு செய்வது என்கிற பழக்கமெல்லாம் சுபாவுக்கு சுத்தமாக விருப்பமிருக்கவில்லை. அதே நேரத்தில் அதைத் தவறு என்று யாரிடமும் கோள் சொல்வதும் இல்லை. இப்போதெல்லாம் மருத்துவமனைக்கு வரும் 'டீலக்ஸ் அறை'யின் சிறப்பு நோயாளிகளை கவனிக்கும் பொறுப்பு சுபாவுக்கு வழங்கப்படுகிறது. சக நர்ஸ்களிடம் சிறு எரிச்சலும் ஜாடை மாடையான விமர்சனங்களும் அவ்வப்போது வந்தன. சிரித்துக்கொண்டே சுருக்கென்று யாராவது ஏதாவது சொல்வார்கள். 'அடியேய் ஸ்வீட்டி சிஸ்டரோட எடுபுடி இருக்காடி பாத்துப்பேசுங்க, அவங்கெல்லாம் சின்சியர் ஸ்டேஃப்ஸ்டீ... நேற்று வந்தவளுக்கெல்லாம் வந்த வாழ்வைப் பாருங்கடீ..' .என்று பலவிதமான சுடுசொற்களால் குத்துவார்கள். சுபா மிரண்டு போனாள். அக்காவிடம் சொன்னபோது சிரித்துக்கொண்டே 'அதையெல்லாம் பொருட்படுத்தவே கூடாதுடா. இது மாதிரி விஷயங்களிலிருந்து நீ எவ்வளவு தூரம் விலகியிருக்கிறாயோ அந்த அளவு உனக்கு நல்லது' என்றார்..

சுபா வேலைமுடிந்து பஸ்சில் வீடு திரும்பிக்கொண்டிருந்தாள். அந்தச் சம்பவம் நடந்து நாளையோடு ஒருவருடம் ஆகப்போகிறது. சுபாவின் மனத்திரையில் வாழ்க்கையில் எந்தநாளும் மறக்க முடியாத அந்தநாள் துளி பிசகாமல் காட்சியாக ஓடியது. அந்தத் துயர நினைவுகளிலிருந்து தப்பிக்க ஒரு நிமிசம் தலையை சிலுப்பிக் கொண்டாள்.

✦✦✦

நகரத்தில் அதுவும் ஒரு வீடு என்று நம்பி வாழ்ந்து கொண்டிருந்த அந்தச் சிறிய வீட்டில் அரசு தொலைக்காட்சியில் கருப்பு வெள்ளைக் காலத்துப் பழைய பாடல்கள் "தேனருவி" ஓடிக் கொண்டிருந்தது. 'ஒளிமயமான எதிர்காலம் என் உள்ளத்தில் தெரிகிறது...' என்கிற பாடல் மென்மையாகப் பொழிந்து கொண்டிருந்தது.. திரையில் ஓடின அந்தப் பாடலைப்போல ஒளிமயமான எதிர்காலமெல்லாம் ஒரு நாளும் அவர்கள் உள்ளத்தில் தெரிந்ததேயில்லை. அச்சம் நிறைந்த இருண்ட காலம்தான் அவர்களை மிரட்டிக் கொண்டிருந்தது.. ஒரேயொரு ஜன்னல் மட்டுமே உள்ள அந்தச் சிறிய வீட்டில் குளிர்காலத்தில் அவ்வளவு சிரமம் தெரியாது சூளையில் அடுக்கப்பட்ட செங்கற்கள் போல ஒன்றோடு ஒன்றாக இடித்தபடி சமாளித்துக்கொண்டு இருந்து விடுவார்கள் கோடைகாலம் என்றால் நெருப்புப் பற்றவைத்த செங்கல் சூளைபோல வெந்து புழுங்கும். ஃபேன் போட்டால்கூட அனலடிக்கும் வெப்பக்காற்றுதான் வீசும். அந்த அறையில் ஒரே படுக்கையில் ஒரு ஓரத்தில் அப்பா செல்வமும் அவரது மடியில் தலைவைத்துப் படுத்தபடி மகன் கார்த்தியும், அவனருகில் அவனது அம்மா கோமதியும் படுத்துக் கொண்டிருந்தனர். கல்லூரியில் முதலாம் ஆண்டு படிக்கும் மகள் சுபா ஏதோ எழுதிக் கொண்டும்..

"அக்கா எனக்கு ஒரு ஜிலேபி எடுத்துக் குடேன்.." என்றான் கார்த்தி.

''டேய் நான் எழுதிட்டிருக்கேன்ல்ல....வீட்ல எங்கடா இருக்கு ஜிலேபி? எருமை..''

''தீனி டப்பாவில இருக்கு பாரு, அப்பாக்கு இன்னிக்கு சம்பள நாள் இல்லயா.''

''அதெல்லாம் மட்டும் கரக்டா தெரியும் உனக்கு, சோம்பேறி! ரொம்பத்தான் ஜம்பம் படுத்துகிட்டே எல்லாரையும் அதிகாரம்....பண்ணு. தேவைன்னா போயி எடுத்துத் திண்ணு.''

''அக்கா ப்ளீஸ்..''

''சோம்பேறி..... சோம்பேறி...'' என்று செல்லமாகத் திட்டிக்கொண்டே உள்ளே போய் எடுத்து வந்து அவன் கையில் கொடுத்துவிட்டு எழுதுவதைத் தொடர்ந்தாள் சுபா.. இந்த செல்லச்சண்டைகளை கவனித்துக் கொண்டிருந்த செல்வராஜ் கனிவோடு மகளைப் பார்த்தார்..

தங்கச்சிலைபோல இருக்கும் தன் அழகு மகளுக்கு ஒரு பவுனிலாவது ஒரு தங்கச்சங்கிலி வாங்கிப்போட்டு அழகுபார்க்க வேண்டும் என்பது பாவப்பட்ட அந்த அப்பாவின் நீண்டநாளைய நிறைவேறாத ஆசை. ஆமாம் தங்கச்சிலைதான். பணமும் பொருளும். வசதியும் இல்லையென்றாலும் இயற்கை கொஞ்சமும் வஞ்சனையில்லாமல் அந்தச் சிறுமியை அழகும், வடிவமும், லட்சனமுமாக அத்தனை பாந்தமாக அழுகுச்சிலைபோல படைத்திருந்தது. ஆனால், கள்ளங்கபடமில்லாத உள்ளம்கொண்ட அந்தச் சிறுமிக்கு தான் அவ்வளவு அழகு என்பதேகூட தெரியாது. ஒவ்வொரு வருடமும் தீபாவளி போனஸ் வருவதற்கு முன்பு எப்படியாவது இந்தமுறை வாங்கிக்கொடுக்க வேண்டும் என நினைப்பார். ஆனால், ஏற்கனவே ஆண்டு முழுவதும் சில்லரை சில்லரையாக வாங்கி வைத்திருக்கும் கடன்கள் சம்பள அட்வான்ஸ் எல்லாம்...கழுத்தை நெறிக்கும் நிலையில் மகளுக்கு கழுத்துக்கு நகை வாங்க எப்படி முடியும்? மகளுக்குத் தெரியாமல் தன் மனைவியிடம்

அவ்வப்போது ரகசியமாகப் புலம்புவார். ''வயசுப் புள்ள இப்படி வெறும் கழுத்தோட மூளியா காலேஜுக்குப் போகுது....பாரு... நானும் என்னென்னவோ பண்ணிப் பாக்குறேன், ஆனா நடக்கவே மாட்டேங்குதுப்பா'' என்பார். 'நல்ல காலம் வரும்போது வாங்கிப் போடலாம் போங்க' என்று அவரது மனைவி அவரை சமாதானம் செய்வாள்.

எந்த பெரிய வசதிகளுமில்லாத 'லைன்' வீடுதான் அது, வாடகைக்கு வசிக்க வருபவர்கள் தகுதிக்கெல்லாம் இதுவே அதிகம் என்கிற எண்ணத்தில் ஏனோதானோவென மிக சிக்கனமாகக் கட்டப்பட்ட வீடு. நான்கு குடித்தனங்களுக்கும் சேர்த்து பொதுவாக இரண்டு குளியலறைகளும், ஒரேயொரு கழிவறையும்தான் இருந்தது. ஐம்பது வருடங்களுக்கு முன்பு இதே பெரிய வசதி என்று நினைத்தார்கள். ரொம்ப அவசரம் என்றால் வீட்டிலிருக்கும் ஆண்களையெல்லாம் வெளியே அனுப்பிவிட்டு சமையலறையில் உள்ள சின்னத் தொட்டிக்குள் உட்கார்ந்தபடியே பெண்கள் குளித்துக் கொள்ளலாம். ஆனால், பொதுக் கழிவறை என்பதால் பல காலை நேரங்களில் வரிசையில் நிற்க வேண்டிவரும். சில நாட்களில் உள்ளே போனால் முகம் சுழிக்கிற மாதிரிதான் இருக்கும். சில நாட்களில் கழிவறைக்குள் சென்ற ஆண்கள் யாராவது புகைப்பிடித்துவிட்டு சிகரெட் துண்டையும் உள்ளேயே போட்டுவிட்டுப் போய்விடுவார்கள். அடுத்து உள்ளே நுழைபவர்களுக்கு குடலைப் பிடுங்கும் நரகம்தான். சுபா பெரியவளான நாள்முதல் கொஞ்சம் பெரிய வீடாக, வசதியாகப் பார்க்கலாம் என பலமுறை யோசனை செய்துவிட்டு ஆசையாகப் போய் வீடும் பார்த்துவிட்டு வருவார்கள். ஆனால், வீட்டுக்காரர்கள் சொல்லும் வாடகையும், அதைவிட மிகப்பெரிய தொகையாகக் கேட்கப்படும் அட்வான்ஸ்சும் அவர்களை மிரட்டி அடக்கிவிடும். அதன்பிறகு கொஞ்ச நாளைக்கு அதைப்பற்றி சிந்திக்கக்கூட அவர்களுக்குத் துணிச்சல் வராது. செல்வமும் கோமதியும், மறந்தும்கூட அந்த நேரத்தில் பிள்ளைகளை

அழைத்துப்போக மாட்டார்கள். ஏனென்றால் பார்க்கும் வீட்டிற்குக் குடிபோய் விடுவோம் என்கிற நம்பிக்கை அவர்களுக்கேயில்லை. அப்படியிருக்க பிள்ளைகள் வந்து பார்த்து ஆசைப்பட்டு அதன்பிறகு அந்த ஆசையை நிறைவேற்ற முடியாமல் அவர்கள் ஏமாந்து போகக் கூடாதென நினைப்பார்கள். மாதாமாதம் வீட்டில் இரண்டு பெண்களுக்கு 'சேனிடரி நேப்கின்' வாங்குவதுகூட ஆடம்பரம் என்று நினைக்கிற நிலைமையில்தான் இருந்தது அவர்களது வாழ்க்கை. மகள் கல்லூரிக்குச் செல்வதால் 'அந்த நாட்களில்' அவளுக்கு மட்டும்தான் 'நேப்கின்'. கோமதி பழைய துணியைத்தான் பயன்படுத்திக் கொள்வாள். ஆனால்..... அந்தத் துணிகளைத் துவைத்துக் காயப்போடுவதுதான் ஒரு பெரிய சிக்கல். வீட்டின் முன்புறமுள்ள அஞ்சடி சந்தில்தான் நீளமாக கொடிக்கம்பி கட்டியிருக்கும். அதில்தான் குடியிருப்பவர்கள் எல்லாரும் துணி துவைத்துக் காயப்போடுவார்கள். எல்லா நேரங்களிலும் 'இந்தத் துணிகளை' அந்தக் கம்பியில் காயப்போட்டுவிட முடியாது. பகலில் ஆட்கள் நடமாட்டமில்லாத நேரத்தில் துவைத்து திருட்டுத்தனமாக காயப்போட்டு உடனே எடுத்துக் கண்மறைவாக வைத்துக்கொள்ள வேண்டும். இல்லாவிட்டால் அடுத்த வீட்டுப்பெண்கள் முகம் சுழிப்பார்கள், அசிங்கமாகப் பேசுவார்கள்.

ஆடு கறக்க, பூனை நக்க சரியாப்போகும் என்கிற பழமொழி அந்தக் குடும்பத்திற்கென்றே சொல்லப்பட்டதுபோல. எனவே.. எல்லாவிதமான இடைஞ்சல்களையும் ஏற்றுக்கொண்டு வாழ அவர்கள் எல்லாருமே பழகியிருந்தனர்.

''ஏம்மா.. இன்னும் எவ்ளோ நேரம் எழுதுவே? தூங்க வேண்டாமா?'' உறவில் மகளாக இருந்தாலும் அவள் எப்போதும் அவருக்கு அம்மாதான். அவரது அம்மா சுப்பம்மாள் பெயரை மகளுக்கு வைத்ததால், மகளை எப்போதும் அம்மா என்றுதான் அழைப்பார். குழந்தைப் பருவத்திலிருந்தே செல்வம் தன் மகளைக் கொஞ்சுவதைப் பார்த்தால் அத்தனை அழகாக இருக்கும். 'என் தாயி!

தாயம்மா! என்னப்பெத்த அம்மா' என்றுதான் கொஞ்சுவார். முதல் குழந்தை பெண் குழந்தையாக பிறந்தவுடன் தன் தாயே தனக்கு மகளாக வந்து பிறந்ததாக எண்ணிக் கொண்டாடினார்.. யாராவது..'செல்வம், நீ கொழந்தைகளை ரொம்பத் தாங்கற' என்று சொன்னால், இந்தப் பிச்சைக்கார அப்பங்கிட்ட அன்பைத்தவிர கொடுக்க வேற எதுவுமில்லையே. அதனால் என் கொழந்தைகளுக்கு அதையாவது வஞ்சனையில்லாம கொடுக்கலாமே' என்பார் செல்வம்.

மாமியார் மீது மரியாதை இருந்தபோதும், பள்ளியில் சேர்க்கையில் கோமதி மகளின் பெயரை சுபா என்று கொடுத்துவிட்டாள். யார் என்ன வேலை சொன்னாலும் முகம் சுழிக்காமல் செய்வதில் சுபாவை யாரும் மிஞ்ச முடியாது. அதில் அவளது அப்பாவுக்குத்தான் கொள்ளை பெருமை. பள்ளியிலும் கல்லூரியிலும்கூட தோழிகள் அவளை 'மதர் தெரஸா' எனக் கிண்டல் செய்வதுண்டு.. செல்வம் மனைவியிடம் ரகசியமாக பீத்திக் கொள்வார். 'நீயும் இருக்கியே சோம்பேறி!.. எம்பொண்ணைப் பாரு அவ்வளவு சுறுசுறுப்பு, என்ன சொன்னாலும் சலிக்காம செய்வா..' என்று. கோமதி பதிலுக்கு சிரித்துக்கொண்டே பெருமையாக 'ஆமாம்.. என் வளர்ப்பு அப்படி.. மகளைப் பாராட்டும்போது மட்டும் அவ உங்க மகளாயிடுவா? அதே மகன் குறும்பு பண்ணும்போது மட்டும் அவன் என் மகனாயிடுவான்?' என்பார். அந்த அழகான பறவைக்கூடு அன்பால் செய்த ஒரு தனி உலகம் .. ஏழ்மையும், வறுமையும் என்றுமே அவர்களுக்குள்ளேயான அன்பைப் பிடுங்கித் திண்ணவில்லை. வழக்கமாக இதுபோன்ற மற்ற பல குடும்பங்களில் இல்லாமையும் வறுமையும் அற்பமான காரணங்களுக்காக கோபமாக வெடித்து பெரும்பாலான நேரங்களில் எரிச்சலும், கூச்சலும், சண்டையும், அழுகையும் அன்றாட நிகழ்வுகளாக இருக்கும். ஆனால், இந்த வீட்டில் அதற்கெல்லாம் இடமே இருப்பதில்லை. நண்பர்கள் யாராவது குடிப்பதற்கு அழைத்தால்

கையெடுத்து ஒரு கும்பிடுபோட்டு 'ஆளை விடுங்க' என்று சொல்லிவிட்டு அந்த இடத்தைவிட்டுப் போய்விடுவார் செல்வம்.. பக்கத்துவீட்டுப் பெண்களில் பலரும் வீதியில் போகும் வியாபாரிகளையெல்லாம் அழைத்து உட்கார வைத்துக்கொண்டு தேவையில்லாமல் கண்டதையும் கடனுக்கு வாங்கிவிட்டு அடுத்தமாதம் அவர்கள் வசூலுக்கு வரும்போது தவணைப்பணம் கொடுக்கமுடியாமல் அல்லாடுவார்கள். கோமதிக்கு இந்த சபலமெல்லாம் ஒருபோதும் கிடையாது. அவர்கள் இருவரும் பண்பான கணவன் மனைவியாக பிள்ளைகளுக்கு உதாரணமாக வாழ்கின்ற பாங்குதான் என்பதும் அவர்களுக்குத் தெரியும். ஒரு நாள் பேச்சுவாக்கில் கோமதி செல்வத்திடம் ''நான் ஒன்னு கேட்டா உண்மையச் சொல்லணும்? திடீர்ன்னு கடவுள் உங்ககிட்ட வந்து உனக்கு இது ஒரு சோதனைக்காலம். ஒன்று உன் மனைவி அல்லது உன் பிள்ளைகள் இரண்டில் எதாவது ஒன்றுமட்டும்தான் கிடைக்குமென்று சொன்னால் என்ன சொல்வீர்கள்?' அவர் சிரித்துக்கொண்டே ''உனக்கு அப்படி ஒரு நிலை வந்தால் நீ என்ன சொல்வாயோ? அதே பதிலைத்தான் நானும் சொல்வேன்''. என்றார். இருவருக்குமே தெரியும் அவர்கள் தங்களைவிட தங்கள் பிள்ளைகளைத்தான் அதிகம் நேசிக்கின்றனர் என்று....

''அம்மா.. ரொம்ப நேரம் ஆகுதுடா.. எடுத்து வெச்சுட்டு வந்து படு தாயி.''

''அக்கா! பெரிய படிப்ஸ் மாதிரி ரொம்ப ஷோ பண்ணாத. போதும் வந்து படு...''

''ஆமாடா.. உன்ன மாதிரி நான் என்ன சோம்பேறியா? அப்பா இவன் பத்தாவது படிக்கிற பையன் மாதிரியாப்பா படிக்கிறான். வீட்ல சுத்தமா படிக்கிறதேயில்லப்பா...''

''ஹல்லோ நாங்க உங்களை மாதிரி மாங்கு மாங்குன்னு மக்கப்

பண்ணிப் படிக்க மாட்டோம், எக்சாம் டைம்ல ஒழுங்கா படிச்சி நல்ல மார்க் வாங்கிடுவோம்..''

''கிழிச்ச! இந்த தடவ உன்னோட ப்ரோக்ரெஸ் கார்ட் வரட்டும் அப்பறமா பேசிக்கிறேன்...''

''கார்த்தி! அடி வாங்கப்போற நீ.. அக்காவை வம்புக்கு இழுக்காத, சும்மா இரு'' செல்வம் கார்த்தியின் அரட்டையை அடக்கினார்.

''இன்னம் ஒரு பத்து நிமிஷம்ப்பா. முடிஞ்சுது.'' என்றவள், சிறிது நேரத்தில் நோட்டுப் புத்தகங்களை எடுத்து வைத்துவிட்டு விளக்கையும் அணைத்துவிட்டு ஓடி வந்து அம்மாவை ஒட்டி படுத்துக்கொண்டாள் கொஞ்சநேரம் அப்பாவிடம் வம்பிழுத்தாள்..

''ஏம்ப்பா... உங்களுக்கு என்னைய ரொம்ப புடிக்குமா? இல்ல தம்பியப் புடிக்குமா?'''

''ஏய் லூசு அக்கா.. அப்பாக்கு என்னையத்தான் ரொம்பப் புடிக்கும், இல்லயாப்பா? நாங்க ரெண்டுபேரும் ஆம்பளைங்க ரெண்டுபேரும் ஒரே செட்டு'''

''போடா.. முந்திரிக்கொட்டை.. உன்னைய யாரு கேட்டா..! நீங்க சொல்லுங்கப்பா'' என்றாள்..

''இதென்னடா கேள்வி. எனக்கு நீங்க ரெண்டுபேருமே ஒரே மாதிரிதான்டா.. ரெண்டு கண்ணுல எந்தக் கண்ணுடா ஒசத்தி?'' என்றார்.

கோமதி மகள் காதில் ரகசியமாகச் சொன்னாள். ''பொய்யி பொய்யி உங்க அப்பாவுக்கு அவனைவிட உன்னையத்தான் அதிகம் புடிக்கும். உண்மையச் சொன்னா அவன் பொக்குன்னு போவானேன்னு பொய் சொல்றாரு நீ வயித்துல இருக்கும்போதே பொட்டைப் புள்ளைதான் பொறக்கனும், அதுதான் நம்மகிட்ட பாசமா இருக்கும்னாரு. நீ பொறந்த பின்னாடிகூட ஏங்க நமக்கு ஒரு ஆம்பளப் புள்ள வேண்டாமான்னு நான் கேட்டா,

‘வேண்டாம்ப்பா நமக்கு இருக்கற வசதிக்கு இன்னொரு கொழந்த பெத்துகிட்டா நல்ல படியா வளக்க முடியாதுன்னு சொல்லிட்டாரு. அப்புறமா, நாம் ரெண்டுபேருமே கூடப்பொறப்புக இல்லாம ஒத்தையாவே வாழ்ந்துட்டோம் நம்ம புள்ளைக்கு ஒரு தொணையிருக்கனும்னு ரொம்ப யோசிச்சித்தான் அவனைப் பெத்துகிட்டோம். உங்கப்பா உம்மேல உசுரையே வெச்சிருக்காருப்பா, உன்னைய நெறைய படிக்க வைக்கனும். நீ படிச்சு ஒரு நல்ல வேலைக்குப் போகணும்னு அத்தனை ஆசை. உனக்கு கழுத்துக்கு ஒரு தங்கச் செயின் வாங்கித் தர முடியிலியேன்னு அத்தனை வெசனம் இந்த மனுஷனுக்கு. . 'நம்ம பொண்ணே தங்க விக்ரஹம் மாதிரி இருக்கா.. அவளுக்கு எதுக்குங்க தங்கச் செயின்’ என்று நான் சமாதானம் சொல்லுவேன்’’. சொல்லச்சொல்ல அந்த அம்மாவின் குரல் தழுதழுத்தது, கேட்டுக்கொண்டிருந்த அந்த மகளின் கண்கள் நிறைந்தன...

அம்மாவுக்குத் தெரியாமல் திரும்பிப் படுத்துக்கொண்டு அப்பாவின் பாசத்தை நினைத்து ரகசியமாகக் கசிந்து உருகினாள் அந்த அன்பு மகள்.

‘‘ஏய்.. என்னாடி அங்க ரெண்டு பேரும் குசு குசுன்னு ரகசியம் பேசறிங்க? ‘‘ என்று வம்பிழுத்தான் கார்த்தி.

‘‘உம்ம்ம்.... போடா நன்றிகெட்ட பயலே... தேவைக்கு மட்டும் என்கிட்ட வருவே, திருட்டு நாயி. நாங்க பொம்பளைங்க... அம்மாவுக்கும் மகளுக்கும் உள்ள ஆயிரம் இருக்கும் உங்களுக்கென்ன?’ பேசாமத் தூங்குங்க என்று சிரித்துக் கொண்டே சொன்னாள் கோமதி.’’

‘‘செரி நீங்க அம்மாவும் மகளும் ஆளுக்கு ஐநூறு வெச்சுகிட்டு எங்கள ஆளை விடுங்க, அவங்க கெடக்கறாங்கப்பா.. நாம துங்கலாம்ப்பா..’’என்று சொல்லிக்கொண்டு அவர் நெஞ்சின் மீது கையைப் போட்டபடி கண்களை மூடினான் கார்த்தி

நள்ளிரவில் படுக்கையில் புரண்டு புரண்டு படுத்த செல்வம் மெதுவாக கோமதியைத் தட்டி கூப்பிட்டார், தூக்கக் கலக்கத்தோடு எழுந்தவளிடம் ரகசியமான குரலில் தனக்கு நெஞ்சுக்குள் சுருக் சுருக்கென வலிப்பதாகச் சொன்னார். கலவரத்துடன் எழுந்து விளக்கைப் போட்ட கோமதி,

''என்ன பண்ணுதுங்க..? பயமுறுத்தறீங்களே...!'' என்றாள்

''ஒண்ணுமிருக்காதுப்பா... கேஸ் ட்ரபுளாத்தான் இருக்கும் இன்னிக்கு வெள்ளிக்கெழமைன்னு கடைல பூஜை பண்ணினாங்க. கொண்டக்கடல சுண்டல் சாப்ட்டன், அது சேர்ல போல இருக்குது எனக்கு, ரெண்டு பல்லு பூண்டும், கொஞ்சம் குடிக்க சுடுதண்ணியும் வெச்சுக் குடுக்கறயா?'' என்றார்.

அவசரமாக உள்ளே சென்று சுடுதண்ணீர் வைத்து எடுத்து வருவதற்குள் சுபா உறக்கம் கலைந்து எழுந்து அப்பாவின் அருகில் போய் அப்பாவின் நெஞ்சை நீவிவிட்டுக் கொண்டிருந்தாள். கோமதி கொண்டு வந்த பூண்டை வாயில்போட்டு மென்று சுடுதண்ணியைக் குடித்தவர். மீண்டும் முகத்தை சுழித்துக்கொண்டு சிரமத்துடன் முனகினார்..

''ரொம்ப வலிக்குதுப்பா'' என்று சொல்லி மாரின் இடது புறத்தையும் இடது தோளையும் தொட்டுக்காட்டினார்.. குப்பென வியர்த்து பனியன் தொப்பலாக நனைந்திருந்தது.

எப்போதும் சுறுசுறுப்பாக ஓடிக் கொண்டிருக்கும் மனிதன், ஒரு நாளும் ஒரு சளி, காய்ச்சல் என்றுகூட டாக்டரிடம் போகாதவர். இரவு சாப்பிட்டுவிட்டு மனைவி மக்களோடு சந்தோஷமாகப் பேசிக்கொண்டிருந்து அமைதியாக உறங்கிக் கொண்டிருந்தவர், நள்ளிரவு இரண்டு மணிக்கு திடீரென விழித்துக்கொண்டு தோள்பட்டையிலும், மாரிலும் கடுமையாக வலிக்கிறதென்கிறார். மகள் சுபா அமிர்தாஞ்சனம் போட்டு அப்பாவிற்கு தடவிக்

கொண்டிருந்தாள் இது ஒன்றும் தெரியாமல் கார்த்தி அசந்து தூங்கிக் கொண்டிருந்தான். திடீரென வாந்தி வருவதாக சைகை செய்தவர். எழுந்து வெளியே போக முயன்றார். கோமதி தன் இரு கைகளையும் ஏந்தி 'என் கையிலயே எடுங்க.. நான் வெளியே கொண்டுபோய்ப் போட்டுக் கைகழுவிக் கொள்கிறேன்' என்றாள், வேண்டாமென தலையை ஆட்டினவர் அடுத்த நொடி கட்டுப்படுத்த இயலாமல் சட்டென ஓங்காரித்து பலத்த சப்தத்தோடு வாந்தி எடுத்தார்.. அதேநேரத்தில் மீண்டும் வியர்த்ததில் போட்டிருந்த பனியன், லுங்கி எல்லாம் தொப்பலாக நனைந்தது.. அம்மாவும் மகளும். ஒன்றும் புரியாமல் கலவரமாகி அழத்தொடங்கினர். சுபா அவசரமாக தம்பி கார்த்தியை உலுக்கி எழுப்பியவள், அழுதுகொண்டே...

''டேய் கார்த்தி அப்பாவுக்கு ஒடம்பு செரியில்ல, பக்கத்து வீட்டு குமார் மாமாவைக் கொஞ்சம் கூப்பிடு...'' என்றாள். திடீரென தூக்கத்திலிருந்து எழுந்தவன் ஒரு நொடி ஒன்றும் புரியாமல் மலங்க மலங்க விழித்தான்.. உடனே சுதாரித்துக்கொண்டு சட்டையைக்கூடப் போட்டுக்கொள்ளாமல் எழுந்து ஓடிப்போய் பக்கத்து வீட்டுக் கதவை படபடவெனத் தட்டினான்... கதவைத் திறந்துகொண்டு வெளியே வந்தவரிடம் ''அப்பாக்கு ஒடம்பு செரியில்ல கொஞ்சம் ஒடனே வாங்க மாமா...'' என்று பதறினான். கதவைக்கூட சாத்தாமல் ஓடி வந்த குமார் உள்ளே வந்து என்ன செய்கிறதென்று செல்வத்திடம் கேட்டார். நெஞ்சு வலிப்பதாக பாதி செய்கையிலும் பாதி குளறுகின்ற வார்த்தையிலும் சொன்னதைக் கேட்டவர். நிலைமையைப் புரிந்துகொண்டு தான் போய் ஆட்டோ கொண்டு வருவதாகவும் ஆஸ்பத்திரிக்கு கூட்டிப் போய்விடலாம் என்றும் சொல்லிவிட்டு அவசரமாக வீட்டிற்கு ஓடினார்.

அதற்குள் கோமதி ஒரு ஒயர் கூடையில் ஒரு போர்வையும் துண்டும், ஒரு ஜக்கும், ரெண்டு டம்ளரும் எடுத்துவைத்துக் கொண்டு பீரோவிற்குள் காசைத் தேடினாள். அன்றைக்குத்தான் சம்பளநாள்

என்பதால் அப்படியே கவரோடு இருந்ததை எடுத்துக் கொண்டு கணவனருகில் வந்து 'இப்போது எப்படியிருக்கு? என்ன பண்ணுதுப்பா?' என்று அழுதுகொண்டே கேட்டாள் 'அழுகாதப்பா ஒன்னுமில்லை எப்பவும் வர 'கேஸ் ட்ரபுளாத்தான் இருக்கும்' என்று சமாதானம் சொன்னார். சுவற்றில் சாய்ந்து உட்கார்ந்து கொண்டிருந்தவர், மகளின் கையை இறுகப் பற்றிக்கொண்டு 'தைரியமா இருடா எனக்கு ஒன்னுமில்லப்பா.. ஒன்னும் இருக்காது' என்று சமாதானம் செய்தார். ஐந்து நிமிடத்தில் ஆட்டோ வந்தது. பின் சீட்டில் மகளின் மடியில் தலையும் மனைவியின் மடியில் காலையும் போட்டுக் கொண்டு சுருண்டு படுத்துக் கொண்டார் முன் சீட்டில் ஆட்டோ ட்ரைவரோடு ஒட்டி உட்கார்ந்து கொண்டு ஆஸ்பத்திரிக்கு வழி சொல்லிக் கொண்டிருந்தார் குமார்..

ஆஸ்பத்திரி வந்தது. இறங்கி வேகமாக உள்ளே ஓடின குமார் ஸ்ட்ரெச்சர் வண்டியோடு வெளியே வந்தார். அதற்குள் செல்வராஜ் பலமான ஒரு முனகலோடு உடலை வெட்டி முறித்தார். மகளின் மடியில் தலை துவண்டது. அம்மாவும் பெண்ணும் ஓவென்று அழத்தொடங்கினர். ஆஸ்பத்திரி ஆட்களும், குமாரும் செல்வத்தை எடுத்து ஸ்ட்ரெச்சரில் கிடத்தி ஐசியுக்குள் தள்ளிச்சென்றனர். தூங்கிக் கொண்டிருந்த டூட்டி டாக்டர், நர்சுகள் எல்லாரும் பரபரப்பாக ஓடி வந்தனர். கனத்த உறக்கத்தில் ஆழ்ந்து கிடந்த அந்த ஆஸ்பத்திரி ஒரு சில நிமிடங்களில் விழித்துக் கொண்டது. 'ஐசியு' கதவு அடைக்கப்பட்டது. அம்மாவும் மகளும் ஒருவரையொருவர் அணைத்தபடி உடல் நடுங்க கண்களில் தாரை தாரையாக கண்ணீர் வடிய நின்று கொண்டிருந்தனர். சிறிதுநேரம் நர்சுகள் பரபரப்பாக உள்ளேயும் வெளியேவுமாக ஓடிக்கொண்டிருந்தனர். அரைமணி நேரம் கழித்து வெளியே வந்த டாக்டர் 'ஐசியு' வாசலில் நின்றபடியே குமாரை சைகை செய்து அருகில் அழைத்தார். இருவரும்அங்கு நின்றபடியே ஏதோ பேசிக்கொண்டிருந்தனர். பிறகு மெல்ல

உயிரச்சம்

வராந்தாவில் நடந்து வந்தனர். அதுவரை குமாரிடம் ரகசியக்குரலில் பேசிக்கொண்டிருந்த டாக்டர் கோமதியின் அருகே வந்து .. ‘இன்னிக்குத்தான் மொத மொதல்ல நெஞ்சு வலிக்குதுன்னு உங்ககிட்ட சொன்னாராம்மா?’’

‘‘ஆமாங்க சார்.. எப்பவாவது கேஸ் ட்ரபுள்னு சொல்லுவாருங்க லேசா முனுக் முனுக்குன்னு வலிக்கற மாதிரி இருக்குதும்பாருங்க, ரெண்டு பூண்டை வாயில போட்டு மென்னு சுடுதண்ணி குடிச்சிட்டு கொஞ்சநேரத்தில செரியாப்போச்சுன்னு சொல்லிட்டு தூங்கிடுவாருங்க.. ஆனா இந்த மாதிரி கடுமையா வலின்னு இது வரைக்கும் ஒரு தடவகூட சொன்னதில்லீங்க டாக்டர்.’’

‘‘ஏற்கனவே ரெண்டு மூனு தடவ அவருக்கு ‘மைல்ட் அட்டாக்’ வந்துருக்கும்மா... அவருக்கு அதோட ஸீரியஸ்னஸ் தெரியல. இன்னிக்கு ரொம்ப ‘மேஸ்ஸிவ் அட்டாக்’ வந்துருக்கு...சாரிம்மா.. உள்ள வரும்போதே எல்லாம் கொலாப்ஸ் ஆயிடுச்சு... , ‘மேஸ்ஸிவ் ஹார்ட் அட்டாக்கும்மா...’ எங்களால முடிஞ்சதெல்லாம் பண்ணிப் பார்த்துட்டோம் கொஞ்சம் ஒரு மாதிரி லெவல்ல இருந்திருந்தாக்கூட வென்டிலேட்டர் சப்போர்ட்ல வெச்சு முயற்சி பண்ணிருக்கலாம். இதுக்கு முன்னாடியே அவருக்கு பல தடவ நெஞ்சு வலி வந்திருக்கனும்... பாவம் உங்களுக்கும் தெரியல.. எங்களால ஒன்னும் பண்ண முடியலம்மா... நான் வந்து டெஸ்ட் பண்ணும்போதே எல்லாம் முடிஞ்சிடிச்சு’’ என்றார்.. பதில் சொல்ல வாய் வராமல் கோமதி மடாரென மயங்கி விழுந்தாள். ஆஸ்பத்திரி வராந்தா என்பதையெல்லாம் மறந்த சுபா இரண்டு கைகளாலும் முகத்தில் அரைந்துகொண்டு வாயைப் பொத்தியபடி ‘அப்ப்ப்ப்பா...என்று கதறியபடி சுவரோடு சரிந்தாள். தனது அறையை நோக்கி நடந்த டாக்டரின்கூட. குமாரும் போய்க்கொண்டிருந்தார்.

மகளின், மனைவியின் தோளில் சாய்ந்து வீட்டிலிருந்து நடந்து

ஆஸ்பத்திரிக்குப் போன செல்வம் ஒருமணி நேரத்தில் பிணமாகத் திரும்பினார்.. கோமதியும் ஏறக்குறைய ஒரு பிணம் போலத்தான் சுருண்டு கிடந்தாள். கார்த்தி இனம் புரியாத ஒரு அதிர்ச்சியில் சிறு குழந்தைபோல ஒருமூலையில் சுவரோடு சேர்ந்து உட்கார்ந்து தேம்பித்தேம்பி அழுதுகொண்டிருந்தான். சுபா ஒரு நடைபிணம்போல வீட்டிற்குள் இயங்கிக்கொண்டிருந்தாள் உறவினர்கள், நண்பர்களின் போன் நம்பர்களையெல்லாம் குமாரிடம் கொடுத்தாள்.

கொடுமையான அந்தக்காலைப் பொழுது அந்தக்குடும்பத்தின் நிம்மதி, மகிழ்ச்சி அமைதி அனைத்தையும் கொஞ்சம் கூட மிச்சம் வைக்காமல் நக்கிக்குடித்துவிட்டுத்தான் விடிந்தது. எளிய மக்களின் ஈமச் சடங்குகளுக்கு உதவி செய்யும் தாய்மை ட்ரஸ்ட்டிற்கு யாரோ ஃபோன் பண்ணினார்கள். அந்தத்தோழர்கள் வந்து ரோட்டை அடைத்து சாமியானா கட்டி, ப்ளாஸ்டிக் நாற்காலிகளைப் போட்டுவிட்டுச் சென்றனர். அக்கம் பக்கமிருந்து ஆண்களும், பெண்களுமாக.. தெரிந்தவர்கள் தெரியாதவர்கள் என்று யார் யாரோ வந்தார்கள், போனார்கள். அடையாளம் தெரியாத பல முகங்கள் அனுதாபத்தோடு வந்து எட்டிப்பார்த்துவிட்டுப் போயின. அந்தச்சிறிய அறைக்குள் பரிதாபகரமான சூழலாலும் ஆட்களின் நெரிசலாலும் மூச்சுமுட்டியது. வீட்டிற்குள்ளும், வாசலிலும் ஆட்களாக நிறைந்து கிடந்தார்கள்... எல்லாரிடத்தும் எளிதாகப் பழகிவிடும் செல்வத்தின் குணமும் எப்போதும் யாரிடமும் கோபித்துக் கொள்ளாத மென்மையான அவரது பழக்கமும் துக்கத்திற்கு வந்த ஒவ்வொருவரையும் ‘இத்தன நல்ல மனுசனுக்கு இப்புடி ஒரு சாவா?’ என்று சொல்ல வைத்தது. செல்வம் வேலை செய்த கடையின் முதலாளி வந்தார், ஆறுதல் சொன்னார், சுபாவின் கையில் நோட்டுகள் நிறைந்த ஒரு கவரைத் திணித்தார். உறவினர்கள் என்றும் முறைமைக்காரர்கள் என்றும் இதுவரை பார்த்திராத யார்

யாரோ வந்தார்கள். ஏதேதோ சடங்குகள் நடந்தன. உறவுக்காரர்கள் என்று சொல்லிக்கொண்டு முன்பின் அறிமுகமில்லாத சில பெண்கள் வீட்டின் உள்ளே புகுந்து யாரிடமும் எதுவும் சொல்லாமல் தாங்களாகவே என்னென்னவோ செய்தார்கள். கோமதிக்கு அவளது கல்யாணப் பட்டுப்புடவையைக் கட்டிவிட்டு, ரெண்டு கைகளிலும் கண்ணாடி வளையல்களை அடுக்கி, முகத்திற்கு மஞ்சள் பூசி, பெரிய குங்குமப் பொட்டிட்டு, தலை நிறைய மல்லிகைப்பூவை வைத்து அலங்கோலம் செய்வதற்காக அவளை அழகு படுத்தினர். செல்வத்தின் உடலை எடுத்துச்செல்லும் நேரத்தில் கோமதியைத் தெருவில் உட்கார வைத்து தலையில் குடம் குடமாகப் பச்சைத் தண்ணீரைக்கொட்டி தலையிலிருந்த பூவை பிடுங்கி, கைகளிலிருந்த கண்ணாடி வளையல்களை உடைத்து எல்லாவற்றையும் செல்வத்தின் உடல் மீது போட்டு நெற்றியிலிருந்த பொட்டை அழித்து மிகக் குரூரமான பல சடங்குகள் நடந்தன. இதையெல்லாம் அடியோடு வெறுப்பவளென்றாலும் அதை எடுத்துச் சொல்லக்கூட தெம்பில்லாமல் எல்லாவற்றையும் வெறும் ஒரு ஜடம் போல வெறித்துப் பார்த்துக் கொண்டிருந்தாள் சுபா.

    மாலை ஆறு மணியானபோது எல்லாம் காலியானது. நாளை வருவதாகவும் மூன்றாம் நாள் வருவதாகவும் சொல்லிக்கொண்டு உறவினர்கள் ஒவ்வொருவராக புறப்பட்டுச் சென்றனர். துணைக்குக்கூட வெளியாட்கள் ஒருவருமில்லை. இரவு ஒன்பது மணிக்கு அந்த வீட்டில் தாய்க்கோழியை பருந்து அடித்துச் சென்றபிறகு தப்பித்து நடுங்கிக் கொண்டிருக்கும் குஞ்சுக்கோழிகளைப் போல மூன்றுபேரும் ஒருவிதமான திகிலோடு ஒடுங்கிக் கிடந்தனர். அழுது ஓய்ந்துபோய் உறங்கிப் போனான் கார்த்தி. நைந்துபோன பழைய கிழிசல் துணிபோலக் கிடந்தாள் கோமதி. சுபா மட்டும் சுவற்றில் சாய்ந்து உட்கார்ந்தபடி நேற்று இரவு அப்பா படுத்திருந்த இடம் இன்று காலியாகக் கிடப்பதை ஆற்ற

முடியாத வேதனையோடு பார்த்துக்கொண்டிருந்தாள். எல்லாம் ஒருமணி நேரத்திற்குள் நடந்து முடிந்துவிட்டது. இத்தனை நாள் வீட்டிற்குள் எல்லாமாயிருந்த மனிதனை, அவர் இருந்த சுவடே தெரியாமல் யார் யாரோ வந்து இப்படி தூக்கிக்கொண்டு போய்விட்டார்களே? என்று கோபம் கோபமாக வந்தது சுபாவிற்கு. எவ்வளவு கொடுமையானதாக இருந்தாலும், கசப்பானதாக இருந்தாலும் ஏற்றுக்கொள்ளவே முடியாதென்று கதறினாலும் செல்வம் என்கிற பாவப்பட்ட ஒரு மனிதன், இரண்டு பிள்ளைகளின் பாசக்கார அப்பா, கோமதியின் அன்பான கணவன்.....இந்த நிமிடம் அவர்களோடு இல்லை. இனி ஒருபோதும் வரப் போவதும் இல்லை.

செல்வம் வேலை பார்த்துவந்த கடையிலிருந்து கொடுக்கப்பட்ட கருணைத்தொகையில் காரியம் முடிவதற்குள் பாதி காலியாகிவிட்டது. இத்தனை காலம் அந்தச் சிறிய வீட்டில் எத்தனை சந்தோஷமும் மகிழ்ச்சியும் பொங்கி வழிந்ததோ அதற்கு நேர்மாறாக இந்த ஏழு நாட்களாக மூன்றுபேரும் நடைபிணங்களாகிப் போயினர். விசும்பல்களும், கேவல்களும், யாராவதொருவர் திடீரென நினைத்துக்கொண்டு வெடித்துச்சிதறி அழுவதும், மற்றவர்கள் தேற்றுவதுமாக கடந்து போனது. இடையிடையே உறவினர்களும், அக்கம் பக்கத்தாரும் திரும்பத் திரும்பக் கேட்ட ஒரே கேள்வி... ஏதாவது சேமிப்பு இருக்கிறதா? என்பதுதான். ஒவ்வொருவர் கேட்கும்போதும் கோமதி என்ன பதில் சொல்வதென்று தெரியாமல் அப்பாவியாக விழித்தாள்.

ஒற்றை மனிதர், தனியார் நிறுவன வேலையில் கிடைத்த வருமானத்தில் வீட்டு வாடகை கொடுத்து, நான்கு பேர் சாப்பிட்டு, கல்லூரியில் படிக்கும் மகளுக்கும் பத்தாவது படிக்கும் மகனுக்கும் படிக்கின்ற செலவும் பார்த்து என்ன மிச்சம் சேர்க்க முடியும்?

நினைவு தெரிந்த நாள்முதல் வீட்டில் எப்போதும் பற்றாக்குறைதான். அவர்களுக்குள் எப்போதாவது வரும் சிறுசிறு

மன வருத்தங்கள்கூட திடீர் செலவுகளை சமாளிக்க முடியாத கையாலாகாத்தனத்தால் வருவதுதான்.

ஐந்தாறு வருடங்களுக்கு முன்னர் கணவனை வற்புறுத்தி சம்மதம் வாங்கி கோமதி பக்கத்திலிருக்கும் ஜின்னிங் ஃபேக்டரிக்கு வேலைக்குப் போக ஆரம்பித்தாள். பத்தாம் வகுப்பு வரை படித்திருந்த அவளால் வேறு என்ன வேலை செய்ய முடியும்? அவளின் சிறு வருமானம்கூட அன்றைக்கு குடும்பத்திற்கு பெரிய உதவியாகத்தான் இருந்தது என்பதும் உண்மைதான்... ஆனால் வேலைக்குப் போகத்தொடங்கிய பிறகு அவளால் வீட்டு வேலைகளையும் செய்துவிட்டு ஃபேக்டரி வேலையையும் சமாளிக்க முடியவில்லை. அப்பாவும் மகளும் வீட்டில் அம்மாவிற்கு உதவிகள் செய்யத் தொடங்கினர். அப்படியும் திடீரென கோமதிக்கு ஆஸ்த்மா தொல்லை ஆரம்பித்தது. உடம்பு இளைத்துப் போனதோடல்லாமல் தொடர்ந்த இருமல் பயங்கரமாகத் தொல்லை செய்தது. ஒரு கட்டத்தில் செல்வம் முடிவு செய்தார். இனி நீ இந்த வேலைக்குப் போக வேண்டாம். கொஞ்ச நாட்கள் வீட்டிலிருந்து ஓய்வெடு அதன்பிறகு பார்க்கலாம் என்று.

அதன்பிறகும் கோமதி முயற்சிசெய்தபோது துணிக்கடை, பாத்திரக்கடைகளில் சேல்ஸ் கேள் என்றுதான் கிடைத்தது. அதெல்லாமே பத்து மணி நேரம் , பன்னிரண்டு மணி நேர வேலையாக இருந்தது. ஒரு கட்டத்தில் சுபா பெரியவளாகி விட்டாள் வீட்டில் அவளைத் தனியாக விட்டுவிட்டுப் போவதற்கும் பயமாக இருந்தது. வெறுத்துப்போய் கோமதி இனி வேலைக்குப் போகவேண்டாம் என உறுதியாக முடிவு செய்யும் நிலை வந்தது..

அதற்கு அடுத்த வருஷம்தான் சுபா ப்ளஸ் டூ முடித்தாள் வீட்டு நிலைமையைப் புரிந்துகொண்ட சுபா நான் ஏதாவது வேலைக்குப் போகிறேன் என்று சொன்ன போதுதான், அம்மா அப்பா இரண்டுபேருமே எப்படியாவது ஒரு டிகிரி வரைக்கும் படிச்சிரும்மா

இல்லாவிட்டால் நீயும் அம்மா போலத்தான் வேலைக்கு சிரமப்பட வேண்டியிருக்கும் என்றனர். அப்படித்தான் சுபா கல்லூரியில் சேர்ந்தாள். நடந்து வருஷம் ஆனது.. இந்தச் சூழலில் என்ன சேமிப்பு இருக்கும் அந்தக் குடும்பத்தில்?

செல்வம் இறந்து ஏழு நாட்களாகிவிட்டன. இந்த ஏழு நாட்களும் அந்தவீட்டிலிருந்த மூன்று பேருக்கும் ஒவ்வொரு நிமிடமும் நீண்டு நீண்டுபோய் நொந்த இரவுகளும் நெடிய பகல்களுமாக நீண்ட ஏழு யுகங்களாகக்கடந்தன, நாளை திங்கட்கிழமை சுபா கல்லூரிக்கும், கார்த்தி பள்ளிக்கும் போக வேண்டும். கோமதி கொஞ்சம் எழுந்து உட்கார்ந்தாள். பிள்ளைகளை இருவரையும் அருகில் அழைத்து

"சாமி நாளைலேர்ந்து நீ காலேஜுக்கும், நீ ஸ்கூலுக்கும் போங்கப்பா.." என்றாள்.

கார்த்தி மௌனமாகத் தலையாட்டினான். சுபா எதுவும் பேசவில்லை.

"சுபா! என்னம்மா ஒன்னுமே சொல்லாம இருக்க?"

"இல்லம்மா நான் இனிமே காலேஜுக்குப் போகலே. நான் ஏதாவது வேலைக்குப் போகப்போறேன்." சுபா அம்மாவிடம் யோசனை கேட்கவில்லை, தீர்மானமாகத் தன் முடிவைச் சொன்னாள். இதுநாள் வரையிலும் எல்லா முடிவுகளையும் கணவன் எடுத்து வந்ததால் இப்போது மகளிடம் என்ன சொல்வது என்று தெரியவில்லை. கோமதிக்கு அதுவே அதிர்ச்சியாக இருந்தது.

"என்னம்மா சொல்றே நீயி? உங்கப்பா இதுக்காகவா இத்தன பாடுபட்டாரு?"

"எனக்குத் தெரியாதாம்மா? அதெல்லாம் முடிஞ்சு போச்சிம்மா. இன்னும் முழுசா அஞ்சு செமஸ்டர் இருக்கும்மா, நான் படிக்கறது கவர்ன்மென்ட் காலேஜ்தான் படிப்பு செலவை எப்படியோ

சமாளிக்கலாம், ஆனா அது வரைக்கும் வீட்டு செலவை எப்படிம்மா சமாளிக்கறது? அப்பா சம்பளம் இல்லாம வீட்டு வாடகையும் குடுத்துட்டு நாம மூனுபேரு சாப்பிடனும்மா. உதவின்னு யாருகிட்டயும் போயி கைய்யேந்தி நிக்க வேண்டாம்மா. கொஞ்சம் ப்ராக்டிகல்லா யோசனை பண்ணுவோம்மா. மாசாமாசம் வீட்டு வாடகை குடுக்கணும், மளிகை, காய்கறி, கேஸ், அவசரமா ஒடம்பு சரியில்லாமப் போச்சுன்னா டாக்டர் செலவு? இத்தனை ப்ரச்னை இருக்கும்மா. உன்னால தனியா சமாளிக்க முடியாதும்மா. இத்தனை நாளு அப்பாவும் நீயும் எப்படியெல்லாம் கஷ்டப்படறீங்கன்னு நான் பார்த்துட்டுதாம்மா இருந்தேன்.''

இதைக் கேட்டதும் சப்தம் வெளியே வராமல் வாயைப் பொத்திக் கொண்டு ஓவென அழத்தொடங்கினாள் கோமதி. வழக்கமாக அம்மா அழத்தொடங்கினால் கூடவே சேர்ந்து தானும் அழுகின்ற சுபா, முதல்முதலாக மனதை உறுதியாக்கிக் கொண்டு அழுகையைக் கட்டுப்படுத்திக் கொண்டதோடல்லாமல் அம்மாவை அணைத்துக் கொண்டு அவளைத் தேற்றினாள். அந்த நொடியில் துவண்டுபோன கோமதி மகளின் மடியில் சாய்ந்தாள். அங்கு மகள் தாயானாள்... தாய் மகளாகிப் போனாள்.

ஏழ்மையும் வறுமையும் மட்டுமல்ல, அளவற்ற அன்பும் பாசமும் கூட வலிமிகுந்த மிகக் கொடுமையானதொரு நோய்தான். அந்த மூன்று ஜீவன்களும் செல்வத்தின் மீது கொண்டிருந்த அளவற்ற அன்பினாலும், பாசத்தாலும் உளவியல் ரீதியாகச் சிதைந்து போயிருந்தனர். அவரை இழந்த சோகம் ஒருபுறம் என்றால், இனி எப்படி வாழப்போகிறோம் என்கிற அச்சத்தால் எதிர்காலம் மிகப்பெரிய சவாலாக இருந்தது. அப்பா இல்லாத அந்தக் குடும்பத்தை காப்பாற்ற வேண்டிய பொறுப்பினை இனி நான்தான் ஏற்க வேண்டும் என்கிற வைராக்கியம் சுபாவின் மனதில் உறுதியாகப் பதிந்துவிட்டது. ஆனால் வெளி உலகின் யதார்த்தநிலை

என்னவென்பதையோ அது எவ்வளவு பெரிய சவாலான பொறுப்பு என்பதையோ அந்தச் சின்னப்பெண் அறிந்திருக்கவில்லை.

குறைந்த சம்பளத்தில் ஒரு வேலை கிடைப்பதுகூட எவ்வளவு பெரிய குதிரைக் கொம்பாக இருக்கிறது என்பதை அனுபவ ரீதியில் அறிந்தபோது அவளுக்கு திகிலாக இருந்தது. ஓரளவுக்கு மரியாதையான வேலை, சம்பளம் என்கிற இடத்திற்கு இவளைவிட மிக அதிகமான கல்வித் தகுதிகளோடு ஏராளமானவர்கள் போட்டியிட்டனர். அந்த வாய்ப்பிற்காக பரிதாபமான நிலையில் காத்துக் கிடந்தனர். நடைமுறை உண்மை புரிந்தபோது உடல் உழைப்போடு சேர்ந்து குறைச்சலான சம்பளத்தில் வேலை செய்யும் யதார்த்தமான நிலைக்கு அவள் வலுக்கட்டாயமாக தள்ளப்பட்டாள். கடைகளில் விற்பனைப்பெண் வேலைக்குப் போக வேண்டாம் என்று கோமதி கண்டிப்பாகச் சொல்லிவிட்டாள். ஏனென்றால் ஆறேழு மாதங்கள் அந்த வேலை செய்து நரகத்தை அனுபவித்தது அவளுக்கு இன்னும் மறக்கவில்லை. ஒரு நாளைக்கு குறைந்தது பத்து மணி நேரம் நின்றுகொண்டே இருக்க வேண்டும். வாடிக்கையாளர்கள் யாருமே வரவில்லை என்றாலும் கூட பெரும்பாலான நிறுவனங்களில் உட்காரக்கூடாது. சிசிடிவி கேமராவில் கண்கொத்திப் பாம்புபோல பார்த்துக் கொண்டேயிருப்பார்கள். கால் வலி தாங்க முடியவில்லையென்றால், அதுவும் குறிப்பாக மாதவிடாய் நேரங்களில் காலெல்லாம் ஓஞ்சு போயி ஒரு பத்து நிமிஷம் எங்காவது தரையிலாவது உட்காரலாம்னு தவிச்சுப் போயி உட்கார்ந்தமோ? போச்சு! அடுத்த அஞ்சாவது நிமிஷம் ஆள் வரும் 'ஏம்மா ஒரு பெட் ஒன்னு போட்டு நீட்டி படுத்துக்க வேண்டியது தானே? கஸ்டமர் இல்லேன்னா அந்த நேரத்துல கலைஞ்சு கெடக்கற சாமான்லாம் எடுத்து ஒழுங்கா அடுக்கி வைக்கலாம்னு தோனாதே?' என ஊசி குத்துவதுபோல பேச்சு கிடைக்கும்.. சில கடைகளில் பாத்ரூம் போறதுன்னாகூட சின்னக் குழந்தைகள்போல முதலாளிகிட்ட போய் சொல்லிட்டுதான் போகணும்.

கல்லூரிக்குப் போய்ச் சொன்னபோது முதல்வர் ஒத்துக் கொள்ளவில்லை. ஃபீஸ் பற்றிக் கவலைப்பட வேண்டாமென்றும் தான் உதவி செய்வதாகவும் சொன்னார். இன்னும் இரண்டு வருஷம் தன் குடும்பம் வாழ வேண்டும் என்பதை எடுத்துச்சொல்லி சுபா பிடிவாதமாக மறுத்துவிட்டாள். கடைசியில் 'இப்போது T.C வாங்க வேண்டாமென்றும் இந்த ஆண்டு இறுதிவரையில் கூட யோசனை செய்துவிட்டு திரும்பவும் எப்போது தோன்றினாலும் வந்து படிக்கும்படி சொல்லி அனுப்பிவிட்டார். யார் யாரிடமோ எல்லாம் கேட்டு அலைந்து எந்த வேலையும் கிடைக்காமல் ஓய்ந்து போய் உட்கார்ந்த நேரத்தில், கடைசியில் நர்ஸ் அக்காவின் உதவியும், அவர் வேலை செய்யும் தனியார் மருத்துவமனையில் 'நர்ஸ் ட்ரெய்னி' என்ற பெயரில் ஒரு வேலையும் கிடைத்ததால் எப்படியோ தப்பித்துக்கொண்டாள்.. பெயர்தான் அப்படியே தவிர, வேலை என்று பார்த்தால் ஆஸ்பத்திரியிலிருக்கும் எல்லா வேலைகளையும் செய்ய வேண்டும். நோயாளிகளுக்கு ஊசி போடுவதுமுதல் கழிவறை சுத்தம் செய்வது வரை அவர்கள் சொல்லும் எல்லா வேலைகளையும் செய்ய வேண்டும். எழுந்து நடக்க முடியாத நோயாளிகளுக்கு 'பெட் பேன்' வைப்பது 'இனிமா' கொடுப்பது. ஆக்ஸிஜன் சிலிண்டரைத் தள்ளிக் கொண்டு ஓடுவது என 'ஆயா, வார்டு பாய், நர்ஸ், ஸ்வீப்பர்' என பலரும் செய்கின்ற வேலைகளைச் செய்ய வேண்டும். சிறிய அளவிலான தனியார் மருத்துவமனை என்பதால் இன்னார் இந்த வேலைகளைத்தான் செய்ய வேண்டும் என்கிற ஒழுங்கு முறைகள், கட்டுப்பாடுகள் எதுவும் அங்கு இல்லை. சம்பளம் ''ஆறாயிரம் ரூபாய்'' என்பது பெரிய விஷயமாக இருந்தது சுபாவுக்கு.

ஒன்றிரண்டு மாதங்களில் எல்லா வேலைகளையும் திறம்படச் செய்ய பழகிக் கொண்டாள். டாக்டர்களிடத்திலும், நோயாளிகளிடத்திலும் நல்லபெயர் வாங்கினாள். வாங்குகின்ற

சம்பளம் அப்படியே அம்மாவிடம் போய்ச் சேர்ந்தது. மற்ற பெண்களைப் போல அவளுக்கென்று தனியாக எந்த செலவும் இருக்கவில்லை. ஆஸ்பத்திரிக்கு வரும்போது அணிய வேண்டிய் சீருடைகள் இரண்டு செட் பேன்ட் ஷர்ட் அவர்களே கொடுத்தார்கள். என்ன? வாரம் ஒரு முறை ஷிஃப்ட் மாற்றினார்கள். அதுதான் சிரமமாக இருந்தது அவளுக்கு. மூன்று ஷிஃப்ட்டில் மாறி மாறி வேலை செய்ய வேண்டும். சாப்பிடும் நேரமும் தூங்கும் நேரமும் நிரந்தரமில்லாமல் மாற்றி மாற்றி வருவதால் மிகுந்த சிரமத்திற்குள்ளானாள். சரியாக சாப்பிடுவதில்லை, சரியான தூக்கமுமில்லை. சட்டென மெலிந்து போனாள். கோமதி ரகசியக் கண்ணீர் வடிப்பாள், மனம் கேட்காமல் சில நேரங்களில் நேரடியாகக் கோபித்துக்கொள்வாள். ''இந்த வீட்ல என்னை யாரு மதிக்கறா? யாரு எம்பேச்சைக் கேக்கறாங்க? படிக்கற புள்ளையப் போட்டு இப்படி பாடு படுத்தீட்டு பொழைக்கற பொழப்பு என்ன பொழப்பு. அந்த மனுஷனுக்கு பதிலா நான் போயி சேந்துருந்தா இந்தக் கன்றாவியெல்லாம் பாக்காமப் போயிருக்கலாம்'' என்று புலம்புவாள். அப்படிப் புலம்பும்போது சுபா அன்பாகப் போய் அம்மாவின் கழுத்தைக் கட்டிக் கொண்டு சமாதானம் செய்வாள். ''ஏம்மா? உனக்கு என்ன ஆச்சு? நான் சந்தோஷமாத்தாம்மா இருக்கேன். எனக்கு ஒரு கஷ்டமும் இல்லம்மா. ஒரு கஷ்டம் வரும்போது அதையே நெனச்சு நெனச்சு பொலம்பாம அடுத்தது என்ன ஆக வேண்டும்னு யோசனை பண்ணனும்னு அப்பா எப்பவுமே சொல்லிட்டிருப்பாரு இல்லயாம்மா? அதைத்தான்ம்மா நான் இப்ப செய்றேன்.. ம்மா. வேலைக்கும் போயிட்டு வீட்டையும் பாக்கற அளவுக்கு உன்னோட உடம்புல வலுவிருந்தா நான் படிப்பை விட்டிருக்க மாட்டேம்மா. நீயும் முடியாமப் படுத்திட்டீன்னா. எங்க ரெண்டுபேருக்கும் அப்பறம் யாரும்மா இருக்காங்க?'' என்று கன்னத்தைத் தடவிக்கொண்டு சமாதானம் செய்வாள். உடனே கோமதி மகளைக் கட்டிப்பிடித்துக்கொண்டு வார்த்தைகளோ

புலம்பல்களோயின்றி தேம்பித் தேம்பியழுவாள். பிறகு இருவரும் சமாதானமாவார்கள். இதெல்லாம் பெரும்பாலும் கார்த்தி இல்லாத நேரங்களில்தான் நடக்கும். பத்தாவது படிக்கிறான் என்றாலும் இன்னும் சிறு குழந்தையைப் போலத்தான் இருந்தான் அவன். முன்பெல்லாம் அடிக்கடி அம்மாவையும், அக்காவையும் சீண்டி செல்லச்சண்டை போடுவதுதான் அவனது பொழுதுபோக்காகவும், அந்த வீட்டின் அழகாகவும் இருந்தது. எப்போதும் கார்த்தி படிக்கிற நேரத்தைக் குறைத்துக் கொண்டு அதிக நேரம் டிவி பார்க்கிறான் என்று அம்மாவும் அக்காவும் அவனுடன் அடிக்கடி சண்டை போடுவார்கள். இப்போது அது எதுவுமே இல்லாமல் போய்விட்டது.

ஆறு மாசம் கழிச்சு பயிற்சி முடிந்து முழுநேர வேலை என்று சொல்லி எட்டாயிரம் ரூபாய் சம்பளம் கொடுத்தார்கள். எப்புடியோ ஒரு வருஷம் ஓடிப்போயிருச்சு. இந்த வருஷம் கார்த்தியை ப்ளஸ் டூ வில சேர்க்கணும். விலைவாசி ஏறிக்கொண்டே போகிறது. கோமதி எவ்வளவு சிக்கனமாக இருந்தாலும், முடிந்த அளவிற்கு ரேஷன் பொருட்களைக் கொண்டு சமாளித்தாலும் இதர செலவுகள் எதையுமே சுருக்குவதென்பது அவர்கள் கையில் இல்லை என்பதுதான் கசப்பான உண்மை.

வீட்டு வாடகை, பால் விலை, பஸ் கட்டணம், அன்றாடத் தேவைக்கு வாங்கும் ஒவ்வொரு பொருளுக்கும் ஒவ்வொரு நாளும் விலை ஏறிக்கொண்டே இருக்கிறது. கோமதி தனக்கு உடல்நிலை சரியில்லையென்றால்கூட தன் குழந்தைகளிடம் சொல்வதில்லை. அதன்பிறகு சுபாவாகத் தெரிந்துகொண்டு அம்மாவைக் கோபித்துக் கொண்டு தான் பணிபுரியும் ஆஸ்பத்திரியிலிருந்து மருந்துகள் வாங்கிக் கொண்டுவந்து கொடுத்து அம்மாவை கவனித்துக் கொள்வாள்.

சுபாவின் முகத்திலிருந்த அந்த கள்ளமில்லாத குழந்தைத் தனமான அழகு காணாமல் போனது. வேலையிலிருந்து வரும்போதே வாடிப்

போயிருக்கும் தன் மகளின் முகத்தைப் பார்த்து கோமதி மருகிப் போய்விடுவாள். இந்த சிறிய வயதில் குருவி தலையில் பனங்காயை வைத்ததுபோல இந்தக்குழந்தைக்கு இவ்வளவு பெரிய சுமையா? என்று யோசிப்பாள்.

அந்த நேரத்தில்தான் ஆஸ்பத்திரியில் பெரிய டாக்டரின் உறவினரான அமிர்தம் அம்மாள் டீலக்ஸ் ரூமில் வந்து அட்மிட் ஆனார்கள். 75 வயதில் கடுமையான சர்க்கரை நோயின் காரணமாக காலில் ஒரு புண் வந்து ஒரு மாதமாகியும் குணமாகாமல், அலோபதி, ஆயுர்வேதம், பரம்பரை வைத்தியம் என்று மாறி மாறி வைத்தியம் செய்ததில்.... புண் மிகப்பெரியதாகி புண்ணிலிருந்து துர்நாற்றம் வீசுகின்ற நிலையில் ஒரு எட்டுகூட நடக்க முடியாமல்,. பாட்டியால் வலியும் தாங்கமுடியாத நிலையில் இங்கு கொண்டுவந்து சேர்த்தார்கள். மிகவும் வசதியான குடும்பம். என்பதால் ஆஸ்பத்திரியிலும் அந்த அம்மாவிற்கு 24 மணி நேரமும் கூடவே இருந்து பார்த்துக்கொள்ள ஒரு ஆள் தேவைபட்டது.

பெரிய டாக்டர் பாட்டியம்மாவின் நெருங்கிய உறவினர் என்பதால் அவருக்கு அங்கு சிறப்பு கவனம் செலுத்தப்பட்டது. ‘பெரிய டாக்டர், நர்ஸ் ஸ்வீட்டியிடம் பேசி சுபாவை முழுநாளும் பாட்டியின் அருகிலேயே இருந்து கவனிக்க முடியுமா?’ என்று கேட்டார்கள். தினமும் இரண்டு மணி நேரம் மட்டும் வீட்டிற்குப் போய் வரலாம் என்றும். ஆஸ்பத்திரியில் வேறு எந்த வேலையும் செய்ய வேண்டியதில்லை என்பதோடு சம்பளமும் பதினைந்தாயிரம் கொடுப்பதாகச் சொன்னார்கள்.... கொஞ்சம் சிரமம்தான் என்றாலும் தன்வீட்டில் அம்மாவிடம் கேட்டுவிட்டு பதில் சொல்வதாகச் சொன்னாள் சுபா. இந்த யோசனையை கோமதி ஒத்துக் கொள்ளவேயில்லை. நீ இன்னும் சின்னப் பொண்ணும்மா. இந்த வயசில இருபத்திநாலு மணி நேரம் வேலை செய்யறதா? முடியாதுன்னு போயி சொல்லிடு என்றாள்.

''டீலக்ஸ் ரூமுல பெரிய வேலையெல்லாம் இருக்காதும்மா. உண்மையாப் பார்த்தா வழக்கமா செய்யற வேலையைவிட இதுல வேலை ரொம்பக் கம்மி. ஒரே பேஷன்ட். அவங்களுக்கு சரியான நேரத்துக்கு சப்பாடும் மருந்துகளும் குடுக்கணும்.அப்பப்ப இஞ்செக்ஷன் போடணும். ட்ரெஸ்ஸிங் பண்ணனும் அதே அறைக்குள்ள இருக்கிற படுக்கைல படுத்து நல்லா ஓய்வெடுக்கலாம் வழக்கத்தைப்போல ரெண்டு மடங்கு சம்பளம். அம்மா ப்ளீஸ்ம்மா,சரின்னு சொல்லும்மா'' என்று எப்படியோ கெஞ்சி கூத்தாடி சம்மதம் வாங்கிவிட்டாள்.

ஒரு மாதம் டாக்டரின் சிகிச்சையிலும் சுபாவின் கண்ணும் கருத்துமான கவனிப்பிலும் அமிர்தம் பாட்டி கொஞ்சம் கொஞ்சமாகத் தேறினார். வலது கணுக்காலில் வந்த புண் ஆறவேயில்லை கடுமையான இன்ஃஃபெக்ஷன் ஆயிருக்கு. காலையே எடுக்க வேண்டி வரலாம் என்று சொல்லித்தான் சிகிச்சையைத் தொடங்கினார்கள். ஆனால் ஒரே மாதத்தில் புண் நன்றாக ஆறி வீட்டிற்கு திரும்பும் நிலைக்கு தயாராகிவிட்டார். பாட்டியின் மகள் கௌரிக்கு அளவற்ற சந்தோஷம் எவ்வளவு மறுத்தும் கேட்காமல் சுபாவின் கையில் ஐயாயிரம் ரூபாய் பணத்தை அன்பளிப்பாகக் கொடுத்தார். 'இல்ல மேடம். அதெல்லாம் ஒன்னும் வேண்டாம். இந்த ஆஸ்பத்திரில அப்படி பணம் வாங்கக் கூடாது'ன்னு சுபா மறுத்தபோது, ஸ்வீட்டி 'வாங்கிக்கோ.. சார் ஒன்னும் சொல்ல மாட்டார், நான் சொல்லிக்கிறேன்' என்று சொன்ன பிறகே வாங்கிக் கொண்டாள்.

அடுத்த ஒருமாதத்தில் ஒரு நாள் கௌரியம்மாள் ஆஸ்பத்திரிக்கு வந்தார். பெரிய டாக்டரின் அறைக்குள் சென்றவர் சிறிது நேரம் கழித்து ஸ்வீட்டி சிஸ்டரிடம் வந்தார்.

''அம்மா எப்டியிருக்கறாங்க மேடம்?''

''நல்லாயிருக்காங்க சிஸ்டர். வீட்டுக்குள்ளயே வாக்கர் வெச்சுகிட்டு மெல்ல நடக்கறாங்க. என்ன அவங்களை

கவனிச்சுக்கத்தான் உருப்படியா ஒரு ஆள் அமைய மாட்டேங்குது. ரெண்டு நேரம் இன்சுலின் போடணும், ரெண்டு மூனு தடவை 'டையஃபர்' மாத்தணும். ஏஜென்சி மூலமா ஏற்பாடு பண்ணின ஹோம் நர்ஸ்சுங்க யாருமே சரிப்பட்டு வர மாட்டேங்கறாங்க. அம்மாவுக்கும் அவங்களை சுத்தமாப் பிடிக்க மாட்டேங்குது. டையஃபர் மாத்தும்போதெல்லாம் மொனமொனன்னு வாய்க்குள்ளயே திட்டறாங்களாம் .'நீ இல்லாதபோது திட்டறாங்கம்மா, எங்கிட்ட மூஞ்சியக்காட்டறாங்கம்மா'ன்னு சொல்லிட்டு அழுகறாங்க. இந்த ஒரு மாசத்துக்குள்ள மூனு பேரு வந்து போயாச்சு. அம்மா பிடிவாதமா சுபாவைக் கூப்பிட்டு வந்து என்னோட இருக்க வையுங்கன்னு அடம் பிடிக்கறாங்க. அது விஷயமா டாக்டர் கிட்ட பேசிட்டு உங்களையும் பார்த்துக் கேக்கலாம்ன்னுதான் வந்தேன்.''

''டாக்டர் என்ன சொன்னாரு மேடம்?''

''அந்தப் பொண்ணு மாதிரி பொறுப்பா ஒரு நர்ஸ் கிடைக்கறது கஷ்டம்தான். நான் கேட்டுப் பாக்கறேன். அவ சரின்னு சொன்னா தாராளமா அழைச்சிட்டுப் போங்கன்னு சொன்னாரு. நீங்களும் கொஞ்சம் சொல்லுங்க சிஸ்டர். நீங்க சொன்னா அந்தப்பொண்ணு கண்டிப்பாகக் கேப்பான்னு சொல்றாங்க. உங்களுக்கு புண்ணியமாப் போகட்டும். சம்பளம் எவ்வளவு கேட்டாலும் குடுத்திடலாம். மாசம் இருபதாயிரம் தர்றேன்னு சொல்லுங்க சிஸ்டர். எங்க வீட்ல நானும் அவரும் மட்டும்தான் வேற யாரும் கிடையாது. வாரம் ஒரு நாள் லீவு எடுத்துகிட்டும்..''

''நான் கேட்டுப் பாக்கறேன் மேடம். நான் ஒரு அளவுக்குத்தான் சொல்ல முடியும். அவங்க அம்மா ஒத்துக்கனுமே. இங்க ஹாஸ்பிடல்னதால, அதுவும் ஒரு மாசம்தான் அப்படீன்னு ஒத்துகிட்டாங்க. வயசுப் பொண்ணு, இன்னொருத்தர் வீட்ல போயி தங்கனும்ன்னா? என்ன சொல்லுவாங்கன்னு தெரியலயே?''

‘‘நீங்க சொன்னா கண்டிப்பாத் தட்ட மாட்டான்னு டாக்டரே சொல்றாரு.’’ நான் நாளைக்கு போன் பன்றேன். எனக்கு நல்ல ரிசல்ட்டா சொல்லுங்க.’’ என்று சொல்லிவிட்டுக் காரை நோக்கி நடந்தார்.

ஸ்வீட்டி சிஸ்டருக்கு தர்மசங்கடமான நிலை. உண்மையில் இது ஒரு நல்ல வாய்ப்பு. இந்த வருஷம் இங்கே அவளுக்கு சம்பளம் சேர்த்துக் குடுத்தாக்கூட பத்தாயிரம்தான் குடுப்பாங்க. இந்தம்மா இருபதாயிரம் குடுக்கறதா சொல்றாங்க. ரெண்டு வருஷம் இருந்தாள்ன்னா அந்தப்பொண்ணு கையில கொஞ்சம் காசு சேர்த்துக்குவா. நாளைக்கு தம்பிய படிக்க வைக்கனும்ன்னாக்கூட யார் கையையும் எதிர்பார்க்க வேண்டாம். இதே ஹோம் நர்ஸ் வேலைக்கு வெளிய ஏஜன்ஸி மூலமாப் போனா ஐயாயிரம் அவங்க கமிஷன் எடுத்துகிட்டு பதினஞ்சாயிரம்தான் தருவாங்க.

சிஸ்டர் சுபாவிடம் சொன்னபோது, அம்மாவையும், தம்பியையும் விட்டு வெளியில் போய்த் தங்குவதென்பது எப்படியென்று முதலில் தயக்கமாகவும், வேதனையாகவும்தான் இருந்தது அவளுக்கு. இப்பவே கார்த்திக்கு கணக்கு கொஞ்சம் கஷ்டமாயிருக்கு ட்யூஷன் போனா பரவாயில்லேன்னு இருக்கு. ஆனா குடும்ப நெலைமையப் புரிஞ்சுகிட்டு அவன் எதுவும் கேட்கறதில்ல. எல்லாக் காரணங்களையும் சொல்லி சுபா அம்மாவையும் தம்பியையும் சம்மதிக்க வைக்க எவ்வளவோ முயற்சி பண்ணினா. ஆனா ரெண்டுபேருமே முடியாதுன்னு சொல்லிட்டாங்க. ஆனால், அடுத்த நாள் கௌரியம்மாள் கோமதிக்குப் போன் பண்ணிக்கேட்டாங்க. ‘நான் என் பொண்ணு மாதிரி பாத்துக்குவேன்ம்மா பயப்படாத. நாளைக்கு அவ கல்யாணம் பண்ணிகிட்டா உங்களை விட்டு வெளியதான இருக்கப்போறா? இதில் வாய்ப்புக் கெடைக்கும்போது நாலு காசு சம்பாதிச்சு சேர்க்கட்டும்மா. இப்படி பாசம் பாசம்ன்னு பாத்துகிட்டேயிருந்தா எப்படி? கேரளாவுல எல்லாம்

பார்த்தீங்கன்னா.. லட்சக்கணக்கான பெண்கள் அரேபிய நாடுகளுக்குப் போயி நர்ஸ் வேலை பாக்கறாங்க. உள்ளூர்க்குள்ளதான? வாரம் ஒரு நாள் லீவு தர்றேன்னு சொல்றேன்ல்ல?. பக்கத்துல இருபது கிலோமீட்டர்தான் எங்க வீடு. அங்க பஸ் ஏறினா ஒரு மணி நேரத்துல வீட்டுக்கு வந்துடலாம்'' என்று எடுத்துச் சொன்னபோது மனசேயில்லாமல் சம்மதித்தாள் கோமதி. இங்கு பாதுகாப்பு, பாசம் எல்லாவற்றையும் தாண்டி பொருளாதாரத் தேவைகளும் நெருக்கடிகளும்தானே அவர்களது வாழ்க்கையைத் தீர்மானிக்கின்றன?

கௌரியம்மாள் தன் பெரிய காரில் அந்தச் சிறிய சந்திற்குள் வர முடியாமல், தெரு முனையிலேயே வண்டியை நிறுத்திவிட்டு சுபாவின் வீட்டிற்கு நடந்து வந்தார்.. சுமதியிடம் சமாதானம் சொல்லி சுபாவை அழைத்துச் சென்றார். வழியில் ஒரு துணிக்கடையில் வண்டியை நிறுத்தி சுபா எவ்வளவு மறுத்தும் கேட்காமல் நான்கு செட் சுடிதார் எடுத்துக் கொடுத்து வீட்டிற்கு அழைத்துச்சென்றார். சுற்றிலும் பெரிய தென்னந்தோப்பு, அதன் நடுவில் ஒரு பெரிய பங்களா. நகரத்திலிருந்து இருபது கி மீ தள்ளியிருந்தது. பங்களாவிலிருந்து பஸ் ஸ்டாப் வர கொஞ்சம் தொலைவு நடக்க வேண்டும் வெளி உலகத்திற்கு எந்தத்தொடர்புமே இல்லாத ஒரு பெரிய வீடு. சுபா வாழ்க்கையில் முதல்முறையாக அவ்வளவு பெரிய ஒரு பங்களாவிற்குள் நுழைந்தாள். வீட்டின் பின்புறம் சகல வசதிகளும் கொண்ட ஒரு 'அவுட் ஹவுஸ்' இருந்தது. அதில்தான் பாட்டியம்மா படுத்திருந்தாங்க.. சுபாவைப் பார்த்ததும் பாட்டியம்மாளுக்கு அவ்வளவு சந்தோசம். வந்துட்டியாம்மா என்று அவளது இரண்டு கைகளையும் பிடித்துக் கொண்டார். அந்த விசாலமான அறையின் இன்னொரு ஓரத்தில் இன்னொரு கட்டிலும் மெத்தையும் போட்டிருந்தது. ஒருபக்க சுவரில் டீவி இருந்தது. அந்த அறையிலேயே ஒரு 'அட்டாச்டு பாத்ரூம்' இருந்தது, அறைக்கு

வெளியே இருந்த ஒரு பாத்ரூமை சுபா பயன்படுத்திக் கொள்ள வேண்டும். தொட்டு அடுத்து இருந்த பங்களா சமையலறையில் போய் சுபா சாப்பிட்டுவிட்டு பாட்டிக்கு வேண்டியதை சமையல்கார அம்மாவிடம் வாங்கி வந்துவிட வேண்டியது ஏதாவது அவசரம் என்றால் கௌரியம்மாவை இன்டர்காம் போனில் அழைப்பது என சுபாவின் அன்றாடக் கடமைகள், பொறுப்புகள் அவளுக்கு சொல்லப்பட்டன.

முதல்முதலாக அம்மாவையும் தம்பியையும் பிரிந்து இன்னொருவர் வீட்டில் வந்து தங்குவதும், வாரம் ஒரு நாள்தான் அவர்களைப் பார்க்க முடியும் என்பதெல்லாம் மனதிற்குள் மிகுந்த குழப்பமாகவும் அச்சமாகவும் இருந்தது. குடும்பத்தோடு போய்க்கொண்டிருந்த ஒரு பயணத்தில் பாதிவழியில் எல்லாரையும் தவறவிட்டு அறிமுகமேயில்லாத அத்துவானக் காட்டிற்குள் அகப்பட்டுக்கொண்டதுபோல இருந்தது. வந்த நாளிலிருந்தே சுபா தனது பொறுப்புகளில் தெளிவாக இருந்தாள். பாட்டிக்கு தினமும் டவல் பாத் கொடுத்து பவுடர் போட்டு தலைவாரி உடைமாற்றிவிடுவது, வாரம் இருமுறை குளிக்க வைப்பது, ஒரு நாளில் இரண்டுமுறையோ மூன்றுமுறையோ டயஃபர் மாற்றுவது, அவருக்கு டாக்டர் சொன்னபடி உணவளிப்பது, இரண்டு வேளையும் இன்சுலின் ஊசி போடுவது. அன்றாடம் அவரது சர்க்கரையின் அளவையும் இரத்த அழுத்தத்தையும் பரிசோதித்து குறித்துவைத்துக் கொள்வது....என்று ஒரு நர்ஸிங்ஹோமில் இருக்கும் நோயாளியைப் போல முழுகவனத்துடன் பார்த்துக்கொண்டாள். அவ்வப்போது மாத்திரைகள் கொடுப்பது, சர்க்கரையின் அளவிற்குத் தகுந்தபடி இன்சுலின் போடுவது, அறைக்குள்ளேயே வாக்கரை பிடித்துக்கொண்டு அவரால் இயன்றவரையில் நடைப்பயிற்சி என ஏறக்குறைய தொடர்ந்து வேலைகள் இருந்து வந்தன. கௌரியம்மாள் ஏதாவது நேரங்களில் ஒரு நாளில் இருமுறை வந்து சிறிது நேரம்

அம்மாவிடமும் சுபாவிடமும் பேசிவிட்டுச் செல்வார். சமையலறையைத் தாண்டி சுபா பங்களாவிற்குள் போவதில்லை. அந்த அய்யா பின்பக்கம் வருவதேயில்லை. அவர்களின் ஒரே செல்ல மகன் ராஜேஷ் சென்னையில் படித்துக் கொண்டிருப்பதாகச் சொன்னார்கள். கௌரியம்மாவிற்கு மகன் ரொம்ப செல்லம் என்பது அவரது பேச்சிலிருந்தே தெரிந்தது. தன் அம்மாவிடம் பேசும்போதுகூட தன் மகனை 'பப்பி' என்று செல்லப்பெயரில்தான் சொல்வார். சுபா வந்தபிறகு பாட்டியம்மாவும் கௌரியம்மாவும் நிம்மதியாக மகிழ்ச்சியாக இருந்தார்கள். வாய்விட்டு சுபாவைப் பாராட்டாவிட்டாலும் சுபாவிடம் நடந்துகொள்ளும் விதத்தில் கௌரியம்மாளின் நன்றியை சுபாவால் உணர முடிந்தது. ஆனால் கோமதியும் சுபாவும்தான் ஒருவரிடம் ஒருவர் சொல்லிக் கொள்ளாமல், மற்ற யாருக்கும் தெரியாமல் இரவில் ரகசியமாகக் கண்ணீர் வடித்துக் கொண்டிருந்தார்கள். சுபாவுக்கு அந்தப்பெரிய வீட்டின் நல்ல சாப்பாட்டை சாப்பிடும் ஒவ்வொரு வேளையும் குற்ற உணர்ச்சி மனதை அறுக்கும். கார்த்தி எப்போதுமே வகையாக ருசியாக சாப்பிட ஆசைப்படும் பிள்ளை. அப்பா வாங்கிவரும் தீணிகளில்கூட பெரும்பகுதியை அவன்தான் சாப்பிடுவான். அதில்கூட சுபா தம்பிக்கு விட்டுக்கொடுத்துவிடுவாள் தானும் வீட்டில் இல்லாததால் சிக்கனம் கருதி அம்மாவும் அவனும் கடனுக்கு சமைத்து சாப்பிடுவார்கள் என்று தெரியும். அப்பாவுக்கும் அம்மாவுக்கும் எப்போதாவது வரும் சண்டையே இதன் காரணமாகத்தான் இருக்கும். 'கொழந்தைக வளர்ற வயசு, அவங்களுக்கு வாயிக்கு ருசியா வகையா ஏதாவது செஞ்சு குடுப்பியா? எப்பப்பாரு எதக்கேட்டாலும் அது வேண்டாம், இது வேண்டாம்ங்கிறது செரியான கஞ்சப் பிசினாறி' என்பார். அதுக்கு அம்மாவோ 'ஆமா! தினம் தினம் விருந்து வெச்சா வெறும் ஊடாப் போயிடும், கையில நாலு காசு இருக்குங்கறதுக்காக அது தீர்ற வரைக்கும் கறியுஞ்சோறும் திண்ணுட்டு அப்பறம் காசில்லாதபோது

கஞ்சிக்கு வழியில்லாம கடன் வாங்கிட்டு அலையுனுங்கறீங்களா?' என்பார். ஆனாலும் கடைசியில் அப்பா கட்சிதான் ஜெயிக்கும்.

ஒவ்வொரு ஞாயிற்றுக்கிழமையும் வீட்டிற்குச் சென்றுவிட்டு அன்று மாலையே திரும்ப வேண்டும், இல்லையென்றால் இரண்டு வாரங்களுக்கு ஒரு முறை போனால் சுபா ஒரு நாள் தன் வீட்டில் தங்கிக்கொள்ளலாம் என்றும் ஏற்பாடானது. கௌரியம்மாள் தனது பழைய போன் ஒன்றை சுபாவுக்குக் கொடுத்தார். சுபா தனது போனை அம்மாவிடம் கொடுத்து வந்தாள். ஸ்வீட்டியக்காவிடமும் வாரம் இருமுறையாவது போனில் பேசிவிடுவாள்.

நினைவு தெரிந்த நாள்முதல் ஒண்டுக்குடித்தனத்தில் வசதிக் குறைவுகளோடு சிரமப்பட்டு வாழ்ந்து பழகின சுபாவுக்கு திடீரெனக் கிடைத்த இந்த பங்களா வாழ்க்கையும், ருசியான நல்ல உணவுகளும், நல்ல காற்றோட்டமான அறையும் தனியே ஒரு குளியலறையும், இதையெல்லாம் சுபா கனவிலும் நினைக்கவில்லை. எல்லாம் இருந்தபோதும் அவளுக்கு எப்போதும் வீட்டு நினவுகள்தான் மேலோங்கி இருந்தன. தான் மட்டும் இவ்வளவு வசதியான ஒரு வாழ்க்கையை அனுபவிக்கிறோமே என்கிற குற்ற உணர்வு தொண்டையில் சிக்கின முள் மாதிரி அவளை உறுத்திக் கொண்டேயிருந்தது. ஆரம்பத்தில் மொழிதெரியாத முன்பின் அறிமுகமில்லாத மனித சஞ்சாரமேயில்லாததொரு அந்நிய தேசத்தில், தப்பித்துப்போக முடியாத ஒரு தீவில் மாட்டிக் கொண்டதுபோல மூச்சு முட்டியது. அந்த அறையைச் சுற்றிலும் பவள மல்லிகை மரம், செண்பக மரம், நந்தியாவட்டை, அரளி, செம்பருத்தி என வகைவகையான பூச்செடிகள் என அருமையான, ரம்மியமான சூழல் இருந்தும்கூட அதையெல்லாம் ரசித்து மகிழும் ஒரு கொண்டாட்ட மனநிலையில் அவள் இருக்கவில்லை. அம்மாவையும் தம்பியையும் விட்டுவிட்டு தான்மட்டும் சுயநலத்தோடு இத்தனை வசதிகளையும் அனுபவிக்கிறோமே என்கிற எண்ணம் அவளது வேதனையை மேலும்கூட்டியது.

மெல்ல மெல்ல அந்தச்சூழலை அனுசரித்துக் கொண்டு வாழ சுபாவுக்கு பழகிப்போனது. ஓய்ந்த நேரத்தில் பாட்டி பார்க்கின்ற சேனல்களில் ஏதாவது பார்க்கலாம். 'நீ வேணுமிங்கறதப் போட்டுப்பாரு'ன்னு பாட்டி சொன்னாலும் பரவாயில்லை என்று சொல்லி விடுவாள். இயல்பாக அந்த வயதுக்கே உள்ள ஆசைகள், சபலங்கள் எதுவுமில்லாத பக்குவப்பட்ட பெண்ணாக இருந்தாள். தேவையில்லாமல் எந்த சலுகையையும் அனுபவிக்கக் கூடாது என்கிற விஷயத்தில் சுபா மிகுந்த கட்டுப்பாடோடு நடந்து கொண்டாள். பெரும்பாலான நேரங்களில் சுற்றிச் சுற்றி அணில்களின் 'ணிக்...ணிக்' சப்தமும் பறவைகளின் கலகலகல ஒலியும்தான் அவளுக்குத் துணை. பகல் நேரங்களில் பாட்டி தூங்கும்போது என்றாவது ஒரு நாள் சமையல் செய்யும் லட்சுமியம்மாவிடம் போய் கொஞ்ச நேரம் பேசிக்கொண்டிருப்பாள்.

அப்படியிப்படி இரண்டு மாதங்கள் ஓடிப்போனது. இடையில் ஸ்வீட்டியக்காவின் வீட்டிற்கு நேரில் போய்ப் பார்த்தபோது கன்னத்தைப் பிடித்துக் கிள்ளி 'அடிப் பொண்ணே நல்லா புசு புசுன்னு முயல்குட்டி மாதிரி ஆயிட்டியே! வெரிகுட் இப்பத்தான் முன்னைவிட லட்சனமா, அழகா இருக்க' என்று இறுக அணைத்து முத்தம் கொடுத்தார். அங்கேயுள்ள சூழல், வேலை நிலவரம், கௌரியம்மாளின் கவனிப்பு பற்றியெல்லாம் அக்கறையோடு விசாரித்தார். தினசரி மாலை அம்மாவுடனும் தம்பியுடனும் போனில் பேசுவது, இடையிடையே வீடியோ காலில் பார்த்துப் பேசுவது என்றானபோது சுபாவிற்கும் கோமதிக்கும் ஆசுவாசமாக இருந்தது. கார்த்தி ரொம்ப பொறுப்பான பிள்ளையாக அவ்வப்போது அக்காவுக்கு தைரியம் சொல்லுவான். ஏற்கனவே வாங்கிக் கொண்டிருந்ததைப்போல இரண்டரை மடங்கு சம்பளம் நல்ல உணவு அதிகம் வேலையில்லை என்றாலும் சுபாவுக்கு இந்த வாழ்க்கை ஒரு வசதியான சிறைச்சாலை வாழ்க்கைபோல இருந்தது. ஆஸ்பத்திரியில் பல நாட்கள் வேலை கடுமையாக இருக்கும், முதுகு முறிந்துவிடும்.

என்றாலும், நிறைய மனிதர்களைச் சந்திக்கலாம். தினமும் மாலையானால் வீட்டிற்குப் போகலாம். குருவிக் கூடுதான் என்றாலும் தன் சொந்த வீடு என்கிற ஒரு சுதந்திரமான உணர்வு இருந்தது. இங்கு எல்லா வசதிகளுமிருந்தாலும் அடுத்தவர் வீடு என்பதால் முள் மீது நிற்பதுபோன்ற ஒரு உணர்வு. வெளி மனிதர்களைக் கண்ணில்கூட பார்க்க முடிவதில்லை. பாட்டியம்மாவும் அதிகம் பேசமாட்டார்கள். . மேடம் அவர்களது மூட் அனுசரித்துத்தான் பேசுவார்கள். வெளிப்படையாகக் காட்டிக் கொள்ளவில்லையென்றாலும் எல்லா நடவடிக்கைகளிலும், உடல்மொழியிலும் பரம்பரைப் பணக்காரத்தனம் தெரியும். வாய்ப்புக் கிடைக்கும் போதெல்லாம் மகனின் பெருமைதான். தன் மகன் ரொம்ப அழகு மொத்தக் குடும்பத்துக்கும் ஒரே ஆண்வாரிசு அவன்தான். அவனைப் படிப்பதற்காக சென்னைக்கு அனுப்ப தனக்குத் துளிகூட விருப்பமில்லையென்றும், அவனுக்கு அதுதான் விருப்பமென்பதால் சென்னையில் ஒரு ஃப்ளாட் எடுத்து சமையலுக்கு ஆள் வைத்துக் கொடுத்து காலேஜ் போக ஒரு காரும் வாங்கிக் கொடுத்துள்ளார்களாம். அவனது விருப்பத்துக்கு மாறாக நான் எதுவுமே செய்ய மாட்டேன் என்று பெருமையாகச் சொல்லிக் கொள்வார். இதுபோன்ற நேரங்களில் சுபா தலையை ஆட்டி அவர்கள் சொல்வதை செவிமடுத்துக் கேட்பதோடு சரி. குறுக்கே நுழைந்து எந்தவிதமான கருத்துகளையும் சொல்லமாட்டாள். அதுதான் அந்த அம்மாவுக்குப் பிடிக்கும் என்பதும், ஒருவேளை அவள் கலகலவென்று பேசினால், அதுகூட மரியாதைக் குறைவாகக் கருதப்படலாம் என்பதும் அவளுக்கு நன்றாகத் தெரியும்.

அந்த நேரத்தில்தான் கொரோனா வந்தது. எல்லாமே தலைகீழாக மாறியது. இப்ப கொரோனா காரணமாக கல்லூரிக்கு விடுமுறை விட்ட நேரத்தில் பேரன் ஏன் இங்கு வரவில்லை என்று பாட்டி கேட்டதற்கு, 'இங்கு வந்தால் போரடிக்கும் என்றும் தனக்குத்

தோனும்போது வருகிறேன்' என்று சொல்லிவிட்டதாக வருத்தத்தோடு சொல்லிக் கொண்டிருந்தார்கள்.

எல்லாம் சுமுகமாகப் போய்க்கொண்டிருந்த நேரத்தில்தான் குடியைக் கெடுத்த இந்தக் கொரோனா வந்ததால் பஸ்கள் எதுவும் ஓடவில்ல. சுபா வாராவாரம் வீட்டிற்குப் போவது பிரச்னையானது. கௌரியம்மாவிடம் எப்படிக்கேட்பது என்ன செய்வதென்று தயக்கமாக இருந்தது. வீட்டிற்குப் போய் பதினைந்து நாளாயிற்று. அந்தம்மாவிற்கு அதுவெல்லாம் நினைவேயில்லை. கடைசியில் ஸ்வீட்டியக்காவிற்கு போன் செய்து தனது பிரச்னையைச் சொன்னாள்.

''நான் மேடம்கிட்டப் பேசி ஏதாவது ஏற்பாடு பண்றேன். நீ கவலப்படாத' என்று சொன்னவர், அடுத்த நாளே கௌரியம்மாவிற்கு போன் பண்ணி பஸ்கள் ஓடத்தொடங்கும் வரையில் இரண்டு வாரத்திற்கொருமுறை காரில் கொண்டுபோய் விட்டுவிட்டு அடுத்த நாள் ட்ரைவர் போய் காரில் அழைத்துவந்துவிட வேண்டும் என்று ஏற்பாடு செய்துவிட்டார். சுபாவால் நம்பவே முடியவில்லை, அக்காவுக்குப் போன் பண்ணி ஒரு நூறு தேங்க்ஸ் சொல்லிவிட்டாள்.

அந்த எளிய குடும்பத்துப்பெண் வீட்டிற்குக் காரில் வருவதும், திரும்பிச் செல்லும்போதும் காரில் வந்து அழைத்துப் போவதும் அக்கம்பக்கத்தில் நிறைய பேருக்கு எரிச்சலாக இருந்தது, கண்களை உறுத்தியது. பொறுக்க முடியாத சில பெண்கள் நேரடியாகவே 'சுபா.. பெரிய பணக்காரியாயிட்ட, இப்பெல்லாம் எங்களையெல்லாம் கண்ணே தெரிய மாட்டேங்குது உனக்கு. கார்ல வர்ற கார்லயேதான் போற' என்று வேடிக்கை போலவும், பாதி குத்தலாகவும் கேட்கத் தொடங்கினர். இதற்காக பயந்துகொண்டு வீதி முனையிலேயே காரை அனுப்பிவிட்டு வீட்டிற்கு நடந்துதான் வருவாள். கொரோனாவால் வேலையிழந்து சிரமத்திலிருக்கும் சிலருக்கு தாங்கமுடியாத பொறாமையாக இருந்தது. 'ஆமா! இந்தப் புள்ள எங்க

உயிர்ச்சம்

வேலைக்குப்போறா? ஏதோ ஆசுபத்திரிலன்னு சொன்னாங்க?' என்கிற கேள்விக்கு இன்னொருவர்..'என்ன எழவோ யாரு கண்டா? எங்கயோ பெரிய நாய்க்கர் பங்களாவுல ஹோம் நர்சா வேலைக்குப் போறாளாம்' என்று பதில் சொல்ல பக்கத்தில் அழுக்குத்துணியை அலசிக் கொண்டிருந்த பெண்மணி வெடுக்கென்று 'உக்கும் நரசராங்க.... நரசு..! படுகெடையா கெடக்கற ஒரு கெழவிக்கு பீத்துணி கசக்கிப்போட்டு, பொச்சுக் கழுவியுடற வேலைக்குப் போறா. அதையத்தான் அவங்காத்தாக்காரி ஊருக்குள்ள ஜம்பமா ஓம் நர்சுன்னு பீத்திக்கிறா' என்று தன் வயிற்றெரிச்சலை தீர்த்துக் கொண்டாள்.

இந்த விமர்சனமெல்லாம் எங்கே கோமதியின் காதுக்குப் போகாமல் போய்விடுமோ என்கிற ஆத்திரத்தில் பக்கத்து காம்பவுன்டில் குடியிருப்பவள் கோமதியை வழியில் நிறுத்தி வலிய வந்து 'கோமதி நால்லாயிருக்கறயா? எப்படியோ உம் மக ஆம்பளை மாதிரி வேலைக்குப் போயி சம்பாரிச்சு உன் குடும்பத்தையே காப்பாத்தறா? மாசத்துக்கொருக்காத்தான் ஊட்டுக்கு வர்றாளாமா? பாவம்!' என்று சொல்ல இதிலுள்ள குத்தல் புரியாத கோமதி எதார்த்தமாக 'இல்லீங்கக்கா! மின்ன வார வாரம் வந்துகிட்டிருந்தா இப்ப பஸ் இல்லீங்களா.. அதுனால ரெண்டு வாரத்துக்கு ஒருக்கா வர்றாங்க.' என்று பதில் சொன்னாள். 'இன்னும் பஸ் ஓடறதில்லையே அப்பறம் இப்ப எப்புடி வர்றா?' என்று தொடர.. மிகவும் தயங்கி 'இல்லீங்க்கா அவங்க கார்ல கொண்டாந்து உட்டுட்டு கூட்டீட்டுப் போறாங்க.' என்றாள். அந்த ராட்சசிக்கு அப்போதும் அடங்கவில்லை. 'ஓ .. அதான் அல்லாரும் பேசிகிட்டாங்களா? கோமதி மக இப்பல்லாம் கார்லயேதான் சவாரின்னு, அவுளுக்கென்ன அவ கெட்டிக்காரி. எப்படியும் பொழச்சுக்குவான்னு.. சொல்றாங்க. ஊருக்குள்ள அல்லாருக்கும் வயித்தெரிச்சல் பாரு அப்புடியும் இப்புடியும் பேசிக்கிறாங்காத்தா. எனக்கு மனசு கேக்குல.

ஆம்பளையில்லாத குடும்பம் வயிசுப்புள்ள கொஞ்சம் பாத்து பத்தரமா இருந்துக்காத்தா..' என்றாள்.

அப்போதுதான் அந்தப்பெண்மணி பேசுவதில் உள்ள உள்குத்து கோமதிக்குப் புரிந்தது. எரிச்சலாகவும், வருத்தமாகவும் இருந்துச்சு. மனுசங்க ஏன் இப்படி மத்தவங்களோட சின்னச்சின்ன விஷயங்கள்ல மூக்கை நுழைக்கறாங்க? என்று வருத்தப்பட்டாள். எப்படியோ தப்பிச்சாப் போதும்னு அக்கா அடுப்புல குக்கரை வெச்சுட்டு வந்தங்க.. வர்றனுங்க அக்கா' என்று பிய்த்துக்கொண்டு போனாள். வீட்டிற்குப் போனதும்தான் கோமதிக்கு யோசனை வந்தது. நேரடியாகவே இவ்வளவு பேசுகிறாள் இந்தப் பொம்பளை, இன்னும் மத்தவங்க என்னவெல்லாம் பேசறாங்களோன்னு வேதனையாகவும் பயமாகவும் இருந்துச்சு. சுபா அடுத்தமுறை வீட்டுக்கு வந்தபோது அவளிடம் புலம்பத் தொடங்கினாள்.

''அம்மாடி பேசாம அந்தம்மாகிட்ட சொல்லிட்டு பழையபடி இங்க ஆஸ்பத்திரிக்கே வந்துரு சாமி, நீயில்லாம வீட்டுக்குள்ள எனக்கு கஷ்டமா இருக்கும்மா.''

''ஏம்மா! என்னாச்சு உனக்கு இத்தனை நாளா பேசாமத்தான இருந்த? இப்ப திடீர்னு என்ன ஆச்சு உனக்கு?''

''இல்லம்மா இங்க அக்கம் பக்கமெல்லாம் ஒரு மாதிரியா பேசறாங்கம்மா. நம்ம ஏரியாவில நெறைய்யா பேருக்கு வேலை போயிருச்சு. எல்லாருக்கும் ரொம்ப சிரமம், பணக்கஷ்டம். அதோட வீட்டைவிட்டு வெளிய எங்கயும் போக முடியாம எல்லாம் பித்துப்பிடிச்சவங்க மாதிரி வீட்டுக்குள்ளயே அடைஞ்சு கெடக்கறனால. வீட்ல உக்காந்துகிட்டு பொழுது போகாம ஊரு தலையத் திங்கறதே வேலையாப் போச்சு. நீ கார்ல வர்றதும் போறதும் எல்லாத்துக்கும் கண்ணை உறுத்துதும்மா.. அந்த வசந்தியோட அம்மா வழியில நிறுத்தி 'கோமதி ஆனாலும் உம் புள்ள கில்லாடி.

பயங்கர சாமர்த்தியக்காரி, எப்புடியும் பொழச்சுக்குவா, ஊருக்குள்ள அப்பிடி இப்புடி பேசிக்கிறாங்க.. பாத்துக்க' ன்னு எங்கிட்டயே சொல்றாம்மா''

''அம்மா ஊரு ஆயிரம் சொல்லும். உன் கைல அஞ்சு ருவா இல்லேன்னா? யாராவது வந்து ஐய்யோ பாவம் கோமதின்னு உனக்குக் குடுக்கப் போறாங்களா? நமக்கு எது வேணும்னு நாமதாம்மா முடிவு பண்ணனும். நாலு நாளைக்கு நம்மளைப் பத்திப் பேசுவாங்க, அதுக்கப்பறம் அவங்களுக்கு வேற எதாவது புது விஷயம் கெடச்சா அதையப் பேசுவாங்க. அந்தப் பொம்பளைக்கு வேற வேலையில்லேன்னா போகச்சொல்லு. காலேஜுல என் கூடத்தான் படிச்சா அவங்க மக வசந்தி. அவ அப்பவே மூனு மாசத்துக்கு ஒரு பையன் கூட பைக்குல ஊர் சுத்துவா...பசங்களோட சினிமாவுக்குப் போவா. நான் என்னிக்காவது அந்தப் பொண்ணைப் பத்தி உன்கிட்ட வந்து ஏதாவது தப்பா சொல்லியிருக்கேனா? ஏன், என் கூட படிக்கிற பொண்ணுகளே நெறையாப்பேரு எங்கிட்ட கேப்பாங்க..'அவ உன்பக்கத்து வீடுதானே இவ இப்படி இஷ்டத்துக்கு ஊர் சுத்தறாளே...அவங்க வீட்ல ஒன்னும் கண்டிக்க மாட்டாங்களா?'ன்னு' 'சாரிப்பா! எனக்கு அவங்ககூட அவ்ளோ டச் இல்லே'ன்னு மழுப்பீட்டு போயிடுவேன். அவங்க அவங்க வாழ்க்கை அவங்க உரிமைம்மா. அதோட இப்ப எங்க ஹாஸ்பிடல்ல பாதிப்பேரை வேலையிலிருந்து நிறுத்திட்டாங்களாம். நல்ல நேரத்துல நீ அங்க போயி சேந்துட்டப்பான்னு ஸ்வீட்டியக்கா சொல்றாங்க..'' என்று சொல்லி அம்மாவை சமாதானப் படுத்தினாள். சம்பாதித்துக் குடும்பத்தைக் காப்பாற்றுவது சுபாதான் என்றானபின், அதுவும் எதையும் அவள் பொறுப்போடு பேசுவதால் சுபா சொல்லிவிட்டால் அதன் பிறகு கோமதி எதையும் மறுத்துப் பேசுவதில்லை.

பாட்டியம்மா நன்றாகத் தேறிட்டாங்க. வாக்கரைப்பிடிச்சுகிட்டு அவங்களே தனியா பாத்ரூம் போயிக்கறாங்க. காலில் இருந்த புண்களெல்லாம் நன்றாக ஆறிவிட்டது. சுபாவிற்கு அம்மா சொன்னது நினைவுக்கு வந்தது. அம்மா சொல்வதிலும் ஒரு நியாயம் இருக்கும் எனத்தோன்றியது. ஒருவேளை மேடம் சரியென்று சொன்னார்களென்றால் பழையபடி ஆஸ்பத்திரிக்கே போய்விடலாம் என்று நினைத்தாள். அறைக்கு வந்த கௌரியம்மாவிடம் சுபா மெல்ல பேச்சுக் கொடுத்தாள்.

''மேடம்.. இப்பெல்லாம் பாட்டிம்மாவே தனியா பாத்ரூம் போயிக்கறாங்க. நல்லா எனர்ஜெடிக்கா இருக்காங்க, நான் தொடர்ந்து இங்க இருக்கனுமா? இல்ல ஆஸ்பத்திரிக்கு போகலாம்ங்களா?''

இதைக் கேட்டதும் கௌரியம்மாளுக்கு சுருகென்று கோபம் வந்தது. ஆனால், அதை சாமர்த்தியமாக மறைத்துக் கொண்டு

''என்ன ஆச்சு சுபா? இங்க உனக்கு என்ன பிரச்னை? நான் உன்னை என்ன சொல்லி கூட்டிட்டு வந்தேன்? அம்மா கூட பெர்மனென்ட்டா ஒரு ஆள் வேணும்னுதான சொல்லியிருந்தன்? இப்ப திடீர்ன்னு எதுக்கு இதெல்லாம். நீ இப்ப ஹாஸ்பிடலுக்குப் போனா உனக்கு இங்க கெடைக்கற மாதிரி சம்பளம் வசதி, கம்ஃபர்ட் எல்லாம் எதுவுமே அங்க கிடைக்காது.''

''இல்ல மேடம், நான் வீட்ல இருந்து வேலைக்குப் போனா அம்மாவுக்கும் தம்பிக்கும் ஒரு மாரல் சப்போர்ட் இருக்கும்.. அதான்...''

''இந்த மிடில் க்ளாஸ் மக்களோட ப்ராப்ளமே இதுதான். வெட்டி சென்டிமென்ட்ஸ் பார்த்துப் பார்த்தே வீணாப்போவாங்க. பேசாம இங்கயே இரு...'' என்று சொல்லிவிட்டுப் போய்விட்டார்கள்.

சற்றுநேரம் கழித்து டீ குடிப்பதற்காக சமையலறைக்குள் போனபோது சமையல் செய்யும் லட்சுமியம்மாள் பேச்சுக் கொடுத்தார்கள்.

‘‘ஏன் கண்ணு... வேலைய விட்டு நிக்கறேன்னு கேட்டியா?..ஏன் இங்க வேலை செய்ய உனக்கு புடிக்கலையா?’’

‘‘அதெல்லாம் ஒன்னுமில்லேங்கம்மா.. வீட்ல அம்மாவும் தம்பியும் தனியா இருக்காங்க.. எனக்கும் சில நேரங்கள்ல வீட்டைவிட்டு இங்க இருக்கறது கஷ்டமாத்தான் இருக்கு. ஆனா நான் ஆஸ்பத்திரில வாங்கினதைப்போல ரெண்டு மடங்கு சம்பளம் தராங்க. இப்ப கொஞ்ச நாளாத்தான் வீட்ல பணக்கஷ்டம் இல்லாம நிம்மதியா இருக்கு.’’

‘‘அவங்களுக்கு பிரச்னை குடுக்காத வரைக்கும் ‘அம்மா’ நல்ல மனுஷிதான். பாட்டியம்மா படுத்து ஒரு வருஷம் ஆச்சு. இந்த ஒரு வருஷத்துல பத்துப்பேரு வேலைக்கு வந்திருப்பாங்க. ஆரு வந்தாலும் ஒரு மாசம் ரெண்டு மாசந்தான். வாரவங்களும் பொறுப்பா நடந்துக்கறதில்லம்மா. அம்மா இருக்கைலெ பாட்டிகிட்ட நல்லாப் பேசுவாங்க. தனியா இருக்கும்போது பாட்டியம்மா ஏதாவது கேட்டா எரிஞ்சு உழுவாங்க. அப்பறம் பாட்டியம்மாவை, நீ கவனிக்கற மாதிரி இத்தனை பொறுப்பா சுத்தபத்தமா இது நா வரைக்கும் ஒருத்தருகூட வெச்சிருந்ததில்ல. அதான் அந்தம்மாவுக்கு உன்னைய உட மனசில்ல. காசு விசயத்தில எல்லாம் தாராளந்தான். சில பக்கமெல்லாம் எத்தனை பணமிருந்தாலும் மனசு வராது இண்டம் புடிப்பாங்க. ஆனா இங்க அப்படியில்ல. என்ன? குடுக்கற காசுக்கு கறாரா வேலை வாங்குவாங்க. நான் வந்து நாலு வருசமாச்சு. அப்பப்ப சின்ன சங்கடமெல்லாம் வரும் ஆனா இங்க மாதிரி இத்தனை சம்பளம் எங்கையும் குடுக்க மாட்டாங்க. சில நேரத்துல அந்தம்மா நெனச்ச மாதிரி இல்லேன்னா வெடுக்குன்னு ஏதாவது பேசீருவாங்கதான். நாம இந்தப்பாடு படறது இந்தக் காசுக்குத்தான சாமி. அதுனால எல்லாத்தையும் தள்ளிக்குடுத்துட்டுப் போக வேண்டியததுதான்.

‘‘ஏன்ம்மா பாட்டிம்மாவுக்கு நம்ம மேடம் ஒரே பொண்ணுங்களா?’’

லட்சுமியம்மாள் சுற்றும் முற்றும் பார்த்துவிட்டு ரகசியக்குரலில் ‘‘இல்லம்மா, இந்தம்மாவோட தம்பியொருத்தரு இருக்கறாங்க. அவிங்களும் இவிங்களைவிட பெரிய சொத்துக்காரங்கதான். அவிங்களுக்கும் ஒரே பொண்ணுதான் நல்ல வசதிதான். பாட்டிம்மா இத்தன காலம் அங்க மகனூட்டுலதானிருந்தாங்க. ரெண்டு வருசத்துக்கு மின்னாடி ஒரு சின்ன சங்கடம் வந்துருச்சு. அவிங்க மகளுக்கு மாப்பளை பாக்க ஆரம்பிச்சாங்க. அந்தப் புள்ளையும் அத்தனை அழகான லச்சனமான புள்ளை. ஒரே புள்ளை, ஏகபட்ட சொத்து. விசயம் தெரிஞ்சு, நம்ம அம்மா பொறந்தவனூட்டுக்குப் போயி ‘எனக்கும் ஒரே பையன்.. உனக்கும் ஒரே புள்ளை நமக்குப் பின்னாடி நம்ம சொந்தம் உட்டுப்போக வேண்டாம் எம் பையன் ராஜேசுக்கே உம் புள்ளையக் குடுத்துருன்னு கேட்டிருக்காங்க. இந்தப்பையன் பேர்ல அவிங்களுக்கு அத்தனை நல்ல அபிப்ராயமில்ல, ஒரே பையன்னு செல்லம் குடுத்து வளத்தி பையன் ஆரு பேச்சையும் கேக்க மாட்டான். பயங்கர புடிவாதக்காரன். அவன் வெச்சதுதான் சட்டம். இங்க நம்ம அய்யாவுக்கும் அம்மாளுக்கும் மகந்தான் எல்லாமே. ஒரே குடும்பத்துல இருக்கறவிங்க ஒன்னுக்குள்ள ஒன்னு தெரியாமையா போகும்? அவிங்க கறாலா முடியாதுன்னுட்டாங்க. அதுல வந்த சண்டையில ரெண்டு வருசமா செரியா போக்குவரத்து இல்ல. இதையெல்லாம் மனசுல வெச்சுகிட்டு பாட்டியம்மாளுக்கும் சொல்லிக்குடுத்து இங்கயே கூட்டிட்டு வந்துட்டாங்க. பாட்டியம்மா பேர்லயும் இன்னமும் நெறைய்யா சொத்து இருக்குதாம், கடசி காலத்துல தன்னைய யாரு நல்லபடியா வெச்சுப் பாக்கறாங்களோ? அவங்குளுக்குத்தான் அந்த சொத்தெல்லாமுன்னு பாட்டிம்மா சொல்லிட்டாங்களாம். அவிங்க எப்பவாவது ஆறு மாசத்துக்கு ஒருக்காதான் வருவாங்க. அதுவும் வந்தா நேரா இந்த ரூமுக்கு வருவாங்க சித்தநேரம் பாட்டியம்மாகிட்ட

பேசிட்டு இப்புடியே காரேறிப் போயிருவாங்க. இந்த விசியமெல்லாம் அம்மாவோட தம்பி பொண்டாட்டிதான் எங்கிட்ட சொல்லுச்சு. நானிதுவரைக்கும் ஆருகிட்டயும் மூச்சு உட்டதில்லம்மா. பெரிய எடத்து சமாச்சாரம் நமக்கெதுக்கு ஆத்தா? நீயும் ஒன்னும் தெரிஞ்ச மாதிரி காட்டிக்காத'' என்றார்.

உணர்ச்சிவசப்பட்டு எங்கே தான் தேவையில்லாமல் அதிகமாக உளறிவிட்டோமோ என்று சமையல்கார அம்மாவுக்கு பயம் வந்து விட்டது. டீ குடித்த டம்ளரைக் கழுவி சிங்க் அருகே வைத்துவிட்டுத் திரும்பின சுபாவிடம் ''சொன்னதெல்லாம் மனசுலயே வெச்சுக்க சாமி'' என்று திரும்பவும் சொன்னார்.

''இந்த வீட்ல உங்களைத்தவிர நான் யாருகிட்டம்மா பேசறன்? நான் இதுபத்தி யாருகிட்டயும் சொல்ல மாட்டன்'' என்று அந்தம்மாவின் கையைப் பிடித்து சமாதானம் சொல்லிவிட்டு அறைக்குத் திரும்பினாள் சுபா.

மாலை அறைக்கு வந்த கௌரியம்மாவிடம்.. ''மேடம் நான் வீட்டில் எங்கம்மாவ சமாதானம் பண்ணிக்கிறேன். நானே இருக்கிறேன் மேடம்'' என்று சுபா சொன்னதும் மலர்ந்த முகத்துடன். ''குட் வெரிகுட், உனக்கு என்ன வேணாலும் சொல்லு நான் செய்யறன். இத பாரு சுபா....ஏஜன்ஸில சொன்னா நாளைக்கே வேற ஆளனுப்புவாங்க. ஆனா அம்மாவுக்கு உன்னை ரொம்ப பிடிச்சுப்போச்சு. நீயும் நல்லபடியா சின்சியராப் பார்த்துக்கற அதனால்தான் சொன்னேன்'' என்றார். சொல்லிவிட்டு முதுகில் தட்டிக் கொடுத்துவிட்டுச் சென்றார்.

இரண்டு நாட்கள் கழித்து கௌரியம்மாள் பாட்டியம்மாவிடம் பேசிக்கொண்டிருக்கும்போது அவரது மகன் ராஜேஷ் சென்னையிலிருந்து அடுத்த நாள் வரப்போவதாக சொல்லிக் கொண்டிருந்தார். அதற்கு பாட்டி 'காலேஜெல்லாம் மூடி ரெண்டு மூனு மாசம் ஆச்சுன்னு டீவில கூட சொன்னாங்க இவன் வீட்டுக்கு

வராம அங்க என்ன பண்ணிட்டிருந்தானாம்?' என்று கேட்டார். 'நாங்க ரெண்டுபேரும் அப்பவே சொன்னம்மா, ஓடனெ பொறப்பட்டு வான்னு. அவன் எங்க கேட்டான்? இல்ல அங்க வந்தா எனக்கு போரடிக்கும் இங்க பசங்க யாரும் ஊருக்குப் போகல அதனால் நான் அப்பறமா வர்றேன்னுட்டான்னு உங்ககிட்ட இதெல்லாம் அன்னிக்கே சொன்னன். அதுக்கப்புறம் கவர்ன்மென்ட்லயே சென்னைலேர்ந்து யாரும் வெளிய போகக்கூடாது, அப்படி எமெர்ஜென்சியா போகனும்ன்னா சரியான காரணம் காட்டி 'ஈ பாஸ்' வாங்கிட்டுத்தான் போகனும்ன்னு சொல்றாங்கன்னு சொல்லிட்டான். அவங்கப்பா மினிஸ்டருக்கு ஒரு போன் போட்டு சொன்னா ஒரு மணி நேரத்துல அவன் இருக்கிற வீட்டுக்கே 'ஈ பாஸ்' கதறிட்டுப் போயிருக்கும். இப்பக்கூட அங்க இருந்த பசங்க எல்லாரும் எப்படியோ அவனவன் வீட்டுக்குப் போயிட்டானுக. இப்ப சமையல்கார்ரு மட்டும்தான் இருக்காரு அதுனால வேற வழியில்லாமத்தான் இங்க வர்றான்'. என்று பாதி சலிப்போடும் பாதி மகனை நியாயப்படுத்துவது போலவும் பேசிக் கொண்டிருந்தார். வழக்கம்போல இதை எதையும் கண்டுகொள்ளாமல் சுபா எதுவோ செய்து கொண்டிருந்தாள்.

இரண்டாவது நாளே சமையலறையில் தடபுடலாக சமையல் ஏற்பாடுகள் நடந்துகொண்டிருந்தன. லட்சுமியம்மாவிடம் கேட்டதற்கு இன்னைக்குக் காலைல மெட்ராசிலிருந்து தம்பி வந்திருக்குதல்ல.. இன்னும் அது ஊருக்குப் போர வரைக்கும் எனக்கு பெண்டு நிமிந்து போகும் என்றார். இருக்காதா பின்னே? திரண்டு சொத்துக்கு ஒரே வாரிசு, பிள்ளை எது சொன்னாலும் அவருக்காக எதையும் சாதித்துக்கொடுக்கும் அம்மா அப்பா. வருடம் பூராவும் வெளியூரில் தங்கிப்படித்துக் கொண்டிருக்கும் மகன் விடுமுறைக்கு வீட்டிற்கு வரும்போது சிறப்பான கவனிப்பு இருக்கத்தானே செய்யும் என்று நினைத்துக் கொண்டாள் சுபா.

காலை பத்துமணி வாக்கில் மகனையும் அழைத்துக்கொண்டு கௌரியம்மாள் அறைக்கு வந்தார். அப்பாவைப்போல நல்ல உயரம் அம்மாவைப்போல நல்ல நிறம், பணக்காரப் பிள்ளயென்பதால் உடல் வாகில் ஒரு செழிப்பு, தோலில் ஒரு மினுமினுப்பு, லேசாக ட்ரிம் பண்ணின தாடியும் மீசையும் எதற்கும் அலட்டிக் கொள்ளாத அலட்சியமும் மிதப்புமான ஒரு உடல் மொழியோடு உயர்ரக ஃபாரின் பெர்ஃப்யூம் மணத்தோடு அல்ட்ரா மாடன் இளைஞன் ராஜேஷ் அறைக்குள் நுழைந்தான். நேராகப்போய் பாட்டியின் பக்கத்தில் கட்டிலில் அமர்ந்து கொண்டான்.. அவர்கள் இருவரும் வந்ததும் மரியாதை நிமித்தம் சுபா எழுந்து வெளியே வந்து நின்றுகொண்டாள். பத்துப் பதினைந்து நிமிசம் கழித்து இருவரும் வெளியே வந்தார்கள். அறைக்கு வெளியே நின்றுகொண்டிருந்த அவளைப்பார்த்து நீயேன் வெளிய வந்துட்ட? என்று சிரித்துக் கொண்டே ஒப்புக்கு கேட்டபோதும் அந்த மரியாதையை அவர் மனசுக்குள் ரசிக்கிறார் என்பது சுபாவுக்குத் தெளிவாகத் தெரிந்தது. போகும் போது மிக சன்னமான குரலில் தன்னைச் சுட்டிக்காட்டி மகனிடம் ஆங்கிலத்தில் ஏதோ பேசிக்கொண்டே போவதையும் சுபா கவனித்தாள்.

அடுத்த நாள் மதியம் இரண்டு மணிவாக்கில் ராஜேஷ் அறைக்கு வந்தான். பாட்டி நன்றாக அசந்து உறங்கிக் கொண்டிருந்தார். சமையல்கார அம்மாவும் ஐந்து நிமிசம் முன்னாடிதான் அவங்க வீட்டுக்குப் போயிருந்தாங்க. சுபா எழுந்து நின்றாள்.

''பாட்டி தூங்கறாங்களா?''

''ஆமாங்க சார். பாட்டிம்மா மத்தியானம் ரெண்டு மணியிலிருந்து மூனு மூன்றரை வரைக்கும் தூங்குவாங்க''

பாட்டி விழித்துக் கொள்ளக் கூடாதென்கிற எச்சரிக்கையோடு சன்னமான குரலில் பேசத்தொடங்கினான் ராஜேஷ்.

''உன் பேரேன்னவோ சொன்னாங்களே அம்மா..?'

''சுபா ங்க சார்..''

''ஏன் படிக்கப் போகலையா? இந்த சின்ன வயசில ஹோம் நர்ஸ் வேலைக்கு வந்திருக்கே?''

''காலேஜுக்குப் போயிட்டுத்தான் இருந்தன் சார். அப்பா திடீர்ன்னு ஹார்ட் அட்டாக்குல இறந்துட்டார். ஒரு ஹாஸ்பிடல்ல வேலை செஞ்சிட்டிருந்தன். பாட்டிம்மா அங்க ட்ரீட்மென்ட்டுக்கு வந்தப்போ நாந்தான் அட்டென்ட் பண்ணினேன் அப்பறம் டிஸ்சார்ஜ் ஆகி வரும்போது அம்மா கேட்டாங்க. அதான்.. தலையைக் குனிந்துகொண்டு குரலில் மிகுந்த மரியாதையோடு பதில் சொல்லிவிட்டு நிமிர்ந்து பார்த்தபோது ராஜேஷ் அவளையே உற்றுப்பார்த்துக் கொண்டிருந்தான் என்பதை அவள் கவனித்தாள். பாட்டி நன்றாகக் குறட்டைவிட்டுத் தூங்கிக் கொண்டிருந்தார். அறைக்குள் அவனும் தானும் மட்டும் தனியாக இருக்கிறோம் என்கிற எண்ணமே அவளுக்கு கூச்சமாக இருந்தது. மரியாதை நிமித்தமாக நின்று கொண்டே பேசிக்கொண்டிருந்தவளைப் பார்த்து..

''உன்னை பார்த்தப்ப எதோ ஸ்கூல்ல படிக்கிற பொண்ணுன்னு நெனச்சேன். ஏன் க்ளாஸ் ரூமுல டீச்சர்கிட்டப் பேசற ஸ்டூடன்ட் மாதிரி நின்னுகிட்டே பேசற? பரவால்ல உக்காந்துக்கோ.'' என்றான்.

''இல்ல சார் பரவாயில்லேங்க சார்'' என்று சொன்னபடி நின்று கொண்டேயிருந்தாள். அவன் சீக்கிரமாகக் கிளம்பி அறையைவிட்டு வெளியில் போனால் நல்லது என்று தோன்றியது அவளுக்கு. ஆனால் அவன் அப்படி லேசில் போவதாக இல்லை. வீட்டில் யாரெல்லாம் இருக்காங்க? காலேஜ்ல படிக்கிறப்ப பாய் ஃப்ரண்ட் யாராவது இருந்தாங்களா? இப்ப யாரோடையாவது ரிலேஷன்ஷிப்ல இருக்கியா? என்பதுபோன்ற அவளிடம் இதுவரைக்கும் யாருமே கேட்காத கேள்விகளையெல்லாம் கேட்டுக் கொண்டிருந்தான்.

இதுமாதிரி கேள்விகள் அவளுக்குப் பிடிக்காத காரணத்தாலும், அதற்கு என்ன பதில் சொல்வதென்று தெரியாததாலும் ஒன்றிரண்டு பதில்கள் மட்டும் சொல்லிவிட்டு எதுவும் பேசாமல் தர்மசங்கடத்தில் நெளிந்தபடி மௌனமாக நின்று கொண்டிருந்தாள்.

''ஏய்! நான் சிங்கம் புலியெல்லாம் இல்ல மனுசந்தான்.'' என்று நக்கலாக சிரித்துக்கொண்டே அறையிலிருந்த ஒரு சோஃபாவில் உட்கார்ந்து கொண்டேயிருந்தான். அவனை வெளியே போ என்று சொல்ல முடியாது, அவனைப் புறக்கணித்துவிட்டு வெளியே போகவும் முடியாது. முள்ளின்மேல் நிற்பதுபோல தவித்துக் கொண்டிருந்தாள். தலையைக் குனிந்தபடி நின்றுகொண்டிருந்த அவளுக்கு மிக அருகில் வந்து அவனது மூச்சுக்காற்று அவள் மீது படும் நெருக்கத்தில் நின்றபடி ''ஏதாவது வேணுன்னா தயங்காம எங்கிட்டக் கேளு.. பீ சீர்ஃபுல் ..'' என்று சொல்லிவிட்டு வெளியே போனான். சுபாவுக்கு குப்பென்று வியர்த்தது. அவன் அங்கிருந்து போனபிறகு வெளியிலிருந்த பாத்ரூமிற்குப் போய் நன்றாக முகம் கழுவி விட்டு வந்தாள்.

அடுத்தநாளும் அதேபோல அதேநேரத்தில் வந்தான். அன்றைக்கு பங்களாவில் கௌரியம்மாவும் இல்லை. அறைக்குள் நுழைந்தவன்

''என்ன பாட்டி தூங்கறாங்களா?''

''ஆமாங்க சார்..''

எழுந்து அறைக்கு வெளியே சமையலறைக்குப் போகும் வராந்தாவில் வந்து நின்றுகொண்டு அருகில் வரும்படி சைகை செய்தான். சுபாவுக்கு என்ன செய்வதென்று தெரியவில்லை. எழுந்துபோய் பேச அச்சமாகவும் தயக்கமாகவும் இருந்தது. அதே நேரத்தில முதலாளியம்மாவின் மகன்.... தயங்கித் தயங்கி எழுந்து போனவள் தள்ளி தூரமாக நின்றுகொண்டாள். அவன் கொஞ்சம் அருகில் வந்தான்.

‘‘இருபத்தி நாலு மணி நேரமும் ஜெயில் மாதிரி உள்ளயே அடஞ்சு கெடக்குறியே கஷ்டமா இல்லயா?’’

என்கிட்ட எதுக்கு இந்தக் கேள்வியெல்லாம்? இதற்கெல்லாம் நான் பதில் சொல்ல வேண்டுமா? என்கிற சலிப்போடு சற்றுத் தயங்கி....

‘‘என் வேலையே அதுதானங்க சார். அதுக்குத்தான அம்மா எனக்கு சம்பளம் தர்றாங்க...’’

‘‘போரடிச்சுதுனா நைட்டு பாட்டி தூங்கின பின்னாடி மேல என் ரூமுக்கு வா.. பேசிட்டிருக்கலாம்.’’

சுபாவுக்கு திக்கென்றது. பதில் எதுவும் பேசவில்லை. நெஞ்சுக்குள் படபடவென அடித்துக் கொண்டது. எதுவும் பேசாமலே நின்றாள்.

‘‘ஏய்.. யூ ஆர் ஸோ க்யூட்..... பேபி டால் மாதிரி இருக்க... யூ நோ... எனக்கு உன்னை ரொம்ப பிடிச்சிருக்கு. உனக்கு என்ன வேணாலும் என்கிட்ட கேளு. நான் வாங்கிக் குடுக்கறேன். கிச்சனுக்குப் பின்னாடி பக்கம் மேல டெரஸ்க்குப் போக ஒரு ஸ்டெப்ஸ் இருக்கு... பாரு அதுல வந்தேன்னா யாருக்கும் தெரியாது. நைட்டு வா... வருவியா?’’

சுபாவிற்கு அழுகை முட்டிக்கொண்டு வந்தது. என்ன செய்வதென்று தெரியாமல் நெருப்பின் மீது நிற்பதுபோல தவித்துக் கொண்டிருந்தாள்...

‘‘பாட்டி முழிச்சுக்குவாங்க.. சாரிங்க சார் நான் போறேன்.. ‘‘என்று சொல்லி நகர்ந்தாள்.

ராஜேஷ் பர்ஸ்சிலிருந்து நான்கைந்து இரண்டாயிரம் ரூபாய் நோட்டுகளை எ்டுத்தவன்...’ஒரு நிமிஷம் நில்லு’ என்று சொல்லி அருகில் வந்து அவள் கையில் திணித்தான். அவள் அவசரமாக அவன் கையை உதறிவிட்டு ‘சாரி சார் எனக்கு பணமெல்லாம் ஒன்னும் வேண்டாம், நான் செய்யற வேலைக்கு உங்கம்மா பணம்

உயிரச்சம் 198

குடுக்கறாங்க' என்று சொல்லிவிட்டு அவசர அவசரமாக அறைக்குள் சென்றாள்.

படுக்கையிலிருந்து எழுந்து உட்கார்ந்து கொண்டிருந்த பாட்டி ''எங்க போன சுபா.. கொஞ்ச நேரமாக் காணம்...?'' என்று கேட்டார்.

''துணி தொவச்சுப் போட்டிருந்தது காஞ்சிருச்சான்னு பார்க்கப் போனேன் பாட்டி...'' என்று சமாளித்தாள்.

அறைக்கு வெளியே நின்று இதைக் கேட்டுக்கொண்டிருந்த ராஜேஷ் சற்று நிம்மதியடைந்தவன், பாட்டிக்கு எதுவும் தெரியாதென்பதை மேலும் உறுதிப்படுத்திக் கொள்வதற்காக அப்போதுதான் வருவதுபோல அறைக்குள் நுழைந்து

''துணியெடுக்க வெளிய போறதுன்னா பாட்டி முழிச்சிட்டு இருக்கும்போது அவங்ககிட்ட சொல்லிட்டுப் போக வேண்டியதுதான? நீ இல்லாதபோது அவங்க தனியா எந்திரிச்சு கீழ ஏதாவது விழுந்தாங்கன்னா?'' என்று பாட்டிமீது ரொம்ப அக்கறை காட்டுபவனைப் போலவும் பொறுப்பாக அவளைக் கண்டிப்பவனைப் போலவும் நடித்துக்கொண்டே இதுவெல்லாம் பாட்டிக்காகத்தான் என்பதுபோல அவளைப்பார்த்து கண்சிமிட்டினான்.

சுபாவுக்கு மனதிற்குள் எரிச்சல் வந்தபோதும் எதுவும் காட்டிக் கொள்ள முடியாமல் ''சாரி சார்... இனிமே அது மாதிரியே பாத்துக்கறேன் சார்..'' என்றாள்.

''நீ சும்மா இரு பப்பி... சுபா மட்டும் இல்லேன்னா இந்நேரம் என் காலை எடுத்திருப்பாங்க. மகராசி நான் பெத்த புள்ளைகளைவிட அவ என்னைப் பொறுப்பா பாத்துக்கறா...'' மாசம் ரெண்டு நாளு அவ வீட்டுக்குப் போகும் போது லட்சுமி கூட இருந்தாலும் ஊசி போடறதுக்கு உங்கம்மாதான் வரோணும். சுபா கூட இருந்தா எனக்கு உங்கம்மாகூடத் தேவையில்ல...'' என்று இதை ஒரு வாய்ப்பாகப்

பயன்படுத்திக் கொண்ட பாட்டி சுபாவின் மீது தனக்குள்ள நன்றியைத் தெரிவித்துக் கொண்டார்.

சரியாக அந்த நேரத்தில் வெளியே போயிருந்த கௌரியம்மாளும் உள்ளே வந்தார். ''என்ன இங்க ஏதோ கான்ஃபரென்ஸ் நடக்கிற மாதிரி இருக்கு?'' என்றார்.

''இல்லம்மா சுபா வந்தப்பறந்தான் நான் நிம்மதியா இருக்கன், என்னைய நல்லாப் பாத்துக்கறான்னு பப்பிகிட்ட சொல்லிகிட்டிருந்தன்..'' என்றார் பாட்டி.

அதை ஆமோதிப்பது போலவும் பாராட்டுவது போலவும் ''யேஸ் பப்பி ஷீ ஈஸ் வெரி டிவோட்டிவ் அண்ட் சின்சியர் இன் ஹர் ரெஸ்பான்சிபிலிடீஸ். ஷீ இஸ் வெரி பெர்ஃபெக்ட் இன் ஹர் ட்யூட்டீஸ்..'' என்றார் கௌரியம்மாள்.

ஆனால் சற்று நேரத்திற்கு முன்பு ராஜேஷ் நடந்துகொண்ட முறையால் காயப்பட்டுப் போயிருந்த அவளுக்கு முகத்திற்கு நேரான இந்தப் பாராட்டுகள்கூட மகிழ்ச்சியைத் தரவில்லை. கடனே என்று தலையைக் குனிந்தபடி அங்கேயே நின்று கொண்டிருந்தாள். அப்போது வந்த சமையல்கார அம்மாள் உள்ளே வந்து பாட்டிக்கு கொடுக்க ஒரு கப்பில் உப்பில்லாத சுண்டலை சுபாவின் கையில் கொடுத்துவிட்டு கௌரியைப் பார்த்து ''அம்மா எல்லாருக்கும் சுண்டல் ரெடி பண்ணி டைனிங் டேபிள்மேல வெச்சிருக்கேம்மா...தம்பிக்கு வேற என்ன வேணும்னு சொன்னா ரெடி பண்ணிடுவங்க.. நீங்க சுண்டல் சப்பிட்டீங்கண்ணா எல்லாருக்கும் டீ போட்டுருவேன்'' என்று சொல்லிவிட்டு பதிலுக்காக நின்றார். ராஜேஷ் 'இல்லம்மா லஞ்ச் சாப்பிட்டதே ஹெவியா இருக்கு... லக்ஷ்மியம்மா! சென்னைல பொண்ணுங்க எல்லாம் நீ ஹீரோ மாதிரி இருக்கேன்னு சொல்றாங்க. எல்லாரும் அப்படிச்சொல்லி இப்ப நான் சினிமால நடிக்கலாம்னு ட்ரை பண்ணிட்டிருக்கேன் நீங்க சும்மா அதையும் இதையும் செஞ்சு

போட்டு என்னை வெயிட் போட வெச்சிடாதீங்க' என்று சுபாவின் பக்கம் பார்த்துக்கொண்டே சொல்லி சிரித்தான். லட்சுமியம்மாவும் 'செரிங்க தம்பி' என்று சிரித்துக் கொண்டே பதில் சொல்லியபடி சமையலறையை நோக்கி நடந்தார். இந்த உரையாடல்கள் எதற்கும் எந்த ரியாக்‌ஷனும் காட்டாமல் ஒரு டவலை எடுத்து பாட்டியின் மடியில் விரித்து ஸ்பூனுடன் இருந்த சுண்டல் கிண்ணத்தை பாட்டியின் கையில் கொடுத்துவிட்டு அவரது அருகிலேயே நின்று கொண்டிருந்தாள்.

''அம்மா நீங்க டீ சாப்பிடுங்க என்று சொல்லிவிட்டு.. பப்பி வா போயி டீ சாப்பிடலாம் என்று மகனை அழைத்துக்கொண்டு கௌரியம்மா வெளியே சென்றார். போகும்போது மரியாதை நிமித்தம் அவர்கள் போவதைப் பார்த்துக்கொண்டு நின்ற சுபாவிடம் யாருமறியாமல் ரகசியமாக கண்களால் ஜாடை செய்துவிட்டு அம்மாவின் பின்னால் நல்ல பிள்ளைபோல நடந்தான்.

அவர்கள் சென்றபிறகு பாட்டிக்கு டவல் பாத் கொடுத்து தலை சீவிவிட்டு அவர்களை வாக்கர் உதவியுடன் சமையலறைக்குச் செல்லும் வராந்தாவில் நடைபயிற்சி செய்தாள். செய்ய வேண்டிய வேலைகள் எல்லாவற்றையும் தவறாமல் செய்தபோதும் மனதிற்குள் இனம்புரியாத ஒரு குழப்பமும் அச்சமும் என்னென்னவோ செய்தது. பத்து மணிக்கு அறையிலிருந்த டீவியை நிறுத்தச்சொல்லிவிட்டு சாப்பிட வேண்டிய மாத்திரைகளை சாப்பிட்டுவிட்டு பாட்டியம்மா படுத்தவர் பத்து நிமிடத்தில் குறட்டைவிட ஆரம்பித்தார்.

சுபாவுக்கு பகலில் நடந்த நிகழ்வுகளால் ஏற்பட்ட குழப்பங்களால் தூங்க முடியவில்லை. மாலை அம்மாவிடமும் கார்த்தியிடமும் பேசும்போதுகூட சரியாகப் பேச முடியவில்லை. தன்னுடைய போனை சைலென்ட் மோடில் போடலாம் என்று எடுத்தபோது ஏதோவொரு புதிய எண்ணிலிருந்து அவளது வாட்ஸாப்புக்கு ஒரு மெஸேஜும், ஒரு லிங்க்கும் வந்தது. பார்த்தபோது, 'டு மை பேபி

டால்' என்று போட்டு நான்கு கிஸ் ஸ்மைலி வந்திருந்தது. லிங்க்கை ஓபன் பண்ணிப் பார்த்தபோது அதிர்ச்சியடைந்தாள். அது ஒரு ஆபாச செக்ஸ் வீடியோ. சட்டென போனை அணைத்துவிட்டு தலையோடு போர்த்துக் கொண்டு கண்களை இறுக மூடியபடி கடவுளிடம் முறையிட ஆரம்பித்தாள்.' சாமி கடவுளே! எனக்கு இதுவரைக்கும் வந்த சோதனைக எல்லாம் போதும் சாமி. இப்பத்தான் கொஞ்ச நாளாத்தான் எல்லாத்தையும் மறந்துட்டு நிம்மதியா வாழத் தொடங்கியிருக்கேன். ஒரு பாவமும் அறியாத என்னை ஏன் இப்படி சோதிக்கறே என்று மனதிற்குள் புலம்பியபடியே கண்ணீர்விட்டாள்.. பாவம் அந்தச் சிறுமிக்குத் தெரியாது இந்த நாட்டில் கோவில் கருவறைக்குள் நடந்த மிருகத்தனமான பாலியில் வன்முறைகளையே தடுக்க முடியாத கையாலாகத கடவுள்களிடம்தான் அவள் வேண்டிக் கொள்கிறாளென்பதும் அவளுக்கு வரும் துன்பங்களைத் தடுக்க எந்தக்கடவுளுக்கும் நேரமில்லையென்பதும்.

அடுத்தநாள் வீட்டிற்குச் சென்றபோது அம்மாவிடமும், தம்பியிடமும் எதையும் காட்டிக் கொள்ளாமல் மிகவும் கஷ்டப்பட்டு இயல்பாக இருக்க முயற்சி செய்தாள். அப்படியும் அம்மா 'ஏம்மா ஒரு மாதிரி இருக்கே?' என்று இரண்டுமூன்று முறை கேட்டபோது சற்று செயற்கையாக சிரித்து 'ஒன்னுமில்லம்மா.....' என்று மழுப்பிவிட்டாள்.

இரவு அம்மா நடுவிலும் ஒருபுறம் சுபாவும் ஒரு புறம் கார்த்தியும் படுத்துக்கொண்டார்கள். யாருக்கும் உறக்கம் வரவில்லை. மூன்றுபேருடைய மனத்திரையிலும் சொல்லி வைத்தார் போல கடைசியாக செல்வம் இறந்து போகும் முன்பு அவர்கள் நான்கு பேருக்குள்ளும் நடந்த கலகலப்பான உரையாடல் நிழலாடியது. என்னவோ தெரியவில்லை. மனக்குழப்பத்திலிருந்த சுபா சட்டென வாயைப் பொத்திக்கொண்டு வெடித்து அழ ஆரம்பித்தாள். பதறிப்போய் எழுந்த கோமதியும் கார்த்தியும் மாறி மாறி 'சுபா

என்னாச்சு சாமி?' 'அக்கா என்னாச்சுக்கா?' கேட்டுக்கொண்டே அவர்களும் அழ ஆரம்பித்தனர். ஆனால், இரவு பத்தரை மணிக்கு மூன்றுபேரும் சேர்ந்து அழுதால் அக்கம் பக்கம் இருப்பவர்களெல்லாம் வந்து கதவைத்தட்டி என்னவோ ஏதோவென்று விசாரிக்க வந்துவிடுவார்கள் என்கிற பயம் வந்ததால் மூன்றுபேருமே ஸ்விட்ச் போட்டதுபோல அழுகையை அடக்கிக் கொண்டனர். ஆனால் மூன்றுபேருடைய விசும்பல்களும் தேம்பல்களும் அடங்க சிறிது நேரமாயிற்று.

ரகசியமான குரலில் கோமதி சுபாவின் கன்னங்களைத் தடவினபடி...''என்ன ஆச்சு சாமீ? எதுக்கும்மா அழுதே'ன்னு கேட்டாள்.

''இல்லம்மா திடீர்ன்னு அப்பா நியாபகம் வந்துச்சும்மா..அதான் என்னால அடக்க முடியல..'' என்றாள்.

''எனக்கும்தாங்க்கா... நமக்கு மட்டும் ஏன்ம்மா இப்படியாச்சு?'' என்றான்

''நானும் அதையேதான் நெனச்சுக்குவன் ப்பா. உங்கப்பா மாதிரி ஒரு அப்பாவைப் பார்க்கவே முடியாதுப்பா. இருவத்தினாலு மணி நேரமும் புள்ளைக புள்ளைகன்னு அந்த மனுசனுக்கு உங்க நெனப்பு மட்டும்தான் சாமீ. அந்த ஆத்மாவுக்கு உங்களை ரெண்டுபேரையும் உட்டுட்டுப் போக எப்புடி மனசு வந்துச்சுன்னே தெரியல''.

''உனக்கு அஞ்சு வயசு இருக்கும்மா, அப்ப ஒரு வெய்யக்காலத்துல உனக்கு அம்மை போட்டிருச்சு. வழக்கமா அம்மை போட்டா ஒரு வாரத்துல எறக்கம் குடுத்துரும் ரெண்டு தண்ணி பத்திரித் தண்ணி ஊத்துவாங்க. மூனாவது எண்ணைத்தண்ணி ஊத்துவாங்க எல்லாம் சேந்த பத்து நாள்ல எல்லாம் செரியாப்போகும். ஆனா பதனஞ்சு நாளாயும் உனக்கு எறக்கம் குடுக்கவே இல்ல. அதோட ஒரு நாளு உட்டு ஒரு நாளு

காச்சல் வேற அடிக்கும். ஒடம்பெல்லாம் வலிக்குதுப்பான்னு சொல்லிட்டு ஒடம்பை முறுக்கிட்டு அழுவ. எதுவுமே சாப்பட மாட்ட. எளநி குடுத்தாக் குடிக்க மாட்ட, கஞ்சி குடுத்தாக் குடிக்க மாட்ட. ரெண்டு பேரும் மாத்தி மாத்தி உன் பக்கத்துலயே உக்காந்து கெடந்தோம். ஆளாளுக்கு ஒரு வைத்தியம் ஒரு வேண்டுதல்னு சொல்லுவாங்க. சொல்றதெல்லாம் செய்வோம். உங்கப்பான்னா புத்தி பேதலிச்சவராட்ட ஆயிட்டாங்க. அந்த நேரம் பாத்து பெரிய மாரியம்மன் கோயில் சாட்டியிருந்தாங்க. உனக்கு நல்லாகோனும்ன்னு வேண்டிகிட்டு கையில தீச்சட்டிய ஏந்திகிட்டு குண்டமெறங்கறேன்னு வேண்டிகிட்டாரு. எல்லாரும் சொன்னாங்க 'செல்வம் இது ரொம்பக் கடுமையான வேண்டுதலு, ஒன்னு குண்டமெறங்கு இல்லேன்னா தீச்சட்டியெடு ரெண்டையும் ஒட்டுக்கா செய்ய வேண்டாமுன்னு. ஆரு சொல்லியும் கேக்குல உங்கப்பா. 'எஞ்சாமி எந்தாயி இப்புடி கிழிச்சுப்போட்ட நாரா படுக்கையில கெடக்கறா? முடியாம வெடிய வெடிய அனத்தறா. அந்த ஆத்தா கண்ணைத் தொறக்க மாட்டேங்கறா? நானா? இல்ல அவளான்னு பாத்தர்றேன்னு சொல்லி சாமிகூட சவால் உட்டு கையில தீச்சட்டியையும் ஏந்திகிட்டு குண்டமெறங்குனாரும்மா. அதுக்கப்புறம் நாலு நாள்ல உனக்கு நல்லாப் போச்சு ஆனா வேப்பெலையில்லாம வெறுங்கையில் தீச்சடியெடுக்கறதுன்னா அதைய எப்புடி தயார் பன்றதுன்னு தெரியாம ரெண்டு உள்ளங்கையும் கொப்புளிச்சுப் போச்சும்மா. ஒரு மாசம் கக்காப் போனா கழுவ முடியில, வெறுங்கையில சோறு அள்ளித்திங்க முடியல. ஒரு வேலையும் செய்ய முடியல. கிட்டத்தட்ட நாப்பது நாளு வைத்தியம் பார்த்துத்தான் நல்லா ஆச்சு. டாக்டர்கிட்டப் போனதுக்கு அவரு கண்ணை மூடிட்டுத் திட்டுனாரு. 'உனக்கு துளியாவது அறிவு இருக்காய்யா? குண்டமெறங்கி தீ மிதிக்கறது பௌதிக விதிப்படி சுடாமத் தப்பிச்சுக்கலாம், ஆடு மாடெல்லாம் கூடத்தான் குண்டமிறங்குது அதெல்லாம் ஆத்தா மேல உள்ள

பக்தியிலயா எறங்குது? ஓனர் இழுத்துட்டுப் போனா அவன் பின்னாடி போகுது. ஆனா...எந்த முட்டாளாவது இப்படி வெறுங்கையில தீச்சட்டி எடுப்பானா? அதுல தீச்சட்டி தயார் பன்றதுலயே சில ரகசியமான டெக்னிக்கெல்லாம் வெச்சிருக்காங்கய்யா. சட்டிக்கு அடியில மொதல்ல அடுப்பு சாம்பலைக் கொட்டுவாங்க, அதுக்கு மேல நெல்லு உமியத் தண்ணீல நனச்சு பரப்பிடுவாங்க அதுமேலதான் குச்சிகளைப்போட்டு பத்த வைப்பாங்க. மேல எத்தனை எரிஞ்சாலும் அடியில சூடு எறங்காது. நீயென்னடான்னா மண் சட்டில வெறகைப்போட்டு எரிச்சிட்டு இப்படி கையை வேக வெச்சுட்டு வந்து நிக்கறையேன்னு.

அதுக்கு உங்க அப்பா...''அதுனால பரவால்ல சார் எப்புடியோ என்னோட வேண்டுதல் பலிச்சு என் மகளுக்கு நால்லாயிடுச்சில்லீங்களா? எனக்கு அதுவே போதும்'' ன்னாரு.

அதுக்கு டாக்டர்.. ''செல்வம் அம்மைங்கறது வைரஸ்னால வர்றது. ஒடம்புல நோய் எதிர்ப்பு சக்தி உருவாகறது சிலருக்கு ஒரு வாரத்துல ஆயிடும் சிலருக்கு ஒரு மாசம் ஆகும். உன் மகளுக்கு நோய் எதிர்ப்பு சக்தி வர கொஞ்சம் லேட்டாயிருக்கு. நீ இந்த சர்க்கஸ் எல்லாம் பண்ணினதால இல்ல. ஆத்தாதான் காப்பாதுனான்னா?அதே ஆத்தா உன் கையையும் வேகாமக் காப்பாதிருக்கனும் இல்லயா?' அப்படின்னு திட்டினாரு.

கோமதியிடம் கார்த்தி கேட்டான்...நம்மளை மட்டும் சாமி ஏம்மா இப்படி சோதிக்குது?

''நானும் அதையேதான் தினமும் சாமிகிட்டக் கேட்டிட்டு இருக்கன் ப்பா..'' என்றாள் கோமதி. இருவரையும் தட்டிக்கொடுத்து 'சரிடா... தூங்குங்கடா என் தங்கங்களா...'' என்று சொல்லி சமாதானப் படுத்திவிட்டுக் கண்களை மூடினாள்.

குடும்பத்தின் முழுப்பொறுப்பை ஏற்றுக்கொண்ட அந்தப்

பாவிமகளுக்கு வேறு எந்த வழியும் புலப்படாததால்....அடுத்தநாள் எல்லாவற்றையும் துடைத்து எறிந்துவிட்டு மீண்டும் அதேவேலைக்குப் போக வேண்டியிருந்தது. தன்னுடைய உணர்வுகள் புண்பட்டாலும் அதை வெளியில் காட்டிக்கொள்ள அவளது குடும்பச்சூழல் அவளை அனுமதிக்கவில்லை. அதன்பிறகு இரண்டு. நாட்கள் ராஜேஷ் அந்த அறைப்பக்கமே வரவில்லை. அவன் வீட்டில் இருக்கிறானா... இல்லையா என்பதுகூடத் தெரியவில்லை. சுபாவும் நிம்மதியாக, இயல்பாக தனது வேலைகளில் ஈடுபட்டாள். மூன்றாவது நாள் மீண்டும் மதியம் சமையல்கார அம்மா கிளம்பிப் போனபின் வீட்டில் எல்லாரும் ஓய்வெடுக்கும் நேரம்பார்த்து அறைக்கு வந்தான். இரண்டாம் மாடியில் அவனது அறையிலிருந்து நேரடியாக வீட்டின் பின்புறம் இறங்கி வருவதற்காக ஒரு படிக்கட்டு இருந்ததை அன்றுதான் சுபா கவனித்தாள்.

உள்ளே நுழைந்தவன் வெகு இயல்பாக உறங்கிக் கொண்டிருந்த பாட்டியின் அருகில் போய்ப் பார்த்துவிட்டு. மிக மெல்லிய குரலில் . ‘ரெண்டு நாளா வெளிய போயிட்டேன். என்ன நான் சொன்னதை யோசனை பண்ணினாயா? உன்கிட்ட கொஞ்சம் பேசனும் வெளிய வா!’ என்று சொல்லிவிட்டு அறைக்கு வெளியிலிருந்த வராந்தாவில் போய் நின்றான்.

வெளியில் போக வேண்டுமா? இல்லை அவனை அலட்சியப்படுத்திவிட்டு பேசாமல் அறைக்குள்ளேயே உட்கார்ந்து விடுவதா? என்று குழப்பமாக இருந்தது. அறைக்கு வெளியிலிருந்து அவளையே பார்த்துக் கொண்டிருந்த அவனது துளைக்கும் பார்வை அவளை வெகுவாகத் தொல்லை செய்தது. தவிர்க்க முடியாமல் கடைசியில் வெளியே வந்தாள்.

‘‘இது பாரு.. சென்னைல நான் கண் காட்டினா என் பெர்சனாலிட்டிக்கு என் பின்னாடி நூறு பொண்ணுக நாய் மாதிரி

தொங்கிகிட்டு வருவாளுங்க. இதுவரைக்கும் எவளையும் நான் ஃபாலோ பண்ணி பின்னாடி சுத்தினதே இல்ல. எனக்கு அது பிடிக்கவும் பிடிக்காது. எனக்கு வலிய வர்ற பொண்ணுங்களை மெயின்டெய்ன் பண்ணவே நேரம் பத்தாது. மொத மொதலா உன் மேலதான் எனக்கு இன்ட்ரெஸ்ட் வந்துச்சு. அதனாலதான் என் பொசிஷன்லேர்ந்து எறங்கி வந்து உன்கிட்டக் கேக்கறேன். உன்னை 'லவ்' பன்றேன்...கல்யாணம் பண்ணிக்கறேன்னு பொய்யெல்லாம் சொல்லி உன்னை நான் ஏமாத்த மாட்டேன். நமக்கு வசதியா இருக்கற வரைக்கும் நாம ஹேப்பியா இருப்போம். வாட் ஈஸ் தேர்? என் வீட்ல பாக்கற பொண்ணை நான் கல்யாணம் பண்ணிக்குவேன். உன் வீட்ல பாக்கற பையனை நீ கட்டிக்கோ. அவ்ளோதான். இப்பெல்லாம் கல்யாணமாயிட்டா எந்தப் பையனும் எந்தப் பொண்ணும் அதுக்கு முன்னாடி அவங்களுக்கு யார் யாருகிட்ட ரிலேஷன்ஷிப் இருந்துச்சுன்னு தெரிஞ்சுக்கக்கூட விரும்பறதில்ல. யூ ஸீ நான் எவ்வளவு ஹானஸ்ட்டா உன்கிட்ட உண்மைய சொல்லி நாம ரெண்டுபேரும் ஜாலியா இருக்கலாம்ன்னு சொல்றேன். இதே வேற எவனாவதாயிருந்தா உன்னை லவ் பன்றேன்னு சென்டிமென்ட்டா டச் பண்ணி சோலிய முடிச்சிட்டு கழட்டி விட்டுட்டு போயிட்டே இருப்பானுக. புரிஞ்சுக்கவே மாட்டேங்குறியே? டேக் இட் ஈஸி மை பேபி டால். இன்னிக்கு நைட் உனக்காக நான் வெய்ட் பண்ணிட்டிருப்பேன். பாட்டிக்கு தூக்க மாத்திரையப் போட்டுவிட்டுட்டு. மேல வா. ஹெவன் எப்படியிருக்குன்னு ஐ வில் ஷோ யூ...'' அமைதியான குரலில் அலட்டிக் கொள்ளாமல் சன்னமான குரலில் எல்லாவற்றையும் சொல்லிவிட்டு அவளது பதிலுக்குக் காத்து நிற்காமல் சென்றான்.

இதை யார்கிட்ட சொல்றதுன்னு அவளுக்குப் புரியல. ஸ்வீட்டியக்காட்டத்தான் சொல்லணும் இவன்கிட்ட இருந்து எப்டி தப்பிக்கறதுன்னு அவங்களைத்தான் யோசன கேக்கனும். இரவு

எதுவும் சாப்பிடத் தோன்றவில்லை. இங்கு அவள் சாப்பிடவில்லையென்றாலும் ‘ஏன் சாப்பிடவில்லை?’ என்று கேட்க நாதியில்லை. ஒன்பது மணிக்கெல்லாம் படுத்துவிட்டாள். மனம் முழுக்க பீதியால் நிறைந்து இனம்புரியாத அச்சமும் வேதனையும் அவளது நிம்மதியான தூக்கத்தைக் களவாடிப் போனது.. மொபைலை சைலன்ட் மோடில் போட்டு விட்டு வலுக்கட்டாயமாக கண்களை மூடிப் படுத்துக்கிடந்தாள்.. வாட்ஸ் ஏப்பில் ஏதோ மெசேஜ் வந்த வெளிச்சம் தெரிந்தது. நிச்சயமாக அந்தப் பொறுக்கிதான் ஏதாவது வீடியோ அனுப்பியிருப்பான். எடுத்துப் பார்க்கத் துணிச்சலில்லை அவளுக்கு. மறுபடியும் மறுபடியும் மெசேஜ் வந்துகொண்டேயிருந்தன. ஒருவேளை தம்பி கார்த்தி அனுப்பியிருந்தால்? என்று நினைத்து எடுத்துப் பார்த்தாள். ‘பேபி டால்..... கம் டு மை ரூம்.. அதர்வைஸ் ஐ வில் கம் தேர்’ என்றிருந்தது. ஒரு நிமிஷம் குலை நடுங்கிப்போனாள். பாட்டியம்மா தூக்க மாத்திரையை சப்பிட்டுட்டுப் படுத்தால் அறைக்குள் என்ன நடந்தாலும் தெரியாது. அப்படி ஒருவேளை வந்துவிட்டால்? அந்த எண்ணமே அவளுக்கு வயிற்றில் புளியைக்கரைத்தது. பசி வயிற்றைக் கிள்ளியது. பயத்தாலும் குழப்பத்தாலும் என்னவோ செய்தது. அப்படி அவன் வந்து கதவைத்தட்டினால் கௌரியம்மாவை போனில் கூப்பிடலாமா? கூப்பிட்டால் அவர்கள் வருவார்களா? அப்படியே வந்தாலும் அவள் சொல்வதை அவர்கள் நம்புவார்களா? ஃபோனை ஸ்விட்ச் ஆஃப் பண்ணிவிட்டு தூங்க முயற்சி செய்தாள்... வெகு நேரத்திற்குப் பிறகு அசதியினால் அவளையறியாமல் தூங்கிப் போனாள். எப்போது தூங்கினாள் என்பதே அவளுக்குத் தெரியவில்லை.

காலையில் எப்போதும் ஆறு மணிக்கு எழுந்துகொண்டு பாட்டியம்மாவை பாத்ரூம் டாய்லெட்டிற்கு கூட்டிக்கொண்டு போகவேண்டும். ஆறரை மணியானபோது நினைவுக்குத்

தெரிந்தாலும் அவளால் கண்களைத்திறக்க முடியவேயில்லை. எப்படியோ எழுந்துகொண்டு எல்லா வேலைகளையும் முடித்துவிட்டு.. பாட்டிக்கு காலை டிஃபின் சாப்பிடக் கொடுத்துவிட்டு சமையலறையின் பின்புறமுள்ள வழக்கமாக அவள் துணி துவைக்கும் கல்லும் அதனருகேயுள்ள ஒரு குழாயும் இருக்குமிடத்துக்குச் சென்று தனது துணிகளை துவைக்கத் தொடங்கினாள். யாருடைய கண்களோ தன்னை பார்வையால் துளைப்பதுபோல ஒரு தன்னுணர்வு ஏற்பட்டது. சுற்றிலும் பார்த்தபோது யாருமே இல்லை. சமையலறையில் சமையல் அம்மா மிக்சியில் எதையோ அரைத்துக் கொண்டிருக்கிற சப்தம் கேட்டது. தலையை உயர்த்திப் பார்த்தபோது இரண்டாவது மாடியில் ராஜேஷ் வெற்றுடம்புடன் நின்று பல் தேய்த்துக்கொண்டிருந்தான். இவளைப்பார்த்ததும் கண்களை சிமிட்டி சைகை செய்தான். சட்டென தலை குனிந்தவள் அவசர அவசரமாக அரையும் குறையுமாக துணிகளை அலசிக் காயப்போட்டுவிட்டு அறைக்குள் நுழைந்தாள்.

அதன்பிறகு இரண்டு நாட்கள் அவனை அந்தப்பக்கமே காணவில்லை. ஒரு வேளை சென்னைக்குப் புறப்பட்டுப் போயிருப்பானோ? அப்ப்பா..! இனிமேல் தனக்குத் தொல்லையிருக்காதல்லவா... என்று நினைத்து நிம்மதிப் பெருமூச்சு விட்டாள். வெள்ளை உள்ளம் கொண்ட அந்த அப்பாவிச் சிறுமி வழக்கமான உற்சாகத்துடன் தன் கடமைகளில் முழுமையாக ஈடுபடத்தொடங்கினாள்.

இரண்டாவது நாள் இரவு பாத்ரூம் போவதற்காக வெளியே வந்தவள் இரண்டாவது மாடியிலுள்ள அவனது அறையில் விளக்கு எரிவதை எதேச்சையாகப் பார்த்தபோது மனசுக்குள் கருக்கென்று இருந்தது. பாட்டியம்மாவுக்கு மாத்திரைகளைக் கொடுத்துவிட்டு 'விளக்கை அணைக்கட்டுமா?' என்று கேட்டபோது. தனக்கு தூக்கம் வரவில்லையென்று சொல்லி டிவியைப் போட்டார்கள். மனசிலுள்ள கவலையை மறக்கலாமேயென்று அவளும் பார்த்தாள்.. ஒவ்வொரு

சேனலாக மாற்றிக்கொண்டு வந்தவர்கள் கடைசியில் கலைஞர் டிவியில் ஓடிக்கொண்டிருந்த கருப்பு வெள்ளைப்படத்தில் வந்து நின்றார். 'படம் பூமாலை' காமுகன் ஒருவனால் வஞ்சிக்கப்பட்ட ஒரு அபலைப்பெண்ணின் சோகக் கதைதான் அது. விஜயகுமாரி கதறிக்கதறி அழுது ஏற்கனவே அவள் மனதில் எரிந்துகொண்டிருந்த சோக நெருப்பில் மேலும் கொஞ்சம் பெட்ரோலை ஊற்றினார்.. மாலை மாலையாக கண்ணீர் விட்டபடி கலைஞரின் அடுக்கு மொழி வசனங்களை உணர்ச்சிமயமாகப் பேசிக்கொண்டிருந்தார். தான் தூங்குவதாகச் சொல்லி தலையோடு போர்த்துக்கொண்டு படுத்தாள். விளக்கை அணைத்து விடலாமென்றும் தான் படம் பார்த்து முடித்ததும் டீவியை ரிமோட்டில் நிறுத்திக் கொள்வதாகவும் சொன்னார். அவளும் சரியென்று சொல்லி எழுந்து விளக்கை அணைத்துவிட்டுப் படுத்தாள்.

அடுத்த பத்தாவது நிமிடம் அறைக்கு வெளியே யாரோ நடப்பதுபோலத் தோன்றியது. கண்களை இறுக மூடிக்கொண்டு படுத்திருந்தாள் அவளது இதயத்துடிப்பு அவளுக்கே பேரிரைச்சலாகக் கேட்டது. மொபைலில் மெசேஜ் வந்தது. பார்ப்பதா... வேண்டாமா என்று புரியாமல் எதுவும் செய்யாமல் பிணம்போல படுத்துக் கிடந்தாள். இன்னொரு மெசேஜ் வந்தது. எடுத்துப் பார்த்தாள். 'பேபி டால், கம் டு மை ரூம்... ஐயம் வெயிட்டிங்க்...' என்றிருந்தது அடுத்த ஐந்து நிமிடங்களில் யாரோ கதவை லேசாகச் சுரண்டுவது போலக்கேட்டது. ஒரு நிமிடம் கழித்து கதவை லேசாகத் தட்டும் சப்தம் கேட்டது. கதவுக்கு வெளியே அவன்தானா? இல்லை வேறு யாராவதா? என்பதும் தெளிவாகத் தெரியவில்லை.

பாட்டியம்மாவும் கவனித்துவிட்டார்.

''சுபா...தூங்கிட்டியா? யாரோ கதவைத்தட்டற மாதிரி சத்தம் கேக்குது.. எந்திரிச்சு லைட்டப் போடு..''

சுபா எழுந்து ஸ்விட்சைப் போட்டாள். பாட்டி உரத்த குரலில் ‘யார்றா அது?’ என்று அதட்டுவதைபோலக் கேட்டார். பதிலில்லை.

‘‘கதவைத் தொறந்து பாரு சுபா. அந்த டைகர ராத்திரில அவுத்து உட்டர்றாங்கல்ல? அதான் அந்த நாயா இருக்கும்..’’ என்றார்.

‘‘இல்ல பாட்டி எனக்கு பயம்மா இருக்கு ‘‘என்றாள்.

‘‘நானிங்கதான இருக்கறேன் என்ன பயம்? போயி கதவைத் தெற..’’ என்றார்.

சிரமப்பட்டு துணிச்சலை வரவழைத்துக்கொண்டு கதவைத் திறந்து பார்த்தபோது யாருமில்லை. ஆனால் வெளியிலிருந்த பாத்ரூமில் விளக்கு எரிந்து கொண்டிருந்தது. தான் கடைசியாகப் போனபோது விளக்கை நிறுத்தினது அவளுக்கு நன்றாக நினைவு இருந்தது. பல்லைக் கடித்துக்கொண்டு வெளியே சென்று பாத்ரூம் விளக்கை நிறுத்திவிட்டுத் திரும்பின அடுத்தநொடி தூண் மறைவிலிருந்தவன் சட்டென்று பாய்ந்து வந்து அவளை இறுக அணைத்தான். அணைத்தபடியே தள்ளிக் கொண்டுபோய் சுவரோடு சேர்த்து நிறுத்தினான். அதிர்ச்சியில் அவளால் கத்தக்கூட முடியவில்லை. அவனைப்பிடித்து தள்ளிவிட முயன்றாள்.. அதற்குள் அவளது வாயோடு வாயை வைத்து அவளைப்பேச விடாமல் செய்தான். அவனது முரட்டுக் கைகள் அவளது மார்பில் முரட்டுத்தனமாகப் பரவி இயங்கின. வாழ்க்கையில் முதன்முதலில் ஒரு ஆணால் அவளுக்குக் கொடுக்கப்பட்ட அந்த முதல் முத்தமும் , தீண்டலும் அவளது அனுமதியில்லாமலேயே வலிமிகுந்ததாக, ஒரு வன்முறையாக, பலவந்தமாக நிகழ்ந்தது. கிளர்ச்சியையும், மகிழ்ச்சியையும் கொடுப்பதற்கு பதிலாக அது அருவெறுப்பாக ஒரு தண்டனையாக இருந்தது. அவளுக்கு மூச்சு முட்டியது, தலை சுற்றுவதுபோல இருந்தது. எலியைக் கவ்விக் கொண்டிருக்கும் முரட்டுப்பூனையைப்போல அவளைக் கவ்விக்கொண்டு நின்றான்.

இரண்டு நிமிடம் அதே நிலையில் நின்றபோது பயத்தாலும் அதிர்ச்சியாலும் அவளது கால்கள் துவண்டு நடுங்கின. அப்படியே சுவரோடு சரிந்தாள். அடுத்த நிமிடம் வந்த சுவடே தெரியாமல் அவன் அங்கிருந்து நீங்கினான். மெல்ல சுதாரித்துக்கொண்டு எழுந்தவள் திரும்ப பாத்ரூமுக்குப்போய் கண்களில் வழிந்த கண்ணீரோடு முகத்தைக் கழுவினாள் அருவெறுப்போடு வாயைக் கொப்பளித்தாள். அங்கேயிருந்த டவலை எடுத்து முகத்தையும் கைகளையும் துடைத்துக்கொண்டு வந்து அறை விளக்கை அணைத்துவிட்டு படுக்கையில் வந்து விழுந்தாள். சப்தமிட்டு அழக்கூட வாய்ப்பில்லாமல் மௌனமாக அழுதாள். எழுந்து நடந்ததைப் பாட்டியிடம் சொல்லி விடலாமா என்று யோசித்தாள். ஆனால், அதற்கு என்ன விளைவு இருக்கும் என்று அவளுக்குப் புரியவில்லை. பயமாக இருந்தது. குற்றம் அவள்மீதே திருப்பப்படவும் வாய்ப்பு உள்ளதாக சந்தேகம் வந்தது. எவ்வளவு விரைவில் இங்கிருந்து தப்பிக்க முடியுமோ அவ்வளவு விரைவில் வெளியேற வேண்டும் என்று முடிவு செய்தாள்.

நேற்று இரவிலிருந்து சுபா ஒரு சமநிலையில் இல்லை. காலையிலிருந்தே இயந்திர கதியில் இயங்கிக்கொண்டிருந்தாள். மதியம் அரைகுறையாக சாப்பிட்டுவிட்டு துவைத்து உலர்த்தியிருந்த பாட்டியின் புடவைகளை மடித்துக்கொண்டிருந்தபோது அவன் அறைக்கு வந்தான். வழக்கம்போல பாட்டி தூக்கத்திலும், சமையல் அம்மா வீட்டுக்கும். அறைக்குள் நுழைந்தவன் படு கேஷ்வலாக…உட்கார்ந்துகொண்டு ஆங்கிலத்தில் பேச ஆரம்பித்தான். ஒருவேளை பாட்டி அரைத் தூக்கத்திலிருந்தாலும் புரியக்கூடாது என்பதற்காக இருக்கலாம். ‘பேபி டால் நேத்து நைட்டு செம்மைய்யா இருந்துச்சு, நீ கோஆப்ரேட் பண்ணியிருந்தேன்னா இன்னும் பத்து நிமிஷம் எக்ஸ்டெண்ட் பண்ணிருக்கலாம். சூப்பரா இருந்திருக்கும் எனக்கு வலிய வந்ததை அனுபவிக்கத்தான் பிடிக்குமே தவிர வலுக்கட்டாயமா செய்யப் பிடிக்காது. சொன்னா

புரிஞ்சுக்கோ. இன்னிக்கு நைட்டு பத்து மணிக்கு நீ மேல என் ரூமுக்கு வர்ற... இல்லேன்னா. உன்னோட குளியல் காட்சி வீடியோ நாளைக்கு இணையத்தில் வெளிவரும். எப்படி எடுத்தேன்னு பாக்குறியா? நேத்து நைட்டு இங்க வந்துதே பாத்ரூமுல கேமரா செட் பண்ணத்தான்.

சுபா அதிர்ச்சியில் வாயடைத்துப்போய் உட்கார்ந்திருந்தாள். எல்லாவற்றையும் மிக நிதானமாக சொல்லிவிட்டு அறையைவிட்டு வெளியே போனான். 'டக்'கென எழந்து அவன் பின்னாடியே போனாள். 'சார் சார்...நான் ஒரு பாவப்பட்ட பொண்ணு என்னைய ஏன் இப்படி டார்ச்சர் பன்றீங்க? ப்லீஸ் என்னை விட்டிருங்க' என்று ரகசியமான குரலில் கண்ணீர் மல்க பரிதாபமாக கையெடுத்துக் கும்பிட்டு ஒரு பிச்சைக்காரிபோல அவனிடம் கெஞ்சினாள்.

''நீ ஏன் இவ்வளவு ஃபூலா இருக்கே? நான் உங்கிட்ட என்ன கேட்டேன் நம்ம ரெண்டுபேரும் கொஞ்ச நேரம் சந்தோஷமா, ஜாலியா இருக்கலாம்ன்னுதான கேட்டேன். அதுக்கு ஏன் இவ்ளோ ஸீன் போடற? நீ ரொம்ப பழமையான பொண்ணாவே இருக்கே... டேக் இட் ஈஸி. ஐயாம் நாட் கோயிங்க் டு ரேப் யூ.. வீ ஆர் கோயிங்க் டு எஞ்சாய்..வித் யுர் கன்சேர்ன்.''

''இத பாருங்க... நீங்க என்னை இப்படி தொந்தரவு பண்ணினா நான் அப்பறம் மேடம்கிட்ட சொல்லிடுவேன். எனக்கு வேற வழி தெரியல...''

''ஹா ஹா ஹா.. நல்ல ஜோக்.. நீ ப்ரூஃபோட சொன்னாக்கூட எங்கம்மா நம்ப மட்டாங்க... நீதான் என் பையனை இன்ஃப்லூவன்ஸ் பண்ண ட்ரை பண்ணீருப்பேன்னு சொல்வாங்க. நீ சொன்னேன்னா, நீ குளிக்கற ஸீன் உங்கம்மாவுக்கும் பப்ளிக்குக்கும் போகும்... ஓகேவா?'' என்று சொல்லிவிட்டு தன் கையிலிருந்த மொபைலில் அவள் குளிக்கும் வீடியோவை பத்து நொடிகள் அவளுக்குக் காட்டிவிட்டு அங்கிருந்து கிளம்பினான்.

சுபாவுக்கு நெருப்பின் மீது நிற்பதைப்போல இருந்தது. இது காலைச்சுற்றின பாம்பு கடிக்காமல் விடாதோ என்கிற அச்சம் அவளை உலுக்கியது.. யாரிடம் சொல்வது தனக்கு யாரைத்தெரியும். அப்பா இறந்துபோன பிறகு முதன்முதலில் இந்த நிமிஷம் தான் கேட்க நாதியில்லாத அனாதையாக நிர்கதியாக நடுத்தெருவில் நிற்பதாக உணர்ந்தாள். அம்மாவிடம் சொன்னால் அழுவதைத்தவிர வேறொன்றும் செய்யத்தெரியாது. தம்பி கார்த்தி சின்னப்பையன் இதை சொல்கிற அளவுக்கு அவனுக்கு வயது போதாது.. அவளுக்கு இருக்கும் ஒரே போக்கிடம் ஸ்வீட்டி அக்காதான். அப்போதே அங்கேயே நின்று அவருக்கு போன் செய்தாள். ஸ்விட்ச்டு ஆஃப் என்று வந்தது.

மாலை மீண்டும் முயற்சி செய்தபோது அக்கா எடுத்தார்.

''சொல்லுப்பா.. எப்படி இருக்கே?''

''இங்க என்னென்னவோ நடக்குதுக்கா. எதுவும் சொல்ற மாதிரி இல்லக்கா.. நான் ஒரு பிரச்னைல மாட்டிகிட்டிருக்கேன். அதைப்பத்தி போன்ல சொல்ல முடியாது. நான் வீட்டுக்கு வந்து பதினஞ்சு நாளாச்சுக்கா மேடம்கிட்ட போன வாரமே சொல்லியிருக்கேன். நாளைக்கு சனிக்கிழமை எனக்கு லீவு. சாயந்திரம் நேரா ஹாஸ்பிடலுக்கு வந்திடறேங்க்கா. எனக்கு இங்க ரொம்ப பயம்மா இருக்குங்கக்கா.''

''என்ன ஆச்சுப்பா? சரி வா. வந்ததும் என் வீட்டுக்குப் போயி பேசுவோம். எதுக்கும் பயப்படாத. சின்ன சின்ன விஷயத்துக் கெல்லாம் நீ ரொம்ப பயப்படறே.''

''இது சின்ன விஷயமில்லக்கா.. என் லைஃபே நாசமாப் போயிடும் போல இருக்குக்கா...'' சொல்லச் சொல்ல அவளுக்கு அழுகை பொங்கி வந்தது. ''

அதற்குள் பாட்டி அழைக்கிற சப்தம் கேட்டது

''சரிங்கக்கா இங்க பாட்டியம்மா கூப்பிடறாங்க. நான் நாளைக்கு நேர்ல வர்றேங்க்கா.. வந்து சொல்றேன் எல்லாத்தையும். வெச்சிடட்டுமாக்கா?''

''சரிப்பா... நாளைக்கு வா... பை, டேக் கேர்...''

மாலை அறைக்கு வந்த கௌரியம்மா சுபாவிடம் ஏற்பட்டுள்ள மாற்றத்தை கவனித்துவிட்டார்.

''என்னாச்சு? ஏன் ரொம்ப டல்லா இருக்கே? உடம்புக்கு ஏதாவது?''

''இல்ல மேடம். என்னவோ கொஞ்சம் டயர்டா இருக்கு. வீட்டுக்குப்போயி பதினஞ்சு நாளாச்சுங்களா.. அதான் வீட்டு நினைவாவே இருக்கு...''

சரி நாளைக்கு வேணா மதியம் மூனு மணிக்கே போயிடு. ஆனா சன்டே நைட்டு இங்க இருக்கனும் செரியா? சன்டே நைட்டு கட்டடிச்சிடாத? என்ன?'' என்றார்.

''இல்லீங்க மேடம் சன்டே நைட்டு கண்டிப்பா வந்துடுவேன்'' என்றாள்.

அன்று இரவு என்ன வேண்டுமானாலும் நடக்கட்டும்ன்னு மொபைலை ஸ்விட்ச் ஆஃப் பண்ணிவிட்டாள். .

குறைந்த அளவில் பஸ்கள் ஓடத்தொடங்கியிருந்தன. அடுத்தநாள் மூன்று மணி பஸ் பிடித்து நான்கு மணிக்கெல்லாம் ஹாஸ்பிடல் போய்ச் சேர்ந்தாள். ஸ்வீட்டியக்கா ரிசப்ஷனில் தயாராகக் காத்து நின்றார். சுபாவைப் பார்த்ததும், இறங்கி வெளியே வந்தார். ஹாஸ்பிடல் வாசலில் எப்போதும் நிற்கும் ஆட்டோ ஒன்றை அழைத்து அவரது வீட்டுக்கு போகச் சொன்னார். வழியில் ஒரு ஹோட்டலில் நிறுத்தி சுபாவுக்கும் அவருக்கும் வடையும் காஃபியும் சொன்னார்.

அவரது வீட்டிற்குள் நுழைந்ததும் உடைகூட மாற்றிக் கொள்ளாமல் சோஃபாவில் அமர்ந்து சுபாவை தன் அருகில் இருத்தி அவளது கைகளை பிடித்தவாறே

''என்ன ஆச்சுப்பா?'' என்றதுதான் தாமதம்.

அப்படியே அவரது மடியில் கவிழ்ந்து விழுந்த சுபா கதறியழுதாள். அவர் அவளைத் தடுக்கவில்லை. அவளது வேதனைகள் எல்லாம் வடியட்டும் என்று அவளது தலையைத் தடவிக் கொடுத்தபடி பொறுமையாகக் காத்திருந்தார். எழுந்தவள் துப்பட்டாவால் முகத்தைத் துடைத்துக் கொண்டு ராஜேஷ் சென்னையிலிருந்து வந்த நாளிலிருந்து இதுவரையிலும் நடந்த எல்லாவற்றையும் ஒன்றுவிடாமல் சொன்னாள். கேட்கக் கேட்க ஸ்வீட்டியக்காவிற்கு ஜிவ்வென்று கோபம் வந்தது. ''பொம்பளை புள்ளேன்னா இந்தப் பொறுக்கி நாய்களுக்கெல்லாம் அவ்வளவு எளக்காரமா? இவனுககிட்ட காசு இருந்தா? யாரைக் கூப்பிட்டாலும் இளிச்சுகிட்டுப் போயி படுத்துக்குவாங்கன்னு நெனைக்கறானா? பொறுக்கி...பொறுக்கி.....நாயி...சரி. நீ தைரியமா இரு எதுக்கும் கவலைப்படாத. டவுன் மகளிர் காவல் நிலையத்துல 'லதா' ன்னு எனக்குத்தெரிஞ்ச இன்ஸ்பெக்டர் மேடம் இருக்காங்க. இன்னிக்கு அவங்ககிட்ட பேசி எப்படியாவது நாளைக்கு அவங்களைப் பார்க்க நான் டைம் வாங்கி வெய்க்கறேன். நீ பேசாம வீட்டுக்குப்போ. எல்லாம் சரி பண்ணிடலாம். அம்மாட்ட எதுவும் சொல்ல வேண்டாம்.''

''ஏங்க்கா போலீசுக்குப் போனா ஒன்னும் ப்ரச்னை ஆயிடாதே? எனக்கு ரொம்ப பயம்மா இருக்குக்கா...''

''நான் லதா மேடம்கிட்ட பேசறேன். நாம ஸ்டேஷனுக்குப் போக வேண்டாம், அவங்க வீட்டுல போயி பேசுவோம். அவங்க நிச்சயம் நமக்கு ஹெல்ப் பண்ணுவாங்க. நீ தைரியமா வீட்டுக்குப்போ.

இன்னிக்கு நைட்டு நான் ஃபோன் பண்றேன். நாளைக்கு எத்தனை மணிக்கு அவங்களைப் போய் பார்க்கலாம்ன்னு அவங்ககிட்ட பேசிட்டு சொல்றேன்.''

வீட்டுக்கு வந்த சுபாவுக்கு மனதிற்குள் இருக்கும் குழப்பங்களையும் வேதனைகளையும் மறைத்துக்கொண்டு இயல்பாக இருக்க முடியவில்லை. மனசுவிட்டு அம்மாவிடம் சொல்லவும் துணிச்சலுமில்லை. வேண்டுமென்றே வீட்டில் ஏதாவது வேலைகளை இழுத்துப்போட்டு செய்துகொண்டிருந்தாள். சும்மாயிருந்தால் தனது மனஉறுதி தளர்ந்துபோகுமோ என்று அஞ்சினாள். ஸ்வீட்டியக்காவும் அம்மாவிடம் எதுவும் சொல்ல வேண்டாமென சொன்னது நினைவிலிருந்தது. அப்படியும் அம்மாவுக்கு ஏதோ சந்தேகம் வந்தது.

''ஏன் சாமி மூஞ்சியெல்லாம் வாடிப்போயிருக்குது. ஒடம்புக்கு ஏதாவது பண்ணுதாம்மா?''

''என்ன ஆச்சும்மா உனக்கு? நான் நல்லாத்தான்ம்மா இருக்கேன்ம்மா.. ச்சும்மா இப்படி கேட்டு கேட்டே என்னை நீ கொழப்பி விட்டுருவே...'' என்று சமாளித்தாளே ஒழிய நாளை அக்காவுடன் போய் அந்த இன்ஸ்பெக்டரைப் பார்த்தால் என்ன ஆகுமோ? அவர்கள் எந்த அளவிற்கு உதவி செய்வார்கள்? இந்தப் பிரச்னைக்கு என்னதான் தீர்வு? அந்தக்கேடு கெட்டவன் அதற்குள் அந்த வீடியோவை யாரிடமாவது பகிர்ந்துவிட்டால்? என்று நினைத்தபோதே நெஞ்செல்லாம் எரிந்தது. நெருப்பை விழுங்கினதுபோல இருந்தது.

இரவு ஒன்பது மணிக்கு அக்காவின் மெசேஜ் வந்தது. 'பேசிவிட்டேன் நாளை காலை பதினோரு மணிக்கு வீட்டிற்கு வரச் சொல்லியிருக்கிறார்கள். நீ என் வீட்டிற்கு வந்துவிடு'

காலையில் குளித்துவிட்டு அப்பாவின் படத்தின் முன்னால் நின்று, எந்தவிதமான சிக்கலுமில்லாமல் இந்தப் பிரச்னை முடிய

வேண்டுமென மனதிற்குள் பிரார்த்தித்துக் கொண்டாள்.. ஸ்வீட்டியக்காவின் வீட்டிற்குப் போய் வருவதாக அம்மாவிடம் சொல்லிவிட்டு புறப்பட்டுப் போனாள். வாசலிலேயே நின்று கொண்டிருந்தவர் சென்றதும் ஆட்டோவுக்கு ஃபோன் பண்ணி வரவழைத்தார். அடுத்த அரை மணியில் இன்ஸ்பெக்டர் லதாவின் வீட்டையடைந்தனர். அன்று தனக்கு விடுமுறையென்று சொன்னவர் இவர்கள் இருவருக்கும் 'டீ' போட்டுக் கொடுத்துவிட்டு....

''நீதான் சுபாவா?''

''ஆமாம் மேடம்..''

''சிஸ்டெர் எங்கிட்ட மேலோட்டமா சொன்னாங்க....... என்ன நடந்துச்சுன்னு சொல்லு. மொதல்ல எனக்கு ஒரு விஷயம், தெரியனும். உனக்கு அவன் மேல இன்ட்ரெஸ்ட் இருந்துச்சா? ஒரு அட்ராக்ஷன், க்ரஷ்? நீ ஏதாவது ஒரு சந்தர்ப்பத்தில அவனை லைக் பண்ற மாதிரி ஏதாவது அவங்கிட்ட பேசியிருந்தா அதையும் என்கிட்ட மறைக்காம சொல்லிடு....''

அதைக்கேட்டதும் சுபாவின் முகம் வாடிப்போனது. ஒரு காவல்துறை அதிகாரி என்கிற கோணத்திலான அவருடைய அனுகுமுறையும் பேச்சும் அவள் சற்றும் எதிர்பார்க்காத விதத்திலிருந்ததால் என்ன பதில் சொல்ல வேண்டும் என்று புரியாமல் மிரட்சியுடன் ஸ்வீட்டியின் முகத்தைப் பரிதாபமாகப் பார்த்தாள்.. லதா மேடம் அதைப் புரிந்து கொண்டார்.

''நான் எதுக்குக் கேக்கறேன்னா? நீ நல்ல பொண்ணுதான்னு சிஸ்டர் என்கிட்ட சொன்னாங்க. ஆனா... உன் வயசு அப்படி. நீ அவனை லைக் பண்ணியிருந்தாலோ? அவனுக்கு ஏதாவது ஸ்பேஸ் குடுத்திருந்தாலோ நான் அதை தப்புன்னு சொல்ல மாட்டேன். அதுக்குதான் கேக்கறேன்.. கம் ஆன்..டெல் மீ.''

ஒன்றிரண்டு நொடிகள் தயங்கின பிறகு சுபா தொடக்கத்திலிருந்து

எல்லாவற்றையும் சொன்னாள். அவள் மனதளவில் வெறுக்கும் ஒரு விஷயத்தை இன்று இரண்டாவது முறையாக சொல்வதற்கு மிகுந்த அயற்சியாகவும் சலிப்பாகவும் வேதனையாகவும் இருந்தது. ஆனாலும் ஏறக்குறைய எல்லாவற்றையும் மூச்சு விடாமல் சொல்லி முடித்தாள். கண்களை மூடிக்கொண்டு நெற்றியைத்தடவியபடி கேட்டுக் கொண்டிருந்தவர், சுபா பேசுவதை நிறுத்தினதும் நிமிர்ந்து அவளது முகத்தைக் கூர்ந்து பார்த்தார். சுபாவின் பரிதாபமான முகம் அவரையும் என்னவோ செய்தது.

''நான் இன்னிக்கு காலைலயே அவனைப்பத்தியும் அவனோட ஃபேமிலி பத்தியும் விசாரிச்சுட்டேன் சிஸ்டர். நார்மலா இதையே வேற யாராவது பசங்க செஞ்சிருந்தா அன் அஃபீஷியலா அவனைக் கூப்பிட்டு 'சைபர் க்ரைம்ல' போட்டு அஞ்சு வருஷம் உள்ள தள்ளிடுவேன்னு மெரட்டி அவனோட மொபைலயும் வாங்கிட்டு ரெண்டு தட்டுத் தட்டி விவகாரத்தை சிம்பிளா முடிச்சிருக்கலாம். ஆனா.. இது பெரிய இடம் சிஸ்டர். ரெண்டாவது அவன் எடுத்த வீடியோவை அவன் இன்னும் வெளிய ஷேர் பண்ணாத வரைக்கும் அதை ப்ரூஃப் பண்றதும் சிரமம். எல்லாத்துக்கும் மேலே இவளை உளவியல் ரீதியா பாலியல் டார்ச்சர் கொடுத்திருக்கான். ஆனா..உடல் ரீதியா அவன் இவளை அடையாளம் தெரியற மாதிரி ஆதார பூர்வமா பாலியல் வன்கொடுமை செய்துட்டான்னு அரஸ்ட் பண்ண முடியாது. சமீபத்துல ஒரு கேடுகெட்ட பொம்பளை ஜட்ஜ் கொடுத்த ஜட்ஜ்மென்ட்டைக் கேட்டீங்கன்னா காறித் துப்பிடுவீங்க. ஒரு சிறுமியை பாலியல் ரீதியாகத் தொல்லை படுத்தினதான வழக்கு. அந்த ஆம்பளை பொண்ணோட துணிய விலக்கி அவளைத் தொடாதபோது, அந்தப்பெண்ணை பாலியல் ரீதியாக துன்பப்படுத்தினதா சொல்லமுடியாதுன்னு சொல்லி தீர்ப்பு கொடுத்திருக்கா. உண்மைய சொல்லப்போனா நான் இதுவரைக்கும் சொன்னதெல்லாம் சட்ட ரீதியான விஷயங்கள்தான். இது எல்லாத்தையும் தாண்டி அவங்கப்பாவோட கசின் தான் ஆளும்

கட்சியோட மாவட்ட செயலாளர். '............................' பெயர் சொல்லி அந்த மினிஸ்டரும் நெருங்கின சொந்தக்காரன். எல்லாத்துக்கும் மேல ரூரல் எஸ் பி வேற அவனோட அப்பாவுக்கு ரொம்ப நெருங்கின சொந்தம். கசின் ப்ரதர். அதனால டிபார்ட்மென்டும் அரசியல் பின்புலமும் ரெண்டுமே அவனுக்கு பெரிய பலமா இருக்கு. சட்ட ரீதியா கம்ப்ளைன்ட் குடுத்தாக்கூட நான் அவ்வளவு சீக்கிரம் நடவடிக்கை எடுத்தற முடியாது. ரூரல் எஸ் பி என்னைக் கேப்பாரு. பையன் யாருன்னு தெரிஞ்சும் என் பெர்மிஷன் இல்லாம நீ எப்படி எஃப் ஐஆர் போட்டேன்னு என்னை உண்டு இல்லேன்னு பண்ணிடுவாங்க. நானே நெனச்சாலும் எதுவும் செய்ய முடியாது. காவல் துறையோட நெட்வர்க் அப்படித்தான். துறைக்குள் நேர்மையைவிட பணமும் அதிகார பலமும் தான் செல்லுபடியாகும்.

சுபாவும் சிஸ்டரும் எதுவுமே பேசமுடியாமல் திகைத்துப்போய் அவர்களது வாயைப்பார்த்தபடி அமைதியாக உட்கார்ந்திருந்தார்கள். அதிர்ச்சியால் உறைந்துபோய் அப்படியே அடங்கிப் போய்விட்டார்கள். இருவருமே இந்தம்மாவை மலைபோல நம்பி வந்தார்கள். ஆனால் அந்தக் கேடுகெட்டவனை எதுவுமே செய்ய முடியாது என்று சொல்வதற்கு ஒரு காவல்துறை அதிகாரி எதற்கு? சிஸ்டருக்குமே கடுமையான எரிச்சல் வந்தது. ஆனால் வெளியே காட்டிக்கொள்ள முடியவில்லை. எதுவும் பேச முடியவில்லை. அந்தம்மா ஒரு காவல்துறை அதிகாரியா பதினஞ்சு வருஷம் அனுபவம் உள்ளவங்க. அவங்களுக்கு இதுகூடத் தெரியாதா? என்ன? இருவரின் முக பாவனையிலேயே அவர்களது மன ஓட்டத்தைப் புரிந்து கொண்டவர்கள்.

நீண்ட ஒரு பெருமூச்சு விட்டுக் கொண்டு நைந்துபோன சிரிப்புடன்.

"என்ன சிஸ்டர்? இவகிட்ட வந்து எதுக்கு சொன்னோம்ன்னு நெனைக்கிறீங்களா? தாங்க முடியாத பசியோட வந்து சோறு

கேக்கறவளுக்கு எங்கிட்ட சோறு இல்ல, பசியெடுக்காம இருக்க மருந்து தரட்டுமான்னு கேக்கறாளேன்னு என்மேல உங்களுக்குக்கோபம் கூட வரலாம். நீங்கன்றதால இவ்வளவு தூரம் மனம்விட்டு வெளிப்படையாப் பேசறேன். நான் உங்க நர்சிங் ஹோம்ல படுத்திருந்த நேரத்துல ஒரு சகோதரி மாதிரி நீங்க என்னை கவனிச்சுகிட்டீங்க. அந்த நன்றியை நான் என்னிக்கும் மறக்க மாட்டேன். நீங்க வேறு யாரையும் நம்பி ஏமாந்துபோய் இன்னும் இதைவிடப் பெரிய சிக்கல்ல மாட்டிக்கக்கூடாதேன்னுதான் இவ்வளவும் சொல்றேன். நீங்க சட்டப்படி ஸ்டேஷன்ல போயி கம்ப்ளைன்ட் குடுத்தாக்கூட டிபார்ட்மென்ட் இன்டராகேஷன்னு முதல்ல இந்தப் பொண்ணை எவ்வளவு வக்கிரமா கேள்வி கேப்பாங்கன்னு உங்களுக்குத் தெரியாது.. அடுத்து கம்ப்ளைன்ட் யார்மேலன்னு பார்த்துட்டு அது ‘பெரிய எடம்’ன்னா....உங்க கம்ப்ளைன்ட் காப்பியே அவங்க கைக்குப் போயிடும். அடுத்து உங்களுக்கு அட்வைஸ் பண்ணி லேசா மிரட்டி புகாரை வாபஸ் வாங்க வைக்க என்ன செய்யலாம்னு பார்ப்பாங்க. நீங்க அதுக்கும் மசியலேன்னா, உங்கள நேரடியா மெரட்டுவாங்க. உன் யோக்யதை என்ன? தகுதி என்ன? பெரிய இடம், பையன் பணக்காரப் பையனா இருக்கான்... பார்க்க நல்லா வாட்டசாட்டமா இருக்கான் அப்புடியே வளைச்சுப் போட்டுக்கலாம்னு பாக்கறியா? வேலைக்காரியாப் போனவ, வீட்டுக்காரியாகனும்னு ப்ளான் பன்றியா? அவங்க, இப்ப பெரிய மனசு பண்ணி போனாப்போகுது கம்ப்ளைன்ட்ட வாபஸ் வாங்கச் சொல்லுங்க போதும்ங்கற லெவல்ல இருக்காங்க. நீங்க ரொம்ப சட்டம் பேசினா? முன்னாள் தேதிபோட்டு அவங்ககிட்ட ஒரு கம்ப்ளைன்ட் வாங்கி. ‘ நீ அவங்க வீட்ல இருந்து கெழவியோட நகை பத்துப் பவுனைத் திருடி பேக்ல வெச்சிருந்த, அய்யோ பாவம்னு அட்வைஸ் பண்ணி வேலைல இருந்து நீக்கினதுக்குப் பழிவாங்க இப்படி ஒரு நாடகம் ஆடறே’ன்னு சொல்லுவோம்னு மெரட்டுவாங்க.. சென்னைல இருந்து ரெண்டு நாளைக்கு

முன்னாடிதான் எங்க பையன் வீட்டுக்கு வந்தான். கண்ணியமான எங்க பையன் மேலே அபாண்டமா பாலியல் குற்றச்சாட்டு சொல்றா இவன்னு சொல்லுவாங்க.. இது மாதிரி பலவிதங்கள்லேயும் உன்மேல பழிசொல்லி உன்னை அசிங்கப் படுத்திடுவாங்க. இந்த விஷயமெல்லாம் எங்க டிபார்ட்மென்ட் ஆளுகளே அவங்களுக்கு விவரமா சொல்லிக் கொடுப்பாங்க. வேண்டிய ஐடியா கொடுப்பாங்க.... இன்னிக்கு நாட்ல, பணமும் பதவியும் பாதாளத்தையும் தாண்டி பாயும்.''

''என்ன மேடம் நீங்களே இப்படி சொல்றீங்க? இப்படியெல்லாம்கூட நடக்குமா? போலீஸ்ல யாருக்குமே மனசாட்சி இல்லயா?''

''மனசாட்சியா? இல்ல சிஸ்டர். ஒரு காலத்துல கொஞ்சம் இருந்துச்சு. இப்ப சுத்தமா இல்லாமப் போயிடுச்சு. காக்கி சட்டையப் போடும்போதே நாங்க மனசாட்சியக் கழட்டி ஒரு ஓரமா வெச்சுடனும். இல்லேன்னா நாயைவிட கேவலமா லோல் படணும். நீங்க இதே ஊர்லதான இருக்கீங்க? ஒரு வருஷம் முன்னாடி நம்ம ஊருக்குப் பக்கத்தில நடந்த கல்லூரிப் பெண்கள் மீதான 'பாலியல் வன்கொடுமை கேஸ்' என்னாச்சு? நீங்க வாட்ஸ் அப்ல பார்த்திங்கல்ல... அய்யோ அடிக்காதீங்கண்ணான்னு ஒரு பொண்ணு கதறியழுததை? அதெல்லாம் வெறும் ட்ரெய்லர்தான். நாங்க டிபார்ட்மென்ட் ஆளுங்க எவ்வளவு பார்த்திருப்போம்? எத்தனை புள்ளைங்க? எல்லாம் சின்ன சின்ன பொண்ணுங்க... வருஷக் கணக்கா இதே வேலையா இருந்திருக்காங்க. பலவீனமான ஒரு பொண்ணை ஒருத்தன் காதல்ன்னு சொல்லி நம்ப வெச்சு எங்காவது தனிமையான எடத்துக்குக் கூட்டிட்டுப்போறது. ஏற்கனவே அவனோட நண்பர்களை அங்க வரவழைச்சு திடீர்னு வந்து ரெண்டுபேரையும் ரவுன்ட் பண்ற மாதிரி ஸீன் க்ரியேட் பண்ணி வெளிய சொல்லாம இருக்கனும்ன்னா எங்க நாலு பேருக்கும் கம்பெனி குடுன்னு மிரட்டி பணிய வைக்கிறது. நெறைய்யா

பொண்ணுங்களுக்கு விதவிதமான செக்ஸுவல் டார்ச்சர், அந்தத் ....ங்க கூப்பிடும் போதெல்லாம் போகணும். இல்லேன்னு நெட்ல வீடியோவை வெளியிட்டிருவோம்னு ப்ளேக்மெயில் பண்ணிருக்காங்க. துளிகூட பயமேயில்லாம வருஷக்கணக்கா அளவில்லாம ஆடியிருக்கானுங்க. ஏன்னா ஒரு மந்திரியோட மகன்தான் இந்தக் கேஸ்ல முக்கியாமான ஆளு. அவன் இப்ப சீன்லயே இல்ல. பல பொண்ணுங்ககிட்ட அவங்களுக்குத் தெரியாம எடுத்த வீடியோவைக்காட்டி மிரட்டிப் பணம் பிடுங்கிருக்காங்க. உண்மையிலேயே இது மாதிரி ஒரு சம்பவம் அரேபிய நாடுகள்ல நடந்திருந்தா அந்த நாயிங்க அத்தனைபேரையும் நடு ரோட்ல ஒன்னா நிறுத்தி கல்லால அடிச்சுக் கொன்னுருப்பாங்க. இல்லேன்னா பப்ளிக்ல வெச்சு அறுத்து வீசிருப்பாங்க. இங்க எஃப் ஐ ஆர் போடறதுக்குள்ளயே ஏகப்பட்ட ஊழல். டிபார்ட்மென்ட்ல இருந்த லேடீஸ் எல்லாம் பார்த்துட்டு கொதிச்சுப் போயிட்டோம் ஆனா? என்ன பண்ண முடிஞ்சது எங்களால? எத்தனை மீடியாவுல என்னவெல்லாம் பேசினாங்க? எத்தனை மாதர் அமைப்புகள்? எத்தனை தர்ணா.?. மனிதச் சங்கிலி...எத்தனை போராட்டங்கள்? எத்தனை ஆர்ப்பாட்டங்கள்?. .அறிக்கைகள்... என்ன ஆச்சு? இப்போ? புகார் கொடுத்த பொண்ணோட பேரு மீடியாவுல லீக் ஆச்சு. ஊருக்குள்ள அந்தப்பொண்ணு யாருன்னு எல்லாருக்கும் தெரிஞ்சுபோச்சு. இனி அந்தப்பொண்ணை எவன் கட்டிக்குவான்? சொல்லுங்க!. சம்பந்தப்பட்ட மற்ற பெண்களும் குடும்பத்தாரும் இதுல தங்களுக்கு தொடர்பு இருக்கறதே உலகத்துல யாருக்கும் தெரியக்கூடாதுன்னு நெனைக்க ஆரம்பிச்சுட்டாங்க. கொரோனா கலவரத்துல மக்களும் எல்லாத்தையும் மறந்துட்டாங்க. மீடியாவுக்கு ஒவ்வொரு நாளும் இதைவிட பரபரப்பான ஏராளமான ந்யூஸ்கள் புதுசு புதுசாக கிடைச்சுட்டேயிருக்கு. சமூக வலைதளங்களுக்கு வேற புது கன்டென்ட் கிடைச்சதும் இதை மறந்துட்டாங்க. எதிர்கட்சிகளுக்கு அடுத்த தேர்தலைச் சந்திக்க வேண்டிய அவசரம். இது பெரிய

தலைவலியாகும்ன்னு நெனச்சு பயந்துட்டிருந்த ஆளும்கட்சிக்கு இந்த கொரோனா சூழ்நிலை ரொம்ப சாதகமாப் போச்சு. பாதிக்கப்பட்ட பொண்ணுங்க குடும்பத்துலேயே வழக்கு சம்பந்தமா விசாரிக்க நம்ம பொண்ணுங்களைக் கூப்பிடாம இருக்கனுமே கடவுளேன்னு வேண்டிகிட்டிருக்காங்க.. மக்களுக்கு எல்லாம் மறந்துபோகும் ‘ஆறின கஞ்சி பழம் கஞ்சியாகும்’ மக்களின் மறதி அரசாங்கத்துக்கும் அதிகாரத்திற்கும் மிகப்பெரிய வசதி.. நூத்துக்கணக்கான பொண்ணுகளை ஓநாயிக மாதிரி வேட்டையாடின பொறுக்கித்...................ங்க ஜம்முன்னு கார்ல சுத்திகிட்டு இருக்கானுங்க. (சிறிது நேரம் எதுவும் பேசாமல் அமைதியாக இருந்தவர்... மீண்டும் பேசத்தொடங்கினார்.) நான் ஏன் அப்படி சொன்னேன்னு உங்க ரெண்டு பேருக்கும் இப்ப புரியும்ன்னு நெனைக்கறேன் இங்க எங்க டிபார்ட்மென்ட்லயே லேடீஸுக்கு ஏகப்பட்ட. பிரச்னை இருக்கு அதையெல்லாம் உங்ககிட்ட சொன்னா எனக்கு அசிங்கம். வெளியில சொன்னா மூஞ்சில காறித்துப்பிடுவாங்க. மல்லாந்து படுத்துகிட்டு மார்ல எச்சை துப்பற மாதிரி இருக்கும்.

‘‘மேடம் இவளுக்கு என்னைய விட்டா யாருமில்ல. எனக்கும் உங்களைத் தவிர வேறு யாரையும் தெரியாது. மேற்கொண்டு என்ன செய்யலாம்ன்னு எங்களுக்கு நீங்கதான் ஏதாவது ஒரு யோசனை சொல்லனும்....’’

‘‘சிஸ்டர் என்னைத் தப்பா எடுத்துக்கலேன்னா நான் ஒரு யோசனை சொல்றேன்...’’

‘‘மேடம் எதுக்கு மேடம் அப்படியெல்லாம் சொல்றீங்க. .எங்களுக்கு உங்களைவிட்டா வேற யாருமில்ல மேடம்.. அப்படி நெனச்சிருந்தா இங்க வந்திருக்கவே மாட்டேன் மேடம். உங்களைத்தான் மலைமாதிரி நம்பி வந்தோம்.’’

‘‘நானும் இவளை என் தங்கச்சி மாதிரி நெனச்சுதான் சொல்றேன்....சிஸ்டர். இத பாரு சுபா. அவனோட நோக்கம் எல்லாம் உன்னை யூஸ் பண்ணிக்கறதுதான். சென்னைல தானா தனியா இருந்து இஷ்டத்துக்கு ஆட்டம் போட்டிருக்கான். பொண்ணுகளுக்கு நல்லா செலவு பண்ணுவான். வாட்ஸப்ல, மெசெஞ்சர்லயெல்லாம் வீடியோ கால்ல முன்ன பின்ன தெரியாதவனுகளுக்கெல்லாம் அவுத்துக் காட்டறதுக்குன்னு தெனவெடுத்து அலையற சில கழுத முண்டைங்க ஊருக்குள்ள இருக்காளுங்க. இவனை மாதிரி அலையற நாயிகளும் என்ன நெனைக்கிறாங்கன்னா? காசை வீசியெறிஞ்சா ஊருக்குள்ள இருக்கிற எல்லாப் பொம்பளையும் நாயி மாதிரி நாக்கைத் தொங்கப்போட்டுட்டு பின்னாடியே ஓடி வருவாளுகன்னு நெனைக்கறானுக. இவனுகளுக்கெல்லாம் பொம்பளைன்னா டாய்லெட் போயிட்டு தொடச்சுப் போடற டிஷ்யூ பேப்பர் மாதிரிதான். நெறைய்யா அம்மாக்காரிங்களுக்கு தன் மகன் பார்க்க சினிமா நடிகன் மாதிரி இருக்கான் பாரு ஏகப்பட்ட புள்ளைக என் பையன் பின்னாடி அலையறாளுக என்று சொல்றதில ஒரு பெருமை. வளர்ப்பு சரியில்ல. நம்ம சினிமாவும் மீடியாவும் அதைவிடக் கேவலம். காவியக்கட்டிட்டு சாமியார் வேஷம் போட்டுட்டு ஒரு பொறுக்கித் த........... ஏகப்பட்ட பொண்ணுகளை நாசம் பண்ணினான். பக்திங்கற பேர்ல பெத்தவங்களே தங்களோட பொண்ணுகளைக் கொண்டுபோயி உட்டாங்க. அதுக்கப்புறம் விவரம் தெரிஞ்ச பிறகு அவன் மேல கம்ப்ளெயின்ட் குடுத்து அஞ்சு வருஷமா அதே பெங்களூர்லதான் அவன் இருந்தான். எந்தக் கேஸ்க்கும் அவன் கோர்ட்டுக்கோ போலீஸ் ஸ்டேஷனுக்கோ வரவே இல்ல..ஒரு சினிமா நடிகையோட அவன் ஆட்டம் போட்டதை டிவீல உலகமே ஈவனிங் ஷோவாக பார்த்துச்சு. அவன் மேல என்ன நடவடிக்கை எடுத்தாங்க?. ரெண்டு வருஷம் முன்னாடி ராத்திரி ஒரு மணிக்கு அந்த நடிகைய பெங்களூர் ஏர்போர்ட்ல நானே பார்த்தேன். அமெரிக்காவிலேர்ந்து வந்த ஃப்ளைட்ல வந்து எறங்கினவளை ஒரு

பெரிய இம்போர்ட்டட் கார்ல விஐபி லாஞ்ச்ல வந்து ரிசீவ் பண்ணிட்டுப் போறாங்க. இதையெல்லாம் பார்க்கிற இவனை மாதிரி ஆளுகளுக்கு சட்டத்துமேல துளிகூட பயமே இல்லாமப் போச்சு.

, ஏதாவது ஒரு காரணத்தை சொல்லிட்டு எவ்வளவு சீக்கிரம் முடியுமோ அவ்வளவு சீக்கிரம் அங்கிருந்து வேலைய விட்டுட்டு வெளிய வா. உன்னோட சிம் கார்டைத் தூக்கி வீசிட்டு புது நம்பர் வாங்கிக்கோ. நீயோ? நானோ? அவனோட அம்மாகிட்ட சொல்றதாலே எல்லாம் ஒன்னுமே நடக்காது. அந்தப் பொம்பளதான் செல்லம் கொடுத்து அவனை இந்த அளவுக்குக் கெடுத்து வெச்சிருக்கா. எதுவும் உரசிக்காம, பிரச்னை பண்ணிக்காம நைசா வெளிய வந்துடு. எல்லாத்தையும் மறந்துட்டு உன் வேலையப்பாரு. அதையும் மீறி அவன் உன்னோட வீடியோவை லீக் பண்ணினா பண்ணட்டும். அதைப்பத்திக் கவலைப்படாதே. நீ பயப்படறேங்கறதுதான் அவனோட பலம். ஓடற நாயைக் கண்டாத்தான் தொரத்தற நாயிக்கு எளக்காரம். முடிஞ்சா உங்கம்மாவோட நம்பரையும் மாத்திடு. இனிமே அந்த திசைக்கே ஒரு கும்பிடு போட்டுட்டு எல்லாத்தையும் மறந்துட்டு உன் வேலையப் பாரு. மத்தவங்க என்ன நெனைப்பாங்கன்னு நெனச்சு பயந்து பயந்துதான் நம்மள மாதிரி மிடில் க்ளாஸ் மக்கள் நம்ம வாழ்க்கையவே தொலைச்சிடறோம். பத்து வருசத்துக்கு முன்னாடி அப்ப ரொம்ப பிரபலமா இருந்த 'அந்த நடிகை' குளிக்கறதை திருட்டுத்தனமா படம் எடுத்து எவனோ நெட்ல போட்டுட்டான். ஃபிலிம் இண்டஸ்ட்ரீல எல்லாத்துக்கும் தெரியும். ஊரு உலகமே அந்த வீடியோவைப் பார்த்துச்சு. அந்தப்பொண்ணு எதுக்கும் அலட்டிக்கவே இல்ல. அவ பாட்டுக்கு அவ வேலையப் பார்க்கத் தொடங்கினா. இப்பவும் அவ சினிமாத்துறைல பிரபலமாத்தான் இருக்கா. போன வருஷம் ஒரு இளம் ம்யூசிக் டைரக்டர் ஒரு பொண்ணோட செக்ஸ் பண்ற வீடியோ வெளி வந்துச்சு. அவன் மயிர்லகூட அதைப்பத்தி மைண்ட் பண்ணல. துளிகூட கவலைப்படல.

இன்டெர்னெட் ஒரு சமுத்திரம். அதுல நீயும் நானும் வெறும் ஒரு சின்னத்துரும்பு. வைக்கப்போர்ல விழுந்த ஊசி. யாரு கண்ணுக்கும் படாமப் போகலாம். அப்படியே பட்டாலும் நாம அதை உள்ள போய் அழிச்சுட முடியாது. எங்கயாவது கோவிலுக்குப் போகும்போது ஆத்துல குளத்துல குளிக்கறோம், அப்ப அப்படீப்படி கொஞ்சம் துணி விலகும். சுத்தி நிக்கற எவனெல்லாம் பாக்கறான்னு பார்க்கிறோமா? அப்படித்தான் இதுவும். எல்லாமே நம்ம மைண்ட் செட் அப் தான் ம்மா. இந்த உலகத்தைப் பத்தியே கவலைப் பட்டுகிட்டிருந்தா... நீ வாழ்க்கையில் ஒரு அடிகூட எடுத்து வைக்க முடியாது. நீ அங்கிருந்து வெளிய வந்த பின்னாடியும் தொடர்ந்து உனக்கு அவன் தொந்தரவு கொடுத்து வந்தால் தயங்காமல் என்கிட்ட சொல்லு அப்ப அதுக்கு வேற மாதிரி டீல் பண்ணிக்கலாம். இப்ப எதுவும் நடக்காம அவன் மேல எந்த நடவடிக்கையும் எடுக்க முடியாது நம்மோட கேடுகெட்ட சட்டம் அப்படியிருக்குது. நீ தைரியமா இரு. உன்னோட பயம்தான் உன்னோட முதல் எதிரி, உன்னோட பலஹீனம்தான் அவனோட பலம். புரிஞ்சுதா? சரியா..?.''

சுபா அரை மனதோடு தலையை ஆட்டினாள். ஸ்வீட்டி எழுந்து நின்று அவர்களுக்கு வணக்கம் சொல்லி, நன்றி சொல்லி விடைபெற்றுக் கொண்டார். சுபாவும் அவருக்கு வணக்கம் செய்து நன்றி சொல்லிவிட்டு வெளியே வந்தாள்.

''என்னக்கா இந்த மேடம் இப்படி சொல்லிட்டாங்க? இவங்ககிட்ட வந்து சொன்னா எல்லாப் ப்ரச்னையும் தீர்ந்துடும்ன்னு நெனச்சேங்க்கா.'' என்றாள் பரிதாபமாக..

''அப்படியில்ல சுபா. ஆரம்பத்துல எனக்கும் அப்படித்தான் தோணிச்சு. எனக்கும் கோபம் வந்துச்சு. ஆனா. அவங்க சொல்றதுல லாஜிக் இருக்குப்பா. பதினஞ்சு வருஷமா டிபார்ட்மென்ட்ல இருக்காங்க. ரொம்ப நேர்மையானவங்க. மத்தவங்க செய்யற தவறுகளுக்கு ஒத்துழைக்கலேங்கற காரணத்துக்காக

பழிவாங்கப்பட்டிருக்காங்க. ட்ரீட்மென்ட்டுக்காகக் கூட கவர்ன்மென்ட் ஹாஸ்பிடலுக்குத்தான் போனாங்க. ஆனா அங்க சரியாகலேன்னுதான் நம்ம ஹாஸ்பிடலுக்கு வந்தாங்க அப்படித்தான் எனக்குப் பழக்கம். நல்ல மனுஷி. அவர் சொல்றதைக் கேக்கறதுதான் உனக்கு நல்லது நாளைக்கே கௌரியம்மாவிடம் சொல்லிடு. வீட்ல அம்மாவுக்கு ரொம்ப முடியல. கர்ப்பப்பைல புண்ணாகிடுச்சு. ஒரு வேலையும் செய்யக்கூடாதுன்னு டாக்டர் சொல்லிட்டாரு. நான் ரெண்டு மாசம் கூட இருந்து கவனிச்சாத்தான் சரியாகும் நல்லான பின்னாடி நானே வர்றேன்னு சொல்லிட்டு சத்தமில்லாம வந்துடு. நீ சொன்ன பின்னாடி நானும் போன் பண்ணி சொல்றேன். வேற எதையும் அந்தம்மாகிட்ட மூச்சு விட வேண்டாம். அந்தப் பொறுக்கி மறுபடியும் ஏதாவது மிரட்டினாலும் இல்ல பயமுறுத்தினாலும் நீ எதுக்கும் பதில் சொல்லாத. எந்த ரியாக்ஷனும் காட்டாத. இப்பவும் வீட்ல போயி அம்மாகிட்ட எதுவும் சொல்லாத அவங்க கலவரமாகிடுவாங்க. ''

''சரிங்கக்கா நான் கிளம்பறேன்...''

''சுபா இத பாரு இத்தனை நாள் உங்கிட்ட சொல்லாத ஒரு விஷயம் ஒன்னு சொல்றேன். நம்ம ஹாஸ்பிடல்ல எனக்கு இவ்வளவு பொறுப்பும் உரிமையும் குடுத்திருக்காங்கன்னு எரிச்சல்ல ஒரு காலத்துல என்னைப் பத்தியும் சில பேரு தப்பாப் பேசுனாங்கன்னு என் காதுக்கு வந்துச்சு. நம்ம டாக்டர் என்னை கீப்பா வெச்சிருக்காருன்னு பேசினாங்க. மொத தடவை என் காதுக்கு வந்தப்போ நான் ரொம்ப நொந்து போயிட்டேன். ஒரு பொம்பளை தனியா கண்ணியமா வாழவே முடியாதா?ன்னு நெனச்சு தனியா உக்காந்து அழுதேன். டாக்டரிடமும் டாக்டரம்மாவிடமும் நேரடியாக சொல்லி நான் வேலையிலிருந்து நின்று கொள்கிறேன்னு சொல்லி அழுதேன். அதற்கு 'நீங்க இங்கிருந்து போயிட்டா பேசறவங்களுக்கு இன்னும் சந்தோஷமா இருக்கும். பாரு உண்மை தெரிஞ்சு

போச்சுன்னு பயந்து ஓடிப்போயிட்டான்னு சொல்லுவாங்க. தெருவில போகும்போது எத்தனையோ சொரி நாய்கள் நம்மைப் பார்த்துக் குரைப்பதில்லையா? இதுபோன்ற பேச்சுகளுக்கு அந்த அளவுக்கு முக்கியத்துவம் கொடுத்தால் போதும்'ன்னு ரெண்டுபேரும் சமாதானம் சொன்னாங்க. பொறுமையா யோசிச்சுப் பார்த்தப்ப எனக்கும் அதுதான் சரின்னு பட்டுச்சு. அதன்பிறகு யார் என்ன பேசறாங்கன்னு நான் காது கொடுப்பதுமில்ல, கவலைப்படறதுமில்ல. நான் சொன்னதெல்லாம் நெனைவில வெச்சுக்க. ஏதாவது பிரச்னைன்னா ஒடனே எனக்கு கூப்பிடு.''

எந்தத் தெளிவும் இல்லாமல் எந்த முடிவுக்கும் வர முடியாமல். வழக்கம் போல அன்று மாலை வேலைக்குப் போனாள். போன உடனேயே கௌரியம்மாள்

''சுபா இனிமே நீ வீட்டுக்குப் போனா சண்டே மார்னிங் போயிட்டு ஈவனிங் வந்துடு. நீயில்லேன்னா நைட்டு அம்மாவால தனியா மேனேஜ் பண்ண முடியல,'' என்றார்.

''மேடம், அங்க......வீட்ல அம்மாவுக்கு ஒடம்பு சரியில்ல.. யூட்டரஸ்ல சிவியர் இன்ஃபெக்ஷன்னு. எந்த.....வேலையும் செய்ய முடியலயாம். டாக்டர் கண்டிப்பா....ரெண்டு மாசம் ரெஸ்ட்.....எடுக்கனும்ன்னு சொல்லியிருக்காங்க.. ரெண்டு மாசம் மட்டும் யாராவது ஒருத்தற வெச்சு மேனேஜ் பண்ணிக்கோங்க மேடம். அப்பறம் நானே வந்துடறேன்....'' இதையே மிகவும் தயங்கித் தயங்கித்தான் சொன்னாள்

கேட்ட அடுத்த நொடியில் அந்தம்மாவின் முகம் சுருங்கிவிட்டது.

''நீ எப்ப வீட்டுக்குப் போயிட்டு வந்தாலும் திரும்பி வந்ததும் ஏதாவது கோளாறு பண்றே. இங்க யாரு உன்னைக் கடிச்சுத் திங்கறாங்க. தேவையில்லாம ஏன் ஏதாவது பிரச்னை பண்றே?' என்று சலித்துக் கொண்டார்.

உங்க மகன்தான் என்னைக் கடித்துக் குதறிவிடுவானோ என்று பயம்மாக இருக்கிறது என்று சொல்ல வேண்டும்போல இருந்தது. ஆனால், லதா மேடமும், அக்காவும் சொன்ன எச்சரிக்கை நினைவுக்கு வந்தது.

"அப்படியெல்லாம் ஒன்னும் இல்ல மேடம். அம்மாவோட ஹெல்த் எப்பவுமே ரொம்ப மோசம். அதுனாலதான் அப்பா போன பின்னாடிகூட அவங்க வேலைக்குப் போறேன்னு சொன்னப்ப வேண்டாம்ன்னு சொல்லிட்டு நான் படிக்கறதை விட்டுட்டு வேலைக்கு வந்தேன். அவங்களுக்கு நல்லா ஆன ஒடனே நானே வந்துடறேன் மேடம்...."

அவளது எந்த சமாதானமும் அவருக்குப் பிடிக்கவில்லை என்பது தெளிவாகத் தெரிந்தது. சமையல்காரம்மா சொன்னது நினைவுக்கு வந்தது. தன் காரியத்தில் ஏதாவது இடைஞ்சல் என்று வரும்போதுதான் அம்மாவின் சுயரூபம் தெரியும்..என்று. சுபா பதிலுக்காக அவரது முகத்தையே பார்த்துக் கொண்டிருந்தாள்.

"பார்க்கலாம், அப்படி நின்ன நெலைல திடீர்னு விட்டுட்டுப் போக முடியுமா? நான் வேற ஏதாவது ஏற்பாடு பண்ற வரைக்கும் இருந்துதான் ஆகணும்.. " என்று வெடுக்கென்று சொல்லிவிட்டு வெளியே போனார்.

கௌரியம்மாவின் தனி நிறம் இப்போது பளிச்சென்று தெரிந்தது.

அடுத்த நாள் மதியம் ஒரு மணிக்கு வழக்கத்திற்கு மாறாக கௌரியம்மாள் அறைக்கு வந்தார்கள். பாட்டியம்மாவிடம் பேசிக் கொண்டிருந்தார். சுபாவிடம் தனியே இதுபற்றிப் பேசுவதற்கு விருப்பமில்லாததால் அவளுக்கும் தெரியவேண்டும் என்பதற்காகவே வழக்கத்தைவிட கொஞ்சம் உரத்த குரலிலேயே பேசிக் கொண்டிருந்தார். கரூரிலுள்ள அவரது மாமனாரின் உடல்

நிலை மிகவும் கவலைக்கிடமாக இருப்பதாகவும். அவரது கணவரின் தங்கை ஃபோன் பண்ணினாளென்றும், இன்று இரவு வரைகூடத் தாங்காது என்றும் இன்னும் அரைமணி நேரத்தில் அவரும் அவரது கணவரும் புறப்படுவதாகவும் அங்கே சென்ற பிறகுதான் என்ன நிலவரம் என்று சொல்ல முடியும் என்றும் நாளை காலை போன் பண்ணுகிறேன் என்றும் சொல்லிவிட்டு சுபாவிடம்

''மாமனார் சீரியஸ்னு தகவல் வந்திருக்கு நானும் ஐயாவும் கரூர் போகிறோம்.... எப்ப திரும்பி வருவோம்ன்னு சொல்ல முடியாது ஒன்றிரண்டு நாளாகலாம். லட்சுமியம்மாளிடம் சொல்லிட்டேன். ஏதாவது எமெர்ஜென்ஸி என்றால் தம்பி இருக்காரு. நாளைக்கு காலைல நான் ஃபோன் பன்றேன். அம்மாவை பத்திரமாப் பாத்துக்கோ...'' அவர் சொன்ன எல்லா விஷயங்களைவிட அவரும் அவரது கணவரும் வீட்டில் இருக்க மாட்டார்கள் அவரது மகன் மட்டும்தான் இருப்பான் என்று சொன்னதுதான் அவளுக்கு 'திக்' கென்று இருந்தது.

மாலை ஆறு மணிக்கு அவன் அறைக்கு. வந்தான். பாட்டியின் படுக்கையில் போய் உட்கார்ந்தவன் பாட்டியுடன் மிக பாசமாக ஏதோ பேசிக் கொண்டிருந்தான். அவன் உள்ளே வந்ததுமே சுபா எழுந்து மெதுவாக வெளியே நழுவினாள். அவன் எதையும் கண்டு கொள்ளாமல் அவள் பக்கம் திரும்பிக்கூட பார்க்காமல் சற்று நேரத்தில் கிளம்பினான். சற்றுத் தள்ளி நின்றுகொண்டிருந்தவள் அவன் தலை மறைந்த பிறகே அறைக்கு வந்தாள்.. என்ன ஆச்சு? ஒரு வேளை லதா மேடம் ஃபோன் பண்ணி ஏதாவது வார்னிங் குடுத்திருப்பாங்களோ? அன்னிக்கு சந்திச்சப்ப இவனோட நம்பர் வாங்கி எழுதி வெச்சாங்களே.

எப்படியோ இன்று வீட்டிலும் யாருமில்லாத நேரத்தில் இவனது தொல்லை இல்லாமலிருந்தால் நல்லதென்று நினைத்துக் கொண்டாள். பகலில் தூங்கிவிட்டால் இரவில் சரியாக தூக்கம்

வருவதில்லையென்று சொல்லி அன்று மதியம் பாட்டி தூங்கவில்லை. டிவியில் கறுப்புவெள்ளைப் படங்களைப் போட்டுப் பார்த்துக் கொண்டும் அவரது பழைய கதைகளை சுபாவிடம் சொல்லிக் கொண்டும் ஏதேதோ பேசிக் கொண்டிருந்தார். சுபாவின் துக்கம் நிறைந்த பகல் பொழுதுகளும், தூக்கமில்லா இரவுகளும் கொரோனாவை விடக் கொடுமையான அச்சம் தருவதாக இருந்தன.

சமையல்கார அம்மா ஏழு மணிக்கெல்லாம் கிளம்பிப் போயிட்டாங்க. பகல் தூங்காத காரணத்தால் பாட்டியம்மாவும் ஒன்பது மணிக்கெல்லாம் மாத்திரையை போட்டுக்கொண்டு குறட்டைவிட ஆரம்பித்தார்கள். இந்த ஒரு வாரமாக இருந்த மன உளைச்சல், அச்சம், குழப்பம், வேதனை எல்லாமே கொஞ்சம் குறைந்ததுபோலத் தோன்றியது சுபாவுக்கு. அவன் மதியம் எதுவும் பேசாமல், அவளை சீண்டாமல் போனது வீட்டில் யாருமில்லையென்பதைக் காரணம்காட்டி அவளைத் துன்புறுத்தாமலிருப்பது எல்லாமே நல்ல சகுனமாகத் தெரிந்தது அவளுக்கு. மணி ஒன்பதரை ஆன போது விளக்கை அணைத்துவிட்டு படுத்தாள். அடுத்த இரண்டு நிமிடங்களில் மெசேஜ் வந்தது. பார்க்கலாமா? வேண்டாமா? என்ற குழப்பத்தில் சில நிமிடங்கள் கடந்து போனது. சரி என்னதான் என்று பார்க்கலாம் என முடிவு செய்து பார்த்தாள். அவள் கண்களை அவளாலேயே நம்பவே முடியவில்லை.

''ஐ யாம் சாரி சுபா. உன்னை ரொம்ப தொந்தரவு பண்ணிட்டேன்னு நெனைக்கிறேன். என் வீட்டில் நான் ஒரே பையன்தானே. அக்கா தங்கச்சின்னு யாரும்மில்ல அல்லவா? அதனால்தான் பெண்களோடு எப்படி பழகுவதென்பது எனக்குத் தெரியாமல்ப் போனது. சென்னையில் நான் பார்த்த பெண்களெல்லாம் என் பணத்திற்காகவும், ஒடம்பு சுகத்திற்காகவும் என்னிடம் வலிய வந்தவர்கள். அந்த அனுபவம் எந்தப்

பெண்ணையும் என் பணத்தால் வாங்கிவிட முடியும் என்று நான் நினைத்துக் கொண்டேன். அது தவறு என்று நீ எனக்கு உணர்த்திவிட்டாய். ஐயாம் சாரி. உன்னை எடுத்த வீடியோவை நான் டெலிட் பண்ணிட்டேன். என் மேல உனக்கு நம்பிக்கை இருந்தால் ஒரு அஞ்சு நிமிஷம் மட்டும் வா. உனக்கு பயமாக இருந்தால் வேண்டாம். நான் உன்னை வற்புறுத்த மாட்டேன். நோ ப்ராப்ளம். நான் உன்னைத் துன்புறுத்தியதற்காக உன்னிடம் நேரில் மன்னிப்புக் கேட்க நினைத்தேன் வேற ஒன்றுமில்லை. உன்கிட்ட முரட்டுத்தனமாக நடந்து கொண்டதற்காக 'ஐயாம் சாரி சுபா'.

சுபாவுக்கு ஒன்றுமே புரியவில்லை. நெஜம்மாவே அவன் திருந்திட்டானா?. இவ்வளவு சீக்கிரம் அவன் இப்படி மனம் மாறுவான், திருந்துவான் என்று எதிர்பார்க்கவில்லை. அவனும் மனிதன்தானே! தான் கும்பிட்ட கடவுள்கள் எல்லாம்தான் அவனுக்கு நல்ல புத்தியைக் கொடுத்திருக்க வேண்டும் என்று நினைத்துக் கொண்டாள். அதற்காக இந்த நேரத்தில் அவனை நம்பி அவனது அறைக்குப் போக வேண்டுமா? என்கிற தயக்கம் வந்தது. இல்லை அவன் மனம் மாறியதை உறுதிபடுத்திக் கொள்ளலாம் என்கிற குருட்டு தைரியத்தில் சப்தமில்லாமல் கதவை மெதுவாக சாத்திவிட்டு சமையலறைக்குப் பின்புறமிருந்து மேலே இரண்டாவது மாடியிலுள்ள அவனது அறைக்குப் போனாள். பத்து நாட்களாக அவளது மனதை அறுத்துக் கொண்டிருந்த ஒரு பிரச்னைக்குத் தீர்வு கிடைத்ததே என்கிற மகிழ்ச்சியில் அந்த வெள்ளை உள்ளத்திற்கு வேறு எதுவும் வித்தியாசமாகத் தோன்றவேயில்லை.

அறைக்குள் ஒரு விளக்கு மட்டும் எரிந்து கொண்டிருந்தது. கதவு லேசாகத் திறந்திருந்தது. வெளியில் நின்றுகொண்டு சுபா மெதுவாகக் கதவைத் தட்டினாள். ராஜேஷ் வந்து கதவைத் திறந்தான். மலர்ந்த முகத்துடன்.

''அட..! நான் எக்ஸ்பெக்ட் பண்ணவே இல்ல. ப்ளீஸ் கம் இன்'' என்றான்.

''இல்ல சார். நான் உள்ள வரல. உங்க மொபைல்ல இருந்ததை மட்டும் என் கண் முன்னாடியே டெலிட் பண்ணிட்டீங்கன்னா எனக்கு அது போதும் சார்.''

''இவ்வளவு தூரம் வந்த உனக்கு என் மேல நம்பிக்கை இல்லையா? ஒரே நிமிஷம் உள்ள வந்து என் ரூம் எப்படியிருக்குன்னு பார்க்கக் கூடாதா? செரி உனக்கு என் மேல இன்னும் நம்பிக்கை வரல போல... ஓகே.. இப்ப ஹேப்பிதான?'

''எனக்கு இது போதும் சார் '' என்று சொல்லிக்கொண்டிருக்கும் போதே அவள் நின்று கொண்டிருந்த அந்த சின்ன அறைக்குப் பின்புறமிருந்த பெரிய அறையிலிருந்து வெளிவந்த இன்னொரு இளைஞன்...

''எக்ஸ்க்யூஸ்மீ'' என்று சொல்லிக்கொண்டு வாயில் ஒரு சிகரெட்டும் கையில் ஒரு லைட்டருமாக நக்கலாகச் சிரித்தபடி அவள்மீது உரசியபடி அவளைக்கடந்து அறைக்கு வெளியே சென்றான். அவனைத் தவிர்ப்பதற்காக சற்று உள்ளே நகர்ந்தாள் அப்போதுதான் உள்ளே இன்னொருவனும் படுக்கையில் உட்கார்ந்திருந்ததைப் பார்த்தாள். சுபாவின் தலைக்குள் சட்டென மின்னல் வெட்டித் தெரிப்பது போலத் தோன்றியது. இது என்ன இங்கு வேறு ஒருவனும் இருக்கிறானே என்று குழம்பியபடி.....

''நான் போறேன் சார். பாட்டி முழிச்சுக்குவாங்க..'' என்று சொல்லி வெளியேற முயன்ற அடுத்தநொடி வெளியிலிருந்து அந்தக்கதவு சாத்தப்பட்டது. வகையாக வந்து மாட்டிக் கொண்டோமோ என்கிற கிலியில் அவளது கால்கள் நடுங்கத் தொடங்கின. இரையெடுக்கத் தரையிறங்கிய புறாவின் கால்கள் வலைக்குள் சிக்கிக் கொண்டது போன்ற இனம்புரியாத அதிர்ச்சியில் இதயம் படபடக்க நின்றாள். இங்கு என்ன நடக்கப்போகிறது என்று சிந்திக்கிற சக்தியைக்கூட இழந்த அவள் உணர்ச்சிகளெல்லாம் வற்றிப்போய் பட்டமரம் போல சுவரோடு சுவராக ஒடுங்கிப் போய் நின்று கொண்டிருந்தாள்.

''சுபா! இங்க வந்து உக்காரு'' என்று அறைக்குள் இருந்த ஒரு சோஃபாவைக் காட்டினான் ராஜேஷ். அப்போது வெளியில் கதவைச் சாத்தினவன் கதவைத் திறந்துகொண்டு உள்ளே வந்தவன், மீண்டும் கதவைத்தாளிட்டுவிட்டு அறைக்குள் போட்டிருந்த மிகப்பெரிய கட்டிலை நோக்கி நடந்தபடியே ராஜேஷைப் பார்த்து..

''மாப்பள நம்ம மச்சான் நரேனை நாமெல்லாம் செல்லமா... நரின்னு கூப்பிடறது எவ்வளவு கரக்ட்டுன்னு இன்னிக்குதாண்டா ப்ரூஃப் ஆச்சு..''

அப்போதுதான் கவனித்தாள் அந்த அறையின் கட்டிலில் இருந்த அவன்தான் திட்டம் போட்டுக் கொடுத்தவன் போல

''தீனா நான் ஸ்கெட்ச் போட்டா அது எப்பவுமே பர்ஃபெக்ட்டா வொர்க்கவட் ஆகும்டா.... இது மாதிரி பூனக்குட்டிகளையெல்லாம் மிரட்டினா வேலைக்காகாது, சென்டிமென்ட்லதான் அடிக்கணும். எத்தன புள்ளைகளை கரக்ட் பன்னீருக்கன் நானு...'' சொல்லிவிட்டு ராஜேஷைப் பார்த்து மாப்பள நாந்தான ஸ்கெட்ச் போட்டு குடுத்தேன்? அதனால் செகன்ட் சேன்ஸ் எனக்கு. நீ தல. அதனால நீதான் ஃபஸ்ட்டு, நான் செகென்ட், தீனா தேர்ட்.. செரியா? '' என்றான்.

'டேய் நரீ...டீவில அந்த 'ட்ரிபுள் எக்ஸ் க்ரூப்' படத்தைப் போடுறா.. படம் பார்த்தாத்தான் பாப்பாக்கு நல்லா மூட் வரும் நம்ம மூனுபேரை எப்படி சமாளிக்கறதுன்னு டெக்னிக்கும் தெரியும். புதுசல்ல.. பாவம்.'' என்றான் ராஜேஷ்...

உடனே படுக்கையிலிருந்து எழுந்தவன் டீப்பாயின் மீது வைக்கப்பட்டிருந்த கண்ணாடி டம்ளரிலிருந்த மதுவை எடுத்து கடகடவெனக் குடித்துவிட்டு தனது நைட் பேன்ட்டின் பாக்கெட்டிலிருந்து ஒரு 'பென் ட்ரைவை' எடுத்து சுவர் முழுவதும் பரவியிருந்த அந்தப் பெரிய டீவியின் பின்புறம் சொருகிவிட்டு ரிமோட்டைத் தடவத் தொடங்கினான். அடுத்த நிமிடம் அந்தத்

திரையில் பல ஆண்களும் ஒரு பெண்ணும் உடம்பில் ஒட்டுத் துணியில்லாமல் நிர்வாணமாக படுக்கையில் புரண்டு கொண்டிருந்தார்கள். அருவெறுப்பால் தலையைக் குனிந்து முழங்கால்களுக்கிடையே முகத்தைப் புதைத்துக் கொண்டு பரிதாபமாக அழ ஆரம்பித்தாள். கூ....கூவென்று அலங்கோலமாக உடைந்துபோன குரலில் நடுங்கிக் கொண்டே அழுதாள்.

தீனா என்கிற தடியன் ராஜேஷிடம் டீல் பேசுகிறான். மாப்ள இவ ரொம்ப அழுது ரகளை பன்றா... நமக்கு ஒத்து வராது. நமக்கு நல்லா இன்ட்ரஸ்ட்டா கம்பெனி குடுத்தாதான் புடிக்கும் இது சனியன் ஊழு ஊழுன்னு ஒப்பாரி வெச்சுகிட்டு... ஒன்னு பண்ணு நீயும் நரியும் மொதல்ல போடுங்க நான் இந்த சோஃபாவில உக்காந்து ‘லைவ் ஷோ’ பாக்கறேன் அதுக்கப்புறம் எனக்கு மூட் வந்தா நான் மூனாவதா போட்டுக்குறேன்.

அதற்கு நரி.... ‘‘மச்சான் நம்ம தடியன் தீனா கொரானா டைம்ல காஞ்சுபோயி, மெசஞ்சர்லயும், ஆன்லைன்லயும் ஆன்ட்டீசையும். பொண்ணுகளையும் கரக்ட் பண்ணி வீடியொ கால்லயே எல்லாத்தையும் பார்த்தே முடிச்சிகிறான். அதுனாலதான் நாம பண்றதை லைவ் ஷோ பார்க்கறேங்கறான். என்று சொல்லி சத்தமாக சிரித்தான்

உயரமாக இருந்த தீனா என்கிற தடியன் தான் அணிந்திருந்த பேன்ட்டை உருவி ஒரு சேரின் மீது வீசிவிட்டு உள்ளாடை மட்டும் அணிந்துகொண்டு ஒரு சோஃபாவில் கால்களைப் பரப்பிக் கொண்டு ஆபாசமாக உட்கார்ந்தபடி குடிக்க ஆரம்பித்தான். காலி டம்ளரை டீப்பாயின் மீது வைத்துவிட்டு..

‘‘இத பாரு.. நீ ரொம்ம்ம்ப்ப்ப்ப சின்னப் பொண்ணு. ஃபஸ்ட் எக்ஸ்பீரியன்ஸ் வேற அதுனால பக்குவமா கோவாபரேட் பண்ணினா நாம நாலுபேரும் செம ஜாலியா இருக்கலாம். சும்மா அழுது ஆர்ப்பாட்டம் பண்ணினா அப்பறம் அடி வாங்குவே. ஏன்டா

மாப்ளை கூர்க்ல அந்த ஆரன்ஞ் கவுன்ட்டின்னு ஒரு ரெசார்ட்ல போட்டமல்ல ஒருத்திய...' டூ...யூ... ரிமம்பர்?'

ராஜேஷ் கண்களை மூடி லயித்துப் போய் ''அவளை மறக்க முடியுமாடா? அவ மாதிரி செம கம்பெனி குடுக்கற ஒரு ஃபிகரை நான் லைஃபுல பாத்ததேயில்லடா....''

குறுக்கே புகுந்த தீனா...'' ஏண்டா நரி.. அந்த ட்ரிப்ல நீயும் வந்தையாடா?''

''கே..................... உனக்கு மப்பு ஏறுனாவே எல்லாம் மறந்து போயிடும் என்னோட இன்னோவலதானடா போனோம்.... நாந்தான்டா ட்ரைவ் பண்ணினேன். நீயெங்க அவளைப் போடு போடுன்னு போட்டு ரெண்டு நாள்ல ஒரு வழியாக்கிட்டியே...''

தந்திரம் மிகுந்த ஓநாய் ஒன்று சாமர்த்தியமாக ஒரு ஆட்டுக்குட்டியை சிறைபிடித்து அதைக் குதறித் தின்பதற்கு காத்திருப்பது போலவும். அதன் எச்சங்களை மிச்சங்களை நக்கித் தின்பதற்காக இரண்டு புறமும் ஆபாசமாகப் பல்லைக்காட்டிக்கொண்டு இளித்தபடி இரண்டுபுறமும் காத்திருக்கும் கழுதைப்புலிகள் போலவும், அந்தப் பாவப்பட்ட ஜீவனைச் சூழ்ந்துகொண்டு ஆபாசமான பேச்சுக்களாலும் அசிங்கமான அங்க சேஷ்டைகளாலும் அவளது உணர்வுகளைக் கொஞ்சம் கொஞ்சமாக சிதைத்துக் கொண்டிருந்தனர்.. மூன்று மிருகங்களும் குடித்துவிட்டு போதையேறிய தன் மறதியில் கொஞ்சமும் கூச்ச நாச்சமில்லாமல் தரமற்ற ஆபாச வசனங்களை அள்ளி இரைத்தனர். இரண்டு காதுகளையும் பொத்திக்கொண்டு குறுகிப் போய் உட்கார்ந்திருந்தபோதும் அந்த சொற்கள் அவளது உள்ளின் உள்ளில் கூரான ஊசிகள் கொண்டு குத்திக் கொண்டேயிருப்பதைப் போன்ற நரக வேதனையை அனுபவித்தாள். இந்த கும்மாளத்தின் இடையிடையே திரையில் வழிந்தோடிய ஆபாசக்காட்சிகளை ரசித்து சிரித்து அருவருப்பான வர்ணனைகளைச் சொல்லி உலகில்

இவர்களைவிட வக்கிரம்பிடித்த மிருகங்கள் யாருமே இருக்க மாட்டார்களோ என்று காட்டிக் கொண்டிருந்தார்கள்.

அருவெறுப்பாலும், வெறுப்பாலும், பயத்தாலும் ஆற்றாமையாலும் எதுவுமே செய்ய முடியாமல் இந்த நரகக்குழியிலிருந்து மீளும் வழியும் தெரியாமல் கால்களெல்லாம் சில்லிட்டுப் போய் குளிரால் முதுகுத்தண்டு உதறத் தொடங்கியது. உடம்பு சில்லிட்டுப் போனது. ஏற்கனவே சிறிய உருவம் கொண்ட அவள் அவமானத்தாலும், அச்சத்தாலும் கூனிக் குறுகிப்போய், சுண்டி சுருங்கிபோய் தலையை முழங்கால்களுக்குள் புதைத்துக் கொண்டு ஒரு பழைய துணிமூட்டைபோல தரையில் உட்கார்ந்து கிடந்தாள். அப்படியும் திரையில் ஓடிக் கொண்டிருந்த படத்திலிருந்து வக்கிரமான முக்கல்களும் முனகல்களும் கேட்டு அருவெறுப்பால் அவளுக்கு வயிற்றை புரட்டியது. வாந்தி வருவதுபோல இருந்தது. ஒருமுறை அவளை அறியால் ‘ஓ......ய்’ என்று ஓங்காரித்துவிட்டாள். உடனே நரி எழுந்து அவனது நைட் பேன்ட்டைக்கழற்றி அங்கிருந்த சோஃபாவின் மேல் வீசிவிட்டு ஒரு சின்ன உள்ளாடையுடன் அவளெதிரில் வந்து நின்றுகொண்டு... ‘‘ஹல்லோ சத்தம் கேட்டதுக்கே ஓ...ய் ஓ..ய்ன்னா எப்புடி? படத்த நல்லாப் பாத்துக்கோ.. அந்தப்புள்ள பன்ற மாதிரியெல்லாம் நீயும் பண்ணனும் தெரிஞ்சுதா?’’

நரி ராஜேஷிடம் மச்சான்... ஆனாலும் இவ பயங்கரமான அழுத்தக்காரிடா என்றான். அந்த வார்த்தைகள்....ஏராளமான மதுவை குடித்துவிட்டு அரை நிர்வாணத்தில் மலைப்பாம்புபோல சோஃபாவில நெளிந்துகொண்டிருந்த தீனா என்கிற தடியனின் வெறிக்கு சவால் விடுவதுபோல் போலிருந்தது. தள்ளாடியபடி எழுந்தவன் நேராக சுபாவின் அருகில் வந்து சட்டென அவள் மீது பாய்ந்து வலுக்கட்டாயமாக அவளை அணைத்தான். பயங்கரமாக ஷாக் அடித்ததுபோல துடித்து எழ முயற்சித்த அவளை சுவரோடு சேர்த்து அமுக்கி முத்தமிட முயன்றான். திமிறிக் கொண்டு உரத்த

குரலில் அலற ஆரம்பித்த சுபாவின் கன்னத்தில் பளீரென அறைந்தான். அந்தசிறுமி அதிர்ச்சியிலும் வலியிலும் துடித்து அப்படியே கீழே விழுந்து கதறினாள்.

மற்ற இருவரும் ''டேய் தீனா செத்துக் கித்து போயறப்போறாடா.. அடிக்காதடா.... உட்றா'' என்றனர்.

எப்படியோ சமாளித்து எழுந்து நின்றவள் இரண்டு கைகளையும் கூப்பி பரிதாபமாகக் கெஞ்சி முறையிட்டாள். ''சார்... என்னை உட்ருங்க சார்....ப்ளீஸ் சார். நீங்க நெனைக்கற மாதிரி பொண்ணு இல்ல சார். நானு.. இதெல்லாம் என்னால ஏத்துக்க முடியாது சார். கடவுள் உங்களை சும்மா விட மாட்டாரு சார், சார் ப்ளீஸ் சார். உங்க கால்ல உழுந்து கேக்கறன் சார் என்னைய ஏதாவது பண்ணுனீங்கன்னா நான் செத்துருவன் சார். உங்களைக் கையெடுத்துக் கும்படறேன் என்னை விட்ருங்க சார். இங்க நடந்ததை நான் யாருகிட்டயும் சொல்ல மாட்டன் சார். இது எங்கம்மாவுக்குத் தெரிஞ்சா எங்கம்மா தூக்குல தொங்கிருவாங்க சார். ஒரு குடும்பமே அழிஞ்சு போயிடும் சார்...''

நரி குறுக்கே புகுந்தான். ''ஏய்ய்ய்....! ச்சே.. சும்மாயிரு .. சத்தம் போட்டின்னா மூனுபேரும் ஒண்ணா மேல ஏறிடுவோம் தெரிஞ்சுதா?...சரி நான் ஒரு டீல் சொல்றேன். ஏய் இந்த பாரு.. நானும் தீனாவும் உன்னைத் தொட மாட்டோம் ஒன்னும் செய்ய மாட்டோம் நாங்க ரெண்டு பேரும் அந்த சோஃபாவில அமைதியா உக்காந்துக்குவோம். நீ மச்சான் ராஜேஷுக்கு மட்டும் நல்லா நீட்டா அதா ஸ்க்ரீன்ல அந்தப்புள்ளை பண்ற மாதிரி அழகா கம்பெனி குடுப்பியாமா... நாங்க ரெண்டுபேரும் லைவ் ஷோ மட்டும் பாத்துக்கிறோம்.. செரியா? என்னடா தீனா உனக்கு ஓகேதாண்டா?'' என்று சொல்லிக்கொண்டு ஆபாசமாக தனது உள்ளாடையை தடவிக் கொண்டு கால்களை விரித்துவைத்துக் கொண்டு இன்னொரு சோஃபாவில் வக்கிரமாக உட்கார்ந்தான்.

''எனக்கு ஓகே தாண்டா... நம்ம மச்சான் ராஜேஷ் ஆசைப்பட்டுட்டான். அவன் ஹேப்பியா இருந்தா செரி. சட்டுபுட்டுன்னு முடிச்சிட்டு அழகா சத்தமில்லாமப் போயித் தூங்குவியாமா? இங்க நடந்ததை நாங்களும் யாருகிட்டயும் சொல்ல மாட்டம். நீயும் சொல்லக்கூடாது. நீ சொல்ல மாட்டேன்னு எனக்குத்தெரியும்..''.

இந்த அசிங்கங்களையும் ஆபாச வார்த்தைகளையும் கேட்கக்கேட்க அவளுக்கு கொஞ்சம் கொஞ்சமாக பயம் விலகி உடம்பில் வெறியேறத் தொடங்கியது. கையில் ஏதாவது கிடைத்தால் இந்த மூன்றுபேரையும் நார் நாராகக் கிழித்தெறிந்துவிட்டு தப்பித்து ஓடிவிட வேண்டும் என்று தோன்றியது. அவர்கள் குரல்வளையைக் கடித்துக் குதறியெறிய வேண்டும்போல இருந்தது.

இதுவரையில் அமைதியாக இருந்த ராஜேஷ் ''ஏய்.. இத பாரு நான் உன்னை ஒன்னும் பண்ண மாட்டேன் இன்னிக்கு ஒரே ஒரு நாள் மரியாதையா எனக்கு கம்பெனி குடுத்துட்டுப் போயிட்டேயிரு. உனக்கு என்ன வேனுமின்னாலும் நான் தர்றேன். போ போயி பாத்ரூம்ல போயி நல்லா குளிச்சிட்டு வா..'' என்றான்.

இதைக் கேட்டுக் கொண்டிருந்த நரி. கெக்கெகேயென்று சிரித்துக் கொண்டு ''ஆமாம்மா... ஏன் தெரியுமா உன்னை, நம்ம மச்சான் குளிக்கச் சொல்றான்? அவன் பயங்கர ரசிகன் உன்னோட ஒடம்பு முழுக்க நல்லா நக்கு நக்குன்னு நக்கி முத்தம் குடுத்துக் கொண்டாடிருவான் பாரு அதுக்குத்தான். உன்னைக் குளிக்கச் சொல்றான்...செரி செரி போ''

எல்லாவற்றையும் கேட்டுக்கொண்டிருந்த சுபா ஒரு முடிவுக்கு வந்தவளாக. மெல்ல பாத்ரூமிற்குள் நுழையப் போனாள். ஒரு வழியாக டீல் முடிந்த சந்தோஷத்தில் தீனா கதவைத் திறந்து வைத்துக்கொண்டு வெளியில் போய் மொட்டை மாடியில் நின்று ஒரு சிகரெட்டைப் பற்ற வைத்தான். பாத்ரூம் கதவை சாத்திவிட்டு

வென்டிலேடர் வழியாக தப்பமுடியுமா? என்று யோசனை செய்த நேரத்தில்.. நரி.... ''ஏய் கதவை சாத்தாமக் குளி நாங்க பாக்கணும் இல்லயா? என்றான். இதை கவனித்த சுபா சடாரென்று பாத்ரூம் கதவைத் திறந்துகொண்டு அறைக்கு வெளியே வந்தவள். திறந்திருந்த வெளிக்கதவை நோக்கி மின்னல்போல பாய்ந்து ஓடினாள் எப்படியாவது கீழே இறங்கி ஓடிப்போய் அறைக்குள் போய் கதவைத் தாழ்ப்பாள் போட்டுக்கொண்டு லதா மேடத்திற்கு போன் போட்டுச் சொல்வோம். என்று முடிவு செய்தாள். அத்தனை நேரம் அவமானத்தாலும் அச்சத்தாலும் உயிரற்ற சவம் போல சுருண்டு கிடந்தவள் தன்மானத்தாலும் ரோஷத்தாலும் சட்டென புத்துயிர் பெற்றவள் போல ஓடினாள். இருட்டாக இருந்த காரணத்தாலும், பதற்றத்தாலும் கீழே செல்லும் படி எங்கேயிருக்கிறதென அவளால் எளிதில் கண்டுபிடிக்க முடியவில்லை.

சுபா இப்படிச் செய்வாள் என மூன்று பேருமே எதிர்பார்க்காததால் சட்டென சுதாரித்துக் கொண்ட தீனா ''ஏய்ய்ய்....!'' என்றபடி அவளைப் பிடிப்பதற்காகத் துரத்தினான். எந்தக் காரணத்தாலும் அவன் கையில் சிக்கிவிடக்கூடாது என்கிற எண்ணத்தில் மிரண்டுபோய் தலைதெறிக்க ஓடினவள் தன்னைத்தானே கட்டுப்படுத்தமுடியாமல் உன்மத்தம் பிடித்து அத மொட்டைமாடியில் அங்கும் இங்குமாக ஓடிக் கொண்டிருந்தாள். சுற்றிலும் ஒரு கழுதைப்புலிகள் வளைத்துக் கொண்டால் உயிரைக் காப்பாற்றிக்கொள்ள மிரட்சியுடன் ஓடும் ஒரு மான்குட்டிபோல இங்குமங்குமாக ஓடினாள். சில நிமிடங்களில் என்ன செய்கிறோம் என்கிற உணர்வேயில்லாமல் அது இரண்டாவது மாடி என்கிற நினைவும் இல்லாமல் மொட்டை மாடியிலிருந்து கீழே குத்தித்து விட்டாள். உயரத்திலிருந்து ராக்கெட் ஒன்று தலைகீழாக விழுவதைப்போல கீழே பறந்துபோய் விழுந்தாள். விழுகின்ற போது 'அப்ப்ப்ப்பா.......!' என்கிற மிக நீளமான அவளது அவலக்குரல்

ஒலித்து இறுதியில் 'பக்' கென்று ஒரு துணி மூட்டை உயரத்திலிருந்து விழுவது போன்ற ஒலி கேட்டது. தீனாவும் நரேனும் அதிர்ச்சியில் எதுவும் செய்ய முடியாமல் உறைந்துபோய் செயலற்று நின்றனர். ராஜேஷ் ஓடி வந்து மேலேயிருந்து எட்டிப்பார்த்தவன் ஆத்திரத்தோடு 'ப்ளடி பிச்' என்று திட்டிவிட்டு அவர்களைப் பார்த்து ''டேய் வாங்கடா..'' என கத்திக்கொண்டே கீழே இறங்கும் படியில் இறங்கி ஓடினான். இருவரும் இயந்திர பொம்மைகள் போல அவன் பின்னாலேயே ஓடினார்கள்.

கீழே போய்ப் பார்த்தபோது உடம்பில் எங்கேயும் ரத்தம் வடியவில்லை. தலை சிதறவில்லை. இரண்டு கைகளையும் பிடித்து உட்கார வைக்கலாம் என்று முயற்சி செய்தபோது ப்ராய்லர் கறிக்கடையில் கோழிகளை கழுத்தை அறுக்காமல் இழுத்து ஒரு ட்ரம்மில் வீசி விட்டு சிறிது நேரம் கழித்து எடுத்தால் எப்படி தலை தொங்குமோ? அதுபோல அவளுடைய தலை பழைய துணிபோலத் தொங்கியது? தொள தொளவெனத் தொங்கியது.

மூன்றுபேருக்கும் ஏறின போதையெல்லாம் சட்டென ஒரு நொடியில் இறங்கிவிட்டது. மணியைப் பார்த்தார்கள். மணி பதினொன்று ஐம்பது. ஏறக்குறைய இரண்டுமணி நேரம் அந்த அப்பாவிச்சிறுமி இவர்களின் நடுவில் சிக்கி வதைபட்டிருக்கிறாள்.

ராஜேஷ் அவனது அம்மாவிற்குப் போன் பண்ணினான். அப்பாவை எழுப்புங்க ரொம்ப சீக்ரெட்டான விஷயம். யாருமில்லாத எடத்துக்குப் போயி ஸ்பீக்கர்ல போடுங்க ரெண்டுபேருகிட்டயும் தனித்தனியா பேச நேரமில்லை என்றான். அவனது வசதிப்படி ஒரு புதிய கதையைச் சொன்னான். அவன் சென்னையிலிருந்து வந்ததிலிருந்தே அந்தப் பெண் சுபா தனக்கு 'லவ் டார்ச்சர்' கொடுத்து வந்ததாகவும், வீட்டில் யாருமில்லை என்பதால் இரவு பதினோரு மணிக்குமேல் பாட்டியைத் தூங்க வைத்துவிட்டு மாடியிலுள்ள அவனது அறைக்கு வந்ததாகவும். 'என் அப்பா

அம்மாவிற்குத் தெரிந்தால் என்னைக் கொன்று விடுவார்கள்' என்று திட்டி 'என்னோட ஸ்டேட்டஸ் என்ன உன்னோட யோக்கியதை என்ன என்பதை யோசித்துப் பார்த்தாயா? நாளைக்கு அம்மா வரட்டும் உன் யோக்கியதையை அவங்ககிட்டயே சொல்றேன்னு கோபமாகச் சொன்னதும் பேய் பிடிச்சவ மாதிரி ஆத்திரத்தில் மேலேயிருந்து கீழே குதித்துவிட்டாள் என்றும் கதை சொன்னான். கௌரியம்மா 'நாசமாப்போன முண்டை....பிச்சக்கார நாயி....இப்படிப் பண்ணிட்டாளே' மகன் மீதுள்ள பாசத்தினால் அறிவுக்குருடாகி மனசாட்சியே இல்லாமல் புலம்பினார்.. பாம்பின் கால் பாம்பறியும் என்பதால், இந்தக் கதையை அப்படியே நம்ப அவனது அப்பா தயாராக இல்லை. என்றாலும் மகனைக் காப்பாற்ற வேண்டுமே!

''இப்ப உங்கூட யார் இருக்காங்க?''

''நரேனும், தீனாவும் இருக்காங்கப்பா.. அப்பா பயம்மா இருக்குப்பா.''

''அந்தப் புள்ளைக்கு உயிர் இருக்குதா பாரு?''

''இல்லப்பா ஒன்னுமே இல்ல. கழுத்து முறிஞ்ச மாதிரி தெரியுது.''

''அப்பா பயம்மா இருக்குப்பா இப்ப என்ன பண்றதுப்பா?''

''ஒரு நிமிஷம் வாயை மூடுறா. வீட்ல ஆளில்லேன்னதும் உன்னோட செட்டுகள வரவெச்சு ஆட்டம்போடறதுக்கு முன்னாடி இந்த பயம் இருந்திருக்கனும். சரிபோனைக் கட் பண்ணு நான் சித்தப்பாகூட பேசிட்டு லைனுக்கு வரேன். திரும்ப நான் கூப்பிடறவரைக்கும் அந்தப் பொறுக்கிகளோட சேர்ந்து எதுவும் சாகசம் பண்ணாமல் மூடிட்டு அமைதியா இரு. '' என்று பதில் வந்தது.

அந்த நள்ளிரவில நகரின் மிகப்பெரிய காவல்துறை அதிகாரியின் ப்ரைவேட் ஃபோன் அலறியது. சதியாலோசனைகள் நடந்தன. அந்த நள்ளிரவிலேயே சுபாவின் உடல் எந்தவிதமான தடயங்களும்

இல்லாமல் அங்கிருந்து அப்புறப்படுத்தப்பட்டது. பாட்டியின் கழுத்து, கைகளிலிருந்த நகைகளும் அவருக்குத் தெரியாமல் எடுத்துக் கொள்ளப்பட்டன.

காலையில் அந்தப்பகுதி காவல் நிலையத்தில் புகார் கொடுக்கப்பட்டது. வயதான நோயாளியை கவனிக்க வீட்டில் வேலைக்கு வைத்திருந்த சுபா என்கிற ஹோம் நர்ஸ் பெண் இரவோடு இரவாகக் காணாமல்ப் போனார். வீட்டில் யாருமில்லை என்பதைத் தெரிந்துகொண்டு தனியாக இருந்த தனது தாயார் என்பது வயது மூதாட்டியின் கழுத்தில் கையில் இருந்த சுமார் பதினைந்து பவுன் நகைகளைத் திருடிக்கொண்டு இரவோடு இரவாகத் தலைமறைவாகிவிட்டாள் என்று கௌரியம்மாள் புகார் கொடுத்திருந்தார். அடுத்த ஒருமணி நேரத்தில் சுபாவின் வீட்டிற்கு இரண்டு பெண் போலீசார் விசாரணைக்குச் சென்றனர். வீட்டிற்குள் சோதனை நடத்தப்பட்டது. கோமதி விசாரணக்காக காவல் நிலையத்திற்கு அழைத்துச் செல்லப்பட்டாள். இந்தச் செய்தி தீ போல பரவியது. அக்கம் பக்கம் பொறாமையால் வெந்து கொண்டிருந்தவர்கள் புதிய புதிய கதைகளுக்கு அவரவர் விருப்பப்படி வசனங்கள் எழுதினார்கள். எப்படியோ தகவல் தெரிந்து காவல் நிலையம் சென்ற ஸ்வீட்டியும் விசாரிக்கப்பட்டார்.. ஸ்வீட்டி இன்ஸ்பெக்டர் லதாவைத் தொடர்பு கொண்டபோது ‘இது குறித்து இப்போது தொலைபேசியில் எதுவும் பேச முடியாது மாலை நேரில் வாங்க பேசலாம் என்றும், ஐயாம் சாரி சிஸ்டர்’ என்று பதில் வந்தது.

காவல் நிலையத்தில் விசாரணை முடிந்து வீடு திரும்பின கோமதி அரை உயிராகி விட்டாள். கார்த்திக்கு ஒன்னும் புரியாமல் அம்மாவிடம் விசாரித்தபோது அக்காவைக் காணவில்லை என்பதும் அதுபற்றி அம்மாவிடம் போலீஸ் விசாரணை செய்தார்கள் என்பதும் அரைகுறையாகத் தெரிந்தது. ஆனால், அவனுக்கு காணாமல்ப் போன அக்காவை நினைத்து கவலைப்படுவதா? இல்லை ஒவ்வொரு

நிமிஷமும் கொஞ்சம் கொஞ்சமாக நினைவு செத்துக் கொண்டிருக்கின்ற அம்மாவை நினைத்துக் கவலைப்படுவதா? என்று தெரியவில்லை.

அடுத்தநாள் வெள்ளலூரிலுள்ள மத்திய குப்பைக் கிடங்கில் அடையாளம் தெரியாத இளம் பெண்ணின் பிணம் ஒன்று கிடப்பதாகத் தகவல் வந்தது. பக்கத்தில் கிடந்த பை மற்றும் சில பொருட்களிலிருந்து அது ஒருவேளை சுபாவாக இருக்கலாம் என்று போலீசுக்கு சந்தேகம் வந்தபோது அடையாளம் காட்டுவதற்காக போலீஸ் வந்து கோமதியை அழைத்தபோது வரமறுத்தாள். போலீஸ் நிர்பந்தம் செய்தபோது சிறுகுழந்தையைப் போல தரையில் உட்கார்ந்துகொண்டு வரமாட்டேன் என்று அடம் பிடித்தாள். ஆனால் மகளிர் காவல் அதிகாரிகள் வந்து உருட்டி மிரட்டி கோமதியையும், கார்த்தியையும் அழைத்துச் சென்றனர்.

அங்கே நாற்றம் பிடித்த பிரம்மாண்டமான அந்தக் குப்பைமேட்டில் ஒரு மூலையில் ஒரு பெரிய சாக்கில் மூட்டையாகக் கட்டப்பட்டு அழுக்கும் மலமும் மண்டிகிடக்கின்ற குப்பைகளுக்கு நடுவே அந்த அழகுமலர் அழுகி சின்னாபின்னமாகச் சிதைந்து உருக்குலைந்து போய் கண்கொண்டு பார்க்க முடியாத குரூரமான நிலையில் கிடந்தாள்.. பார்த்தவர்களெல்லாம் பதறித் துடித்தனர். குப்பைமேட்டிலிருந்த எலிகள் கடித்துக் குதறியதில் கால் விரல்கள் எல்லாம் சிதைந்து போய் ரத்தம் உறைந்துபோய் காய்ந்துபோன கரித்துண்டுகள் போல காணப்பட்டன. நாய்கள் கடித்துத் தின்றதால் கால் மற்றும் தொடைப்பகுதியில் நிறைய இடங்களில் சதையே இல்லை. அந்தக் கொடுமையைப் பார்த்த கோமதியின் பயங்கரமான ஓலம் அந்த மைதானம் முழுவதும் எதிரொலித்தது அந்த நரகல் குவியலுக்குள் கீழே விழுந்து புரண்டு மகளின் சிதைந்து போன உடலைத்தழுவி அழுதாள். அந்தக் குழந்தைக்கு பாலூட்டின மார்பிலும் தனது முகத்திலும் இரண்டு கைகளாலும் மாறி மாறி அரைந்துகொண்டு கதறித் துடித்தாள். சமாதானம் செய்து அங்கிருந்து

அவளை விடுவித்து கைத்தாங்கலாக இழுத்து வந்தபோது இடுப்பிலிருந்த புடவை அவிழ்ந்துபோய் தரையெல்லாம் புரண்டுகொண்டு வந்ததைக்கூட அவள் அறிந்திருக்கவில்லை. எதுவுமே செய்ய முடியாத கார்த்தி ஐயோ அக்கா...ஐயோ அக்கா என்று கத்திக்கொண்டே பித்துப்பிடித்தவன் போல அங்குமிங்கும் ஓடினான். இரண்டு பெண்காவலர்கள் கைத்தாங்கலாக கோமதியை அழைத்துக் கொண்டு வரும்போது அவளது புடவை தடுக்கி தடாலென கீழே விழுந்து மயக்கமானாள். அம்மாவை இழுத்து மடியில் போட்டுக்கொண்டு நினைவற்றுகிடந்த அம்மாவிடம் கதறி முறையிட்டான் கார்த்தி. அம்மா கண்ணைத்தொறந்து அக்காவைப் பாரும்மா... அக்கா.....அக்கா.....என்று கதறினான். அப்பா! அக்காவை பாத்தீங்களாப்பா? என் சாமி! என்னைப் பெத்த அம்மான்னு கொஞ்சுவீங்களேப்பா. இப்ப பாருங்கப்பா.. உங்க சாமி எப்படிக்கெடக்குதுன்னு பாருங்கப்பா..அப்பா.. அப்பா.. என்ற அவனது கதறலை கேட்டு சுற்றி நின்று வேடிக்கை பார்த்துக் கொண்டிருந்த அத்தனை பேர்களின் கண்களும் கலங்கின. போலீசார் கோமதியையும், கார்த்தியையும் பிடித்து அகற்றி நிறுத்தி வைத்திருந்தனர்.

நாட்கள், மாதங்கள் ஓடிப்போயின. கொரோனா வளைத்து வளைத்துத் தாக்கினதில் அவரவர் உயிருக்கு உத்தரவாதம் இல்லாத நிலையில் மக்கள் ஆலாய்ப் பறந்துகொண்டிருந்ததால் இந்த வழக்கு எந்தப் பரபரப்பும் இல்லாமல் வெறுமொரு சடங்குபோல அனைவராலும் மறக்கப்பட்டது. மிக சாமர்த்தியமாக மீடியாக்காரர்களை அதிகம் நெருங்க விடாமல் பார்த்துக் கொள்ளப்பட்டது. அந்த வழக்கு விசாரணை நடந்து கொண்டிருந்தது. போஸ்ட் மார்ட்டம் ரிப்போர்ட்டில். சுபா(19) என்கிற அந்தப்பெண் கழுத்தில் பலத்த அடியேற்றதன் காரணமாக தண்டு வடம் முறிந்து போனதால் உயிரிழப்பு ஏற்பட்டது என்றும் பாலியல் வன்கொடுமையோ துன்புறுத்தலோ எதுவும்

நடக்கவில்லையென்றும், உடலில் வேறு எந்தவிதமான காயங்களும் இல்லையென்றும் வன்புணர்வுக்கான முயற்சியும் நடந்ததற்கான தடையங்கள், அடையாளங்கள் எதுவும் காணப்படவில்லை என்றும் கூறப்பட்டது.. அகால நேரத்தில் தனியே வந்த பெண்ணிடம் தங்க நகை இருந்ததைத் தெரிந்துகொண்டு அந்த நகையைப் பறிக்க முயன்றபோது ஏற்பட்ட தாக்குதலால் அடையாளம் தெரியாத யாரோ அடித்த காரணத்தால் உயிர் பிரிந்துள்ளது என்று போலீசாரின் தீவிரமான விசாரணையில் தெரிய வந்ததாக அறிவிக்கப்பட்டது. வழக்கை எடுத்து நடத்தவோ மேல் முறையீடு பின் தொடர்ச்சியென எதுவும் இல்லாதது வழக்கை எந்தவிதமான இடையூறும் இல்லாமல் ஊற்றி மூட வசதியாகி இருந்தது.. தனது கையாலாகத்தனத்தை ஒப்புக்கொண்டு ஸ்வீட்டி சிஸ்டரின் கைகளைப்பிடித்துக் கொண்டு பாவ மன்னிப்புக் கேட்டு இரண்டு சொட்டுக் கண்ணீர் விட்டதோடு இன்ஸ்பெக்டர் லதா மேடத்தின் கடமை முடிந்து போனது..

தன்முன்னே நடந்த இத்தனை அக்கிரமங்களையும், அந்த அப்பாவிச் சிறுமிக்கு இழைக்கப்பட்ட அநீதிகளையும் தட்டிக்கேட்க முடியாத குற்ற உணர்ச்சியாலும், எல்லாமே முழுமையாகத் தெரிந்திருந்தும் தன்னால் எதுவுமே செய்ய முடியவில்லையே என்கிற ஆற்றாமையாலும் மனம் வெதும்பிப்போன சிஸ்டர், இப்போதெல்லாம் யாரிடமும் அதிகம் நெருங்கிப் பழகுவதில்லை. கடுமையான மனச்சிதைவின் காரணமாக நோயாளியாகிப்போன கோமதிக்கு வைத்திய உதவி செய்து வந்த சிஸ்டர் ஒரு கட்டத்தில் அவளை அரசு மன நலக்காப்பகத்தில் சேர்த்தார். அதன்பிறகு மிக மோசமாக விரக்தியும் வெறுப்புமடைந்திருந்த கார்த்தி கொஞ்சம் கொஞ்சமாக ஸ்வீட்டி சிஸ்டரிடமும் தொடர்பின்றி விலகிச் சென்றான். அந்தச்சிறிய கூட்டில் மிச்சமிருந்த சிறு பறவையான கார்த்தியைப்பற்றி இப்போது யாருக்கும் எதுவும் தெரியவுமில்லை. அதைப்பற்றியெல்லாம் நினைக்கவோ கவலைப்படவோ உறவென்று அவனுக்கு ஒருவருமில்லை.

தீப்பிணி தீண்டல் கொடிது!

வீடியோ காலில் உற்சாகமாகப் பேசிக்கொண்டிருந்தான் பாரதி. அந்தப்பக்கம் ஸ்கிரீனில் அப்பா, அம்மா, அக்கா, அத்தான், அக்காவின் புதிய குட்டிப்பாப்பா என ஒரே தள்ளுமுள்ளாக இருந்தது. ஒரே சிரிப்பும் ஆனந்தமும், கிண்டலும் கேலியுமாக..

"அக்கா! நீ.....என்னை ஏமாத்தீட்டக்கா.."

"என்னடா சொல்ற?.. எனக்குப் புரியல.!."

"அத்தான்! நீங்களுந்தான்..."

"அய்யா சாமீ என்னய ஆள விடுங்கப்பா.. நீங்க அக்காவும் தம்பியும் இப்ப அடிச்சிக்குவீங்க அடுத்த நிமிசம் ரெண்டுபேரும் ஒன்னா சேர்ந்துகிட்டு பாசமலர் சிவாஜியும் சாவித்ரியுமா ஆயிடுவீங்கப்பா..."

"அத்தான் உங்களுக்கு பொறாமை... பொறாமை.!. அக்கா! அத்தான் பயங்கர பொசஸிவ்க்கா!.. நம்ம ரெண்டுபேரும் பாசமா இருக்கறதைப் பார்த்து... பொறாமை. நீ எப்பவும் அத்தானையே கொஞ்சிகிட்டு..இருக்கனுமாம்.. சரி! சரி! அம்மா அப்பா எல்லாம்

இருக்காங்க, அப்பறமா நாம தனியா பேசும்போது கவனிச்சிக்கறேன் அத்தான...''

''பாரதி! வேண்டாம். கண்ணாடி வீட்ல இருந்து கல்லெறியக்கூடாது. அதிகமில்லை ஜென்டில்மேன்! நாளைக்கு நீ கல்யாணம் பண்ணிக்கும்போது பொண்டாட்டிகிட்ட எப்டி சரண்டர் ஆகப்போறேன்னு நானும் பார்க்கத்தான போறேன்... என்கிட்ட வேண்டாம்...'' என்று சொல்லி சிரித்தான் கௌதம்.

''வாய்ப்பே இல்லை மச்சான்... வாய்ப்பே இல்ல. நாங்க யாரு? என்ன விஷயம்னு நெனச்சீங்க?''

வெளியிலிருந்து யாராவது பார்த்தால் அவர்கள் இருவரும் மைத்துனர்கள் என்று சொன்னால் கண்டிப்பாக நம்ப மாட்டார்கள். உயிருக்குயிரான நண்பர்களைப் போலத்தான் பழகிக் கொள்வார்கள்.

''அட என்னன்னுதான் கேளுங்களேன். அத்தான்''

''டேய் எங்கிட்ட சொல்லுடா அவரு கெடக்கறாரு. எனக்குத் தெரியாம உனக்கும் உங்க அத்தானுக்கும்.. என்ன பெரிய ரகசியம்?..எங்கிட்ட சொல்லுடா..!'' என்று சொல்லிச் சிரித்தாள் செல்வி.

''உங்களுக்கு பையந்தான் பொறக்கனும்னு நான் ரொம்ப ஆசையா இருந்தேன். ஏன்னா அப்பதான் இன்னும் ரெண்டு வருஷத்துக்கு அப்புறம் நான் கல்யாணம் பண்ணி ஒரு பொண்ணைப் பெத்துகிட்டு அவளை விட்டு உங்க பையன 'லெவெல்' பண்ணச்சொல்லி எம் பொண்ணுக்கு செலவேயில்லாம உங்க பையன் தலைல கட்டி வச்சிடலாம்னு ப்ளான் பண்ணி வெச்சிருந்தேன், என் மகளை விட்டு உங்களையெல்லாம் அப்படியே மெரட்டிகிட்டு சம்பந்தி வீட்ல வந்து ஜாலியா இருக்கலாம்னு ஐடியா வெச்சிருந்தேன். எல்லாம் போச்சு! எல்லாம் போச்சு! இப்படி பொண்ணைப் பெத்து எல்லாத்தையும் கெடுத்து வெச்சுட்டீங்களே?''

''ஆமாடா சொல்லுவடா... சொல்லுவ... ஒரு பொண்ணே போதும்னு இருந்த நம்ம அப்பா அம்மாகிட்ட 'நம்ம வீட்ல மட்டும் ஏம்மா தம்பி பாப்பாவே இல்லேன்னு' தினம் தினம் அழுது நான் ரகளை பண்ணினதாலதான் உன்னையே பெத்துகிட்டாங்க....பேசாத நீயி, கொன்னே போடுவேன். அதனால எல்லா க்ரெடிட்டும் எனக்குதான்.. நீ பொறந்ததே என்னோட 'ச்சாய்ஸ்' தாண்டா. இப்ப என்ன? உனக்கு கல்யாண ஆசை வந்திடுச்சுங்கறத மறைமுகமா சொல்றியா? சரி சரி! நீ சீக்கிரமா கல்யாணம் பண்ணி ஒரு பையனப் பெத்துக்குடு வயசில சின்னவனா இருந்தாலும் பரவால்லேன்னு எம் பொண்ண உன் பையனுக்கே கட்டி குடுக்கறன்ப்பா. இப்பவே சம்பந்தம் பேசி முடிச்சிக்கலாம். ஆமா! வெட்டிக்கதை பேச சொன்னா வெடிய வெடியப் பேசுவ, மருமகளைப் பார்க்க புனே வர முடியல உன்னால? எப்படா வரே?''

''சாரிக்கா..அடுத்த வாரம் எஃஸாம்ஸ் இருக்குக்கா.. அது முடிஞ்ச அடுத்த நிமிஷம் உங்க எல்லாரையும் பார்க்க பறந்து வந்துடுவேன்'' என்றான் பாரதி.

கார்த்திகேயன் தனது முப்பது வயதில்தான் விமலாவைத் திருமணம் செய்து கொண்டார். முப்பத்தியிரண்டாவது வயதில்தான் பெண் பிறந்தாள். மகளுக்கு அழகாக தமிழ்ச்செல்வி என்று பெயரிட்டார்கள். உறவிலும் நட்பிலும் எல்லாருமே, 'முதல் குழந்தை பொண்ணாப் போச்சு சீக்கிரமா ஒரு பையனப் பெத்துக்கோங்க' என்று சொன்னபோது ''ஏன்? எதுக்கு? என் பொண்ணையே நான் பையன் மாதிரி வளத்துட்டுப்போறேன். ஆணென்ன? பெண்ணென்ன?'' என்று புரட்சி பேசிக் கொண்டிருந்தார். ஆனால் மகள் செல்விக்கு ஐந்து வயதானபோது எல்லாத் திட்டங்களும் மாறிப்போனது. எப்போதும் செல்விக்கு ஒரே கோரிக்கைதான் அப்பா 'நம்ம வீட்லயும் பாப்பா வேணும்' என தினம் தினம் அழுவாள். 'அப்பா..அம்மா எல்லாரு வீட்டிலும் தம்பி பாப்பாவோ தங்கச்சிப் பாப்பாவோ

இருக்கு நம்ம வீட்ல மட்டும் ஏன்? நான் மட்டும் தனியாவே இருக்கேன் எனக்கு மட்டுந்தான் யாருமேயில்ல.'. என்று அழுவாள். தனது விளையாட்டு சாமான்களையெல்லாம் தூக்கிக் கொண்டுபோய் பக்கத்துவீட்டுக் குழந்தைகளுக்குக் கொடுத்துவிடுவாள். அதுவரை ஆணோ பெண்ணோ நம்ம வசதிக்கு ஒன்றுக்கு மேல வேண்டாம். நாம ரெண்டுபேருமே பெரிய குடும்பத்துல பொறந்து நெறையா கஷ்டப்பட்டுட்டோம். ஒரே குழந்தைய நல்லாப் படிக்க வெச்சு வாழ்க்கைல சிரமப்படாமப் பார்த்துக்குவோம்னு கணவன் மனைவி இரண்டுபேரும் பேசித் தீர்மானமாக முடிவு செய்து வைத்திருந்தனர்.

ஆனால், ஒரு கட்டத்தில் செல்வியின் ஆசை சரியானதுதான். அதில் ஒரு நியாயமும் இருக்கிறது என்பதை இருவருமே உணரத் தொடங்கினார்கள். அந்த நேரத்தில்தான், இவர்களைப்போலவே ஒரு குழந்தைபோதும் என்று எண்ணியிருந்த அவரது நண்பர் குடும்பம் ஒன்றில் அவர்களது ஒரே மகன் ஒரு விபத்தில் இறந்துபோக அந்தக் குழந்தையின் மீது உயிரையே வைத்திருந்த அவர்கள் இருவரும் அதன்பிறகு வாழ்க்கையில் எந்தப்பிடிப்பும் இல்லாமல் நடைபிணங்கள் போல ஆகினர். அந்தச்சம்பவம் இவர்கள் இருவரையுமே யோசனை செய்ய வைத்தது. இன்னொரு குழந்தை இருந்தால் நமக்குப் பின்னாடிகூட அவர்கள் ஒருவருக்கொருவர் அக்கா தம்பின்னு கடைசிவரைக்கும் அன்பா ஆதரவா இருப்பாங்க இல்லையா? தனிமரம் தோப்பாகாது என்கிற எண்ணம் வந்தது. ஐந்து வருடங்களுக்குப்பிறகு தீவிரமான மறுபரிசீலனை செய்து இன்னொரு குழந்தை பெற்றுக்கொண்டார்கள். அதுவும் ஆண் குழந்தையாகப் பிறந்தபோது அளவற்ற மகிழ்ச்சியடைந்தார்கள். இருவருக்கும் ஆறு வயது வித்தியாசம். மகளுக்கு பாரதி பாடல்களைப் பாடி தூங்கச் செய்யும் அந்த அப்பா தன் மகனுக்கு 'பாரதி' என்று பெயர் சூட்டினார்.

கார்த்திகேயன் அரசு அலுவலகம் ஒன்றில் நேர்மையான ஒரு ஊழியன், சக ஊழியர்களுக்கு 'பிழைக்கத்தெரியாத பைத்தியக்காரன், நண்பர்கள் மத்தியில் லட்சியவாதி'. தான் வாங்கும் சம்பளத்தை மட்டும் நம்பி சிக்கனமாகக் குடும்பம் நடத்தி வந்தார். யாரிடமும் போய் கையேந்தாமல், உறவினர்களிடம் உதவி கேட்காமல் தன் குழந்தைகளை நன்றாகப் படிக்கவைக்க வேண்டும் என்கிற ஒரே லட்சியம்தான் அவருக்கு. மகள் செல்வி எப்போதும் அம்மா செல்லம்தான். விமலாவும், மகளுக்கு அன்பு காட்டுகிறேன் என்று சொல்லி அவளை சோம்பேறியாக்காமல் தன்னுடன் எல்லா வேலைகளையும் பகிர்ந்து செய்யச் சொல்லுவாள். அக்கம் பக்கம் இருக்கும் மற்ற பெண்கள் ''செல்வீம்மா ஒத்தப்பொண்ணை வெச்சிருக்கீங்க. நாளைக்குக் கட்டிக்குடுத்த பின்னாடி போற பக்கம் எப்டியும் வேலை வேலைன்னு லோல் படத்தான் போகுது அது வரைக்குமாவது சொகுசா வெச்சிக்கக் கூடாதா?'' என்பார்கள். விமலாவோ... ''அக்கா! அவங்க அவங்க வேலைய அவங்க அவங்கதான் செய்யனும்ங்கறது எங்க வீட்ல எழுதாத விதி. அது மட்டுமில்ல இப்போ வேலை செஞ்சு பழகலேன்னா நாளைக்கு புருஷன் வீட்டுக்குப் போகும்போது வேலையப் பார்த்தா கோவம் வரும். கொழந்தைகள கவனிக்கறதுக்கு பொறுமை இருக்காது. சொகுசா வெச்சிக்குறோம்னு சொல்லி செல்லம் கொடுத்து பிள்ளைகள சோம்பேறிகளாக்கிடக் கூடாதுக்கா. ' என்று சிரித்துக்கொண்டே சொல்லி விடுவாள்.

பாரதியோ, சின்ன வயசிலிருந்தே எப்போதும் எல்லாரிடமும் எல்லையற்ற அன்பையும் பாசத்தையும் பொழிவான். வெளியே போகும்போது வழியில் யாராவது வயசானவங்க பிச்சை எடுப்பதைப் பார்த்தால் 'அப்பா பாவம்ப்பா அவங்களுக்கு எதாவது காசு குடுக்கலாம்ப்பா' என்று அவரிடம் நச்சரித்து காசை வாங்கிக்கொண்டு ஓடுவான். திரும்பி வந்து 'அப்பா அவங்க ரொம்ப

நல்லவங்கப்பா, என்னைய மகராசனா இரு சாமின்னு சொன்னாங்கப்பா' என்று மலர்ச்சியோடு சொல்வான். அவருக்குப் பெருமிதமாக இருக்கும். ஆனால், அதே நேரத்தில் 'இந்தப் பையன் இவ்வளவு மென்மையான உள்ளத்தோட இருந்தா, இந்த சுயநலம் பிடிச்ச சமுதாயத்தில எப்படி வாழப்போறானோன்னு கொஞ்சம் பயமாகவும் இருக்கும். ஆனா, மறந்தும்கூட அவர் அவனோட இயல்பான நல்ல பழக்கங்களை ஒரு நாளும் தடுத்ததில்லை. அந்தப் பிஞ்சு மனசில யாரும் நஞ்சை விதைக்காமல் பார்த்துக்கொண்டார். யாரும் சொல்லிக் கொடுக்காமலேயே அன்பும் பாசமும் நெறஞ்சு கிடக்கறது நல்ல விஷயம்தானே என்று சந்தோஷப்படுவார். பாரதிக்கு பத்து வயசு இருக்கும்போதுதான் சில குடும்பப் பிரச்னைகளால் கிராமத்திலிருந்த கார்த்திகேயனின் அம்மா அவர் வீட்டுக்கு வந்து சேர்ந்தார். அவரது மனைவியும் மாமியாரை ஒரு தேவையற்ற சுமையாகக் கருதாமல் நல்லபடியாகவே கவனித்துக்கொண்டார். வந்த இரண்டு மாதங்கள் வரை செல்வியும் பாரதியும் பாட்டி பாட்டியென அவரிடம் நன்றாக ஒட்டிக்கொண்டார்கள். அப்போதுதான் ஒரு நாள் திடீரென காய்ச்சலில் படுத்த அம்மாவிற்கு நினைவு தவறிப் போனது. அதன் பிறகு அவர்கள் எழுந்து நடமாடவே இல்லை. உடன் பிறந்தவர்கள் எல்லாரும் ஒதுங்கிக்கொண்ட அந்த நேரத்தில் வாழ்க்கையின் கையறு நிலையில் கைகொடுக்க ஆளில்லாமல் படாத பாடுபட்டார். அம்மாவுக்கு ரொம்ப முடியலேன்னா ஆஸ்பத்திரிக்கு கொண்டுபோக ஆம்புலன்ஸ்சுக்கு காசு இருக்காது. அவர் தன் சக்திக்கு மீறி வைத்தியம் பார்த்தார். ஆனால் மூன்று மாதங்கள் படுக்கையிலேயே படுத்தவர்கள் எல்லாமே படுக்கையில் என்றாகிவிட்டது. சிறுநீர் கழிப்பதற்கு மட்டும் 'ட்யூப்' வைத்து 'பேக்' மாட்டிவிட்டார்கள். தினமும் இரண்டுமுறை அதை கழற்றி சுத்தம் செய்ய வேண்டும். அப்போதெல்லாம் பெரியவர்களுக்கு 'டயபர்' வசதி எல்லாம் கிடையாது. சுய நினைவில்லாத அவர்களுக்கு வெளிக்குப் போக

வேண்டும் என்று சொல்லத் தெரியாது. அப்படியே படுக்கையிலேயே போய் விடுவார்கள். கையில் ஒரு உறையை மாட்டிக் கொண்டு விமலாவும் அவரும்தான் சுத்தம் செய்வார்கள். 'ஹோம் நர்ஸ்' வைத்துக் கொள்கிற அளவிற்கு அப்போது அவருக்குப் பொருளாதார வசதியுமில்லை. கூடப் பிறந்தவர்கள் பொருளாதார உதவியோ? உடல் உழைப்பிலான ஒத்துழைப்போ கொடுக்கவில்லை. அத்தோடு போயிருந்தால்கூடப் பரவாயில்லை. கொஞ்சம்கூட மனிதாபிமானமே இல்லாமல் 'அவன் எங்க அம்மாவை சரியாக கவனிப்பதில்லை, வேறு வழியில்லாமல் கடனே என்று வைத்துக் கொண்டிருக்கிறான்' என்று உறவினர்களிடம் பேச ஆரம்பித்து அந்தப்பேச்சு அவர் காதுக்கும் வந்தது. அப்படி வந்தபோது விமலா அவரிடம் கோபித்துக் கொள்வார். 'நாம இவ்வளவு கஷ்டப்பட்டு ரெண்டுபேரும் அவங்களை படுக்கையில வெச்சுகிட்டு பீ மூத்திரம் அள்ளறோம், நாம சரியா கவனிக்கறதில்லேன்னு பேச எப்படிங்க இவங்களுக்கு மனசு வருது' என்று பொருமுவார். அப்போதெல்லாம் 'ஏம்ப்பா.. மத்தவங்க பாராட்டனும்னா நாம் அம்மாவைப் பார்க்கிறோம். அவங்க என்னப்பெத்த அம்மா, நான் பொறந்த ஒடனே எழுந்து நடந்து ஓடியாடி வெளையாடத் தொடங்கிட்டேனா என்ன? எனக்கு பீ மூத்திரம் வழிச்சு எத்தனை படி படியா பால்குடுத்து, வெடிய வெடிய தூக்கம் கெட்டு தொட்டிலாட்டி, உடம்புக்கு சரியில்லேன்னா பயந்துகிட்டு ஆஸ்பத்திரி ஆஸ்பத்திரியா தூக்கிகிட்டு ஓடியிருப்பாங்க? நம்ம ரெண்டு கொழந்தைகளை நாம எப்படி சிரமப்பட்டு வளர்க்கிறோமோ? அதுபோலத்தான அவங்க என்னய வளர்த்திருப்பாங்க? நான் உயிரோட இருக்கும்போது அவங்களுக்கு பணிவிடை பண்ண இந்த வாய்ப்புக் கெடச்சுதேன்னு நான் மனசாரத்தான் எல்லாம் செய்யறேன். மாமியாரான அவங்களுக்கு இந்த வேலையெல்லாம் செய்ய உனக்கு சிரமமாத்தான் இருக்கும் அதனாலதான் முடிஞ்ச அளவிற்கு உன்னிடம் விடாம நான்

பார்த்துக்கிறேன்' என்பார். 'என்னால முடிஞ்ச அளவுக்கு நானும் மனசாரத்தாங்க செய்யறேன். உங்களைப் பெத்த மாதிரிதானே உங்க கூடப் பொறந்தவங்களையும் பெத்து வளர்த்தினாங்க, அப்ப அவங்க எல்லாம் பொறுப்பைத் தட்டிக்கழிச்சுட்டுப் போனதும் இல்லாம நம்ம செரியா கவனிக்கறதில்லேன்னு ஊரெல்லாம் பேசறாங்களே? இது நாயமா?' என்று கேட்கும்போது 'அவங்க தராதரம் அவ்வளவுதான்ப்பா. விட்டுத்தள்ளு' என்பார். வாயைத்திறந்து எதுவும் பேசாமல் அவ்வப்போது வேதனையில் முணகிக்கொண்டு அசைவில்லாமல் படுத்துக்கிடந்த அவரது அம்மாவுக்கு இந்தக் கொடுமையெல்லாம் தெரிந்ததோ? இல்லையோ? கடைசிவரையில் முழு நினைவு திரும்பாமல் அப்படியே போய் விட்டார்கள். அம்மாவின் அந்த மரணப்படுக்கை நிறைய உண்மைகளை அவருக்குச் சொல்லிக் கொடுத்தது. சாவை மிக அருகில் நின்று பார்த்தபோது ஒரு பக்குவம் வந்தது. தனக்கென எந்த சுகத்திற்குமே ஆசைப்படாமல் ஆயுசு முழுவதும் பிள்ளைகள் பிள்ளைகள் என்று ஒவ்வொரு நிமிஷமும் அவர்களுக்கென்றே வாழ்ந்த அந்த அம்மா படுக்கையில் விழுந்தபோது மற்ற பிள்ளைகள் எல்லாருக்கும் வேண்டாத சுமையாகிப் போனார்கள். அந்த நேரத்தில் கார்த்திகேயன் மிகுந்த சிரமத்திற்கு ஆளானார். இரண்டு மூன்று நாட்கள் அம்மா ஒரு ஸ்பூன் பால் கூட குடிக்க மாட்டார்கள் ஒவ்வொரு முறையும் அம்மாவை ஆம்புலன்ஸில் ஏற்றி ஆஸ்பத்திரிக்குக் கொண்டுபோவது மிகவும் சிரமமான வேலையாக இருக்கும். பக்கத்திலிருக்கும் ஒவ்வொரு டாக்டராகப் போய் கெஞ்சுவார். யாராவது ஒரு டாக்டர் வீட்டிற்கு வந்து பார்த்தால் அம்மாவுக்கு சிரமம் இருக்காதே என்று. ஸ்ட்ரெச்சரில் தூக்கி வைத்து ஆம்புலன்ஸில் கொண்டுபோய் ஆஸ்பத்திரியில் சேர்க்கவே அக்கம் பக்கம் உள்ளவர்களின் உதவியை நாட வேண்டிவரும். ஒரு டாக்டரை வீட்டிற்கு அழைத்து வருவதென்பது அதைவிட மிகவும் சிரமமான வேலை. எவ்வளவு கெஞ்சிக் கேட்டாலும் 'சாரி ஹௌஸ்

விசிட் வருவதில்லை, இங்க கொண்டு வாங்க என்பார்கள்'. இதையெல்லாம் பார்த்த பத்து வயது பாரதி அப்பாவிடம் . 'ஏன்ப்பா எந்த டாக்டரும் வீட்டுக்கு வந்து பார்க்க மாட்டேங்கறாங்க?' என்பான். 'பெரிய பணக்காரங்களுக்குத்தான்ப்பா அதெல்லாம் கெடைக்கும் நாம எல்லாம் அதற்குத் தகுதியில்லாதவங்கப்பா...' என்று கண் கலங்குவார். அந்த நேரத்தில் அந்தப் பிஞ்சு உள்ளத்தில் தோன்றிய வைராக்கியம்தானோ என்னவோ? நான் பெரியவனாகும்போது டாக்டருக்குப் படிப்பேன். இல்லாதப்பட்டவங்களை நல்லா கவனிப்பேன் என்று முடிவு செய்தான். அதை அப்பாவிடமும் சொன்னான். அவர் மனதிற்குள் சிரித்துக் கொள்வார். குழந்தைதானே அவனுக்கு என்ன தெரியும்? பஸ் ட்ரைவரைப் பார்த்தால் நான் பெருசானா ட்ரைவராவேன் என்பதும் ஒரு போலீஸ் அதிகாரியைப் பார்த்தால் நான் பெருசானா இன்ஸ்பெக்டர் ஆவேன் என்பதுபோல அது ஒரு குழந்தைக்கனவுதான் என்று எண்ணியிருந்தார்.

தனது பாசக்காரப் பிள்ளைக்கு அதிகம் தொந்தரவு கொடுக்கக்கூடாதென்றோ என்னவோ? மூன்றே மாதத்தில் அவரது அம்மா அவரது மடியிலேயே உயிர் துறந்தார்கள். அம்மாவின் மரணம் அவருக்கு வாழ்க்கையைப் பற்றியும் சக மனிதர்களைப் பற்றியும் இன்னும் நிறைய புரிதல்களை உணர்த்தியது. அந்த மரணம் ஏற்படுத்தின மனச்சோர்விலிருந்து அவர் விடுபடுவதற்குள் அடுத்த சோதனை வந்து சேர்ந்தது. பாரதிக்கு பதினோரு வயது இருக்கும், அந்த வயது வரையில் நன்றாக துருதுருவென்றிருந்த பையன். ஆம்! அந்த நேரத்தில்தான் அவனுக்கு உடம்புக்கு வந்தது. அது ஒரு மோசமான, கடுமையான கோடைக்காலம். வழக்கத்தை விடவும் அந்த ஆண்டு அளவுக்கு அதிகமான வெய்யில் சுட்டெரித்தது. அப்படியான ஒரு நாளில்தான் பள்ளியிலிருந்து வரும்போதே பாரதி சோர்வாக வந்தான். இரவு தூங்கிக் கொண்டிருக்கும்போது கரன்ட்

கட்டாகி ஃபேன் நின்று போனது. தூங்கிக்கொண்டிருந்த பையனுக்கு தலையெல்லாம் வியர்த்துப்போய் தூக்கம் கலைந்து எழுந்து உட்கார்ந்தான். முதலில் மூச்சுவிட சிரமமாக இருப்பதாகச் சொன்னான். நெஞ்சு, கழுத்து எல்லாம் விக்ஸ் தேய்த்துவிட்டு படுத்துத் தூங்கினா சரியாப் போயிடும்னு சமாதானப் படுத்தித் தூங்க வைத்தார்கள். ஆனால், அவனால் தூங்க முடியவில்லை 'ஹூஊம் ஹூஊம்' என்று நெஞ்சுக்குள்ளிருந்து எஞ்சின் ஓடுவதுபோல சப்தம் வரத்தொடங்கியது. மூச்சு விட முடியவில்லை என்று அழத் தொடங்கினான். கார்த்திகேயன் அவனை அப்படியே தூக்கித் தோளில் போட்டுத் கொண்டு வீட்டிலிருந்து வெளியே வந்து காற்றோட்டமாக இருந்த இடத்தில் நடந்தார். தெருவோரத்தில் இருந்த ஒரு மரத்தடியில் அவனை மடியில் இருத்திக்கொண்டு 'இப்ப எப்படியிருக்கு சாமி?' என்று கேட்டார். 'கொஞ்சம் பரவால்லப்பா வீட்டுக்குப் போலாம் வாங்க' என்றான். திரும்பி வரும்போது நான் நடந்தே வருகிறேன் என்று சொன்னவனை மறுத்து மீண்டும் தோளில் போட்டுச் சுமந்தபடி வீடு வந்து சேர்ந்தார், வாசற்படியில் கவலையோடு நின்று கொண்டிருந்த விமலா 'இந்த நேரத்துல எங்க போனிங்க?' என்றபோது 'இல்லம்மா இங்க சுத்தமா காத்தே இல்லையா.. அதான் கொஞ்சம் காற்றோட்டமா போய்ட்டு வந்தோம்' என்று சொல்லிவிட்டு உள்ளே போய் இரண்டு மூன்று தலையணைகளை சேர்த்துப்போட்டு சுவரோரமாக சாய்ந்து அமர்ந்து தூங்குவதுபோல வசதி பண்ணிக்கொடுத்தார். சிறிதுநேரத்தில் பாரதி மெல்ல கண்ணயர்ந்தான் அப்படியே அவரும்.... இரவு சரியாகத் தூக்கம் இல்லாததால் காலையில் கண்விழிக்கும்போதே ரொம்பவும் களைப்பாக இருந்தான் பாரதி. இன்று ஒரு நாள் ஸ்கூலுக்குப் போக வேண்டாம் டாக்டரிடம் போகலாம் என்று சொன்னபோது, 'இல்லப்பா இன்னிக்கு டெஸ்ட் இருக்கு, சாயந்திரம் வந்து டாக்டர்கிட்டப் போயிக்கலாம்' என்றான். அவர்கள் வழக்கமாகப் பார்க்கின்ற டாக்டர் பகலில் பெரிய ஆஸ்பத்திரிக்குப்

போய்விடுவார். மாலை மட்டும்தான் தன்னோட கிளினிக்கிற்கு வருவார். அன்று மாலை அவரிடம் கொண்டுபோய்க் காட்டினபோது ஆஸ்த்துமாதான் இது. வழக்கமாக நிறையபேருக்கு மழைக்காலத்தில்தான் தொந்தரவு பண்ணும் சிலருக்கு மட்டும் வெய்யில் காலத்தில் வரும் மாத்திரை சிரப் எல்லாம் கொடுக்கிறேன். இன்னிக்கு நைட்டும் நேத்து மாதிரியே தொந்தரவு பண்ணினா... ஒடனே வாங்க. இன்னிக்கு எனக்கு ஆஸ்பத்திரில நைட் ட்யூட்டிதான் அங்க கூட்டிட்டு வாங்க என்றார்.

அன்று இரவும் முதல் நாள் போலவே மூச்சுத்திணறல் ஏற்பட்டது. ஒரு ஆட்டோ பிடித்து ஆஸ்பத்திரிக்குப் போனபோது இஞ்சக்ஷன் ஒன்று போட்ட அடுத்த ஐந்து நிமிடங்களில் சரியாகப் போயிற்று. இது ஸ்டீராய்ட் மெடிசின் சார், இவ்வளவு சின்னப்பையனுக்கு அடிக்கடி போடக்கூடாது என்று சொல்லியனுப்பினார். அதன்பிறகு நான்கு வருஷம் அலோபதி, ஆயுர்வேதம், சித்தா இன்னும் என்னென்ன வைத்தியம் இருக்கிறதோ எல்லாம் பார்த்தார்கள். ஒவ்வொரு ஆண்டும் சரியாக ஏப்ரல் மாதம் வந்தாலே அவர்கள் வீட்டில் எல்லாருக்கும் பயமாக இருக்கும். ஒவ்வொரு முறையும் பாரதி மிகவும் சிரமப்படுவான். யார் என்ன பத்தியம் சொன்னாலும் கேட்டுக் கொள்வான். மற்ற பிள்ளைகளைப்போல கோடைக்காலம் என்பதற்காக ஐஸ்க்ரீம், இளநீர், தர்பூசணி என எதற்குமே ஆசைப்படவும் மாட்டான், ஒரு நாளைக்கு சாப்பிட்டா ஒன்னும் ஆகாது என்று யாராவது வற்புறுத்திக் கொடுத்தாலும் சாப்பிட மாட்டான். பெங்களூரில் 5 வது க்ராஸ் மெயின் ரோட்ல ‘சி டி பந்த்’ என்று ஒரு டாக்டரிடம் மருந்து வாங்கி சாப்பிட்டால் சரியாகிவிடும் என்று சொன்னார்களென்று அங்கேயும் அழைத்துச் சென்று ஒரு வருடம் அந்த மருந்தும் சாப்பிட்டான். அது என்ன மருந்து? அலோபதியா? ஆயுர்வேதமா? பரம்பரை வைத்தியமா? இல்லை ஏதாவது ஸ்டீராய்டு மெடிசினா? எதுவும் தெரியாது. ஆனால்

ஒவ்வொரு முறையும் ஏப்ரல் மாதத்தில் இளைப்பு வரும் நேரங்களில் மகன் படும் வேதனையை கண்கொண்டு பார்க்க முடியாது. எப்படியாவது குணமானால் போதும் என்பதில் மட்டுமே கவனம் இருந்தது. யாரோ சொன்னார்கள் என்று ஹைதராபாத்தில் 170 வருடங்களாக பிரபலமாக நடைபெற்று வரும் உயிரோடு மூலிகை மீனை விழுங்கும் வைத்தியத்திற்கும் அழைத்துப்போய் வந்தார். இதில் எந்த வைத்தியத்திற்கு கட்டுப்பட்டதோ? இல்லை, தானாகவே அவனது உடம்பில் நோய் எதிர்ப்பு சக்தி உருவானதோ? என்னவோ? எப்படி திடீரென்று வந்ததோ? அதேபோல பாரதிக்கு பதினாறு வயது இருக்கும்போது அந்த வருடம் வந்த கோடைகாலத்தில் எந்தத் தொந்தரவும் ஏற்படவில்லை. டாக்டரிடம் போய்க்கேட்டபோது 'இது ஒரு விதமான அலர்ஜிக் ஆஸ்த்மாதான் இந்த ஸீசனில் அவனுக்கு அலர்ஜி ஏற்படுத்தும் அந்தப் பொருளை அவன் நெருங்காமல் உட்கொள்ளாமல் இருந்திருக்கலாம். எப்படியோ சரியாயிடிச்சேன்னு சந்தோஷப்படுங்க. அதைப்பற்றி ஏன் ஆராய்ச்சி பண்றீங்க? ஏன்? அதற்கும் கவலைப் படறீங்க?' என்று சிரித்துக் கொண்டே கேட்டார். ஏதோ ஒரு அதிசயம் போல அதன்பிறகு அவனுக்கு அடிக்கடி சளிகூட பிடிப்பதில்லை.

சின்ன வயதில் அவனது மனதிற்குள் விதைக்கப்பட்ட அந்த லட்சியக்கனவு வளர்ந்து, வரவர அது மேலும் உறுதியானது. எப்படியாவது டாக்டருக்குப் படிக்க வேண்டும் என்பதில் வெறியாக இருந்தான் பாரதி. கார்ப்பரேஷன் பள்ளியில்தான் படித்தான். பன்னிரண்டாம் வகுப்பில் படிக்கும் எல்லா பிள்ளைகளும் ஒவ்வொரு பாடத்திற்கு ஒரு ஆசிரியர் என்று ட்யுஷனுக்கு ஓடிக்கொண்டிருக்கின்ற சூழலில், எந்த சிறப்பு வகுப்பிற்கும் போகாமல் எப்போதும் வகுப்பில் முதல் மாணவனாக நல்ல மதிப்பெண்கள் வாங்கி விடுவான். உடன் படிக்கும் பிள்ளைகள் வந்து எதாவது சந்தேகம் கேட்டாலும் மணிக்கணக்கில் உட்கார்ந்து

அவர்களுக்கு உதவி பண்ணுவான். அவனது அம்மா சமயத்தில் கோபித்துக் கொள்ளுவாள். ‘எல்லாரும் மூனு நாலு ட்யூஷன் போறாங்க, நீயோ வீட்ல மட்டும்தான் படிக்கிற அதுக்கு இடைல பசங்க வந்து நீ படிக்கறதையும் கெடுக்கறங்களேப்பா?’ என்பாள். அவனோ கொஞ்சம்கூட கோபப்படாமல் ‘அம்மா, நான் தனியா படிச்சா எனக்கு மட்டும்தான்ம்மா பிரயோஜனம், அதே இன்னும் ரெண்டு பசங்களுக்கு சொல்லிக்குடுத்தா அவங்களோட சேர்ந்து படிச்சா? அவங்களுக்கும் உபயோகமா இருக்கும் எனக்கும் அந்த பாடங்களையெல்லாம் ரிவைஸ் பண்ணின மாதிரியிருக்கும்’ என்பான்..

கார்ப்பரேஷன் பள்ளியிலும் மனசாட்சியுள்ள நல்ல ஆசிரியர்கள் இருப்பார்கள் அல்லவா? அவர்கள் எல்லாம் பாரதி மீது அளவற்ற அன்போடு அக்கறை எடுத்துக் கொண்டார்கள். அவனும் மாவட்ட அளவில் முதல் மதிப்பெண்கள் வாங்கி, பெற்றவர்களையும்... படித்த பள்ளியையும் பெருமையால் பூரிக்க வைத்தான். யாருக்கும் லஞ்சம் கொடுக்காமல் எம் எம் சி என்கிற சென்னையிலுள்ள மருத்துவக் கல்லூரியில் அட்மிஷன் கிடைத்தது. அந்த குடும்பத்தின் நான்குபேரும் கண்ட வாழ் நாள் கனவு பலிக்க ஆரம்பித்தது.

அதே ஆண்டில் பொறியியல் படித்து முடித்த மகள் செல்விக்கு பெங்களுரிலுள்ள ஒரு மென்பொருள் நிறுவனத்தில் வேலையும் கிடைத்தது. பாரதியும் சென்னையில் விடுதியில் தங்கி படிக்கத்தொடங்கினான். அந்தப்பகுதியில் அக்கம் பக்கத்தில் உள்ள எல்லாருமே பார்த்துப் பாராட்டவும் உறவுகளில், சிலர் உள்ளூர பொறாமையால் பெருமூச்சு விடவும் செய்கின்ற அளவிற்கு செல்வியும், பாரதியும் வீட்டிலும் வெளியிலும் பெயர் வாங்கியிருந்தார்கள். படிக்கின்ற காலத்திலும் அவர்கள் இருவருக்குமே அந்த வயதுள்ள மற்ற பிள்ளைகளைப்போல ஆசைகளோ கனவுகளோ ஆடம்பரங்களோ ஒருபோதும்

இருந்ததில்லை. அதற்காக முழுக்கமுழுக்க புத்தகப் புழுக்களாகவுமில்லாமல் விளையாட்டிலும் இலக்கியப் போட்டிகளிலும் தங்கள் பள்ளியில் மட்டுமல்லாமல் வெளி பள்ளிகளிலும் போய்ப் பரிசுகளைக் குவித்து வருவார்கள். ஆனால், கார்த்திகேயனும், விமலாவும் எப்போதும் அவர்களிடம் சொல்வதெல்லாம்.. நல்லாப் படிக்கிறோம் நல்ல மார்க் வாங்குகிறோம் என்கிற கர்வம், ஆணவம் மட்டும் எங்கும் யாரிடத்தும் தலைதூக்கக் கூடாது என்பதுதான்.

அந்தப்பிள்ளைகளுக்கு அவங்க அம்மா அப்பாதான் உலகம், அந்த அம்மா அப்பாவிற்கு அந்தப் பிள்ளைகள்தான் உலகம். அந்தப் பெற்றோர் அவர்கள் பிள்ளைகளிடம் அதைச் செய்யக்கூடாது இதைச் செய்யக்கூடாது என்று எதையுமே கூறவில்லை. அவர்கள் இருவரும், செம்மையான ஒழுக்கமான ஒரு வாழ்க்கையை வாழ்ந்து காட்டினார்கள். அந்தப் பிள்ளைகள் அவர்களைப் பார்த்துப்பார்த்து அதே போல வளர்ந்தார்கள்.

கார்த்திகேயன் வேலையிலிருந்து ஓய்வு பெற்றார். அந்த நேரத்தில் செல்விக்கு திருமணத்திற்கு மாப்பிள்ளை பார்க்கத் தொடங்கினார்கள். செல்வியுடன் வேலை செய்து வந்த கௌதம் தன் காதலை செல்வியிடம் சொல்ல, அவள் அதை தன் தந்தையிடமும் தம்பியிடமும் சொல்லி என்ன செய்யலாம் என யோசனை கேட்டாள். பாரதி கௌதமை நேரில் சந்தித்துப் பேசினான். எல்லாருக்கும் பிடித்துப்போனது. அவர்களும் சாதாரணமான நடுத்தர வர்க்கக் குடும்பமாக இருந்ததால் எந்தவிதமான சிக்கலும் குளறுபடிகளுமில்லாமல் எளிமையாக, சிறப்பாகத் திருமணம் நடந்தது.

அன்பால் உருவான அந்தக்குடும்பம் அந்தப் பிள்ளைகளின் எதிர்காலத்தைக் கருத்தில் கொண்டு மூன்று இடங்களில் தனித்தனியாகப் பிரிந்து வாழத்தொடங்கினார்கள். வாழ்க்கையில்

சொல்லுக்கும் செயலுக்கும் அதிகம் இடைவெளியில்லாமல் வாழக்கூடிய அபூர்வமான மனிதர் கார்த்திகேயன். எல்லாரும் லஞ்சம் வாங்கும் இடத்தில் கடைசி வரையில் எந்த நேரத்திலும் யாரிடத்தும் கை நீட்டாமல் நேர்மையாகப் பணியாற்றினவர். நல்ல மனம் கொண்ட எல்லாரையும் நேசிக்கத் தெரிந்த மனிதர். பாரதிக்கு மருத்துவக்கல்லூரியில் இடம் கிடைத்தது மகிழ்ச்சியாக இருந்த போதும் கல்விச்செலவை எப்படி சமாளிக்கப் போகிறோம் என்கிற அச்சம். ஆனால், மகளும் மருமகனும் தாங்கள் பார்த்துக் கொள்வதாகச் சொன்னபோது அதை அன்போடு மறுத்துவிட்டார். தன் பிள்ளைகளுக்கான கல்விச்செலவை மட்டும் தானே செய்ய வேண்டும் என்று பிடிவாதமாக இருந்தார். அதை அமைதியாகப்பேசிப் புரிய வைத்தார். கடைசியில் செல்வி அப்பாவிடம் போராடி தனது படிப்புக்காக வங்கியில் வாங்கின கல்விக்கடனைத் தனது சம்பளத்தில் தானே கட்டிக் கொள்வதாகவும் அவர் பாரதியின் படிப்பை மட்டும் பார்த்துக் கொண்டால் போதும் என்று அவரை ஒப்புக்கொள்ள வைத்தாள். அந்த வயதில் அவன் வேறு எதற்குமே ஆசைப்படவில்லை. அந்த நான்கரை வருடங்களும் இரண்டு பேன்ட் இரண்டு ஷர்ட்டில்தான் கல்லூரிக்குச் சென்றான். அப்பா வற்புறுத்தினாலும் வாங்கிக்கொள்ள மாட்டான். பாரதிக்கு வங்கிக் கடன் கொஞ்சம் கிடைத்தது. நான்கு வருடங்கள் எப்படி ஓடிப் போனது. என்றே தெரியவில்லை படித்து முடித்த உடனேயே ஒரு தனியார் மருத்துவமனையில் . வேலை கிடைத்தது. அப்போதுதான் ரொம்பவும் தயங்கித்தயங்கி பாரதி தன் ஆசையை வீட்டில் எல்லோரிடமும் சொன்னான். மேற்கொண்டு எம்டி படிக்க விரும்பினான். நுழைவுத்தேர்விலும் நல்ல மார்க்குகள் பெற்று யாருடைய தயவுமில்லாமல் சென்னையில் ‘ஸ்டேன்லி மருத்துவக் கல்லூரியில்’ இடம் கிடைத்தது.

அந்த நேரத்தில்தான் மாப்பிள்ளை கௌதமிற்கு புனேயிலுள்ள கிளைக்கு ‘டீம் லீடர்’ பதவி உயர்வோட மாற்றலாகியது. தன்னுடைய

மனைவிக்கும் அதே அலுவலகத்தில் மாறுதல் கொடுத்தால் தான் ஒப்புக் கொள்ளுவதாகச் சொன்னபோது சரியென்று ஏற்றுக் கொண்டார்கள். அவர்கள் இருவரும் புனேவுக்கு புறப்பட்டுச் சென்றார்கள். பாரதி மறுபடியும் சென்னைக்கும். அந்த நேரத்தில் கார்த்திகேயன் வீட்டில் எல்லோரிடமும் ஒரு யோசனையை வைத்தார். பாரதி மீண்டும் சென்னையில் ஹாஸ்டலில் தங்கி சிரமப்பட வேண்டாமென்பதால் கோவையிலிருந்து சென்னைக்கு குடிபெயர்ந்து விடலாம் என்று. அது எல்லாருக்கும் நல்லதென்று கருதினார். ஆனால் வீட்டில் யாரும் ஒப்புக் கொள்ளவில்லை. நீங்கள் இவ்வளவு காலம் பிறந்து வளர்ந்த ஊரைவிட்டு இப்போது சென்னை செல்வது சரியல்ல, வேண்டாம் என்றார்கள். ஆனால், அவரோ...'அதிலென்ன இருக்கிறது? எல்லா இடங்களிலும் மனிதர்கள்தானே வாழ்கிறார்கள்? இங்கேயும் வாடகை வீட்டில்தான் இருக்கிறோம் சென்னைக்குப் போனால் எப்போதும் நாங்களிருவரும் பாரதியோடு இருப்போம். அவனுக்கும் வீட்டிலிருந்து கொண்டு படிப்பது நன்றாக இருக்கும்' என்றபோது மற்ற நாலு பேராலும் அதை மறுக்க முடியவில்லை. அப்படித்தான் தனது அறுபத்திரெண்டாவது வயதில் அவர் சென்னை வாசியானார். நன்கு வளர்ந்த ஒரு பெரிய மரத்தை வேரோடு பறித்து புதிய மண்ணில் நட்டதுபோல சென்னை வாழ்க்கைக்குப் பழக அவருக்கு சற்று சிரமமாகத்தான் இருந்தது. என்றாலும் மகனோடு இருக்க முடிகிறதே என்கிற மகிழ்ச்சியில் அவருக்கு அது அவ்வளவு சிரமமாகத் தோன்றவில்லை.

அந்த நேரத்தில்தான் செல்வி கர்ப்பமானாள். அந்த செய்தியே குடும்பத்தில் எல்லாருக்கும் அளவற்ற மகிழ்ச்சியானதாக இருந்தது. எல்லாரும் குடும்பத்தோடு புனே சென்று செல்வியை சீராட்டிக் கொண்டாடினார்கள். பத்து நாட்கள் ஆனபோது விமலாவை மட்டும் புனேவில் விட்டுவிட்டு கார்த்திகேயனும் பாரதியும் சென்னை திரும்பலாம் என்று யோசனை வந்தது. அதற்கு செல்வி இங்கு எனக்கு

எந்த ஒரு பிரச்னையும் இல்லை. ஆஃபீசுக்கு மிக அருகில்தான் வீடு இருக்கிறது. இன்னும் நான்கு ஐந்து மாதங்கள்வரை நான் வேலைக்குப் போய் வர முடியும். அதன் பிறகு மூன்று மாதங்கள் வீட்டிலிருந்து வேலை செய்கிற மாதிரி அனுமதி வாங்கிக் கொள்ளலாம். பிரசவத்திற்கு ஒரு மாதம் முன்னால் அம்மா அப்பா இங்கு வந்தால் போதும் என்று சொன்னபோது அதுவும் எல்லாருக்குமே நல்ல யோசனையாகப்பட்டது.

மாதங்கள் ஓடின... தினமும் அரைமணி நேரமாவது வீடியோ காலில் பேசிக் கொள்வார்கள். பாரதி மகப்பேறு பற்றி இப்போது நிறைய படித்தான் அக்காவுக்கு ஏதாவது யோசனை சொல்லிக் கொண்டேயிருப்பான். பல நாட்கள் அவன் கொட்டும் பாசத்தின் உணர்ச்சிப்பெருக்கால் அவள் பூரித்துப்போவாள்.. போன் ஸ்க்ரீனிலிருந்து சற்று விலகி கண்களைத் துடைத்துக் கொள்வாள். பக்கத்திலேயே நின்றுகொண்டு இதையெல்லாம் கவனிக்கும் கௌதம் செல்வியை அணைத்துக் கொண்டு 'சென்னையில் உனக்கு ரெண்டு அம்மா' என்று சொல்வான்.

பிரசவ தேதிக்கு ஒரு மாதம் முந்தியே கார்த்திகேயனும், விமலாவும் மகள் வீட்டுக்கு வந்து விட்டனர். பாரதி கொடுத்திருந்த தைரியத்தில் செல்விக்கு பிரசவம் பற்றின பயமோ டென்ஷனோ கொஞ்சமும் இல்லை. அன்றைக்கு இரவு படுக்கப்போகும் போது சற்று சிரமமாக இருப்பதாக செல்வி சொன்னாள். விமலா அவளுக்கு சீரக கசாயம் வைத்துக் கொடுத்தார் அதிகாலை ஐந்து மணிக்கு வலி எடுக்க ஆரம்பித்தது, அஞ்சரை மணிக்கு போய் செல்வியை அட்மிட் பண்ணினார்கள். காலை எட்டு மணிக்கு நல்ல படியாக அழகான, ஆரோக்கியமான பெண் குழந்தை சுக பிரசவமாகப் பிறந்தது. மூன்று நாட்களிலேயே தாயையும் குழந்தையையும் வீட்டுக்கு அழைத்து வந்தனர்.

வீடியோ கால் கலந்துரையாடல் தொடர்ந்தது. ''அப்பா, அம்மா சும்மா என்னைப்பத்தி கவலப் படாம என்னோட மருமகளை நல்லா கவனிங்க''

''இல்லப்பா பாரதி நான் இன்னும் மூனு நாலு மாசம் கழிச்சுதான் வருவேன். அப்பாவை இன்னும் ரெண்டு நாள்ல அனுப்பிடறேன்''

''எனக்கு ஒன்னும் பிரச்னையில்லம்மா நீங்க ஏன் அப்பாவ விரட்டறீங்க?''

''இல்லப்பா அம்மா சொல்றதுதான் கரக்ட். கொழந்தைய பார்த்தாச்சு. இங்க எனக்கு ஒரு வேலையுமில்ல. பாப்பா என்னோட பேசற மாதிரி ஆயிட்டா நீ சொன்னாலும் நான் அங்க வரமாட்டேன். இப்ப எப்பப் பாரும் அது தூங்கிட்டுதான் இருக்கு. அங்க வந்தா உனக்கு சமைச்சுக் குடுப்பேன். இப்ப உனக்கு எக்ஸாம் டைம் இல்லையா?''

''செரிப்பா அப்ப உங்க விருப்பம். எப்போ வருவீங்கங்கறதை மட்டும் கரக்ட்டா சொல்லுங்க நான் ஸ்டேஷனுக்கு வந்து பிக் அப் பண்ணிக்கறேன். அக்கா என் மருமகளப் பார்க்க ஒடனே வர முடியலியேன்னு கஷ்டமா இருக்கு. கோச்சுக்காத! இன்னும் ஒரு பதினஞ்சு நாள்தான் எக்ஸாம் முடிஞ்ச ஒடனே நான் ஓடி வந்தர்றன், அத்தான் கிட்டயும் சொல்லு, அவர் ஏதாவது நெனச்சுக்கப் போறாரு. நெனைக்க மாட்டாரு... அப்பறம் நான் வரும்போது பாப்பாவுக்கு என்ன வாங்கிட்டு வர்றதுன்னு சொல்லுக்கா?'

''நீ ஒன்னும் வாங்கிட்டு வர வேண்டாம். சும்மா காசை வேஸ்ட் பண்ணாத. அப்பா அம்மாவே எல்லாம் வாங்கி குடுத்திட்டாங்க. நீ நேர்ல வந்தேன்னா போதும். எனக்கும் உன்னை பார்க்க வேண்டும் போல இருக்கு''' என்று சொல்ல சொல்லவே செல்வியின் குரல் தழுதழுத்தது.

''அக்கா நோ சென்டிமென்ட்ஸ். பீ ஹாப்பி, குட்டிப் பாப்பா உங்கம்மாவை நல்லா பார்த்துக்கடா, மாமா சீக்கிரமா ஓடி வந்தர்றன். அப்பா, அம்மா. நாளைக்கு பேசுவோம். பை க்கா.''

ஃபோனை கட் பண்ணினதும் பாரதியும் கலங்கியிருந்த கண்களைத் துடைத்துக் கொண்டான். தான் ஒரு டாக்டராக இருந்துகொண்டு அக்காவின் டெலிவரி நேரத்துல கூட இருக்க முடியலியேன்னு கொஞ்சம் வருத்தமாகவே இருந்துச்சு. ஆனா அவனுக்கு எக்ஸாம் நேரம் என்பதால் எதுவும் செய்ய முடியவில்லை.

கார்த்திகேயன் புனேயிலிருந்து சென்னைக்கு வந்து நான்கு நாட்களில் கொரோனா கலவரம் நெருப்பெனப் பற்றிக் கொண்டது. முதன்முதலில் கேரள அரசுதான் ஊரடங்கு உத்தரவினை அறிவித்தது. அடுத்தநாள் மத்திய அரசு நாடு முழுவதற்குமான ஒரு நாள் ஊரடங்கை அறிவித்தது. தமிழ் நாட்டில் முதல் கேஸ் கண்டறியப் பட்டவுடனேயே அரசு ஆஸ்பத்திரிகள் முடுக்கி விடப்பட்டன. சென்னையில் மட்டும் கொரோனா பாசிட்டிவ் பத்து கேஸ்கள் வந்த உடனேயே சுகாதாரத்துறை எல்லா மருத்துவ மனைகளிலுமுள்ள மருத்துவர்களையும் செவிலியர், மற்றும் சுகாதாரத் தொழிலாளர்களை விரட்டத் தொடங்கியது. செய்திகளில் இருந்த விளம்பரமும், பரபரப்பும் செயலில் இல்லை என்பது அரசு மருத்துவமனைகளில் பணிபுரிந்த பாரதி போன்றோருக்குத் தெளிவாகவே தெரிந்தது. பல்வேறு இடங்களில் சில அறைகள் 'கொரோனா வார்டு' (ஐசோலேடெட் வார்ட்) என்ற அட்டைகள் தொங்கவிடப்பட்டு கட்டில்கள் போட்டு வைக்கப்பட்டன. ஆனால், எந்தெந்த கட்டத்திலுள்ள அறிகுறிகளுக்கு எந்த விதமான பரிசோதனைகள் செய்யப்படவேண்டும் என்கிற தெளிவு யாருக்குமில்லை. அதுபற்றின முறையான வழிகாட்டுதல்களும், புரிதல்களும் இல்லாமல் ஒட்டு மொத்தமான மருத்துவத்துறையும்

குழப்பத்தில் இருந்தன. பாதிக்கப்பட்ட நோயாளிகளுக்கும் இந்த நோய்க்கு இதுதான் சரியான மருந்து என்கிற வரைமுறை இல்லாத காரணத்தால் நோயாளிகளுக்கு ஏற்படும் பக்க விளைவுகளுக்குத் தகுந்தபடி மருந்துகள் கொடுக்கப்பட்டு, ஊசிகள் செலுத்தப்பட்டு வந்தன. மருத்துவர்கள் யாரும் தேவையில்லாமல் பரிசோதனைகள் பற்றியோ, அளிக்கப்படும் மருத்துவம் பற்றியோ வெளியே யாரிடமும் மூச்சு விடக்கூடாது என்று கடுமையான உத்தரவுகள் பறந்தன

ஒருபுறம், எல்லா மருத்துவப் பணியாளர்களுக்கும் முறையான பாதுகாப்பு உபகரணங்கள் போதிய அளவிற்கு சப்ளை இல்லை என்கிற குற்றச்சாட்டுகள் பரவலாக எழுந்தன. ஆர் டி - பீசிஆர் பரிசோதனைகள் செய்யப் போதுமான 'கிட்கள்' இல்லையென ஒருபுறம் புகார்கள். இதனிடையே 'சைனா' விலிருந்து நிறைய எண்ணிக்கையில் சோதனை செய்யப் பயன்படும் புதிய வகை 'கிட்கள்' தனி விமானத்தில் வருகின்றன என்கிற செய்திகள் வந்தபோது இன்னும் நிறைய பேர்களுக்கு பரிசோதனை செய்து, நோயை விரைவாகக் கண்டுபிடிக்கலாம் என்று மிகுந்த நம்பிக்கையோடு மருத்துவர்கள் காத்திருந்தனர். ஒரு போர்க்காலம் போல செயல்பட வேண்டிய நேரம் என்பதனை மருத்துவத்துறைப் பணியாளர்கள் முழுமையாக உணர்ந்து பெருந்தன்மையுடன் முழு ஒத்துழைப்புக் கொடுத்தனர். மருத்துவர்களுக்குள்ளேயே கடுமையான குழப்பங்கள் தோன்றின. முதலில் செய்த பரிசோதனை முறைகள் போதுமானதாக இல்லை என்கிற கருத்து உருவானது. உடனே சீனாவிலிருந்து வரும் ரேப்பிட் டெஸ்ட் கிட்கள் வந்தபிறகு பரிசோதனை செய்தால் போதும் என்று ரகசிய ஆணைகள் பிறப்பிக்கப்பட்டன. ஒவ்வொரு நாளும் வரும் வரும் என்று எதிர்பார்ப்போடு காத்திருந்து பெறப்பட்டது இரண்டே நாளில் ரேப்பிட் டெஸ்ட் கிட்டின் பரிசோதனை முடிவுகள் திருப்தியாக இல்லை அதை உபயோகப்படுத்த வேண்டாம் என இந்திய தலைமை

மருத்துவக் கழகத்திலிருந்து அறிவுறுத்தப்பட்டது. மருத்துவர்களும், மருத்துவப் பணியாளர்களும். மிகுந்த மன உளைச்சலுக்கு ஆளானார்கள். எல்லா ஆஸ்பத்திரிகளிலும் பெரிய அளவில் புதிதாக எந்த பெரிய ஒரு மருத்துவ வசதிகளையும் உருவாக்காமலும், ஓரளவு குணமான நோயாளிகளைக்கூட பயமுறுத்தி வெளியேற்றி காலியான வார்டுகளையெல்லாம் தனிமைப்படுத்தப்பட்ட வார்டுகள் என்று ஒரு போர்டை மட்டும் மாட்டி வைத்து எல்லா தொலைக்காட்சிகளுக்கும் தகவல் சொல்லப்பட்டு வந்து அவர்களும் படம் பிடித்துச் சென்றார்கள். அதோடு உடனடியாக மற்ற எல்லா நோய்களுக்குமான சிகிச்சைகளுக்கு அதிக கவனம் செலுத்தத் தேவையில்லை, மருத்துவர்கள், மருத்துவ உதவியாளர்கள், செவிலியர்கள் தூய்மைப்பணியாளர்கள் என எல்லாரும் 'கொரோனா சிறப்பு வார்டு'களில் கவனம் செலுத்துங்கள். ஆஸ்பத்திரிகளிலும் வார்டுகளைத் தூய்மைப் படுத்துவது, மற்ற நோய்களுக்காக சிகிச்சைக்காக வரும் புதிய நோயாளிகளை 'அட்மிட்' பண்ணாமல் முடிந்த அளவு அவர்களை நயமாகப் பேசி திருப்பி அனுப்புவது என்றும், உள் நோயாளிகளையும் முடிந்த அளவிற்கு சீக்கிரமாக வீட்டிற்கு அனுப்புவது எனவும் எல்லாரும் இறங்கி வேலை செய்யத் தொடங்கினர். எல்லாவற்றையும் விட கொரோனா நோய் விவரங்களையும் நோயாளிகளின் விவரங்களையும், அவர்களுக்கு என்ன மருத்துவம் பார்க்கப்படுகிறது என்கிற விவரங்களும் வெளியில் யாரோடும் பகிர்ந்து கொள்ளக்கூடாது என்றும், முக்கியமாக மீடியா ஆட்களோடு யாரும் பேசக்கூடாது என்றெல்லாம் ராணுவக் கட்டுப்பாடுகள் போல ஆணைகள் பிறப்பிக்கப்பட்டன.. முதுநிலை மருத்துவப் படிப்பு படிக்கும் மாணவர்கள் ஒவ்வொருவரும் கட்டாயமாக கொரோனா வார்டில் பணிபுரிந்தே தீர வேண்டுமென்று கடுமையாகக் கட்டளைகள் பிறப்பிக்கப்பட்டு நிர்பந்திக்கப் பட்டனர். பணிபுரியும் காலங்களில் அவர்கள் கட்டாயமாக விடுதியில்தான் தங்கவேண்டும் என்றும் நிர்பந்திக்கப்பட்டனர்.

உயிரச்சம்

ஒருபுறம் நோயாளிளுக்கிடையே வாட்டும் உயிரச்சம், இன்னொருபுறம் அரசு கொடுக்கும் நிர்பந்தம். எல்லாவற்றிற்கும் மேலாக கும்மிருட்டில் விட்டத்துக்கு விட்டம் மாறி மாறி தாவிக்கொண்டிருக்கும் குருட்டுப் பூனையைப் போல நோய் தனது தன்மையையும், தாக்குதல்களையும் புதிது புதிதாக, விசித்திரமாக மாற்றி மாற்றி வெளிப்படுத்திக் கொண்டிருந்தது. அனுபவம் வாய்ந்த மூத்த மருத்துவர்களுக்கே எந்தெந்த மருந்துகளை எந்தெந்த அளவில் கொடுப்பது என்பதும் ஏதேனும் பக்க விளைவுகள் ஏற்பட்டால் அதற்கு யார் பொறுப்பேற்பது என்பதும் மிகப்பெரிய சவாலாக இருந்தது. இந்தக் குழப்பத்தின் காரணமாக வழக்கமாக ஆஸ்பத்திரியில் இயல்பாக நடக்கும் பணிகளே தாமதமாகின. பலநேரங்களில் சின்னச்சின்னப் பிரச்னைகள் என்றால் வார்டில் பணிபுரியும் செவிலியர்கள் டாக்டர்களைத் தேடி அலைய மாட்டார்கள். அவர்களே முடிவெடுத்து செயல்படத் துவங்குவர். அதன்பிறகு டாக்டரிடம் போனில் அழைத்து ‘சார் இந்த மாதிரி இந்த பேஷன்ட்டிற்கு இப்படி ஒரு பிரச்னை ஏற்பட்டது, அதற்கு இதுபோல ஒரு ட்ரீட்மன்ட் ஸ்டார்ட் பண்ணிருக்கோம்’ என்று சொன்னால், வழக்கமாக எதிர் முனையிலிருக்கும் டாக்டரிடம் இருந்து வருகின்ற பதில் ‘வெரிகுட் கேரிஆன், எதுக்கும் நாளைக்கு நான் வார்டுக்கு வரும்போது கேஸ் ஷீட்ல என்ட்ரி பண்றதுக்கு கொஞ்சம் ஞாபகப்படுத்துங்க’ என்பதாக இருக்கும். ஆனால், இப்போதெல்லாம் வழக்கமாகச் செய்யவேண்டிய வைத்தியத்திற்கே ஒவ்வொரு முறையும் சம்பந்தப்பட்ட மருத்துவரை மீண்டும் அணுகி உறுதிப்படுத்திவிட்டே அதைச் செய்கிறார்கள். இதனால் பல நேரங்களில் டாக்டர்கள் நர்ஸ்களிடம் கோபப்படத் தொடங்கினார்கள் ’என்ன ஆச்சு சிஸ்டர் வரவர இது ஹாஸ்பிடல் வார்டா? இல்ல எல்கேஜி க்ளாஸ் ரூமான்னு சந்தேகமா இருக்கு. இப்படி எல்லாத்துக்கும் டவ்ட் ரெய்ஸ் பண்ணீட்டே இருந்தா எப்படி?’ என்று எரிந்துவிழத் தொடங்கினர். சில நோயாளிகள் படும்

வேதனையைக் கண்கொண்டு பார்க்க முடிவதில்லை. அதேநேரத்தில் ஒவ்வொருவருக்கும் தனிதனியே கவனம் செலுத்தவும் முடிவதில்லை. எல்லாவற்றையும் தாண்டி எந்த நேரத்தில் நமக்கும் தொற்று வந்துவிடுமோ என்கிற அச்சம், ஒரு ஊமை வலியாக சொல்லவும் முடியாமல் சொல்லாமல் இருக்கவும் முடியாமல்.

அப்பா புனேயிலிருந்து திரும்பி வந்தபின் ஒரு வாரம்தான் பாரதி வீட்டிலிருந்து ஆஸ்பத்திரிக்குப் போய்க் கொண்டிருந்தான். அதன்பிறகு ஆஸ்பத்திரியிலேயே தங்கிக் கொண்டான். அவனது முழுநேர வேலையும் கொரோனா வார்டில்தான் இருந்தது. இடையிடையே வீட்டுக்கு வந்தால் தன் மூலம் அப்பாவுக்கு தொற்றினை பரப்பிவிட வாய்ப்பு உள்ளதே என்கிற பயம் ஒரு காரணம். நான்கு நாட்களாகிறது வீட்டுக்குப் போய், வழக்கம்போல தினமும் அக்கா அம்மாவுடன் வீடியோ காலில் ஒரு முறையும் அப்பாவிடம் போனில் இரண்டு முறையும் பேசிக்கொண்டுதான் இருக்கிறான். கார்த்திகேயனுக்கு கொஞ்சம் கவலையாக இருந்தது. உள்ளூரிலேயே பத்து கி மீ தூரத்திலிருந்துகொண்டு மகனைப் பார்க்க முடியவில்லையே என்பது ஒரு பக்கம் பாரதியோடு இருக்க வேண்டும் என்கிற எண்ணத்தில்தான் அவசரமாக புனேயிலிருந்து புறப்பட்டு வந்தார். ஆனால், இங்கு சென்னையில் பாரதியுமில்லாமல் தனியே வீட்டில் இருப்பது கஷ்டமாக இருந்தது. இப்படி நடக்கும் என்று தெரிந்திருந்தால் பேசாமல் புனேயிலேயே இருந்திருக்கலாமே என்று தோன்றியது. அன்று காலை பேசும்போது பாரதியிடம் கண்டிப்பாகச் சொல்லிவிட்டார். அவன் இன்று இரவு கண்டிப்பாக வீட்டிற்கு வரவேண்டும் என்று. அதேபோல மாலை அவனும் வீட்டிற்கு வந்தான். அப்பாவும் மகனுமாக சேர்ந்து சமைத்தார்கள். எதேதோ பழைய கதைகள் எல்லாம் பேசிக்கொண்டு இரவு அப்பாவின் பக்கத்தில் படுத்துக்கொண்டு அப்பாவின் நெஞ்சின்மீது கையைப் போட்டுக்கொண்டு தனது எதிர்காலத்

திட்டங்களைப் பற்றி அப்பாவிடம் யோசனை கேட்டுக் கொண்டிருந்தான். படிப்பு முடிந்ததும் சொந்த ஊரான கோவைக்கே போய் ப்ராக்டீஸ் பண்ணனும். எளிய மக்களுக்கு நெறையா சர்வீஸ் பண்ணனும். கவர்ன்மென்ட் வேலை கிடைத்தால் கூட எதாவது கிராமத்திற்குப் போய் ‘ப்ரைமரி ஹெல்த் சென்டரில்’ அர்ப்பணிப்போட நல்லமுறையில் வேலை செய்து நாட்டுக்கே ஒரு முன்மாதிரியான சிறப்பான ஹெல்த் சென்டராக நடத்த வேண்டும் என்றெல்லாம் பேசிக் கொண்டிருந்தான். ‘ரெண்டு மாசம் முன்னாடி எனக்கு விமன்ஸ் மெடிகல்ல ட்யூட்டி போட்டிருந்தாங்கப்பா. ஒரு பேஷன்ட். 40--45 வயசு இருக்கும். யார் கொண்டு வந்து அட்மிட் பண்ணாங்கன்னு யாருக்கும் தெரியாது. வெயிட் வெறும் 25 கிலோதான். ஒடம்புல எலும்பும் தோலும் மட்டும்தான் இருந்தது. பயங்கர அனீமிக். ஒன்றரை மாசம் அந்த வார்டுல இருந்த எல்லா நர்ஸ்களிடமும் பேசி நாம மனசு வச்சா அந்தம்மாவக் காப்பாத்திடலாம்னு சொல்லி நல்ல சத்துள்ள ஆகாரமாக் கொடுத்து முயற்சி பண்ணினதில ஒரே மாசத்துல தேறிட்டாங்கப்பா. விசாரிச்சா? கூலி வேலை செஞ்சுகிட்டு இருந்தவங்களாம். கொழந்தைங்க இல்ல. கண்ணெதிர்ல நடந்த ஒரு விபத்துல புருஷன் செத்துப் போயிட்டாராம் அந்த அதிர்ச்சில என்ன ஆச்சுன்னு தெரியாம நாள் கணக்கா சாப்பிடாமயே இருந்திருக்காங்க போல.. இதுல என்ன கொடுமைன்னா? ‘டிஸ்சார்ஜ்’ ஆகிப் போன பின்னாடி நல்ல சாப்பாடு இல்லேன்னா பழையபடி ஆயிடுவாங்க. நம்ம நாட்ல நோயைவிடக் கொடுமையான வியாதி வறுமைதான்ப்பா. இதெல்லாம் பயங்கரமான கொடுமைப்பா. இப்பக்கூட இந்த ஊரடங்குல வேலையில்லாம, சாப்பாடில்லாம பசியாலும் பட்டினியாலும் நெறைய பேரு செத்துப் போயிடுவங்களோன்னு பயமா இருக்குப்பா. வாழ்க்கைல இல்லாதப் பட்டவங்களுக்கு உதவற மாதிரி எதாவது செய்யனும்ப்பா’ என்றான், அதன் பிறகுதான் இந்த நான்கு நாட்களும் கொரோனாக்கான டெஸ்டிங்க் சைடில்தான் வேலை

செய்ததாகவும் அநேகமாக நாளைமுதல் ‘கொரோனா நோயாளிகளுக்கு சிகிச்சையளிக்கும் வார்டில் வேலை செய்ய வேண்டியிருக்கும் என்றும் இன்னும் ஒரு வாரத்திற்கு தான் வீட்டிற்கு வர முடியாதென்றும் சொன்னபோது கார்த்திகேயனுக்கு மிகுந்த கவலையாகிப் போனது.

காலையில் அவர் கண்விழிக்கும் முன்பே நேரத்திலேயே எழுந்து சப்தமில்லாமல் ‘ஸ்வீட்’ செய்து வைத்துவிட்டு அப்பா விழிக்கட்டும் என்று காத்துக் கொண்டிருந்தான். அப்பா பாத்ரூமிலிருந்து வெளியே வந்ததும் அவரது இரு கன்னங்களிலும் முத்தமிட்டுக் கொண்டே ‘ஹேப்பி பர்த் டேப்பா’’ என்றான்.

‘‘அட எனக்கு நியாபகமே இல்லப்பா...நான் என்ன கொழந்தையா?’’ என்று கேட்டு வெட்கத்தோடு சிரித்தபடி பதிலுக்கு அவனது கன்னத்தில் .முத்தமிட்டார்.

‘‘இன்னிக்கு உங்களைக் கூட்டிட்டுப் போயி நல்லதா ஒரு செல்ஃஃபோன் வாங்கிக் குடுக்கனும்னு ப்ளான் பண்ணி வெச்சிருந்தேன். எல்லாம் போச்சு. ஆன்லைன்ல வாங்கலாம்னா எந்த கம்பெனியும் டெலிவரி கொடுக்கறதில்ல’’’

‘‘எனக்கு எதுக்குப்பா அதெல்லாம் இப்ப இருக்கறதே போதும். நீங்க எல்லாம் என்கூட பக்கத்திலேயே இருக்கனும் ..இனிமே எல்லாம் அதுதான்ப்பா எனக்கு சந்தோஷம்.’’

‘‘ஒரே வருஷம் வெயிட் பண்ணுங்கப்பா. நான் நல்லா சம்பாதிக்கத் தொடங்கின பின்னாடி உங்களுக்கு நான் செய்ய வேண்டிய கடமை நெறைய்யா பாக்கியிருக்குப்பா. புள்ளைங்க புள்ளைங்கன்னு நீங்க வாழ்க்கைலே எந்த பெரிய சுகத்தையும் அனுபவிக்கவே இல்லப்பா. நீங்களும் அம்மாவும் நல்ல ட்ரெஸ்கூட எடுத்துக்கறதில்ல....’’.

‘‘லூசுப்பையன்ப்பா நீ... எங்களுக்கு வாழ்க்கைல கொறைகளே இல்லப்பா. எனக்கு என்ன கெடைக்குனுமோ அதுக்கு மேலயே

எனக்குக் கெடைச்சிருக்கு. அப்பாவையும் அம்மாவையும் நேசிக்கிற மணிமணியான ரெண்டு கொழந்தைங்க கெடச்சிருக்கீங்க அது ஒன்னு போதாதா? அதைவிட வேற என்ன வேணும் சொல்லு. ஆமா. எக்ஸாம் முடிஞ்சுதல்லப்பா நாலு நாள் லீவு போட்டுட்டு வீட்ல நல்லா ரெஸ்ட் எடுக்கலாம் இல்ல?'

''இல்லப்பா லீவ் எல்லாம் கேட்கவே முடியாது, அப்படி கேட்டாலும் யாருக்கும் லீவு குடுக்க மாட்டங்க. அங்க ஹாஸ்பிடல்ல எல்லாருமே பயங்கரமான டென்ஷன்லதான் இருக்காங்க. டிஎம்ஓ, செக்ரடரி, டைரக்டர், மினிஸ்டர்ன்னு யாரு எப்ப வருவாங்கன்னு ஒன்னும் தெரியறதில்ல, எப்பவும் யாராவது திடீர் திடீர்ன்னு சர்ப்ரைஸ் விசிட் வந்துகிட்டே இருக்கறாங்க. கண்டிப்பா போகனும்ப்பா. இன்னிக்கு உங்க பர்த்டேங்கறதால. நான் கண்டிப்பா வீட்டுக்குப் போயே ஆகனும்னு சீஃப் கிட்ட பெர்மிஷன் வாங்கித்தான் வந்தேன்ப்பா.

''தவிர்க்க முடியாதாப்பா?''

''என்னப்பா இப்படி கேக்கறீங்க.. நான் ஒரு டாக்டர்ப்பா. நானே பயப்பட்டா? எப்படி? ஒன்னும் பயப்படாதீங்க. நான் ஜாக்ரதையா இருப்பேன். தினம் ரெண்டு நேரமும் போன் பண்றேன். ஒரு வாரம் கழிச்சு நீங்க வாங்க, இல்லேன்னா நானே வர்றேன்.''

காலையில் பாரதிக்குப் பிடிக்குமென்று கத்தரிக்காய் சட்னியும், முருகலான தோசையும் செய்துகொடுத்தார் கார்த்திகேயன். ஒரு வாரத்திற்கு வேண்டிய உடைகளையெல்லாம் எடுத்துக்கொண்டு புறப்பட்டான். பாரதி மறந்துபோன 'ஐடி கார்டை' எடுத்து அவர்தான் அவனது கழுத்தில் மாட்டிவிட்டார். புறப்படும்போது மறுபடியும் அவரது கன்னங்களில் முத்தம் கொடுத்து 'ஹேப்பி பர்த்டே ப்பா நீங்களும் ஜாக்கிரதையா இருங்க, எங்கயும் வெளிய போகாதீங்க' என்று சொல்லிவிட்டுத்தான் சென்றான்.

தினமும் காலையும் மாலையும் போனில் பேசிக் கொண்டிருந்தான் பாரதி. வெளியே மீடியாவில் காட்டுவதைவிட நிலைமை அதிகமாகத்தான் இருப்பதாகவும் ஒவ்வொரு நோயாளிக்கும் தனித்தனியே வைத்திய முறைகள் மருந்துகள் மாற்றி மாற்றிக் கொடுக்க வேண்டியிருப்பதாகவும், எல்லா டாக்டர்களுக்குமே இது மிகவும் ஒரு குழப்பமான, புதிரான சிரமமான வேலையாக இருப்பதாகவும் சொன்னான்.

பாரதி படித்துக்கொண்டிருந்த ஸ்டேன்லி மெடிகல் காலேஜ் ஆஸ்பத்திரியில் எல்லா படுக்கைகளும் நிரம்பிவழியத் தொடங்கியது. இந்த நிலையில் ராஜீவ் காந்தி மருத்துவ மனை ஹாஸ்பிடல் என்று சொல்லப்படுகின்ற எம்எம்சி ஆஸ்பத்திரியில் இடமில்லாத காரணத்தால், அங்கே வரும் கொரோனா நோயாளிகளை இங்கே அனுப்பிக் கொண்டிருந்தார்கள். இங்கே ஆட்கள் மிகவும் குறைவானதால் எல்லாருமே ஒரு நாளைக்கு பன்னிரண்டு மணி நேரம், பதினான்கு மணி நேரம் என்று வேலை செய்ய வேண்டியிருந்தது. எந்த இடத்திலும் ஏர்கண்டிஷன் போடக்கூடாது என்பதாலும் கோவிட் 19 க்கான பாதுகாப்பு உடைகள் மாஸ்க் எல்லாம் போட்டுக்கொண்டு இருப்பதால் சென்னை வெய்யிலுக்கும் அதுக்கும் வியர்த்துக்கொட்டும், அளவுக்கு அதிகமான வியர்வையினால் நிறைய நீரிழப்பு காரணமாக எல்லாருமே சீக்கிரமாக சோர்வடையத் தொடங்கினார்கள். இதற்கிடையில் சிகிச்சை பலனின்றி மரணங்களின் எண்ணிக்கை அதிகரிக்கத் தொடங்கினபோது டாக்டர்கள், நர்ஸ்கள் எல்லாருமே மிகுந்த மன உளைச்சலுக்கு ஆளானார்கள். உளவியல் ரீதியாக ஓய்ந்து போனார்கள். ஒட்டு மொத்தமாக எல்லாரது வேலையுமே இரட்டிப்பானது. அவரவரது அன்றாடக் கடமைகளைச் செய்யவோ, கழிவறைக்குப் போகவோ கூட சமயத்தில் நேரமில்லாமல் போனது. ஏனென்றால் ஒரு முறை கழிவறைக்குச் சென்று வந்தால் பாதுகாப்பு

உடைகள் எல்லாவற்றையும் முழுவதுமாகக் களைந்துவிட்டு புதிதாக மாற்றி அணிய வேண்டும். அதை அணிய அடுத்தவரின் உதவி அவசியம் வேண்டும். முதலாம் ஆண்டு நர்ஸ் கோர்ஸ் படிக்கும் மிகச்சிறிய பெண்கள் சிலர் வாய்விட்டு கேவிக்கேவி அழ ஆரம்பித்தனர். மருத்துவர்களும் செவிலியர்களும் வேறு வழியே இல்லாமல் விரும்பியோ விரும்பாமலோ தங்களால் இயன்ற அளவைவிட அதிகமாகவே உழைத்தனர். ஆனால், தூய்மைப்பணியாளர்கள்தான் தேவைக்கு ஏற்ற எண்ணிக்கையில் இல்லை. வழக்கமான வேலைகளைச் செய்யவே எப்போதும் இங்கு ஆட்கள் பற்றாக்குறைதான். இந்த நிலையில் இப்போது மற்ற எல்லாரையும் விட தூய்மைப்பணிதான் மிகப்பெரிய சவால். ஒவ்வொரு இடத்தையும் திரும்பத்திரும்ப தூய்மைப் படுத்திக் கொண்டே இருக்க வேண்டும்.. ஒரு கட்டத்தில் இயலாத நிலையில் கொரோனா வார்டுகள் குப்பை மேடுகளாகக் காட்சியளிக்கத் தொடங்கின. புதிதாக வரும் நோயாளிகள், குணமாகிச் சென்ற நோயாளிகளின், இறந்துபோன நோயாளிகளின் படுக்கையைச் சுத்தம் செய்துகொண்டு படுக்க வேண்டியிருந்தது. உள்ளே என்ன நடக்கிறது என்பது யாருக்கும் தெரியாது என்பதாலும், குணமாகிப்போகிறவர்கள்.. தாங்கள் சாவிலிருந்து மீண்டு போவதாக நம்பியதால் வழக்கமாக சிறு இடைஞ்சல்களைப் பெரிது பண்ணி சண்டைப் போடுபவர்கள்கூட இப்போதெல்லாம் அமைதியாகக் கடந்து போகத் தொடங்கினர். நிறைய மருத்துவர்கள் நிலைமையின் வீரியம் புரிந்து மிகவும் பொறுமையாக நடந்து கொண்டார்கள். ஆனால், செவிலியர்களில் பலருக்கும் அந்தப் பொறுமை இருக்கவில்லை. அளவுகடந்த வேலைப் பளுவால் அவர்களுக்குக் கடுமையாகக் கோபம் வந்தது. அதை நோயாளிகளிடம் காட்டுவார்கள். அப்புறம் அவர்களே சிறிது நேரம் கழித்துப் பொறுமையாகப் பேசுவார்கள். சில மென்மையான நோயாளிகள் வாய்விட்டு அழுவார்கள். ‘நானெல்லாம் நல்ல மரியாதையான

வாழ்க்கை வாழ்ந்து கொண்டிருப்பவன், எங்கள் பகுதியில் கொரோனா நோயாளிகளுக்கு வைத்தியம் பார்க்கும் மருத்துவமனைகள் இல்லாததால் இங்கு வந்து இப்படியெல்லாம் பிச்சைக்காரனைப் போல பொது மருத்துவமனையில் அவமானப்பட வேண்டியிருக்கிறதே' என்று சிலர் புலம்புவார்கள்.

அன்று இரவு ஒன்பது மணிக்கு பாரதி இரவு உணவுக்காகப் புறப்பட்டான். அப்போது பாரதியின் பேட்ச்சில் படித்து வரும் மாணவன் கண்ணன் என்பவனும் அதே கட்டிடத்தில் இரண்டாவது தளத்திலுள்ள வார்டில்தான் பணிபுரிந்து வருகிறான். தானும் சாப்பிட வருவதாகச் சொன்னதால் அவனோடு சேர்ந்து சாப்பிடுவதற்கு மெஸ்சிற்குப் போய்க்கொண்டிருக்கும்போது வழியில் கண்ணனுக்கு ஒரு போன் கால் வந்தது. 'மச்சி நீ முன்னாடிபோயி எனக்கும் ஒரு ப்ளேட் டிஃபன் வாங்கி வெய்யிடா.. நான் இந்த கால் பேசிட்டு இதோ வந்துடறேன்'னு சொன்னான். அரைமணி நேரமாகியும் அவனைக் காணவில்லை. பாரதி மட்டும் சாப்பிட்டுவிட்டு கண்ணனைக் காணவில்லையென்று அவனது போனுக்கு கூப்பிட்டால் 'ஸ்விட்ச்சட் ஆஃப்' என்று வந்தது. என்ன செய்வது என்று புரியாமல் கையை கழுவிக்கொண்டு வெளியில் வந்தால் தூரத்தில் ஒரு மரத்தினடியில் இருட்டில் ஒரு சிமென்ட் பெஞ்சில் உட்கார்ந்து கொண்டிருந்தான். அருகில் போய் அவனது தோளைத் தொட்டு 'மச்சி எங்கிட்ட டிஃபின் வாங்கி வெய்யின்னு சொல்லிட்டு இங்க தனியா உட்கார்ந்து என்னடா பன்றே?' என்று கேட்டபோதுதான் அவனது முகத்தை கவனித்தான் பாரதி. அழுது கண்ணனின் கண்கள் எல்லாம் வீங்கிப் போயிருந்தது. அதிர்ச்சியடைந்தவன்..'என்னடா மச்சி? என்ன ஆச்சி? உனக்கென்ன லூசா? எதுக்குடா இப்படி கொழந்த மாதிரி அழுகறே?' என்று கேட்டான். 'நான் வீட்டுக்குப் போயி ஒரு வாரமாச்சுடா. எனக்கு அடுத்த மாசம் கல்யாணம் பன்றதா நிச்சயம் பண்ணி மண்டபமெல்லாம் அட்வான்ஸ் குடுத்து இன்விடேஷன் கூட

அடிச்சாச்சி. ஃபோட்டோக்ராஃபர், கேட்டரிங்க், மேக்கப் மேன், உமன், நாதஸ்வரம் வரைக்கும் அட்வான்ஸ் குடுத்தாச்சு.. இந்த நேரத்துல ஊரையெல்லாம் அழச்சு ரொம்ப 'க்ரேண்ட்டா' கல்யாணம் பண்ண முடியாது. அதனால ரெண்டு குடும்பம் மட்டும் போய் பேசின முகூர்த்தத்திலேயே கல்யாணத்தை எளிமையா முடிச்சிடலாம்னு நானும் அம்மாவும் நெனைக்கிறோம். ஆனா பொண்ணு வீட்ல ஒத்துக்கவே மாட்டேங்கறாங்க. எங்களுக்கு இருக்கறது ஒரே பொண்ணு அவ 'மேரேஜை ரொம்ப க்ரேண்டா' நடத்தனும்னு எங்களுக்கு ஆசை இருக்காதா? எதுக்கு யாருக்கும் தெரியாத ரகசியமா திருட்டுக்கல்யாணம் மாதிரி நடத்தனும்னு பிடிவாதம் பிடிக்கறாங்க.. இப்பவே அட்வான்ஸ் வாங்கின எல்லாரும் முழு அமவன்ட்டை திருப்பித் தருவாங்களான்னு சந்தேகமா இருக்கு. நல்ல வேளை இன்னும் சொந்தக்காரங்களுக்கு ஃப்ரன்ட்சுக்கு யாருக்கும் இன்விடேஷன் கொடுக்கல.. இந்த லாக் டவ்ன் எல்லாம் எப்ப முடியும் எல்லாம் எப்ப நார்மல் ஆகும்னு யாருக்கும் தெரியாது. இதுல ரெண்டு வீட்டுக்கும் இப்பவே ஏகப்பட்ட ஈகோ க்ளாஷ். நீங்க என்னவோ பண்ணித் தொலையுங்கன்னு நான் விட்டுட்டேன். என்னோட வுட் பீ இருக்காளே? அவளுக்கு தினம் ரெண்டு மணி நேரம் என்னோட போன்ல பேசனுமாம். நானும் போன மாசம் வரைக்கும் அவ கூட கடலை போட்டுட்டுத்தான் இருந்தேன். ஆனா? இந்த ஒரு வாரமா இங்க இருக்கிற நெலமை நமக்குத்தான தெரியும். தொட்டதுக்கெல்லாம் கோவிச்சுக்கிறாடா. எவ்வளவோ பொறுமையா சொன்னாலும் கொஞ்சம்கூட புரிஞ்சுக்கறது இல்ல. ஒரே பொண்ணுன்னு அவ வீட்ல செல்லம் குடுத்து அவளைக் கெடுத்துக் குட்டி சுவுராக்கி வெச்சிருக்காங்க. எனக்கு அப்பா இல்லேங்கறதோட அருமை இப்பதாண்டா தெரியுது. வீட்ல அம்மா மட்டும்தான் இருக்காங்க. பொண்ணு வீட்ல எதாவது சொன்னா மறுத்துப் பேசவே அவங்க பயப்படறாங்க. நான் ஏதாவது பேசினா

பொண்ணோட அப்பா.. ''தம்பி இதையெல்லாம் நீங்க பேசக்கூடாது. பெரியவங்கள விட்டுப் பேசச் சொல்லுங்க'' அப்படிங்குறாரு. எனக்கு கடுப்பாகுதடா. எங்க அம்மாகிட்ட நீங்க 'ஸ்ட்ராங்க்'கா சொல்லுங்கம்மான்னு சொன்னா, அவங்களுக்கு அதுக்கு தைரியமில்ல. கல்யாணமும் வேண்டாம் ஒரு எழவும் வேண்டாம்னு தோனுது. திடீர்னு அப்பா ஞயாபகம் வந்துடுச்சு. எங்க சொந்தத்தில யார் வீட்ல என்ன விசேஷம்னாலும், எல்லா நல்லது கெட்டதுக்கும் முன்னாடி நின்னு எடுத்துக் கட்டிகிட்டு ஓடியோடி வேலை செய்வாரு. இப்ப எனக்கு ஏதாவதுன்னா ஏன்னு கேக்க கூட நாதியில்ல. அப்பாக்கு ஒரு ரோட் ஆக்சிடென்ட் ஆனப்போ கரக்ட் டைமுக்கு ஃப்ஸ்ட் எய்ட் கிடைக்காத அந்த கோல்டன் அவர்ஸ் முடிஞ்ச பின்னாடிதான் ஹாஸ்பிடல் கொண்டு போனோம். அநியாயமா செத்துப் போனாரு. இப்ப என்னடான்னா? சொந்தக்காரங்க யாரும் கண்டுக்கறதேயில்ல பாரதி. சாரிடா! ஏதேதோ பேசி உன்னையும் 'டிஸ்டர்ப்' பண்ணிட்டேன்'

'இதிலென்னடா இருக்கு? மனசு நொந்துபோன நேரத்துல பிரச்னைகள மனசுவிட்டு யார் கிட்டயாவது ஷேர் பண்ணிகிட்டாத்தான் கொஞ்சமாவது ஆறுதலாயிருக்கும் எங்கிட்டதான சொல்ற?' என்று அவனுக்கு சமாதானம் சொல்லி. 'சரி வா! வந்து சாப்பிடு அன்று அவனை வற்புறுத்தி மெஸ்சிற்குள் அழைத்துச் சென்றான் பாரதி.

அடுத்த நாள் மதியம் கண்டிஷன்ல இருக்கிற வென்டிலேட்டர் எல்லாமே பேஷன்ட்களுக்கு வைக்கப்பட்டு இருந்தது. அந்த நேரத்தில் மினிஸ்டெர் ரெகம்மெண்டேஷன்ல அட்மிட் ஆன ஒரு பேஷன்ட்டுக்கு மூச்சுவிடுவது சிரமமாக இருந்தது. என்ன செய்வதென்று யாருக்கும் தெரியவில்லை. கண்ணன் பொறுப்புல இருக்கிற பேஷன்ட். அவன் டி எம் ஓ கிட்ட ஃபோன் பண்ணிக் கேட்டதற்கு வேற பேஷன்ட்க்கு ஃபிக்ஸ் பண்ணிருக்கற யூனிட்டை

எடுத்து மினிஸ்டர் பேஷன்ட்க்கு வெய்யுங்கன்னு சொல்லிட்டாரு. வார்ட்ல இருந்த கண்ணனுக்கு தலைசுத்தற மாதிரி இருந்தது. ஏற்கனவே சின்ன வயசு பேஷன்ட்ஸ்க்கு முன்னுரிமைன்னு எழுதப்படாத நடைமுறை ஒன்று இருந்து வருகிறது. எல்லாருமே ஏறக்குறைய 60 வயசுக்கு மேல உள்ளவங்கதான். கொஞ்சம் பெட்டராக இருந்த ஒரு நோயாளி ஒருவருக்கு வைத்துள்ளதை எடுத்து சிரமமான நோயாளிக்கு வைப்பது வழக்கம்தான். ஆனால் இரண்டு நோயாளிகளின் நோய் நிலை ஒரே மாதிரிதான். இப்படிப்பட்ட இக்கட்டான நேரத்தில்தான் குழப்பமாக இருக்கிறது. பாரதி பார்க்கும் வார்ட் முதல்தளம் என்றால் கண்ணன் இருந்தது இரண்டாம் தளம். கண்ணனிடமிருந்து பாரதிக்கு ஃபோன் வந்தது. 'மச்சி . அந்த ஸ்பெஷல் கேசுக்காக ஒரு பெரியவருக்கு போட்டிருந்த வென்டிலேட்டரை ஷிஃப்ட் பண்ணிட்டேன். பயங்கர கில்டியா ஃபீல் பண்றேன்டா' என்று புலம்ப ஆரம்பித்தான். 'டேக் இட் ஈசி மேன். நாம என்ன செய்யமுடியும்? தொட்டதுக்கெல்லாம் டென்ஷன் ஆகாத மச்சி கூல் கூல்' என்று சமாதானம் சொன்னான்.

அடுத்தநாள் இன்னும் அதிகமாக கேஸ்கள் வந்தன. இருக்கிற நோயாளிகளில் பெரும்பாலானவர்களுக்கு நோயின் நிலையைவிட அவர்களது மனநிலை மிகவும் மோசமாக பாதிக்கப்பட்டிருந்தது. வழக்கமாக மனிதர்கள் நோயுற்று இருக்கும் நேரத்தில் குழந்தைகள் முதல் பெரியவர்கள் வரை யாரையாவது சார்ந்து, யார் தோளிலாவது சாய்ந்துகொள்ள வேண்டும் என்று ஆசைப்படுவார்கள். நெருக்கமானவர்கள் அருகில் இருக்க வேண்டுமென ஏங்குவார்கள். ஆனால், ஐசொலேஷன் வார்டில் பார்வையாளர்கள் முற்றிலும் அனுமதிக்கப்படுவதில்லை. குறைந்தபட்சத் தொடர்புகூட இல்லாத காரணத்தால் ஏற்படும் மன அழுத்தத்தாலும், நோயின் அச்சத்தாலும் பெரும்பலானோர் மனதளவில் சோர்ந்துபோய் விடுகிறார்கள். நோயாளியின் நிலைபற்றி உறவினர்களுக்கோ? உறவினர்களின்

நிலைபற்றி நோயாளிகளுக்கோ ஒன்றுமே தெரிந்துகொள்ள வாய்ப்பில்லாததுதான் எல்லா தரப்பிலும் எல்லாருக்கும் மிகுந்த மன அழுத்தத்தைக் கொடுப்பதாக இருந்தது. மாலையில் வென்ட்டிலேட்டெர் நீக்கப்பட்ட பெரியவர் இறந்து போனார். வரவர வார்டில் சாவு என்பது மிகச் சாதாரணமான ஒன்றாக மாறி வருகிறது.

கண்ணன் பொறுப்பிலிருந்த நாற்பது வயது ஆண் நோயாளி ஒருவர் ஆஸ்பத்திரியிலிருந்து தப்பிச்சென்ற நிகழ்வு பெரும் பிரச்னையானது. பரபரப்பை ஏற்படுத்தியிருந்தது. ஏனென்றால்? அவர் மருத்துவமின்றி ஒரு வேளை மரணமடையலாம், அல்லது தானாகவே எதிர்ப்பு சக்தி உருவாகி குணமாகலாம். அல்லது அவர் எங்கெல்லாம் போகப் போகிறாரோ? அங்கெல்லாம் கோவிட்19 ஐ விதைத்துக் கொண்டே செல்லவும் வாய்ப்புள்ளது. தகவல் தெரிந்து டீன் வார்டிற்கு வந்து கண்ணனுக்கு செம டோஸ் கொடுத்ததாகத் தகவல் வந்தது.

சற்று நேரத்திற்குப்பிறகு சொல்லிவைத்தார் போல எல்லாரும் அவரவர்கள் இடத்தில் போய் அமைதியாக உட்கார்ந்து விட்டனர். அடுத்தநாள் ஒவ்வொரு நொடியும் பயங்கரமான சேலஞ்ச் ஆக இருந்தது. மதியம் யாருமே சாப்பாட்டிற்குப் போகவில்லை.. இரவு ஏழரை மணியானபோது பாரதிக்கு பயங்கரமான பசி. தனியாக மெஸ்சிற்குப் போகவும் பிடிக்கவில்லை. செகன்ட் ஃப்ளோர்ல வார்ட்ல இருந்த கண்ணனுக்கு போன் பண்ணினான் பாரதி 'மச்சி மெஸ்சுக்குப் போகலாம் வர்றியா?'

'இல்லடா, நான் வரல, நீ போயிட்டு வா.'

'ஏண்டா என்ன ஆச்சு? கொஞ்ச நேரம் கழிச்சு போகலாம்னா சொல்லு நான் வேண்ணா வெயிட் பண்றேன்.'

'இல்லடா நான் சாப்பிடற மூட்ல இல்ல'

'எனி ப்ராப்ளம்? எனிதிங்க் சீரியஸ்?'

''என்ன சீரியஸ்? நான் சாகறது மட்டும்தான் பாக்கி. கொஞ்சநேரம் முன்னாடி என்னோட வுட்பீ கிட்ட பேசினன். இந்தக் கல்யாணம் நடக்குமான்னு எனக்கு சந்தேகமா இருக்கு.. நமக்கு ரெண்டு பேருக்கும் செட் ஆகுமான்னே தெரியல. வேணுமான்னு யோசிப்போம்னு சொல்றா அவ. நீ ஸ்டேன்லி ஆஸ்பிடல்ல பீஜீ ஸ்டூடன்ட் தான?. என்னவோ தமிழ் நாட்டோட ஹெல்த் மினிஸ்டர் மாதிரி நடந்துக்கறே. ஹாஸ்பிடல் உன் தலைமேல ஒன்னும் இல்லயே? கல்யாணத்துக்கு முன்னாடியே இப்படி வர்க்கஹாலிக்கா இருப்பேன்னா? ஆஃப்டர் மேரேஜ் நீ எப்படி இருப்பியோன்னு நெனச்சா எனக்கு என்னவோ பயம்மா இருக்கு. அதுவுமில்லாம கல்யாணம் எப்படி பண்ணலாம்ங்கறதுலியும் ரெண்டு ஃபேமிலிக்கும் பயங்கரமா டிஃபரென்ஸ் ஆஃப் ஒபீனியன். இந்தக்கல்யாணம் வேணுமா? வேண்டாமாங்கற விஷயத்தையே கொரோனா லாக் டவ்ன் எல்லாம் முடிஞ்சு நார்மல் ஆனதுக்கபுறம் எல்லாத்தையும் நல்லா யோசிச்சு முடிவு பண்ணிக்கலாம். எங்கப்பா உங்க அம்மா கிட்ட பேசுவாங்க.. ன்னு சொல்லிட்டு என் பதிலுக்குக் கூட காத்திருக்காம கால் கட் பண்ணிட்டாடா''

''டேய் மச்சி நீ ஃபோன் பண்ணி சரியாப் பேசலேங்கற கோபத்துல அப்படி சொல்லியிருக்கலாம். அவங்க உன்னைவிடச் சின்னப் பொண்ணுதான? விடு எல்லாம் சரியாப் போயிடும்.' ஏன்? சின்னச்சின்ன விஷயத்துக்கு கூட டென்ஷன் ஆகறே? கூல் மேன்.''

''இல்லடா! எனக்கு நம்பிக்கையில்ல. நான் ஒரு அன்லக்கி ஃபெல்லோ. பாரு என்னோட அப்பா ஆக்ஸிடென்ட்ல போனாரு. சொந்தக்காரங்க எல்லாம் ஒதுங்கிட்டாங்க. கல்யாணத்துக்கு முன்னாடியே இவ்ளோ பிரச்சனை எதையுமே புரிஞ்சுக்க மாட்டேன்னு அடம் பிடிச்சா நான் என்னதான் பண்ண முடியும்? எனக்கு வெறுப்பா இருக்கு. சரி! எப்படியோ நாசமாப் போகட்டும்போ..'' என்று சொல்லிவிட்டு போனை வைத்துவிட்டான்

கண்ணன். எட்டு மணியான போது பாரதிக்கு அசாத்தியமனதொரு சோர்வும் லேசாக காய்ச்சல் வருவதுபோல ஒரு உணர்வும் தோன்ற வார்டிலிருந்த சிஸ்டர்ஸ்கிட்ட சொல்லிட்டு மெஸ்சுக்குப் போய் இரண்டு இட்லி மட்டும் சாப்பிட்டுவிட்டு அறைக்குச் சென்று காய்ச்சலுக்கான மாத்திரைகளை போட்டுக்கொண்டு படுத்தான். உறக்கமா, விழிப்பா என்று சொல்லமுடியாத ஒரு இரண்டுங்கெட்டான் நிலையில் புரண்டு புரண்டு படுத்துக் கொண்டிருக்கும் போதுதான் வராந்தாவில் யார் யாரோ ஏதோ சத்தம்போட்டு பேசிக்கொண்டு ஓடும் சப்தம் கேட்டது. கதவைத் திறந்து வெளியே வந்து பார்த்தான். அவசரமாக ஓடிக்கொண்டிருந்த அட்டெண்டர் ஒருவரைத் தடுத்து நிறுத்தி 'எதுக்கு ஓடறீங்க?' என்று கேட்டபோது...

"கொரோனா வார்டில யாரோ மூனாவது மாடில இருந்து குதிச்சு செத்துப் போயிட்டாங்களாம் சார்' என்றார்.

"யாராம்?"

"ஒன்னும் விவரம் தெரில சார்.. டாக்டர்ங்கறாங்க.. பேஷன்ட்ங்கறாங்க" நின்று பதில் சொல்லாமல், சொல்லிக்கொண்டே ஓடிவிட்டார். கொரோனா பாதிப்பினால் மருத்துவமனையில் இருக்கும் நோயாளிகள் சிலர் தற்கொலை முயற்சியில் இறங்குவதாகவும் அதனால் ஆஸ்பத்திரி ஊழியர்கள் மிகவும் எச்சரிக்கையாக இருக்க வேண்டும் என்றும், ஏற்கனவே ஒருவர் இறந்து விட்டார் என்றும் அரசு அதை சாமர்த்தியமாக கொரோனா மரணத்தில் சேர்த்துவிட்டது என்றும் சமூக வலைதளங்களில் சில வதந்திகள் உலவின. அரசு அதைக் கண்டுகொள்ளவில்லை. ஆனால் ஆஸ்பத்திரி ஊழியர்கள் நடுவிலும் அதுபற்றி உறுதி செய்யப்படாத ஒரு வதந்தி உலவிக்கொண்டுதான் இருந்தது. யோசனை செய்துகொண்டே உள்ளே சென்றவன் கைக்குக் கிடைத்த அழுக்கு சட்டை ஒன்றை எடுத்து அவசரமாக அணிந்து கொண்டே ஓடினான்.

சம்பவ இடத்திற்கு வந்தபோது அப்போதுதான் கூட்டம் கொஞ்சம் கொஞ்சமாகக் கலைந்து கொண்டிருந்தது. கலவரமான உள்ளத்துடன் அருகே சென்று விசாரித்தபோது 'யாரோ ஸ்டூடன்ட் மேல இருந்து விழுந்துட்டாங்களாம்? தவறி விழுந்தாங்களா? குதிச்சங்களான்னு தெரியல்ல. அந்த இடத்தில் பாதி உறைந்துபோன கரும் சிவப்பு இரத்தக் கறையைப் பார்த்தபோது அவனது மனதைப் பிசைவதுபோல இருந்தது. ஒன்றுமே புரியாத குழப்பத்துடனே அவனது வார்டுக்குப் போனபோது நைட் ட்யூட்டியிலிருந்த சிஸ்டர்ஸ் இருவர் அவனை நோக்கி வேகமாக ஓடிவந்தனர். ''சார் உங்க ஃப்ரண்ட் கண்ணன்.... எல்லாம் முடிஞ்சுது சார்.. சிவியர் ஹெட் இஞ்யூரி எல்லாருக்குமே தெரியும் இருந்தாலும் ஹாஸ்பிடல் கேம்பஸ்குள்ள நடந்திருப்பதால இன்னும் உயிர் இருக்கு என்று சொல்லி ஆபரேஷன் தியேட்டருக்கு கொண்டு போயிருக்காங்க சார்'''

செய்தியைக் கேட்ட அதிர்ச்சியில் நிற்க முடியாமல், பொங்கி வந்த அழுகையை அடக்கிக் கொண்டு அங்கிருந்த பெஞ்சில் உட்கார்ந்து விட்டான் பாரதி. அவனிடம் தகவல் சொன்ன பெண்கள் இருவரும் என்ன செய்வதென்று அறியாமல் அவர்களும் அவனது அருகில் சென்று தங்களது. கண்களில் வடிந்த கண்ணீரைத் துடைத்தபடி நின்றனர். சில நிமிடங்களுக்குப் பிறகு மெல்ல தன்னுணர்வு பெற்றவனாக எழுந்து சென்று முகம் கழுவிக்கொண்டு கண்ணனின் உடல் எந்த தியேட்டரில் வைக்கப்பட்டுள்ளது என பலரையும் விசாரித்துக்கொண்டே ஓடினான். போய்ப் பார்த்தபோது அழுகை வரவில்லை இதயத்துக்குள் யாரோ கையை விட்டுப் பிசைவது போன்ற ஒரு வேதனையையும் சட்டென எல்லாமே மரத்துப்போனதுபோலவும் உணர்ந்தான். கடந்த ஒரு வருடமாகத்தான் கண்ணன் பாரதியோடு நெருங்கிப் பழகத் தொடங்கினான். ஆம்! விபத்தில் கண்ணனின் அப்பா இறந்துபோன

போது பித்துப்பிடித்தவன் போல பரட்டைத்தலையும் அழுக்குத் துணியுமாக ஹாஸ்டல் அறையிலேயே அடைந்து கிடந்தவனை தேடிப்போய் சமாதானப்படுத்தி உரிமையோடு கோபித்துக்கொண்டு வகுப்புக்கு இழுத்து வந்தான். 'இல்ல பாரதி எனக்கு கோர்ஸ் கன்ட்னியூ பண்ணனும்னு பெருசா இன்ட்ரஸ்ட் இல்ல. நான் வீட்டுக்குப் போயிடலாம்னு பார்க்கிறேன். எங்கப்பா எது செஞ்சாலும் என்கிட்ட சொல்லாம செய்யமாட்டாரு, ஆனா சாகப் போகிறேங்கறதை மட்டும் என்கிட்ட அவரு சொல்லவே இல்லடா. என்னைப்பத்தி என்னைவிட அதிகமாக் கனவு கண்டதும் ஆசைப்பட்டதும் அவருதான். நான் இனி யாருக்காகப் படிக்கனும்?' சிறு குழந்தை ஒன்று அடம் பிடிப்பதுபோல அவன் பேசினது இப்போதும் கண்களுக்குள்ளேயே.

''உங்க அப்பாக்காகத்தான். ஆமா கண்ணன் நம்மள மாதிரி மிடில் க்ளாஸ் குடும்பத்திலேர்ந்து ஒரு பையன் மெடிசின் படிக்கறான்னா? அந்தக் குடும்பத்துல இருக்கிற ஒவ்வொருத்தரும் கஷ்டப்படறாங்க. உங்க அப்பா எவ்வளவோ சிரமத்துல உன்னை பி ஜீ சேர்த்தினார்ங்கறத நீ மறந்துட்டியா?. அவரோட ஆசைக்காகவாவது நீ நல்லாப் படிக்கனும்டா. அவர் இப்ப உயிரோட இல்லேங்கறதுக்காக அவரோட ஆசைய நீ கைவிட்டா? அது, அவரையே நீ கைவிட்ட மாதிரிதான் அர்த்தம். என்றெல்லாம் சமாதானம் சொல்லித்தான் கொஞ்சம் கொஞ்சமாக அவனைத் தேற்றினான் பாரதி. ஆனால், இதோ இன்று மாலைவரை அவனோட பேசிக் கொண்டிருந்த நண்பன் இப்ப உயிரோடு இல்லை. இவ்வளவு மன அழுத்தத்துல இருந்தது தெரியாமப்போச்சே... இப்படியெல்லாம் ஆகும்னு நெனச்சுக்கூடப் பார்க்கலியே.. இன்னும் கொஞ்சம் அதிகநேரம் அவனோட செலவழிச்சி சமாதானப்படுத்தியிருந்தா இதைத் தடுத்திருக்கலாமோ?. தன்னோட அறையிலேயே தங்கச் சொல்லியிருந்திருக்கலாமோ? என பலவாறாக மாத்தி மாத்தி

யோசனை செய்தான் பாரதி. கண்ணன் ரொம்ப மென்மையான பையன்... உண்மையான பையன். அவனோட அம்மா இந்த இழப்பை எப்படி ஃபேஸ் பண்ணப்போறாங்களோ தெரியல்ல. நேரடியா அவங்களுக்கும் பாரதிக்கும் பழக்கமில்லை. என்றாலும் அவங்களுமொரு தாய்தானே தன்னோட அம்மா மாதிரிதான அவங்களும் அவன் மேல உயிரா இருந்திருப்பாங்க? எதையெதையோ யோசனை செய்தபடி உறக்கம் வராமல் புரண்டு புரண்டு படுத்தான். இதற்கிடையில் இந்தச்சம்பவம் நடப்பதற்கு கொஞ்சநேரம் முன்னாடிதான் பாரதியின் அப்பா அவனைக் கூப்பிட்டிருந்தார். வழக்கமான நலன் விசாரணைகள். ஒருவேளை அவர் அவனை இப்போது அழைத்திருந்தால் இந்தக் கொடுமையை அவரிடம் சொல்லவும் முடியாது சொல்லாமல் இருக்கவும் முடியாது என்று நினைத்துக் கொண்டான்.

காலையில் ஏழுமணி செய்தியில் கண்ணனின் கொடுமையான மரணம் பற்றிய செய்தி எல்லா சேனல்களிலும் பரபரப்பான ப்ரேக்கிங் ந்யூசாக ஓடிக்கொண்டிருந்தது. ஏழரை மணிக்கு அப்பாவிடமிருந்து பாரதிக்கு போன் வந்தது.

''நல்லா இருக்கியா சாமி?''

''நல்லா இருக்கேன் ப்பா. நீங்க எப்டி இருக்கீங்க?'' அவருக்கு எதுவும் தோன்றிவிடக்கூடாது என்பதற்காக செயற்கையாக வரவழைத்துக்கொண்ட வழக்கத்தைவிட அதிக உற்சாகத்துடன் கொஞ்சம் சப்தமாகவே பேசினான் பாரதி.

''என்னப்பா ஆச்சு? ந்யூஸ் பார்த்ததிலிருந்து மனசே ஆறலப்பா... என்னப்பா ஆச்சு அந்தப் பையனுக்கு? நீ அவனைப் பத்தி ஒரு தடவ எங்கிட்ட சொல்லியிருக்கே... அவங்க அப்பாதான போன வருஷம் ஒரு விபத்துல எறந்து போனாரு? என்னமோ போப்பா.. எனக்கு மனசே சரியில்லப்பா. அந்தப்பையனப் பெத்த தாய்மனசு எப்படித்

துடிக்குதோ? எதுக்குப்பா இந்தப் பசங்க எல்லாம் படிக்கறாங்க? அடுத்த உயிரயெல்லாம் காப்பாத்தற இவங்களுக்கு தங்களோட உயிரோட அருமை தெரிய மாட்டேங்குதேப்பா.''

பாரதிக்கு என்ன பதில் சொல்வதென்று தெரியாமல் சற்று நேரம் மௌனமாக இருந்தான்

''சரிப்பா.. நீ ரொம்ப யோசனை பண்ணாத. பாரதி, நீ எப்ப வீட்டுக்கு வருவப்பா?''

''நானே சொல்றேன்ப்பா...இப்ப இருக்கற நெலைமைல நான் வீட்டுக்கு வர முடியாதுப்பா? அது அவ்வளவு சேஃப் இல்லப்பா. பார்க்கறேன்ப்பா. நானே கூப்பிட்டு சொல்றேன்ப்பா. நீங்க கவலப்படாம இருங்க.. சரியா? அம்மாட்டயும் அக்காட்டயும் பேசுனீங்களா? என்னால அவங்ககிட்டகூட முன்னாடி மாதிரி அடிக்கடி பேச முடியறதில்ல. நீங்க தைரியமா இருங்கப்பா.. நீங்க எல்லாரும் சந்தோஷமா இருக்கனும்ப்பா. சரிங்கப்பா நாளைக்கு பேசுவோம்'' னு சொல்லி போனை வைத்தான்

கார்த்திகேயன் எதற்காக புனேயிலிருந்து புறப்பட்டு இங்கு சென்னைக்கு வந்து ஒரு வேலையும் இல்லாமல் பாரதி கூடவும் இருக்க முடியாமல் இப்படி தன்னந்தனியாக வீட்டிற்குள் உட்கார்ந்து கிடக்கிறோம் என்று யோசனை செய்து சோர்ந்து போனார். தனக்கு ஒரு ஆளுக்கு சமைப்பதில் பெரிதாக ஆர்வமில்லாததால் எதையாவது அரைகுறையாக செய்து சாப்பிட்டார். வெளியே எங்கும் போக முடியததால் வீட்டிலிருந்த புத்தகங்களை எடுத்துப் படித்தார். வழக்கமாக மணிக்கணக்கில் ஆழ்ந்து வாசிக்கும் பழக்கம் கொண்ட அவரால் இப்போது அரைமணி நேரம்கூட தொடர்ந்து அமைதியாக ஒன்றி வாசிக்க முடியவில்லை. எப்போதும் பொருள் விளங்காத ஒரு பதற்றம் அவரைச் சுற்றிச் சுற்றி வந்து சோர்வடையச் செய்கிறது. மனச் சோர்வையும் துன்பத்தையும் பேசவோ, பகிர்ந்து

கொள்ளவோ அருகில் யாருமில்லை. இந்த ஊரில் அவருக்கு நண்பர்கள் என்று யாருமே அமையவில்லை. பழைய நண்பர்கள் சிலரிடம் பேசினபோதுதான் எல்லாருமே ஏதாவது ஒரு வகையில் துன்பப்பட்டுக் கொண்டுதானிருக்கிறார்கள் என்று தெரியவந்தது.. ஆறுதல் தேடிப்போன இடங்களிலெல்லாம் வேதனைகளையே பகிர்ந்துகொள்ள வேண்டிவந்தது. சுற்றிச்சுற்றி வரும் செய்திகளனைத்துமே அச்சமூட்டுபவைகளாகவும், கலவரப் படுத்துபவைகளாகவுமே இருந்தன. திரும்பின பக்கம் எல்லாம் விரக்தியும் வெறுமையும். இந்தப் பெரியதுன்பம் எப்போது மாறப்போகிறது என்பது அவருக்குத் தெரியவில்லை.

இரண்டு நாட்கள் கழித்துப் பேசும்பொழுது பாரதியின் குரல் கொஞ்சம் கரகரப்பாக இருந்தது. அதிக நேரம் பேசவில்லை, ஒன்றிரண்டு முறை இருமும் சப்தமும் கேட்டது. கார்த்திகேயன் மிகவும் பயந்துபோய் ''என்னப்பா ஆச்சு? சாமி ஜாக்ரதையா இருடா தங்கம்..'' என்றபோது ''ஒன்னும் இல்லப்பா! சும்மா பயப்படாதீங்க. நாளைக்குப் பேசறேன்'' என்று போனைக் கட் பண்ணி விட்டான். அடுத்தநாள் போன் வரவில்லை, புனேயிலிருந்து செல்வியும் விமலாவும் போன் பண்ணி ஏன் பாரதி போன் பண்ணவேயில்ல, நாங்க கூப்பிட்டாலும் ஸ்விச்டு ஆஃப்னு வருதுன்னு கேட்டாங்க. அதற்கு அடுத்தநாள் ஆஸ்பத்திரிக்கு போன் பண்ணினப்போ. அவருக்கு லேசா டெம்ப்ரேச்சர் இருக்கு அதனால ஐசோலேஷன் வார்ட்ல இருக்காரு. இப்போ பேச முடியாது. நீங்க போன் பண்ணினதா நாங்க சொல்றோம் பயப்படாதீங்க, நாங்க பார்த்துக்கிறோம் என்றார்கள். இல்லை நான் நேர்ல பொறப்பட்டு வர்றேன் எனக்கு இப்பவே என் பையனப் பார்க்கனும்னு போன்லயே அழ ஆரம்பித்தார் கார்த்திகேயன். அதன்பிறகு அந்த வார்டின் சீஃப் போன்ல வந்தார். ''சார்! பயப்படும்படியா ஒன்னும் இல்ல. பாரதிக்கு டெஸ்ட் பண்ணினதில பாசிட்டிவ்னு வந்திருக்கு அதனால அவர்

இப்ப ஐசொலேஷன் வார்ட்ல இருக்காரு. நீங்க இங்க வந்தாலும் உங்களை பார்க்க அலவ் பண்ண மாட்டாங்க. டோன்ட் வர்றி. நாங்க எல்லாரும் இருக்கோம்ல்ல 'வீ வில் டேக் கேர் அபவ்ட் யுவர் சன்.. ப்ளீஸ், ட்ரை டு அன்டெர்ஸ்டேன்ட் அவர் பொசிஷன், ப்ளிஸ் கோவாப்ரேட் வித் அஸ்'' என்று சொல்லிவிட்டு போனை வைத்து விட்டார்கள். ஆனால், அவரால் அப்படி அந்த சமாதான வார்த்தைகளை மட்டும் கேட்டுக் கொண்டு அமைதியாக இருக்க முடியவில்லை. திரும்பத்திரும்ப போன் பண்ணி நேரில் பார்க்க அனுமதி கொடுக்கவில்லையென்றாலும் பரவாயில்லை தயவுசெய்து என்னோடு போனிலாவது பேசச் சொல்லுங்கள் என்று கேட்டுக் கொண்டபிறகு பாரதி போனில் வந்தான்.

''என் சாமீ உனக்கு என்ன ஆச்சுப்பா? நான் பயந்துகிட்டே இருந்தனேப்பா.. எப்படித் தங்கம் இருக்க? எனக்கு ரொம்ப பயம்மா இருக்குப்பா.. என்ன சாமி சொல்றாங்க? '' இதைப் பேசுவதற்குள் அவர் குரல் நடுங்கியது, மிகவும் சிரமப்பட்டு உடைந்து போகாமல் பேசினார்.

''காய்ச்சல் விட்டு விட்டு வருதுப்பா. என்னய நல்லா கவனிச்சுக்கறாங்கப்பா. நீங்க பயப்படாம இருங்க..'' என்று பேசப்பேசவே இருமல் வந்தது, அவனுக்கு மூச்சு வாங்கியது.

''சாமீ..!எனக்கென்னவோ ரொம்ப பயம்மா இருக்குப்பா.. நான் வந்து டீன் கிட்ட பேசறேன். வெளிய வேற ஹாஸ்பிடலுக்குப் போயிடலாமாப்பா?''

''அப்பா நான் ஒரு மெடிகல் காலேஜ் ஸ்டூடன்ட்டா இருந்துட்டு, வெளிய போயி ட்ரீட்மென்ட் பார்க்கறது ரொம்ப அசிங்கம்ப்பா, அதுவுமில்லாம இங்க எல்லா வசதிகளும் இருக்குப்பா. எனக்கு நல்லா ஸ்பெஷல் கேர் எடுத்துக்கறாங்கப்பா..'' இதைச் சொல்வதற்குள் இரண்டு மூன்றுமுறை இருமினான் பாரதி.

"எப்படியாவது எனக்கு பெர்மிஷன் வாங்கிக் குடுப்பா.. நான் பக்கத்துல வந்து இருந்து உன்னைப் பார்த்துக்கறேன்..."

"என்னப்பா கொழந்த மாதிரி பேசறீங்க? நான் இருப்பது ஐசோலேஷன் வார்ட்..ப்பா. இந்த வார்டுக்குள்ள வேற வார்டுல வேலை செய்யற டாக்டர்களே வரக் கூடாதுப்பா. அப்புறம் உங்களை எப்படிப்பா அனுமதிப்பாங்க? நீங்க பயப்படாம அமைதியா இருங்க அம்மாகிட்டயும் அக்கா, அத்தான்ட்டயும் தைரியமா இருக்க சொல்லுங்க. எனக்கு சீக்கிரமா எல்லாம் செரியாயிடும். நான் அப்பறமா பேசறேன் ப்பா..."

கார்த்திகேயனால் எந்த பதிலும் சொல்ல முடியவில்லை.

"அப்பா சரின்னு சொல்லுங்கப்பா அப்பதான் எனக்கு ஆறுதலா இருக்கும்..."

"சரி சாமீ...சரி சாமீ நீ சீக்கிரமா குணமாகி வந்தாப் போதும்ப்பா எனக்கு..."

"ஓ கேப்பா.. நான் அப்பறமா கூப்பிடறேன்''னு சொல்லிட்டு போனைக் கட் பண்ணிவிட்டான் பாரதி.

அப்பாவிற்கு எப்படியோ சமாதானம் சொல்லிவிட்டான். ஆனால், தனக்கு இன்ஃபெக்ஷன் கடுமையாக உள்ளது எனத் தெரிந்தபோது முதல்முறையாக அவனுக்கு பயம் வந்தது. எந்த நோயாக இருந்தாலும் தேவையற்ற பயம் என்பது நோயின் முதல் எதிரி என்பது மருத்துவம் படித்த அவனுக்கு நன்றாகத் தெரியும். ஆனால், பத்து வயதிலிருந்து பதினைந்து வயதுவரை அவனுக்கு இருந்த ஆஸ்த்மாவும் அதற்கு அவன் எடுத்துக் கொண்ட ஏராளமான மருந்துகளும் அவனது நுரையீரலைப் பெருமளவில் பலவீனப்படுத்தியுள்ளது என்பது இப்போதுதான் தெளிவாகத் தெரிந்தது. அதன் காரணமாகத்தான் எவ்வளவு சக்தி வாய்ந்த மருந்துகளும் ஊசிகளும் உள்ளே சென்றபோதும் நுரையீரலில்

ஏற்பட்ட தொற்று மிகக் கடினமான விளைவுகளை ஏற்படுத்தியது. தொடர்ந்த வறட்டு இருமலும், மூச்சுத் திணறலும் அவனை வெகுவாகச் சீரழித்தன. இந்த நேரத்தில் நல்ல சத்துள்ள ஆகாரங்கள் எடுத்துக் கொண்டால்தான் நோய் எதிர்ப்பு சக்தி உருவாகும் என்பது தெரிந்தபோதும், வழக்கமாக சாப்பிடும் உணவை சாப்பிடுவதே மிகச் சிரமமாக இருந்தது. வாய் மூடாத இருமல் திட உணவு எதுவும் உள்ளே செல்ல விடாமல் தொல்லை செய்தது. முதல் இரண்டு நாட்கள் கடுமையான காய்ச்சல் இருந்தது. அடுத்து இருமல் தொடங்கியது. அடுத்த கட்டம்தான் எப்போதும் ஆபத்தானது. நுரையீரலில் தொற்று கடுமையாகும் போதுதான் மூச்சுத்திணறல் ஏற்படுவது. பாரதி தனக்கு ஏற்கனவே ஆஸ்த்மா தொந்தரவு இருந்த விவரங்களையும் அதற்கு ஏராளமான மருந்துகள் உட்கொண்டதையும் டாக்டர்களிடம் சொன்னான். நீ இதை முதலிலேயே சொல்லியிருந்தால் உனக்கு கொரோனா ட்யூட்டியிலிருந்து எக்ஸம்ப்ஷன் வாங்கியிருக்கலாமே என்றார்கள். இந்த நேரத்தில் அதையெல்லாம் பேசிப் பலனில்லை. ''ஆஸ்த்மாவுக்கு எடுத்துக் கொண்டதில் நிறைய ஸ்டீராய்ட் மெடிசின்ஸ் எடுத்திருக்க போல இருக்கு. ஏன்னா. சாதாரணமா .'டெக்ஸாமெதாசோன்' இஞ்செக்ஷன் பண்ணினா லங்க்ஸ்ல எவ்வளவு ஹெவியான கன்ஜெசன் இருந்தாலும் சரியாயிடும் ஆனா உனக்கு அது ஒன்னுமே பண்ண மாட்டேங்குது. ரெண்டாவது டெக்ஸாமெதாசோன் ரொம்ப அதிகமா கொடுக்கக்கூடாது அது ப்ரெய்ன்ல ஹபோகாம்பஸ்ல டெஸாமெதாசோன் டெபாசிட் ஆனா ப்ரெய்ன் மெமரீஸ் ப்ரச்னையாகும். உனக்கு 'மெதில்ப்ரெட்னிஸ்சோன் கொடுக்கலாம்னு முடிவு பண்ணிருக்கோம். 'ஃபாவிஃப்ரவீர்'னு ஒரு காம்பினேஷன் இருக்கு அது அருமையான ரிசல்ட் கொடுக்குது. ஆனா ஐசிஎம்ஆர் இந்தியால அந்த மெடிசினை அப்ரூவ் பண்ணல''. பாரதி ஒரு போஸ்ட் க்ரேஜுவேட் ஸ்டூடன்ட் என்பதாலும் அதே வார்டில் வேலை செய்தவன் என்கிற முறையிலும் அவனுக்கு என்ன மருந்துகள் கொடுக்கப்படுகின்றன என்பது

பற்றியும் தெளிவாகவே சொல்லப்பட்டது. மற்ற நோயாளிகளுக்கெல்லாம் அங்கு என்ன நடக்கிறது என்றோ அவரவர் நோயின் நிலையேகூட தெளிவாகத் தெரியாது. அதுமட்டுமல்லாமல் ஒரு அரசு மருத்துவமனையில் கொரோனா மீட்புப்பணியின் போது நோய் தாக்கப்பட்ட முதல் மருத்துவர் என்பதால் பாரதியை குணப்படுத்துவது மருத்துவமனைக்கும் அரசுக்கும் ஒரு கௌரவப் பிரச்னையாக இருந்தது. ஒவ்வொரு கட்டத்திலும் மிக கவனமும் அக்கறையும் எடுத்துக் கொண்டனர். ஆனால், பாரதியின் வயதுக்கு இருக்க வேண்டிய நோய் எதிர்ப்பு சக்தி மற்ற விஷயங்களில் சிறப்பாக இருந்தபோதும் அவனது நுறையீரலின் செயல்பாடு மிகவும் மோசமாக இருந்ததுதான் எல்லா டாக்டர்களுக்கும் மிகப்பெரிய சவாலாக இருந்தது. மிகுந்த கவனத்துடன் ஆக்ஸிஜன் கொடுக்கத் தொடங்கினார்கள். முதல் நாள் நல்ல ரெஸ்பான்ஸ் இருந்தபோது பாரதிக்கும் கொஞ்சம் நிம்மதியாக இருந்தது. ஆனால் இரண்டாம் நாள் மூச்சுத்திணறல் அதிகமானது. இத்தனை நாட்கள் பார்வையாளர்கள் யாருமே வராத நிலையில் பல நோயாளிகளும் தனியே படுத்தபடி கண்ணீர் வடிப்பதைப் பார்த்து மனம் வருந்தியவன்.. இன்று அவனுக்கே அந்த நிலைமை ஏற்பட்டபோது மிகவும் நொந்து போனான். அவனுக்கு அப்பாவைப் பார்க்க வேண்டும் போல இருந்தது. குழந்தைப் பருவம் முதலே அவனுக்கு உடல்நிலை சரியில்லையென்றால் அப்பா பக்கத்திலிருக்கவேண்டும். அவர் எதுவும் செய்யவேண்டும் என்று அவசியமில்லை. கையைப் பிடித்துக் கொண்டு பக்கத்தில் ஒட்டிக்கொண்டு உட்கார வேண்டும். இரண்டு வருடம் முன்பு ஒரு முறை வைரல் ஃபீவர் வந்து மூன்று நாட்கள் படுத்தபோது கூட ‘அப்பா! ப்ளீஸ் ப்பா பக்கத்துல உக்காந்துக்கங்கப்பா என்று குழந்தைபோல கெஞ்சினதைப் பார்த்து அம்மாவும், அக்காவும் அவனைக் கிண்டல் செய்தார்கள். ‘கருமம் கருமம் .. ‘இவ்ளோ பெரிய ஆளாயிட்டு இன்னும் ஒடம்பு சரியில்லேன்னா அப்பாகிட்ட

ஒட்டிக்கணும்? நாளைக்கு நீயெல்லாம் டாக்டர் வேற?'

ஆம்மா...! அப்படித்தான், அப்பா பக்கத்துல இருந்தாதான் எனக்கு சேஃப்டியா இருக்கற மாதிரி ஒரு ஃபீலிங். எங்கப்பாகிட்ட நான் ஒட்டிகிட்டு இருக்கறதுக்கு உங்களுக்கு என்னவாம் பொறாமை?' என்றான். தொடர் இருமலும் உடல் அசதியும் வலியும் நோவும், மூச்சுத்தினறலும் எல்லாமாகச் சேர்ந்து அலைக்கழித்தபோது அவனது விரல்களைப் பற்றிக்கொண்டு அப்பா அவன் படுக்கையின் பக்கத்தில் நின்றுகொண்டால் போதும் தனக்கு பாதி தெம்பு வந்துவிடும் என்று தோன்றியது. அது முடியாது என்பதை உணர்ந்தபோது கண்களிலிருந்து மாலை மாலையாகக் கண்ணீர் வழிந்தோடியது. யாரும் பார்த்துவிடக் கூடாதே என்று அவசர அவசரமாக கண்களைத் துடைத்துக்கொண்டான். வார்டிலிருந்த சிஸ்டர் அவனிடம் வந்து ரகசியமாக

''சார் உங்க அப்பா அடிக்கடி டீன் கிட்ட வந்து உங்களைப் பார்த்தே ஆகனும்னு பர்மிஷன் கேட்டுகிட்டே இருக்காராம். நான் ஒரு நாளைக்குப் போயி யாருக்கும் தெரியாமல் எப்படியாவது கூட்டிட்டு வந்து விடட்டுமா சார்?''

''ஐய்யோ..! சிஸ்டர் உங்களுக்கு புண்ணியமாப் போகட்டும், தயவு செய்து அப்படி எதுவும் பண்ணிடாதீங்க. அவர் இங்க வந்து இந்த நெலமைல என்னைப் பார்த்தார்ன்னா எங்கப்பாவுக்கு என்ன ஆகும்னு யாராலும் சொல்ல முடியாது. அவரோட உயிரே நாந்தான் சிஸ்டர். எனக்கு அவர் அப்பா மட்டுமல்ல.. எனக்கு முதல் உறவு, முதல் குரு, முதல் நண்பன், முதல் தோழன் என் உயிரே அவர்தான். நான் ப்ளஸ் டூ படிக்கும்போது பேச்சுப் போட்டி வச்சாங்க. முப்பது பசங்க பொண்ணுங்க எல்லாம் ''தாயிர்ச் சிறந்த கோவிலுமில்லை''ன்னு பேசினாங்க. நான் ஒரே ஒருத்தன் மட்டும் ''தந்தை சொல் மிக்க மந்திரமில்லை''ன்னு பேசி முதல் பரிசு வாங்கினேன். எல்லாரும் கேட்டாங்க. ஏண்டா? உனக்கு உங்க

அம்மாவைப் பிடிக்காதா?ன்னு. அதுக்கு நான் சொன்னேன், எனக்கு எங்க அம்மாவைப் பிடிக்கும் ஆனா எங்க அப்பாவை என் உசுரை விட அதிகமாப் பிடிக்கும்ன்னு. அதுவுமில்லாம இவ்வளவு எச்சரிக்கையாக இருந்தே நானே மாட்டிகிட்டேன். அவருக்கு வயசு 63. இங்க வந்து அவருக்கு எதாவது இன்ஃபெக்ஷன் ஆயிடுச்சுன்னா? பார்க்கலாம் இன்னும் ஒன்றிரண்டு நாட்கள்ல நான் தேரிட மாட்டேனா?'' இதைப் பேசி முடிப்பதற்குள் முப்பது முறை இருமியிருப்பான். மூச்சு வாங்கியது.

அடுத்தநாள் காலையில் வந்து பார்த்த டீன் இனி வெய்ட் பன்றது ரொம்ப ரிஸ்க். இன்னிக்கு ஒரு நாள் பார்த்துட்டு நாளைக்கு வேன்ட்டிலேட்டர் வெச்சுடலாம்னாரு. பாரதி கடும் அவஸ்தையிலிருந்தான். எந்த நேரத்திலும் நினைவு தவறலாம். அப்படி நினைவு தவறினால் இப்படி சிரமப்பட்டு மூச்சு விடுவது நின்றுபோகும் அதன் பிறகு நுரையீரலுக்குச் செல்லும் ஆக்ஸிஜன் அளவு குறையும். அப்படிக் குறைந்தால் அதன்பிறகு காப்பாற்றுவது கடினம். வென்டிலேடர் பொருத்தும் போது ஏற்படும் வலியைக்கூட முழுமையாக உணரமுடியாத கட்டத்தை நெருங்கிக் கொண்டிருந்தான். அடுத்தநாள் உடனிருந்து குழாய்களைச் செருகின சிஸ்டர்ஸ் கண்கள் கலங்கியிருந்தன. கடந்த பத்து நாட்களாக அதே வார்டில் எல்லாரும் ஒன்றாக வேலை செய்து வந்தவர்களில் ஒருவர், அதுவும் எப்போதும் எல்லாவருக்கும் இனியவன். பாரதி படும் வேதனைகளைப் பார்த்துப்பார்த்து அவர்கள் எல்லாருமே துன்பப்பட்டார்கள். அவர்களுக்குள் ஒருவருக்கொருவர் பேசிக் கொள்வதுகூட நின்று போயிற்று. இது என்ன கொடுமை? இப்படி மனிதர்களில் யாருடைய உயிருக்கும் உத்தரவாதமில்லை என்கிற அதிபயங்கரமான இந்த வாழ்க்கையை எப்படிக் கடந்து போகப் போகிறோம் என்று யோசித்தபோது அவர்களுக்கு துக்கம் தொண்டையை அடைத்தது.

ஆஸ்பத்திரியின் உள்ளே என்ன நடந்து கொண்டிருக்கிறது என்று எதுவுமே தெரியாமல், கேட்கும் போதெல்லாம் பாரதி நல்லா இருக்கார். நாங்க அவருக்கு நல்ல ட்ரீட்மென்ட் கொடுத்து வருகிறோம். நல்லா கவனிச்சிட்டிருக்கோம் என்கிற பதில்தான் வந்ததே தவிர வேறேதுவும் தெரியவில்லை. இதுபோல ஒரு மருத்துவக்கல்வி மாணவர் அரசு மருத்துவக்கல்லூரி மருத்துவ மனையிலேயே கொரோனாவால் பாதிக்கப்பட்டுள்ளார் என்று எந்த மீடியாவிலும் செய்திகள் வராமல் பார்த்துக் கொண்டார்கள். நான்கு நாட்கள் முன்புதான் மருத்துவ மாணவர் கண்ணனின் தற்கொலை செய்துகொண்ட செய்தி பெரிய பரபரப்பை ஏற்படுத்தியதால், இப்போது மிகுந்த எச்சரிக்கையாக இருந்தார்கள்.

கார்த்திகேயனுக்கு என்ன செய்வதென்று புரியவில்லை. இந்த ஊர் புதிது, இங்கு யாரையும் அவருக்குத்தெரியாது. பதறித் துடிக்கத் தொடங்கினார். மகளுக்கும் மனைவிக்கும் போன் பண்ணினார். நடந்ததைச் சொன்னபோது அவர்கள் இருவரும் அழ ஆரம்பித்து விட்டனர். மருமகன் கௌதம் மட்டும்தான் கொஞ்சம் தைரியமாக இருந்தான். ''மாமா ரொம்ப பயப்படாதீங்க ஏதாவது பண்ணலாம்'' என்று சொல்லி யார் யாரையோ பிடித்து ஆஸ்பத்திரி டீனோடு தொடர்புகொண்டு பேசினபோது ''பயப்பட வேண்டாம் நாங்கள் அவருக்கு எல்லாவிதமான உயர்ரக சிகிச்சைகளும் கொடுத்து வருகிறோம் தயவு செய்து எங்களை நம்புங்கள், நீங்கள் எல்லாரும் படித்தவர்கள் தானே? தயவுசெய்து புரிந்து கொள்ளுங்கள்'' என்று சொல்லப்பட்டது. அவரும் அதை மாமனாருக்கு எடுத்துச்சொல்லி அவருக்கு ஆறுதல் சொன்னார். இப்படியும் அப்படியுமாக பத்து நாட்கள் ஓடிப்போயிற்று. இந்த பத்து நாட்களும் பத்து யுகங்களாகப் போயிற்று அந்தக்குடும்பத்திற்கு. கார்த்திகேயன் நடைபிணம்போல ஆகிவிட்டார். தினமும் காலை எழுந்து ஆஸ்பத்திரிக்குப் போனார், அங்கே உள்ளவர்கள் அவரை விரட்டினார்கள், என் மகன் ஒரு

டாக்டர் ஐயா. இதே ஹாஸ்பிடல்ல வச்சுகிட்டு எனக்கு கண்ணுல காட்ட மாட்டேங்கறீங்களே? இது நியாயமா? என்று சண்டை போட்டார். அவர்களும் சில நேரங்களில் 'சொன்னால் புரிந்துகொள்ள மாட்டேனெங்கிறீர்களே சார்'' என்று சலித்துக் கொண்டார்கள். சில நேரங்களில் சார் இப்படி நிலைமையைப் புரிந்து கொள்ளாமல் தொந்தரவு செஞ்சீங்கன்னா செக்யூரிட்டிய விட்டு வெளிய அனுப்பீடுவோம் என்று கடிந்துகொண்டார்கள். அவருக்கு நாள் தேதி கிழமை இரவு பகல் எல்லாம் மறந்து போயிற்று. குடும்பத்தில் எல்லாருக்கும் பொறுமை கடந்து போயிற்று. கார்த்திகேயன் யார் யாரோ காலைப் பிடித்து கதறிக்கொண்டிருந்தார். கௌதம் சுகாதாரத்துறை அமைச்சரைப் பார்க்க வேண்டும் என்றும் உடனடியாக குடும்பத்தினரிடம், முக்கியமாக டாக்டர் பாரதியின் தந்தையான கார்த்திகேயன் மகனை நேரில் பார்க்க ஏற்பாடு செய்ய வேண்டும் இல்லையென்றால் நாங்கள் மீடியாவில் இதை செய்தியாக்குவோம் என்றும் மிரட்டும் தொனியில் அமைச்சருக்கு ஒரு மெயில் அனுப்பி வைத்தான். உடனே ஆஸ்பத்திரி டீன் கௌதமை தொடர்பு கொண்டு பாரதிக்கு வைரஸ் அட்டாக் கொஞ்சம் கடுமையாகத்தான் இருக்கிறது. ஆனால் அதைப்பற்றி நீங்கள் பயப்பட வேண்டாம். இங்கு கிடைக்கும் அளவிற்கு தனியார் மருத்துவமனையில் கூட மருந்துகளும் கவனிப்பும் கிடைக்காது. இங்கு அவரை நாங்கள் அத்தனை பேரும் அவ்வளவு பொறுப்பாகவும் அக்கறையோடும் பார்த்துக் கொள்கிறோம் தயவு செய்து எங்களை நம்புங்கள் சார் தயவு செய்து பாரதியின் அப்பாவிடம் கொஞ்சம் சொல்லி வையுங்கள், தினமும் இங்கு வந்து மகனைப் பார்க்க வேண்டும் என்று ரகளை பண்ணுகிறாராம்.'' என்று சமாதானம் சொன்னார். இதை எப்படி வீட்டில் மாமா, அத்தை, செல்வி எல்லாரிடமும் சொல்வதென்று தெரியாமல் தவித்துப் போனான் கௌதம். எப்படியோ மென்று விழுங்கி.. ''மாமா நான் டீன் கிட்ட பேசினேன். பயப்படும் படியா ஒன்னும் இல்ல. நாங்க நல்லபடியா

பார்த்துக்கறோம்னு சொன்னாரு. எந்த காரணத்தக் கொண்டும் மீடியாகிட்ட பேசாதீங்கன்னு சொல்றாங்க மாமா.'' வேற வழியில்ல பொறுமையா இருங்க நான் அப்பப்ப ஹாஸ்பிடலுக்கு போன் பண்ணி பேசுகிறேன் '' என்று மாமனாருக்கு சமாதானம் சொன்னான்.

இந்த நாட்களெல்லாம் அந்தக்குடும்பத்தில் இரவும் பகலும் யாருமே சரியாகத் தூங்கவேயில்லை, யாருமே சரியாகச் சாப்பிடவில்லை. செல்வியும் விமலாவும் பித்துப்பிடித்ததுபோல உணர்ச்சிகளற்ற எந்திரங்களாக இயங்கிக் கொண்டிருந்தார்கள். குழந்தைக்கு பாலூட்டுவது தூங்கச்செய்வது எல்லாமே ஒரு அணிச்சை செயல்போல நடந்துகொண்டிருந்தது. கொஞ்சமாவது தைரியமாக இருந்தது கௌதம் மட்டும்தான். கார்த்திகேயனுக்கு எல்லாமே இருண்டுபோனதுபோல, எல்லா வழிகளும் அடைக்கப்பட்டு மிக ஆழமானதொரு குழிக்குள் அகப்பட்டுக்கொண்டு உதவிக்குக் கூட யாரையும் அழைக்க முடியாமல் அவர் குரல்வளையை யாரோ நசுக்குவதுபோல உணர்ந்தார். ஏறக்குறைய ஒரு நடைபிணம் போல, ஜடம் போல ஆகிவிட்டார். தினமும் காலையில் எழுந்து ஆஸ்பத்திரிக்குப் போனார், யார் யாரிடமோ போய் நின்றார். வார்ட் பாயிலிருந்து டீன் வரைக்கும் சந்திக்கிற மனிதர்களிடமெல்லாம் தன் மகன் பாரதியைப் பற்றி ஏதாவது விபரம் தெரியுமா என்று கேட்டார். தூர இருந்தாவது ஒருமுறை மகனைக் கண்ணில் காட்டுங்கள், சத்தியமாக நான் அருகில் போக மாட்டேன் என்று சிறு குழந்தையைப் போல கெஞ்சினார், அழுதார். அவரால் நேர நேரத்திற்கு முறையாக எதுவும் சாப்பிட முடியவில்லை, ரொம்ப மயக்கமாக இருந்தால் தண்ணீர் குடிப்பார் ஒரு கட்டத்தில் ரொம்பவும் துவண்டு போய் எதாவது ஒரு பெஞ்சில் சாய்ந்து அப்படியே மயங்கிக் கிடந்தார். துப்புரவுப் பணியாளர்கள் அல்லது வார்டு பாய்கள் யாராவது வந்து இங்கெல்லாம் படுத்துத் தூங்கக்கூடாது என்று விரட்டும் போது சிறு குழந்தையைப்போல

அவர்களிடம் கெஞ்சினார். என்ன செய்வதென்று புரியாமல் ஒரு மனநோயாளி போல மாறிப்போனார். வீட்டிற்குள் வந்ததும் பாரதியின் சட்டையையும் பேன்ட்டையும் எடுத்து அணைத்தபடி படுத்துக்கொண்டார். அவனது புத்தகங்களையெல்லாம் எடுத்து அவன் விரல்பட்ட இடங்களையெல்லாம் தடவிப் பார்த்தார். பத்து நாட்கள் முடிந்தபோது நாளை எதாவது இறுதியாக ஒரு முடிவு செய்து எப்படியும் பாரதியைப் பார்த்து விடுவது என்று உறுதியாக இருந்தார். கடைசி முயற்சியாக தன் மகனைப் பார்க்க அனுமதியளிக்கவில்லையென்றால் ஆஸ்பத்திரி வளாகத்திற்குள்ளேயே தன் வாழ்க்கையை முடித்துக்கொள்வது என்கிற முடிவுக்கு வந்திருந்தார். பாரதியின் நண்பன் ப்ரதீப்பிற்கு போன் பண்ணி தனது பொறுமை எல்லை மீறிப்போய்விட்டது இனியும் என் மகனைப் பார்க்கவில்லையென்றால் நான் செத்துப் போய்விடுவேனோன்னு எனக்கு பயம்மா இருக்குப்பா அதனால் நாளை இரண்டிலொன்று தீர்மானமாகட்டும் என்றுசொன்னார். அவனது ‘பேட்ச்’சிற்கு முன்னதாகவே எக்ஸாம் முடிந்துவிட்டதால் அவன் விழுப்புரம் அருகில் உள்ள அவனது சொந்த ஊருக்குப் போயிருந்தான்.

கார்த்திகேயன் எதையெதையோ யோசனை செய்து கொண்டு வீட்டிற்குள்ளேயே குறுக்கும் நெடுக்குமாக நடந்துகொண்டிருந்தார். தொலைக்காட்சியென்றால் எப்போதும் செய்திகளை மட்டுமே பார்க்கும் பழக்கம் கொண்ட அவருக்கு இப்போதெல்லாம் செய்திச் சேனல்கள் பார்க்கவே பயமாக இருந்தது. எல்லா சேனல்களிலும் எல்லா செய்திகளும் திரும்பத் திரும்ப கொரோனவைப் பற்றியதாகவே இருந்தன. இன்று இரவு செய்தியில் தார்மபுரியில் கொரோனா வைரஸ் தாக்குதலால் பலியான 65 வயது மூதாட்டியை ஜேசிபி இயந்திரத்தின் மூலம் 15 அடி ஆழத்தில் குழிதோண்டி 5 அடுக்கு பாலித்தீன் காகிதத்தில் சுற்றி உடலை அடக்கம் செய்தனர் என்று செய்தி வாசித்ததோடு அந்தக் காட்சியை வேறு காட்டினார்கள்.

இதையெல்லாம் பார்க்கும் பொதுமக்கள் இன்னும் பீதியடைவார்கள் என்கிற பொதுப்புத்திகூட இல்லாத இந்த ஊடகங்களை யார்தான் என்ன செய்யமுடியும். அந்த செய்தியைப் பார்த்த கார்த்திகேயனுக்கு மனசுக்குள் என்னமோ செய்வதுபோல இருந்தது. எப்போது விடியுமென்று காத்திருந்து அடுத்த நாள் காலை இனி என்ன நடந்தாலும் சரி இன்று எதாவது ரகளை பண்ணியாவது பாரதியை நேரில் பார்த்துவிடுவது என்ற முடிவோடு ஆஸ்பத்திரிக்குப் புறப்பட்டுச் சென்றார்.

பச்சைத் தண்ணீர்கூட பல்லில் படாமல் பைத்தியகாரன் போல ஒவ்வொரு நபராகப் பார்த்துப் பேசினார். வார்ட், வார்டாக மகனைத் தேடினார். பாரதியுடன் படிக்கும் ஒன்றிரண்டு பையன்களைத் தவிர வேறு யாரையும் அவருக்குத் தெரியாது. ஆஸ்பத்திரி வளாகமே வேறுவிதமாகக் காட்சியளித்தது. எப்போதும் சப்தமும் இரைச்சலுமாக, ஒவ்வொரு நாளும் ஆயிரக்கணக்கான நோயாளிகளும், மக்கள் நெரிசலும் கூட்டமுமாக இருக்கும் அந்த இடம் இப்போதெல்லாம் மயான அமைதியாக இருக்கிறது. வெளி நோயாளிகள் பகுதியில் கூட யாருமேயிருப்பதில்லை. சின்னச் சின்ன பிரச்னைகளுக்காக மட்டுமல்ல பெரிய வியாதிகளுக்கும் கூட மக்கள் எல்லாரும் ஆஸ்பத்திரிக்கு வருவதற்கு அஞ்சத் தொடங்கியிருந்தனர். சாதாரணமான நோய்க்கு ஆஸ்பத்திரி போய் அங்குள்ளவர்களின் மூலமாகவோ வேறு எப்படியோ கொரோனா நோய்த் தொற்று ஏற்பட்டுவிடும் என்று அஞ்சினர். ஆஸ்பத்திரியில் பணிபுரிபவர்களும் தவறிப்போய் வரும் ஒன்றிரண்டு நோயாளிகளையும் கடிந்து கொண்டனர். ‘உங்களுக்கெல்லாம் பத்து பதினஞ்சு நாளைக்கு வீட்ல அடங்கியிருக்க முடியாது. எத்தன சொன்னாலும் புத்தியே கெடையாது. என்னவோ தலையே போற மாதிரி சின்னச்சின்ன பிரச்னைக்கெல்லாம் ஓடிவந்துடுவீங்க. இங்க வந்து வேற எதாவது வாங்கிட்டுப் போனாத்தான் அடங்குவீங்க போங்க’ என்று விரட்டினர்...

பாரதியின் நண்பன் ப்ரதீப் விழுப்புரத்திலிருந்து பைக்கில்தான் வரவேண்டும். அப்பா நான் வர எப்படியும் பதினோரு மணியாகிடும்னு சொன்னான். ஆனால் பத்தரை மணிக்கெல்லாம் வந்து விட்டான். அவனைப் பார்த்ததும் அடக்கி வைத்திருந்த அழுகை வெடித்துச் சிதறியது. ''செத்துப் போயிடலாம் போல இருக்கு சாமீ. இதா இந்த ஆஸ்பத்திரிக்குள்ளயே என் மகன் படுத்துக் கெடக்கறான். அவன் எப்படியிருக்கறான்னு பத்து நாளா என்னால பார்க்க முடியல. இன்னிக்கு என்ன ஆனாலுஞ்செரி நான் அவனைப் பார்க்காமப் போக மாட்டேன்ப்பா. வேனும்னா என்னை போலிஸ்ல அரஸ்ட் பண்ணட்டும்'' என்றார். . அவரைப் பொறுமையாக சமாதானப் படுத்திவிட்டு அவரை அழைத்துச் சென்று யாருமில்லாத ஒரு வார்டில் உட்கார வைத்தான். அதன் பிறகு அவனோட ப்ரொஃபசர்கிட்டப் போயிப் பார்த்துப் பேசினான்.

''சாரி ப்ரதீப் ஒன் வீக்கா எங்கனால முடிஞ்ச எல்லாத்தையும் செஞ்சு பார்த்துட்டோம்.... கொஞ்சம் கூட இம்ப்ரூவ்மென்ட்டே இல்ல. சின்ன வயசில பாரதிக்கு வீஸிங்க் ப்ராப்ளம் இருந்திருக்கும் போல இருக்கு. அவனுக்கு ஸ்மோகிங்க் ஹாபிட்டும் இல்ல. ஆனாலும் அவனுக்கு ரெஸ்பிரேட்டரி சிஸ்டம் ரொம்ப புவரா இருக்குப்பா. அவனோட மெடிகல் ஹிஸ்டரி தெரிந்திருந்தால் கண்டிப்பாக அவனை கோவிட் வார்டில அலவ் பண்ணியே இருக்க மாட்டோம். ஆக்ஸிஜன் சப்போர்ட் மட்டும் போதல. கொஞ்சம் கூட இம்ப்ரூவ்மென்ட் இல்ல, நாளுக்கு நாள் கண்டிஷன் மோசமாத்தான் ஆயிட்டிருக்கு. இப்ப ரெண்டு நாளா வென்டிலேட்டர் சப்போட்லதான் வெச்சிருக்கோம். அவங்க அப்பாவை நெனச்சா பாவமாத்தான் இருக்கு. அவரிடம் நேராகப் பேசி அவருக்கு எப்படி சமாதானம் சொல்றதுன்னு தெரியாமத்தான் அவரை சந்திப்பதையே அவாய்ட் பண்ணிகிட்டிருந்தேன். இப்போ பாரதி இருக்கற கண்டிஷன்ல அவங்கப்பா அவனைப் பார்த்தார்ன்னா அவரு

கொலாப்ஸ் ஆயிடுவாரோன்னு பயம்மா இருக்கு. இன்னிக்கு ஈவனிங்க் பார்க்கலாம்னு அவர்கிட்ட சொல்லி வெய்யி. திரும்பி வந்த ப்ரதீப் கார்த்தியிடம் பக்குவாகப் பேசி இன்று மாலை எப்படியும் பார்த்துவிடலாம் என்று மட்டும் சொல்லி சமாதானப்படுத்தி மதியம் மிகவும் வற்புறுத்தி அவரை கொஞ்சமாக சாப்பிட வைத்தான்.

மாலை ஆறு மணிக்கு ப்ரொ்ஃபசர் ப்ரதீப்பை அழைத்தார். ''ஐயாம் சாரிப்பா...! எல்லாம் முடிஞ்சுது இனிமே வென்டிலேடர் சப்போர்ட்ல வெச்சுருக்கறதிலேயும் யூஸ் இல்ல. அவங்க அப்பாவைக் கூட்டிட்டு வா. எனிஹௌ டிக்லேர்ட்! எப்படியும் அவர்கிட்ட சொல்லித்தான் ஆகனும். பட் பாடிய அவங்ககிட்ட ஹேண்டோவெர் பண்ணமுடியாது. அதேபோல பாடிய பார்க்கவும் அலவ் பண்ண முடியாது. வேண்ணா பேக் பண்றதுக்கு முன்னாடி தூரமா நிக்க வெச்சு அவருக்கு காட்டலாம்.''

ப்ரதீப்பிற்கு கை கால்களெல்லாம் நடுங்க ஆரம்பித்தது. இதை எப்படி அவரிடம் போய் சொல்வதென்று அவனுக்குப் புரியவில்லை. இன்று காலையிலிருந்து அவர் தவித்த தவிப்பை பக்கத்திலிருந்து பார்த்துவிட்டு இப்போது இந்த செய்தியைச் சொன்னால், பாவி மனுஷன் எப்படி இதைத் தாங்கிக் கொள்வார்.. எப்படியோ ஒருவாறு சமாளித்துக் கொண்டு கண்களையெல்லம் துடைத்துக்கொண்டு ஒரு முறை முகம் கழுவிக்கொண்டு கார்த்தி இருந்த அறைக்குப் போனான். ''அப்பா! டீன் உங்களக் கூட்டிட்டு வரச்சொன்னார்''னு மட்டும் மொட்டையாகச் சொல்லி அவரை அழைத்துப் போனான். கொரோனா நோயாளிகளுக்கான ஐசொலேஷன் வார்டின் வெளி வராந்தாவில் அவரை நிற்க வைத்தார்கள் ஒரு ஸ்ட்ரெச்சரில் நீல நீற ப்ளாஸ்டிக் காகிதங்களில் மூன்று நான்கு அடுக்குகள் சுற்றப்பட்ட பாடியை வைத்து ஒரு பதினைந்தடி தூரத்தில் வைத்துக் கொண்டு முகம் மட்டும் தெரியும்படி வைத்துக்கொண்டு டீன் வந்து கார்த்திகேயனை அழைத்தார். இது எதுவுமே தெரியாமல் எப்படியோ

இத்தனை நாட்கள் கழித்தாவது மகனைப் பார்க்கப் போகிறோமே என்கிற சந்தோஷத்தில் பதற்றதில் கால்கள் தடுமாற அவர் அருகில் போய் மகனைப்பார்க்க அனுமதித்ததற்கு நன்றிசொல்லும் விதமாக கைகளைக் கூப்பி வணங்கியபடி நின்றவரிடம் ''சாரி சார் எங்கனால ஆன எல்லா முயற்சிகளையும் பண்ணிப் பார்த்துட்டோம். ஒன்னும் பண்ண முடியல. ஐ யம் எக்ஸ்ட்ரீம்லி சாரி!'' என்று சொன்ன பிறகுதான் இங்கு ஏதோ விபரீதமாக நடந்திருக்கிறது என்கிற சந்தேகம் வந்தது. ப்ரதீப் அவரின் கையைப் பிடித்து அருகிலிருந்த ஒரு அறைக்கு அழைத்துச் சென்று அவருக்கும் கவச உடைகள் முகக்கவசங்கள் எல்லாம் மாட்டிவிட்டபோது மிகுந்த குழப்பமாக இருந்தது. அதன்பிறகு அவரை பாரதியின் உடல் வைத்திருந்த ஸ்ட்ரெச்சரின் அருகே கொண்டுபோய் நிறுத்தினான். அடுத்த நிமிடம் 'ஐய்ய்யோஓஓ..! என்றொரு ஓலத்துடன் இரண்டு கைகளாலும் தலையிலும் முகத்திலும் படீர் படீரென்று அடித்துக்கொண்டு அவர் கதறித் துடித்து அழுத சப்தம் நிசப்தமாக இருந்த அந்த வார்ட் முழுவதும் பயங்கரமாக எதிரொலித்தது. அருகில் நின்று கொண்டிருந்த எல்லாருமாக சேர்ந்து அவரைக் கட்டுப்படுத்தினர். வார்ட் நர்சிங் சூபெரிண்டெண்ட் கார்த்திகேயனிடம் ''சார் பாடியை பேக் பண்ணப் போறோம் இங்கிருந்தபடியே ஒருமுறை முகத்தை பார்த்துக் கொள்ளுங்கள்'' என்றார். தரையில் உட்கார்ந்து இருந்தவர் மெல்ல எழுந்து அந்தக் கதவு வரை வந்தார். அங்கிருந்தபடியே மகனின் முகத்தைப் பார்த்தார். வீட்டிலிருந்து கடைசியாக அவரிடம் சொல்லிக்கொண்டு புறப்படும்போது அன்று அவர் பிறந்தநாள் என்பதற்காக அவரது இரு கன்னங்களிலும் முத்தமிட்ட அந்த வாய் லேசாகத் திறந்தபடி இருந்தது எப்போதும் ரோஜாப் பூப்போல சிவந்து இருக்கும் அந்த உதடுகள் கருத்துப் போய் உலர்ந்து இருந்தன. எடுப்பான அவனது மூக்கும் நெற்றியும்தான் பாரதியை கொஞ்சமாவது அடையாளம் காட்டுவதாக இருந்தது. ஐய்யோ! என் மகன் இந்த பத்து நாளா யாருமில்லாத அநாதையா இங்க தனியாக்

கெடந்து எப்படியெல்லாம் துடிச்சானோ? ஒரு சின்ன காய்ச்சல் வந்தாகூட அப்பா என் பக்கத்துல உக்காந்துக்கங்கப்பா, என் கையைப் புடிச்சிக்கோங்கப்பான்னு சொல்வானே? என் சாமீ... என்னை இப்படி அனாதையா உட்டுட்டுப் போக உனக்கு எப்படிப்பா மனசு வந்துச்சு? நான் அப்படி என்னடா பாவம் பண்ணினேன்? எல்லாரையும் காப்பாத்தனும்னு நீ டாக்டருக்குப் படிச்சியே... இப்ப அதனாலயே. உன்னோட உயிரை பறிகுடுத்துட்டேனே...அய்யா என் சாமீ ஒரே ஒரு தடவை கண்ணைத் தொறந்து பாருடா என் தங்கமே.. டாக்டர் நெஜம்மாவே என் பையன் செத்துப்போயிட்டானா சார்? ஏன் சார் இத்தன நாளா எங்கிட்ட பொய்யைச் சொல்லி சொல்லி ஏமாத்துனீங்க? அவன் உயிரோட இருக்கும்போது ஒரே ஒரு தடவையாவது அவனைப்பார்க்க வீட்டிருக்கலாமே சார்?. எனக்கு எதாவது ஆயிடும்னு தடுத்தீங்களா? இனி நான் உயிரோட இருந்தாலும் பொணம்தான் சார், என்ன சாதிக்கப் போறேன் சார்? என்று கோர்வையில்லாமல் புத்தி பேதலித்த ஒரு மனிதர் போல இங்கும் அங்குமாக ஓடி ஓடி அழுதார். அவரது கதறல் அங்கிருந்த அத்தனைபேரையும் கலங்கச் செய்தது. பேசிக்கொண்டே இருந்தவர் திடீரென முகத்தை மூடியபடி ஐய்யோ எஞ்சாமீ என்கிற அவலமான ஒரு சப்தத்துடன் வெட்டின மரம்போல தடாலென தரையில் விழுந்து மயக்கமானார். ‘வார்ட் பாய்ஸ்’ இரண்டுபேர் வந்து அவரைத் தூக்கி ஸ்ட்ரெச்சரில். போட்டு வார்டுக்கு எடுத்துச் சென்றார்கள். அங்கு அவருக்கு முதலுதவி கொடுக்கப்பட்டது. பத்து நிமிடங்களில் அவருக்கு நினைவு திரும்பியது. எழுந்து சேரில் அமர்ந்தவர் பாறைபோல இறுகிப்போயிருந்தார்.. அழவில்லை, சப்தம் போடவில்லை. ‘பாடி பேக்’ பண்ணப்பட்டது ஆம்புலன்ஸ் வந்தது சேனிடரி இன்ஸ்பெக்டர் ஒருவர் வந்தார், இரண்டு போலீஸ்காரர்கள், வார்ட் பாய்ஸ் இரண்டுபேர், கார்த்திகேயன், ப்ரதீப் இன்னும் யாரோ ஒருவர் என மொத்தம் ஏழெட்டு பேர்கள் ஒரு வண்டியிலும் உடல் இன்னொரு ஆம்புலன்ஸ்சிலுமாக கீழ்பாக்கம் மயானத்திற்குப் போய்ச் சேர்ந்தனர்.

அதற்குள் எல்லாத் தொலைக்காட்சிகளின் செய்திச்சேனல்களிலும் மிரட்டும் த்ரில்லிங்க் பின்னணி இசையுடன், ப்ரேக்கிங்க் ந்யூஸ் என்கிற பரபரப்பான செய்தி ஒளிபரப்பப்பட்டது. சென்னையிலுள்ள 'ஸ்டேன்லி மருத்துவக் கல்லூரி மருத்துவ மனையில் கொரோனா நோயாளிகளுக்கு இரவும் பகலும் மருத்துவம் பார்த்து வந்த மருத்துவக் கல்லூரி மாணவர் அதாவது அதே கல்லூரியில் எம்டீ படித்து வந்தவர், நோயாளிகளிடமிருந்து ஏற்பட்ட தொற்றின் காரணமாக பத்து நாட்களாக அதே மருத்துவ ம்னையில் தீவிர சிகிச்சைப்பிரிவில் அனுமதிக்கப்பட்டு இருந்தார். இன்று மாலை அவருக்கு அளிக்கப்பட்ட தீவிரமான சிகிச்சை எதுவும் பலனின்றி பரிதாபமாக உயிரிழந்தார். கடந்த பதினைந்து நாட்களுக்கு முன்னால் சுறுசுறுப்பாக ஓடி ஓடி கொரோனா நோயாளிகளுக்கு மருத்துவம் பார்த்து வந்த துடிப்பான இளைஞரான 'பாரதி' இன்று நம்மிடையே இல்லை. அவரை இழந்து தவிக்கும் அவரது குடும்பத்தினருக்கு சுகாதாரத்துறை அமைச்சர் தனது ஆழ்ந்த அனுதாபங்களைத் தெரிவித்ததோடு அவரது உடலை அடக்கம் செய்யவும் தேவையான ஏற்பாடுகள் செய்யப்பட்டுள்ளதாக அறிவித்தார்.

இந்தக் களேபரத்தில் சட்டைப்பையிலிருந்த போன் கீழே விழுந்ததுகூடத் தெரியாமல் உறைந்துபோய் நின்று கொண்டிருந்தார் கார்த்திகேயன் போனை எடுத்து ப்ரதீப் தனது கையில் வைத்திருந்தான். புனேயிலிருந்து கௌதம்மின் அழைப்பு வந்தது. ஹலோ என்று சொன்ன ப்ரதீப் அடுத்த நொடியில் கார்த்திகேயனிடம் கொடுத்தான். அவர் அழுதபடியே ஏதோ சொல்ல இருபுறமும் ஓலங்களும் கதறல்களும் பொருளற்ற புலம்பல்களும் மட்டுமே வந்தன. போனை ப்ரதீப்பின் கையில் கொடுத்தார் . கௌதம் பேசினான். ''என்னப்பா நடக்குது அங்க? யாருமேயில்லாம எப்படி அடக்கம் பண்ணுவாங்க? நாங்க எல்லாம் வரவேண்டாமா? என்ன அட்டூழியமா இருக்குது இது? என்ன கேக்கறதுக்கு யாருமில்லாத

அனாதைகன்னு நெனசிட்டாங்களா? ஹாஸ்பிடல் டீன் கிட்ட நான் பேச முடியுமா?''

''சார், நான் எல்லாம் பேசிப்பார்த்துட்டேன். இது ஒரு எக்ஸ்ட்ரார்டினெரி சிச்சுவேஷன். வழக்கமா நடக்கற எந்த ஃபார்மாலிட்டீசும் இப்ப ஃபாலோ பண்ண முடியாதுன்னு தெளிவா சொல்லிட்டாங்க. அரசாங்கம் சில கைட்லைன்ஸ் வெச்சிருக்காங்க, அதன்படிதான் எல்லாம் நடக்கும்னு உறுதியா சொல்லிட்டாங்க. அதுமட்டுமல்ல, பாடிய எவ்ளோ சீக்கிரம் டிஸ்போஸ் பண்ண முடியுமோ அவ்வளவு சீக்கிரம் பண்ணி முடிக்கனும்ங்கறதில்தான் அவங்க குறியா இருக்காங்க. மீடியாக்காரங்க வேற சுத்திகிட்டே இருக்காங்க. எங்ககூட ஹாஸ்பிடல் ஸ்டாஃப்ஸ், போலீஸ் எல்லாம் இருக்காங்க சார், வீ ஆர் ஹெல்ப்லஸ். நான் அப்பறமா கூப்பிடறேன் சார்' என்று சொல்லி போனைக் கட் பண்ணினான்.

ஆம்புலன்ஸ் கீழ்ப்பாக்கம் மயானத்தின் வாசலை அடைந்தபோது அங்கு ஒரு சிறிய கும்பல் காத்திருந்தது. வண்டிகளில் வந்தவர்களுக்கு ஒன்றுமே புரியவில்லை. வெளியில் தொலைக்காட்சிகளில் இந்த செய்திகள் வெளியானதுகூட அவர்களுக்கு தெரிந்திருக்கவில்லை. ஒருவேளை கொரானாவை எதிர்த்துப் போராடி உயிர் நீத்த மருத்துவர் என்கிற முறையில் மரியாதை செய்யத்தான் பொதுமக்கள் வந்திருப்பார்களோ என்றுதான் எல்லாரும் நினைத்தார்கள்.

ஆனால், ஆம்புலன்ஸ் ட்ரைவரிடம் அவர்கள் விசாரித்து விவரம் தெரிந்து கொண்டதும் அங்கு ஒருவிதமான கலவரச்சூழல் உருவாகத் தொடங்கியது. எதிர்ப்புக்குரல்கள் ஆவேசமாகப் புறப்படத் தொடங்கின.. வாக்குவாதங்கள் பெரிதாகின. சிறிய கும்பல் கொஞ்சம் கொஞ்சமாக பெரும் கூட்டமாக மாறுகிறது. போலீசும், சுகாதாரத்துறை அதிகாரியும் மிகவும் பொறுமையாக கூட்டத்தினரிடையே நிலைமையை விளக்குகிறார்கள்.

''ஐய்யா! உங்கள மாதிரி ஏழை மக்களுக்கு வைத்தியம் பார்த்தனாலதான் அவருக்கு அட்டாக் ஆச்சுப்பா. தன்னோட உயிரையே தியாகம் பண்ணின ஒரு டாக்டருக்கு காட்ற மரியாதை இதுதானா? இறந்து போனவங்க ஒடம்புல இருந்து நோய்க்கிருமிக எதுவும் பரவாது...''

''யோவ் இன்னாய்யா சொம்மா டயலாக் உட்ட்குன்னுக்கிற. நாளயும் பின்னியும் இந்த ஏர்யாவுல கொர்னா வந்து ஜனங்க அல்லாரும் செத்துபோனா நீயா வந்து காப்பாத்துவே? இங்க அடக்கம் பண்ண உடமாட்டோம். நீ இன்னா வேணா பண்ணிக்கோ...''

கையில் உருட்டுக் கட்டையுடன் ஆட்கள் சுற்றிலும் நிற்கிறார்கள். கணிசமான எண்ணிக்கையில் வீரப் பெண்மணிகள்...வேறு. பாசக்காரத் தாய்க்குலத்தின் பிரதிநிதி ஒருவர்.. ''இன்னா மய்ரு நாயம் பேசிகினு இருக்கே நீயி... எம்மாம் நேரம் பேசறது ஒங்கிட்ட? இங்க நாங்களும் கொயந்த குட்டிங்க பொர்சுங்கன்னு இத்தினி ஜனம் குடித்தனம் பன்றம். ஒன்னு கெடக்க ஒன்னு வந்துச்சின்னா நீ வந்து பாப்பியா இல்ல ஒம் பொண்டாட்டி வந்து பப்பாளா?''

''வண்டிய எடு! வண்டிய எடு! மொத....வண்டிய ரிவர்ஸ் எட்த்கினு வெளிய போய்கினே இரு..''. ''எடத்த காலி பண்ணு.'' ''போன்னா மர்யாதையா போய்டு. இல்லேன்னா இங்க கலவரம் ஆயிடும்''. ''ஜனங்க அல்லாரும் கொதிச்சுப் போயி கெடக்குதுங்க''. ஒவ்வொரு மூலையிலிருந்தும் மிரட்டல்களும், ஆவேசமான கட்டளைகளும் பிறந்தன. கூட்டத்தின் எண்ணிக்கை ஐம்பது அறுபது என்று கூடிக்கொண்டே வருகிறது. ஏதோ ஒரு தொலைக்காட்சியின் வீடியோ பிடிப்பவர் வேறு ரகளையைப் படம் பிடிக்க ஆரம்பிக்கிறார். உடனே மக்கள் கூட்டத்தில் அவனவன் கதாநாயகன் ரேஞ்சுக்கு கேமராவின் முன்னால் வந்து நின்று சவால் விடத் தொடங்குகிறான். சிலர் உற்சாகமாகக் கூச்சலிடத் தொடங்குகிறார்கள். அன்றாட

வாழ்க்கையில் அமைதியாக சாதாரணமாக இயங்கும் மனிதர்கள்கூட ஒரு கும்பலில் கலக்கும்போது நம்மை யார் அடையாளம் காணப்போகிறார்கள் என்கிற தைரியத்தில் மிக அசிங்கமாக, ஆபாசமாக நடந்து கொள்கிறார்கள். இதுபோன்ற நேரங்களில் ஏற்படும் முரட்டுத் துணிச்சலில் மோசமான வன்முறைக்குக் கூடத் தயங்குவதில்லை. இந்த மனப்பாங்கு போலீசுக்கு மிக நன்றாகவே தெரியும். அவர்களுக்கு அனுபவம் சொல்லித்தந்த பாடம் அது. எண்ணிக்கையில் குறைவாக உள்ளபடியால் அவர்கள் மக்களிடம் மிகவும் பொறுமையாகவே பேசுகின்றனர்.

ஒருகட்டத்தில் பொறுமையிழந்த கார்த்திகேயன் தடுமாறியபடி வண்டியிலிருந்து கீழே இறங்கி வந்து கூட்டத்தை நோக்கி கையெடுத்துக் கும்பிட்டு ''ஐய்யா சாமீ நானும் உங்களை மாதிரிதான் என் ஒரே பையன் வாழவேண்டிய வயசுல எம் பையன் இப்படி அநியாயமாப் போயிட்டான் அவனைப் பறிகொடுத்துட்டு பிச்சைக்காரன் மாதிரி இப்படி உங்க முன்னால கெஞ்சிகிட்டு நிக்கறேன். பெரிய மனசு பண்ணுங்கய்யா! இந்த ராத்திரில இனி நாங்க எங்க தூக்கீட்டுப்போவோம்? நீங்களே சொல்லுங்கய்யா...'' என்று கதறினார்.

''அதெல்லாம் எங்களுக்குத் தெரியாது எங்கயோ கொண்டு போயிப் போடு... இல்லேன்னா.. கூவத்துல வலிச்சு எறிஞ்சுகினு போயிகினே இரு''

அதற்குள் வயர்லெஸ்சில் கன்ட்ரோல் ரூமிற்கு தகவல் அனுப்பப்பட்டது. அதிகம் பிரச்னை பண்ணாமல் மக்களிடம் சமாதானமாகப் பேசி அங்கேயே அடக்கம் பண்ணிவிட்டு வரும்படி அறிவுறுத்தப்பட்டது.

மறுபடியும் பேச ஆரம்பிக்கும்போதே 'சர்ர்ர் சர்ர்ர் என இரண்டு மூன்று கற்கள் பறந்து வந்து வண்டியின் மீது விழுந்ததில்

ஆம்புலன்ஸ்சின் முன் பக்கக் கண்ணாடி சிதறித் தெறித்தது. பயந்துபோன ட்ரைவர் வண்டியை ரிவர்ஸ் எடுக்க முயற்சி செய்தார். அதற்குள் ஒரு கும்பல் வண்டியைச்சுற்றி வளைத்தது. அருகில் நின்ற போலீஸ் மற்றும் சுகாதார அலுவலர், கார்த்திகேயன், ப்ரதீப் என எல்லாரையும் கற்களால் தாக்கத் தொடங்கினர். கார்த்திகேயன் மயங்கிக்கீழே சரிந்தார்.. ப்ரதீப்பும் வார்ட் பாய்ஸ் இருவருமாகச் சேர்ந்து அவரைத் தூக்கி வண்டிக்குள் படுக்க வைத்தனர். நிலைமை கட்டுப்பாட்டை மீறுகிறது என்று உணர்ந்த போலீசார் தங்கள் உயிரைக் காப்பாற்றிக் கொள்வது முக்கியம் என்று முடிவு செய்து எல்லாரையும் மள மளவென வண்டியில் ஏறச்சொல்லி அங்கிருந்து அவசர அவசரமாகப் புறப்பட்டனர். விசில்களும், வசவுகளும் பறந்தன. அவசரத்தில் பாரதியின் உடல் அங்கே தரையில் கிடந்தது. எங்கே உடலை அங்கேயோ போட்டுவிட்டுப் போய்விடுவார்களோ என்கிற சந்தேகத்தில் கூட்டம் ஆம்புலன்ஸ்சை சுற்றி வளைத்தது. 'ஏய்... ங்கோத்தா..! பொணத்தை எடுத்துட்டுப் போங்கடா..' என்கிற பல்வேறு குரல்கள் கூட்டாக எழுந்தன. வார்ட் பாய்ஸ் இருவரும் சரணாகதி என்கிற அடையாளமாக கைகளைக் கூப்பியவண்ணம் கீழே இறங்கி உடலைத் தூக்கி வந்து ஆம்புலன்ஸ்சில் வைத்தனர். சடலத்தை புதைக்காமல் திருப்பி எடுத்துக்கொண்டு போகிறார்கள் என்று தெரிந்ததும் அந்தக் கூட்டம் வெற்றி பெற்ற உற்சாகத்தில் தாங்கள் நினைத்ததை சாதித்துவிட்டோம் என்கிற களிப்பில் ஒரு கொண்டாட்ட மனப்பாண்மையுடன் ஒருவரையொருவர் தழுவிக்கொண்டு கூக்குரலிட ஆரம்பித்தனர். இரையாக அகப்பட்டுக் கொண்ட ஒரு சிறு மானைத் துரத்தும் ஓநாய்களைப் போல வெறியுடன் ஆம்பிலன்ஸ்சின் பின்னாலேயே கைகளிலிருந்த தடிகளால் 'டம் டம் ' என வண்டியைத் தட்டிக் கொண்டே பின்னால் ஓடி வந்தனர்.

இரண்டு வண்டிகளில் இருந்த யாரும் எதுவும் பேசாமல் கிலி பிடித்துப்போய் இருந்தனர். சற்றுதூரம் தள்ளி சாலை ஓரத்தில்

வண்டிகளை நிறுத்தி முதலுதவிப் பெட்டியிலிருந்த பேண்டேஜ் துணிகளை வைத்து கலவரத்தில் அடிபட்டவர்களின் ரத்த காயங்களுக்குக் கட்டுப் போடப்பட்டது மீண்டும் கன்ட்ரோல் ரூமுக்குத் தொடர்பு கொண்டு காவல்துறையின் உயர் அதிகாரிகளிடம் யோசனை கேட்கப்பட்டது.

அங்கிருந்து வேலங்காட்டு சூடுகாட்டிற்குப் போகும்படி அவர்களுக்கு அறிவுறுத்தப்பட்டது. அதன்படி அங்கே சென்றபோது இன்னும் பெரிய அதிர்ச்சி காத்திருந்தது. அங்கேயும் ஏற்கனவே கீழ்ப்பாக்கம் சுடுகாட்டில் ரகளை செய்த கும்பலைப்போலவே இன்னொரு கூட்டம் காத்துக் கொண்டிருந்தது. எண்ணிக்கையில் இங்கு கூட்டம் குறைவாக இருந்தபடியால் எப்படியாவது சமாளித்துவிடலாம் என்கிற நம்பிக்கையில் பேச்சு வார்த்தை நடந்தது. ஆனால் அரைமணி நேரம் ஆகியும் இங்கேயும் மக்கள் சவ அடக்கத்திற்கு எதிர்ப்புத் தெரிவித்தனர். எல்லாரும் பொறுமை இழந்து போனார்கள். இது என்ன அயோக்கியத்தனமாக இருக்கிறது? ஒரு ராணுவ வீரருக்கு கொடுக்க வேண்டிய மரியாதையுடன் அடக்கம் செய்ய வேண்டிய ஒரு மரணத்தை இந்த நோயும் அதன் காரணமான அச்சமும் மக்களை இரக்கமற்ற காட்டுமிராண்டிக் கூட்டம் போல இவ்வளவு கேவலமாக மாற்றிவிட்டதே? என வேதனைப்பட்டார்கள். ப்ரதீப்பும் ஆஸ்பத்திரி ஊழியர்களும் மருத்துவமனை டீனுக்கும். சுகாதாரத்துறை அதிகாரி அவர்களது செயலாளருக்கும், காவலர்கள் உயர்மட்ட காவல் அதிகாரிகளுக்கும் நிலைமையின் கடுமையைக் கண்ணீர் மல்க விவரித்தனர். எதுவும் செய்யாமல் அரைமணி நேரம் அங்கேயே பொறுமையாகக் காத்திருக்கும்படி உத்தரவுகள் வந்தன.

அரைமணி நேரத்தில் இரண்டு வேன் நிறைய போலீஸ் படைகள் அங்கு குவிக்கப்பட்டன. இங்கு இப்போது இந்த உடல் அடக்கம் செய்யப்படும் இது அரசின் உத்தரவு. மீறி யாராவது தடுக்க முயன்றால் அவர்கள் அனைவரும் போலீசாரால் கைது

செய்யப்படுவார்கள், அதுமட்டுமல்லாமல் இந்த இடத்தில் யாராவது கலவரம் செய்ய முயன்றால் அவர்கள் மீது காவல் துறையின் கடுமையான நடவடிக்கை பாயும் என மைக்கில் அறிவிக்கப்பட்டது. பத்து நிமிடங்களுக்குள் எல்லாவரும் கலைந்து செல்ல வேண்டும் என்று எச்சரிக்கை விடப்பட்டது

கூட்டம் மெல்ல கலைந்து செல்லத் தொடங்கியதும் அவசர அவசரமாக அங்கிருந்த ஆட்களை வைத்து குழி தோண்டப்பட்டது. இருபத்தைந்து வயது வரை ஒரு ஈ எறும்பு கடித்தால்கூட பொறுத்துக் கொள்ளாமல் மார் மீதும் தோள்மீதும் சுமந்து பாசத்தையும் அன்பையும் கொட்டி வளர்க்கப்பட்ட தன் பிள்ளை, தான் இறந்தால் தனக்கு ஈமச் சடங்குகள் செய்ய வேண்டிய மகன் தான் உயிரோடு இருக்கும்போதே தன் கண்முன்னாலேயே அகாலமாக அவனது மரணம் நிகழ்ந்து குடும்பத்தில் யாரும் கடைசியாக அவனது உடலைக்கூட கண்ணில் பார்க்க முடியாமல் போனதுமல்லாமல்...பூப்போன்ற தன் மகனின் உடல் ஒரு குப்பை மூட்டைபோல இவ்வளவு அசிங்கமாக அலைக்களிக்கப் படுவதை பார்த்துக் கசந்துபோன கார்த்திகேயன் கடைசியாக ஒரு பிடி மண் அள்ளிப் போடக்கூடத் தோன்றாமல் அப்படியே உணர்வுகளற்ற ஒரு மரக்கட்டைபோல மரத்துப்போய் வண்டியிலேயே உட்கார்ந்திருந்தார். எல்லாருமாக சேர்ந்து எந்த ஒரு அடையாளமும் இல்லாத ஒரு பெரிய பிளாஸ்டிக் மூட்டையை அடக்கம் செய்தனர். இரவு பதினோரு மணியாயிற்று. பின்னர் முதலில் கார்த்திகேயனைக் கொண்டுபோய் அவரது வீட்டில் இறக்கிவிட்டு அவரை நாளை காலை ஆஸ்பத்திரி வாகனம் வந்து கொரோனா பரிசோதனைக்கு அழைத்துப் போவதென்று முடிவு செய்யப்பட்டது. வழியில் வண்டியை நிறுத்தி ஒரு சிறிய கடையில் எல்லாரும் டீ சாப்பிட்டனர் எவ்வளவு கேட்டுக்கொண்டும் கார்த்திகேயன் எதுவும் சாப்பிடவில்லை. அவரை வீட்டில் தனியே தங்கவிட மனசில்லாமல் அன்று இரவு ப்ரதீப்

துணைக்கு அவருடன் தங்குவதாகச் சொன்னபோது அவர் உறுதியாக அதை மறுத்துவிட்டார். அன்று மாலையே பலமுறை ப்ரதீப்பின் வீட்டிலிருந்து அவனது பெற்றோர் கவலையுடன் அவனை வீட்டிற்கு உடனே வரும்படி அழைத்துக் கொண்டேயிருந்ததைச் சுட்டிக் காட்டி வற்புறுத்தி அவனை வீட்டிற்கு அனுப்பி வைத்தார்.

அடுத்தநாள் காலை அனைத்து தொலைக்காட்சிகளும் பிக் ப்ரேக்கிங் ந்யூஸ்சாக முதல் நாள் கீழ்ப்பாக்கம் சுடுகாட்டில் மருத்துவரின் உடலை அடக்கம் செய்யவிடாமல் பொதுமக்கள் செய்த ரகளைகளை காட்சிகளாகக் காட்டி கொண்டிருந்தன. செய்தி ஊடகங்களிலும், சமூக வலைதளங்களிலும் அதிர்ச்சியூட்டும் செய்தியாகவும், கடுமையான கண்டனங்களாகவும், நாடு முழுவதுமுள்ள மனசாட்சியுள்ள மனிதர்களின் கடுமையான கண்டனங்களுடனும் பாரதி என்கிற பசும் தளிருக்கு நிகழ்ந்த அவமானத்துக்கு இந்த மக்கள் வெட்கி தலை குனிய வேண்டும் என்றும் மனிதம் மரித்துப் போய்விட்டது என்றும் சமூக ஆர்வலர்கள் எல்லா தளங்களிலும் தங்களது வருத்ததையும் கடும் கண்டனங்களையும் பதிவு செய்திருந்தனர். எல்லாத் தொலைக்கட்சிகளிலும் பாரதியின் புகைப்படம் காட்டப்பட்டு வெறும் ஒரு பேசுபொருளாகிப் போனான். சமூக வலைதளங்களில் நல்ல இதயம் கொண்டவர்கள் எல்லாரும் பாரதிக்கு கண்ணீர் அஞ்சலி செலுத்தினர்.

முதல் நாள் இரவு வந்து படுக்கையில் விழுந்த கார்த்திகேயன் என்கிற அந்த பாசக்காரத் தந்தைக்கு இது எதுவுமே தெரிந்திருக்கவில்லை. அவரது செல்போன் அடித்துக் கொண்டேயிருந்தது. அங்கே விமலாவும், செல்வியும் உயிரற்ற சவங்களாக வெறும் தரையில் சுருண்டு கிடந்தனர். தன் தாய்மாமனுக்கு நேர்ந்த அந்த கோரமான அவலத்தின் கொடுமை தெரியாத அந்த பசும்தளிர் பசியால் வீரிட்டு அழுது

கொண்டேயிருந்தது. பூமிப்பந்தே தன் சுழற்சியை நிறுத்திவிட்டதோ என்கிற சந்தேகத்துடன் என்ன செய்வதென்று புரியாமல் குழந்தையை மடியில் வைத்துக்கொண்டு யாராவதாவது போனை எடுத்துப்பேச மாட்டார்களா என்கிற வேதனையோடு தொடர்ந்து தனது மாமனாரை அழைத்துக் கொண்டேயிருந்தான் கௌதம்..

ஆஸ்பத்திரியிலிருந்து கொரோனா பரிசோதனைக்காக கார்த்திகேயனை அழைத்துச்செல்ல வந்த ஆம்புலன்ஸ் ஊழியர்கள் கதவை தட்டித்தட்டி ஓய்ந்துபோய் அக்கம் பக்கம் இருந்தவர்களின் உதவியுடன் கதவை உடைத்துக் கொண்டுபோய் உள்ளே சென்று பார்த்தபோது கார்த்திகேயனின் உயிரற்ற உடல்தான் அங்கு மிச்சமிருந்தது. போலீஸ் வந்தது, மருத்துவர்கள் வந்தனர், செல்போன் எடுக்கப்பட்டு கௌதமிற்கும் தகவல் சொல்லப்பட்டது.

அனைத்துத் தொலைக்காட்சிகளிலும் ''பிக் ப்ரேக்கிங்க் ந்யூஸ்'' ஓடிக் கொண்டிருந்தது. ''நேற்றைய தினம் கொரோனா பாதிப்பால் உயிரிழந்த அரசு மருத்துவரின் தந்தை மரணம். நேற்று மாலை பல்வேறு கலவரங்களுக்கிடையே மகனின் இறுதிச்சடங்கைச் செய்ய முடியாமல் பரிதாபமாக அலைக்கழிக்கப்பட்டதால் ஏற்பட்ட மன உளைச்சலாலும், மகனின் மரணத்தால் ஏற்பட்ட அதிர்ச்சியாலும் அவரைத் தாக்கிய மாரடைப்பால் நிகழ்ந்த இயற்கையான மரணம் என்று காவல்துறையால் அறிவிக்கப்பட்டபோதும், நேற்று நடந்த கொடூரமான நிகழ்வுகளாலும் அதனால் ஏற்பட்ட கடுமையான மன உளைச்சலாலும், தனது குடும்ப நபர்கள் யாருமே அருகில் இல்லாத நிலையில் மனம் நொந்துபோய் அவர் தனது முடிவினைத் தேடிக் கொண்டார் என சமூக ஆர்வலர்களும், எதிர்க்கட்சித் தலைவர்களும் மனித உரிமை ஆர்வலர்களும் அவரது மரணம் குறித்து நியாயமான விசாரணை நடத்தப்பட வேண்டும்'' என்று அரசை வலியுறுத்தி வருவதாகவும் எல்லாத் தொலைக்காட்சிகளிலும் செய்திகளாக வந்து கொண்டிருந்தது. அதோடு நேற்று நடந்த மனிதாபிமானமற்ற

மிருகத்தனமான நிகழ்வுகளைக் கண்ணீர் மல்க விவரித்துப் பேசின ப்ரதீப்பின் நேர்காணல்கள் எல்லா தொலைக்காட்சிகளிலும், சமூக ஊடகங்களிலும் மிதந்து வந்து கொண்டிருந்தன. ப்ரதீப் என்கிற அந்த இளைஞன் வடித்த கண்ணீர் அந்தக் காணொளியைக் கண்ட அத்துனை பேர்களுடைய கண்களையும் கலங்கச் செய்தன.